അബ്രാഹ്മണൻ

Abrahmanan
Novel

K T Gatti

Translated by
Dr. N Sam, Dr. M Rama

CHINTHA PUBLISHERS
Thiruvananthapuram

First Edition
August 2022

Second Impression
August 2022

Second Edition
May 2023

Second Impression
September 2024

Typesetting & Published
Chintha Publishers, Thiruvananthapuram

Printed at
Repro India Ltd, Mumbai

Cover Design
Vinod Mangoes

ISBN - 978-93-90301-81-2

CR - 3352 / 7030

₹ 290

Email: chinthapublishers@gmail.com
Website: www.chinthapublishers.com

A version is available at National Libraries
Kolkata, Mumbai, Chennai and Delhi

Distribution
DESHABHIMANI BOOKHOUSE
H O Thiruvananthapuram 695035

Branch
Head Office Kunnukuzhi • Statue Thiruvananthapuram
Saphalyam Complex Thiruvananthapuram
Machingal Lane Thrissur • IG Road Kozhikode
Mavoor Road Kozhikode • NGO Union Building Kannur
Central Bus Terminal Complex Thavakkara Kannur

അബ്രാഹ്മണൻ

കെ ടി ഗട്ടി

പരിഭാഷ

ഡോ. എൻ സാം

ഡോ. എം രാമ

ചിന്ത പബ്ലിഷേഴ്സ്

തിരുവനന്തപുരം-695 035

വില : ₹ 290

കെ ടി ഗട്ടി

കന്നട ഭാഷയിലെഴുതുന്ന പ്രമുഖ നോവലിസ്റ്റ്, ചെറുകഥാകൃത്ത്, നാടകരചയിതാവ്, വിദ്യാഭ്യാസ വിചക്ഷണൻ, 90 ൽ ഏറെ കൃതികൾ രചിച്ചു. കാസർഗോഡിനടുത്തുള്ള കുഡ്ജു എന്ന ഗ്രാമത്തിൽ ജനിച്ചു. കേരള സർവ്വകലാശാല, ലണ്ടൻ ട്രിനിറ്റി കോളേജ്, കോളേജ് ഓഫ് പ്രിസെപ്റ്റേഴ്സ് എന്നിവിടങ്ങളിൽ വിദ്യാഭ്യാസം. അദ്ധ്യാപകവൃത്തി ഉപേക്ഷിച്ച് പൂർണ്ണസമയ എഴുത്തിൽ കേന്ദ്രീകരിക്കുന്നു.

ഡോ. എൻ സാം

1951 ഫെബ്രുവരി 21 ന് തിരുവനന്തപുരത്ത് തൃക്കണ്ണാപുരത്ത് കുന്നത്തു വിള വീട്ടിൽ ജനിച്ചു. മലയാള സാഹിത്യത്തിലെ ആനുകാലികങ്ങൾ ഒരു പഠനം എന്ന വിഷയത്തെ അടിസ്ഥാനമാക്കി പി എച്ച് ഡി നേടി. തമിഴ് ഡിപ്ലോമയും ബ്രോഡ്കാസ്റ്റിങ് ഡിപ്ലോമയും നേടിയിട്ടുണ്ട്

കേരളപാണിനീയ വിമർശവും മറ്റും, കേരളത്തിലെ സാമൂഹിക നവോത്ഥാനവും സാഹിത്യവും, മലയാള പത്രപ്രവർത്തനം പത്തൊമ്പതാംനൂറ്റാണ്ടിൽ, ഗവേഷണപഠനങ്ങൾ, കേരളത്തിലെ പ്രാചീന ലിപിമാതൃകകൾ എന്നീ കൃതികൾക്കുപുറമേ *അർണോസ്പാതിരിയുടെ കാവ്യങ്ങൾ, സാഹിത്യഗവേഷണവും വിമർശനവും, ഇളംകുളം കുഞ്ഞൻപിള്ളയുടെ തെരഞ്ഞെടുത്ത കൃതികൾ, ശ്രീമദ് ദേവീഭാഗവതം* (3 വാല്യം), *മർമ്മശാസ്ത്രസമാഹാരം, ചരിത്രം തുടിക്കുന്ന താളുകൾ, പാഠകകഥാമാലിക, നാടാർ ചരിത്രം, ആധുനികമലയാളസാഹിത്യചരിത്രം* (പരിഷ്കരിച്ച പതിപ്പ്) *കേരളത്തിന്റെ ബൗദ്ധികചരിത്രത്തിലെ നാഴികക്കല്ലുകൾ, മലയാളഭാഷാപഠനങ്ങൾ* തുടങ്ങി മുപ്പതിലധികം കൃതികൾ എഡിറ്റു ചെയ്തിട്ടുമുണ്ട്.

ഡോ. എം രാമ

അദ്ധ്യാപകൻ, എഴുത്തുകാരൻ, വിവർത്തകൻ. തുളു ഭാഷാപഠനത്തിൽ ഡോക്ടറേറ്റ്. കേരള സർവ്വകലാശാല ഭാഷാശാസ്ത്ര വിഭാഗത്തിൽനിന്ന് പ്രൊഫസറായി വിരമിച്ചു. കന്നട - മലയാളം ഭാഷകളിലായി പതിനാറ് പുസ്തകങ്ങൾ പരിഭാഷപ്പെടുത്തി.

പ്രസാധകക്കുറിപ്പ്

കർണ്ണാടകത്തിൽ കോളിളക്കം സൃഷ്ടിച്ച നോവലാണ് കെ ടി ഗട്ടിയുടെ *അബ്രാഹ്മണ*. *അബ്രാഹ്മണ*യുടെ മലയാള പരിഭാഷയാണീ പുസ്തകം. പൂണൂലും ജാതിപ്പേരും വലിച്ചെറിഞ്ഞ ജഗദീശ് നേരിടുന്ന ജീവിത സമസ്യകളുടെ ആവിഷ്കാരമാണീ കൃതി. ബ്രാഹ്മണ സമൂഹത്തിൽ ചെന്നുപെട്ട ഒരു അബ്രാഹ്മണനായി അയാളെ മറ്റുള്ളവർ കണ്ടു. കുടഞ്ഞെറിയാൻ നോക്കിയാലും ഒഴിയാബാധപോലെ ഒപ്പം കൂടുന്ന ജാതി എന്ന മാരണത്തെ നിർമ്മമതയോടെ ആവിഷ്കരിക്കുകയാണ് ഗട്ടി. എന്നാൽ ഈ പറച്ചിൽ നമ്മുടെ അകക്കാമ്പുകളെ ഉലയ്ക്കുകതന്നെ ചെയ്യും. കർണ്ണാടകത്തിലെ ജാതി സങ്കീർണ്ണതകളെ മനസ്സിലാക്കാൻ ഈ കൃതി ഏറെ സഹായകരമാകും.

ചിന്ത പബ്ലിഷേഴ്സ്

മുഖവുര

കന്നഡ സാഹിത്യത്തിലെ ഒരു പ്രമുഖ നോവലെഴുത്തുകാരനാണ് കെ ടി ഗട്ടി. സ്ത്രീപുരുഷബന്ധത്തിന്റെ – പ്രത്യേകിച്ച്, സവർണ്ണ അവർണ്ണ വിഭാഗത്തിൽപ്പെട്ടവർ തമ്മിലുള്ള ബന്ധത്തിന്റെ – സങ്കീർണ്ണതകൾ തുറന്നുകാട്ടാനാണ് അദ്ദേഹം ഏറെ യത്നിച്ചിട്ടുള്ളത്. സ്കൂളിലും കോളേജിലും അദ്ധ്യാപകനായിരുന്ന അദ്ദേഹത്തിന്റെ നോവലുകളിലെയും ചെറുകഥകളിലെയും കഥാപാത്രങ്ങൾ ഏറിയകൂറും അദ്ധ്യാപകരും വിദ്യാർത്ഥികളുമാണ്. അദ്ധ്യാപക-വിദ്യാർത്ഥിബന്ധങ്ങളിലെ ശൈഥില്യങ്ങളും വൈകല്യങ്ങളും, നന്മതിന്മകളുമെല്ലാം അനുഭവതീവ്രതയോടെ ആവിഷ്കരിക്കാൻ അദ്ദേഹത്തിന് കഴിഞ്ഞിട്ടുണ്ട്. സമൂഹത്തിൽ മേൽജാതിക്കാരുടെ ദുഷ്പ്രഭുത്വവും വങ്കത്തരങ്ങളും പൊളിച്ചുകാട്ടാനും താണജാതിക്കാരോടുള്ള അവരുടെ അനാദരവ്, അവഗണന, അസ്പൃശ്യത, അന്ധവിശ്വാസങ്ങൾ, തന്മൂലമുള്ള ക്രൂരതകൾ ഇവയ്ക്കെല്ലാമെതിരെ തന്റെ രചനകളിലൂടെ ശബ്ദമുയർത്താനും അദ്ദേഹം ശ്രമിച്ചു. വിദ്യാസമ്പന്നരും വിദ്യാവിഹീനരും തമ്മിലുള്ള അന്തരം വ്യക്തമാക്കാനും വിദ്യാസമ്പന്നരുടെ ഇടയിൽത്തന്നെയുള്ള പൊള്ളത്തരങ്ങൾ തൊലിയുരിച്ചു കാണിക്കാനും അദ്ദേഹം മറന്നില്ല. ഇങ്ങനെ ജീവിതത്തിന്റെ ഒരു പ്രത്യേകമേഖലയെ കേന്ദ്രീകരിച്ച്, ഒരു സാമൂഹ്യപരിഷ്കർത്താവിന്റെ ദൗത്യം സ്വയം ഏറ്റെടുത്തിട്ടുള്ളതാണ് ഗട്ടിയുടെ കഥാപ്രപഞ്ചം. എങ്കിലും അത് വൈവിദ്ധ്യപൂർണ്ണമാക്കി സോദ്ദേശ്യസാഹിത്യത്തിന്റെ മടുപ്പിക്കുന്ന ശുഷ്കത ഉളവാക്കാത്ത തരത്തിൽ ആകർഷകമാക്കാൻ അദ്ദേഹം ശ്രമിച്ചിട്ടുണ്ട്.

നന്നേ ചെറുപ്പത്തിൽത്തന്നെ എഴുത്താരംഭിച്ചു. ചെറുകഥയോടായിരുന്നു ആദ്യകാലത്ത് ആഭിമുഖ്യം. അന്നുമുതല്ക്ക് കന്നഡവാരികകളിൽ

ഗട്ടിയുടെ ചെറുകഥകൾ പ്രത്യക്ഷപ്പെടാൻ തുടങ്ങി. ക്രമേണ നോവൽ രംഗത്തേക്കും അദ്ദേഹം കടന്നു. *സുധ, തരംഗ, തുഷാര* എന്നീ വാരികകളിൽ അദ്ദേഹത്തിന്റെ പല നോവലുകളും (ഖണ്ഡശ:) പ്രസിദ്ധീകരിച്ചിട്ടുണ്ട്. 31 നോവലുകളാണ് ഗട്ടിയുടേതായിട്ടുള്ളത്. *ശബ്ദഗളു* (ശബ്ദങ്ങൾ), *കർമ്മണ്യേവാധികാരസ്തേ, സാഫല്യ, അബ്രാഹ്മണ, ബിസിൽ, ഗുദുരെ* (മരീചിക), *അമുക്ത, കൂപ, പൂജാരി, ശിലാതപസ്വി* മുതലായവ അക്കൂട്ടത്തിൽ ശ്രദ്ധേയമായവയാണ്. നോവലുകൾക്കുപുറമേ *മനുഷ്യവാസനെ* എന്നൊരു ചെറുകഥാസമാഹാരവും *ഗുളുഗെളു* (ഗുളികകൾ) എന്നൊരു ഉപന്യാസ സമാഹാരവും പ്രസിദ്ധീകരിച്ചിട്ടുണ്ട്.

Correct your speech (A book on English phonetics), *Modern English grammar and usage, English grammar and usage through exercises, Common errors in usage* എന്നിവ അദ്ദേഹത്തിന്റെ ഇംഗ്ലീഷ് രചനകളാണ്. എത്യോപ്യയിൽ അദ്ധ്യാപകനായി ജോലി നോക്കിയിരുന്ന കാലത്ത് അവിടത്തെ ആവശ്യത്തിന് തയ്യാറാക്കിയവയാണ് ഈ കൃതികൾ. ഇവയെല്ലാം അവിടത്തെ സ്കൂൾ, കോളേജ് തലങ്ങളിൽ ഇന്നും പാഠപുസ്തകങ്ങളാണ്.

കാസർകോടിനടുത്തുള്ള കുഡ്ലു എന്ന ഗ്രാമത്തിലായിരുന്നു ഗട്ടിയുടെ ജനനം. പ്രാഥമിക വിദ്യാഭ്യാസവും സെക്കന്ററി വിദ്യാഭ്യാസവും കഴിഞ്ഞ് 19-ാമത്തെ വയസ്സിൽത്തന്നെ അദ്ദേഹം അദ്ധ്യാപകവൃത്തിയിൽ പ്രവേശിച്ചു. പിന്നീട് കേരള സർവ്വകലാശാലയിൽനിന്ന് ബി എ, ബി എഡ്, എം എ എന്നീ ബിരുദങ്ങൾ നേടി. ലണ്ടനിലെ ട്രിനിറ്റി കോളേജിൽനിന്നു 'Teaching English on a Second language' എന്ന വിഷയത്തിൽ ഡിപ്ലോമയും കോളേജ് ഓഫ് പ്രിസെപ്റ്റേഴ്സിൽനിന്നു 'Diploma in Education' ബിരുദവും കരസ്ഥമാക്കി. അതിനുശേഷം മണിപ്പാൽ കോളേജിൽ 6 വർഷം ഇംഗ്ലീഷ് ലക്ചററായും തുടർന്ന് 9 വർഷം എത്യോപ്യയിൽ ഇംഗ്ലീഷ് ലക്ചററായും ജോലിനോക്കി. പൊതുവെ ഒരിടത്തും ഒതുങ്ങിനില്ക്കുന്ന പ്രകൃതക്കാരനല്ല ഗട്ടി. 1982 മുതൽ അദ്ധ്യാപകവൃത്തിയുപേക്ഷിച്ച് ഒരു എഴുത്തുകാരനായി ജീവിതം നയിക്കുന്നു. പൂർണ്ണസമയ എഴുത്തുകാരനായ അദ്ദേഹം ഇപ്പോൾ സൗത്ത് കാനറയിലെ 'ധർമ്മസ്ഥല'യ്ക്കടുത്ത് ഉജിരയിൽ സ്വന്തമായി പണിത ഭവനത്തിൽ താമസിക്കുന്നു. ഫോട്ടോഗ്രാഫി, ജേർണലിസം തുടങ്ങിയ പുതിയ പ്രവർത്തനമണ്ഡലങ്ങളിലേക്ക് അദ്ദേഹം അടുത്തകാലത്ത് കാലുകുത്തിത്തുടങ്ങിയിരിക്കുകയാണ്. ഗട്ടിയുടെ *ശബ്ദഗളു, അബ്രാഹ്മണ, രാഗലഹരി* എന്നീ നോവലുകൾ ചലച്ചിത്രമായിക്കഴിഞ്ഞു.

ഡോ. എൻ സാം
ഡോ. എം രാമ

ജഗദീശ് ഭട്ട് തന്റെ പേരിനൊപ്പം ചേർത്തിരുന്ന ഭട്ട് എന്ന ജാതിപ്പേര് എന്നാണുപേക്ഷിച്ചതെന്നറിയില്ല. പക്ഷേ, മൂന്നു വർഷത്തിനുമുമ്പ് ഉഡുപ്പി കനകദാസ് കോളേജിൽ ഫിലോസഫി ലക്ചററായതിനുശേഷം ജഗദീശ് എന്ന പേരിലാണയാൾ അറിയപ്പെട്ടത്. ഹൈസ്കൂൾ വിദ്യാഭ്യാസം പൂർത്തിയാക്കുന്നതുവരെയും ജഗദീശ് ഭട്ടായിരുന്നു. എന്നാൽ ഡൽഹി സർവ്വകലാശാലയിൽനിന്നും ഫിലോസഫിയിൽ എം എ ബിരുദമെടുത്തുമടങ്ങിയതോടെ പലർക്കും അയാളെ തിരിച്ചറിയാൻ പ്രയാസമായി. കുടുമയും പുണൂലും അയാൾ എന്നോ ഉപേക്ഷിച്ചുകഴിഞ്ഞിരുന്നു. കുട്ടിക്കാലത്തെ കൂട്ടുകാരും പരിചയക്കാരും അയാളെ പുതിയ മനുഷ്യനായിട്ടാണ് കണ്ടത്. അതിനു കാരണങ്ങൾ പലതാണ്. സ്കൂൾ വിദ്യാഭ്യാസം കഴിയുമ്പോൾ നാലടിപ്പൊക്കം മാത്രമുണ്ടായിരുന്ന ഒരു തടിച്ചുരുണ്ട പയ്യനായിരുന്നു. ഇപ്പോഴാകട്ടെ, ആറടിയോളം വളർന്ന ഇരുപത്തഞ്ചുകാരനായ ഒരു യുവാവായി മാറിയിരിക്കുന്നു. കുടുമയുടെ സ്ഥാനത്ത് ഭംഗിയായി ക്രോപ്പ് ചെയ്തു ചീകിയ നനുത്ത തലമുടി. സ്വന്തം ഭാഷപോലും വികൃതമായിരിക്കുന്നു. പലരും അയാളെ അല്പം അഹങ്കാരിയായിട്ടാണ് കണ്ടത്. സംഭാഷണത്തിൽ മിതത്വം പാലിച്ച് വാക്കുകളിൽ പുതിയ ശൈലി വരുത്തി, അയാളൊരു വിദേശീയനാണെന്ന ധാരണ അത് പലർക്കുമുണ്ടാക്കി. അതുകൊണ്ട് "ജഗ്ഗു" എന്നോ "ജഗ്ഗു ഭട്ട" എന്നോ ഉള്ള പഴയ ഓമനപ്പേരുകൾ വിളിക്കാൻ പോലും ആർക്കും തോന്നിയില്ല.

പക്ഷേ, അമ്മ മീനാക്ഷിക്കും അച്ഛനായ മാധവഭട്ടിനും അവൻ പഴയ ജഗ്ഗു തന്നെ. "ഭട്ട്" എന്ന ജാതിപ്പേര് ഉപേക്ഷിച്ചത് അമ്മയറിഞ്ഞില്ല. കുടുമ പോയത് ഒരു പ്രശ്നമായി അവർ കരുതിയില്ല. മാത്രമല്ല ക്രോപ്പ്

ചെയ്ത തലമുടി അവർക്ക് കൂടുതൽ ആകർഷകമായി തോന്നുകയും ചെയ്തു. പക്ഷേ, ഡൽഹിയിൽനിന്നു മടങ്ങിയതിനു പിറ്റേദിവസം കുളി കഴിഞ്ഞു വരുമ്പോൾ മകന്റെ ദേഹത്തു പൂണൂൽ കാണാതായപ്പോൾ അമ്മ ഒന്നു ഞെട്ടി.

"എന്തെടാ ജഗ്ഗു ഇത്? ശൂദ്രന്മാരെപ്പോലെയിരിക്കുന്നല്ലോ നിന്റെ ദേഹം. നിന്റെ പൂണൂൽ എവിടെപ്പോയി?" അവർ കോപാകുലയായി ചോദിച്ചു.

ജഗദീശ് ഒന്നു ചിരിച്ചതേയുള്ളു. കാരണം, എന്തു മറുപടി പറഞ്ഞാലും അമ്മയ്ക്ക് തൃപ്തിയാവില്ലെന്ന് അവനറിയാം. മകന്റെ ചിരി കണ്ട് മീനാക്ഷി കലിതുള്ളി.

"ശിവ!ശിവ! നീ എന്താ ഈ കാട്ടിയിരിക്കുന്നേ! നീ ബ്രാഹ്മണനോ ചണ്ഡാളനോ? വേഗം പോയി പൂണൂല് ധരിക്ക്." അവർ അലറി.

"പൂണൂല് ധരിച്ചാലും ഇല്ലെങ്കിലും ഞാൻ, ഞാൻ തന്നെയല്ലേ അമ്മേ! അതിപ്പം ഇല്ലാഞ്ഞിട്ടെന്തുണ്ടായി?" അവൻ ഒന്നു ചിരിച്ചു.

"ഛീ! എവിടത്തെ ആചാരമാ നീ ഈ പറയുന്നേ? ഏതു ശൂദ്രന്റെ ഉപദേശമാണ് നിനക്കുകിട്ടിയത്? നിന്റെ അച്ഛനറിഞ്ഞാലുണ്ടല്ലോ, നിന്നെ വെട്ടിപ്പിളർന്നു കളയും. വേഗം പോയി പൂണൂലിട്ടു വാ."

"ഡൽഹിയിലാണെങ്കിൽ ദേഹത്ത് ഈ പൂണൂല് കണ്ടാൽ ഇതെന്തുചരടാണെന്ന് എല്ലാവരും ചോദിക്കുമമ്മേ. അവിടെ പഠിക്കുന്നവർക്കും പഠിപ്പിക്കുന്നവർക്കും പാചകക്കാരനും ഉണ്ണുന്നവനും ആർക്കും പൂണൂലില്ല." ജഗദീശ് അമ്മയെ സമാധാനിപ്പിക്കാൻ ശ്രമിച്ചു.

"ഡൽഹി എന്നു പറഞ്ഞാൽ ഇംഗ്ലണ്ടൊന്നുമല്ല, എനിക്കുമറിയാം കുറച്ചൊക്കെ, നിന്റെ വായിൽ തോന്നിയതുപോലെ കള്ളം പറഞ്ഞ് എന്നെ പറ്റിക്കേണ്ടാ. നീ ഇപ്പോ പൂണൂലിടുന്നുണ്ടോ, ഇല്ലേ?"

"അതിന്റെ ആവശ്യം ഇപ്പോ ഉണ്ടെന്നു തോന്നുന്നില്ല."

"എന്താടാ നീ പറഞ്ഞത് ബ്രാഹ്മണനായി ജനിച്ചിട്ട് പൂണൂല് വേണ്ടെന്നോ? നീ പൂണൂല് ധരിച്ചില്ലെങ്കിൽ ഞാനീവീട്ടിൽ വെള്ളം തൊടൂല." അവർ നിർബ്ബന്ധം പിടിച്ച് അവിടെത്തന്നെയിരുന്നു.

ഒടുവിൽ അമ്മയുടെ നിർബ്ബന്ധത്തിന് അവൻ വഴങ്ങി.

ആളുകളെല്ലാം ജഗദീശിനെ മിസ്റ്റർ ജഗദീശ് എന്നാണ് വിളിക്കുന്നത്. ഇതറിഞ്ഞ് അച്ഛൻ ഒരു ദിവസം ചോദിച്ചു.

"എന്താടാ ഇത്, നിന്നെ എല്ലാവരും ശൂദ്രനെപ്പോലെ വിളിക്കുന്നത്? നീ ഒരു ബ്രാഹ്മണനാണെന്ന് അവർക്കറിഞ്ഞുകൂടേ?"

അവൻ ചിരിച്ചുകൊണ്ട് പറഞ്ഞു: "ആളുകളെല്ലാം സ്കൂളിലും കോളേജിലുമൊക്കെ പോകാൻ തുടങ്ങിയതിനുശേഷം ബ്രാഹ്മണനും ശൂദ്രനുമൊന്നും ഒരു വ്യത്യാസവും കല്പിക്കാറില്ല."

"നിന്റെ സ്കൂളും കോളേജുമെല്ലാം കൊണ്ട് ചുട്ടെരിക്ക്. സ്കൂൾ ഞാനും കണ്ടിട്ടുണ്ട്. എന്നെ എല്ലാവരും "മാധവഭട്ടരേ" എന്നല്ലാതെ ഇന്നോളമാരും മിസ്റ്റർ മാധവ് എന്ന് വിളിച്ചിട്ടില്ല." അയാൾ മുറുമുറുത്തു.

"അതു ശരിയായിരിക്കാം. പക്ഷേ, ഇംഗ്ലീഷ്കാര് ഇവിടെ ഉണ്ടായിരുന്നപ്പോൾ "മിസ്റ്റർ മാധവ്" എന്ന് വിളിക്കാറുണ്ടായിരുന്നു. ഇന്ന് മാധവഭട്ടരേ എന്ന് വിളിക്കുമായിരിക്കും." ചിരിയമർത്തിക്കൊണ്ട് ജഗദീശ് പറഞ്ഞു.

"നിർത്തെടാ നിന്റെ മൊറട്ട് തമാശ." മാധവഭട്ട് അലറി.

സുഹൃത്തുക്കളോ സഹപ്രവർത്തകരോ ചോദിച്ചാൽ "ഭട്ടി"നെ ഞാൻ ഡൽഹിയിൽ കളഞ്ഞു എന്നു പറയും. അങ്ങനെ പറയുന്നത് അവന് സന്തോഷവുമായിരുന്നു. അതുപേക്ഷിച്ചതുകൊണ്ട് എല്ലാപേരോടും ഇടപഴകാൻ കഴിയുമായിരുന്നു എന്നും അവൻ പറയാറുണ്ട്.

അച്ഛനമ്മമാർ ജഗദീശ് എന്ന പേര് തനിക്കെന്തിനു നല്കിയെന്നു അവൻ പലപ്പോഴും ചിന്തിക്കാറുണ്ടായിരുന്നു. തന്റെ ജ്യേഷ്ഠൻ "ശംഭു." ശംഭു എന്നാൽ സുഖം കൊടുക്കുന്നവൻ എന്നർത്ഥം. അതായത് വിഷ്ണുവോ ശിവനോ ബ്രഹ്മാവോ ആരുമാകാം. അനുജൻ "വിശ്വനാഥൻ." ലോകത്തിന്റെ നാഥനെന്നർത്ഥം. വ്യക്തികൾക്കു നല്കുന്ന പേരുകളുടെ പൊരുളിൽ വലിയ കഴമ്പൊന്നുമില്ല. പക്ഷേ, വ്യക്തികൾക്കു നല്കുന്ന പേരുകൾ അവരെ തിരിച്ചറിയാനുള്ള ഒരു മുദ്രയാണെന്നവനറിയാം. അതിന് "ഭട്ട്" എന്നൊന്ന് എന്തിന് ചേർക്കണം? അതുകൊണ്ടെന്തു വിശേഷം? ഒരു മനുഷ്യന് രണ്ടു മുദ്രയുടെ ആവശ്യമില്ലല്ലോ എന്ന് വിചാരിച്ച് അവൻ ഭട്ടിനെ ഉപേക്ഷിച്ചിരുന്നു.

അമ്പതുകണ്ടി അടയ്ക്കയും നൂറ്റിരുപത് പറ അരിയും വരുമാനമുണ്ടായിരുന്ന മാധവഭട്ട് തന്റെ മക്കൾക്ക് പേരിടുന്ന അവസരത്തിൽ അവയുടെ അർത്ഥം മനസ്സിലാക്കിയിരുന്നോ, അതു ഓർക്കുകപോലും ചെയ്തിരുന്നോ എന്നു സംശയമാണ്. മാത്രമല്ല, ഇത്ര ധനികനായ മാധവഭട്ടിന് തന്റെ യൗവനകാലത്ത് ഒരു പുലിയെക്കൊന്ന ആളാണെന്ന പേരും കിട്ടിയിരുന്നു. (പുലിത്തോല് ഇന്നും അദ്ദേഹം പൂജാമുറിയിൽ സൂക്ഷിച്ചിട്ടുണ്ട്.) ബൊൾമണ്ണു ഗ്രാമക്കാരനായ മാധവഭട്ട് താൻ ലോകത്തിലെ ഏറ്റവും വലിയ നാടുവാഴിയാണെന്ന് ഭാവിച്ചിരുന്നു. തന്നെപോലയായിരിക്കണം തന്റെ മക്കളുമെന്നദ്ദേഹം ആഗ്രഹിച്ചിരിക്കാം.

കൃശഗാത്രനും മുണ്ടനും അല്പം കോങ്കണ്ണനുമായിരുന്നു ശംഭു. അഞ്ചാം ക്ലാസ് കടന്നുകൂടിയില്ല അവൻ. അതിനുശേഷം വെറുതെ അലഞ്ഞു നടന്നു. ആണിരോഗംമൂലം മൊണ്ടിനടക്കാനേ കഴിഞ്ഞിരുന്നുള്ളൂ. എങ്കിലും കുറച്ചുസമയം കവുങ്ങിൻ തോട്ടത്തിലും വയലിലും ചുറ്റി നടക്കും. ബാക്കി സമയം നാട്ടിൻ പുറത്തു കറങ്ങിനടന്നു. അങ്ങനെയാണ് യൗവനത്തിലെത്തിയത്. അവനുവേണ്ടിത്തന്നെ സൃഷ്ടിച്ചതാണോ എന്നു തോന്നും അവന്റെ ഭാര്യയെകണ്ടാൽ. ബ്രഹ്മാവരക്കാരനായ ഗോവിന്ദഭട്ടിന്റെ മകളാണവൾ. കഷ്ടിച്ച് നാലടി പൊക്കം വരും. ആറുവർഷത്തിനിടയിൽ നാലുകുട്ടികളെ പെറ്റു. ജഗദീശ് ഡൽഹിയിൽ നിന്നും മടങ്ങിയെത്തുമ്പോൾ അവൾ അഞ്ചാമത്തേതിനെയും ഗർഭം ധരിച്ചിരുന്നു. 'ശംഭുഭട്ട്' എന്ന് അയാളെ അടുത്തറിയാത്തവരാണ് വിളിച്ചിരു

ന്നത്. സ്വദേശത്ത് അവനെന്നും 'ശംഭട്ട'യാണ്. എങ്കിലും ആളൊരു രസികനാണെന്ന പേര് അയാൾ സമ്പാദിച്ചിരുന്നു. അയാളെ വെറുത്തിരുന്നവർ "കുംഭട്ട" എന്നു വിളിക്കും. പക്ഷേ, കുതന്ത്രം, കുചോദ്യം, കുത്സിത വിചാരങ്ങൾ എന്നിവയിൽ കുശാഗ്ര ബുദ്ധിയായതിനാൽ ആ പേര് അയാൾക്ക് ശരിക്കും യോജിച്ചിരുന്നു. അനുജന്മാർ ഉന്നതവിദ്യാഭ്യാസം നേടി പ്രസിദ്ധരായി വന്നത് അയാൾക്ക് കുറെയൊക്കെ വയറുകടിയുണ്ടാക്കിയിരുന്നു. അവരൊക്കെ എത്ര പണ്ഡിതന്മാരായാലും ശൃംഗാരഹാസ്യാദി വിഷയങ്ങളിൽ "ശംഭട്ടൻ" തന്നെയായിരുന്നു മുമ്പൻ. നാലഞ്ചാളുകൾ കൂടുന്നിടത്ത് ശൃംഗാരഹാസ്യസംഭാഷണംകൊണ്ട് ചിരിപ്പിക്കാൻ അയാൾ ബഹുസമർത്ഥനായിരുന്നു. അതുകൊണ്ട് അയാൾ ഇടയ്ക്കിടെ ഇങ്ങനെ ചിന്തിക്കും:

"ഞാൻ കോളേജിൽ പോയില്ലെങ്കിലെന്താ, എന്റെ ബുദ്ധി ബൃഹസ്പതിക്കുതുല്യമാണ്. എന്റെ വിജ്ഞാനം കേവലം പുസ്തകത്തിൽനിന്നു നേടിയതല്ല; ജന്മായത്തമാണ്, അതു ചാരംമൂടിയ തീക്കനൽപോലെയാണ്."

ബൊൾമണ്ണിൽ ഒരു ഗോപാലകൃഷ്ണ അമ്പലമുണ്ട്. മാധവഭട്ടിന്റെ പൂർവ്വികന്മാരിൽ ആരോ പണിതതാണ്. ഇന്ന് അയാളുടെ മാത്രമായിരിക്കുന്നു. തകർന്നു നിലംപതിക്കാറായിരുന്ന അതിന് ചുറ്റമ്പലവും ഗോപുരങ്ങളും മറ്റും കെട്ടിപ്പുതുക്കിപ്പണിതു. ആണ്ടിലൊരിക്കൽ അഞ്ചുദിവസത്തെ ഉത്സവവും ഏർപ്പാടുചെയ്തു. ഉത്സവത്തിന് നാട്ടാരെ ക്ഷണിച്ചുവരുത്തി, അവരുടെ മുമ്പിൽ പ്രമാണിയായിച്ചമഞ്ഞു. ആ അമ്പലത്തിന് കുറെ സ്വത്തുണ്ടായിരുന്നു. ഇംഗ്ലീഷുകാരുടെ കാലത്ത് നെല്ലുമറച്ചുവയ്ക്കാൻ ഉപയോഗിച്ചിരുന്ന ശ്രീകോവിൽ ഇന്ന് ആരാധനാസ്ഥലമായി മാറി. ക്ഷേത്രഭരണകാര്യങ്ങളിൽ ശംഭട്ടിനെയും പങ്കെടുപ്പിച്ചിരുന്നതിനാൽ മാധവഭട്ടിനു കിട്ടിയ ബഹുമാനാദികൾ അയാൾക്കും ലഭിച്ചിരുന്നു.

മാധവഭട്ടിന്റെ ഇളയമകൻ വിശ്വനാഥ് ബാംഗ്ലൂരിൽ ഗവേഷണം നടത്തുകയായിരുന്നു. ജഗദീശ് കനകദാസ് കോളേജിൽ അദ്ധ്യാപകനായതിൽ മാധവഭട്ട് അഭിമാനം കൊണ്ടിരുന്നു. എങ്കിലും അദ്ദേഹത്തിന്റെ വാത്സല്യം അധികവും വിശ്വനാഥിനോടുതന്നെ. ജഗദീശ് അല്പം മൊററ്റനും നിഷ്കരുണനുമാണെന്ന ധാരണയാണിതിനു കാരണം. അച്ഛന്റെ വാത്സല്യം അനുജനിലായത് ജഗദീശ് കാര്യമാക്കിയിരുന്നില്ല. ജഗദീശിനും അനുജനോടായിരുന്നു കൂടുതൽ സ്നേഹം. അവർ തമ്മിൽ ജ്യേഷ്ഠാനുജന്മാരെന്നതിനേക്കാൾ സുഹൃത്തുക്കളെപ്പോലെയായിരുന്നു. വിശ്വനാഥിന്റെ ഗവേഷണമവസാനിപ്പിക്കാൻ ഇനി ഒരുവർഷമേ വേണ്ടൂ. പക്ഷേ, അനാരോഗ്യംമൂലം പലപ്പോഴും അവധി എടുക്കേണ്ടിവന്നിരുന്നു. അസുഖമാകുമ്പോഴെല്ലാം ജഗദീശ് തന്നെയാണ് ബാംഗ്ലൂരിൽ പോയി അനുജനെ നോക്കിയിരുന്നത്. അനുജന്റെ ഭാവിയെക്കുറിച്ച് ജഗദീശിന് ഏറെ

പ്രതീക്ഷകളാണുള്ളത്. പക്ഷേ, അവന്റെ അനാരോഗ്യം അയാളെ ഉൽക്കണ്ഠിതനാക്കി.

***

ഉഡുപ്പിയിലെ കനകദാസ് കോളേജ് ബ്രാഹ്മണരുടെ കോളേജാണെന്നാണ് പ്രസിദ്ധി. കോളേജ് ട്രസ്റ്റിലെ ഏഴംഗങ്ങളും പ്രിൻസിപ്പാളും മറ്റു ഭരണാധികാരികളും എല്ലാം ബ്രാഹ്മണർ തന്നെ. മാത്രമല്ല, ഗോവിന്ദ രാജ് എന്നൊരാളൊഴികെ മറ്റെല്ലാ അദ്ധ്യാപകരും ബ്രാഹ്മണരായിരുന്നു. ആ ജില്ലയിൽ തന്നെ പ്രഗത്ഭരായ അദ്ധ്യാപകരും വിദ്യാർത്ഥികളുമുള്ള കോളേജെന്നൊരു പേര് നേടിയിട്ടുണ്ട്. റാങ്കുകാരുടെ കോളേജെന്നും ആളുകൾ അതിനെ വിളിക്കും.

ന്യൂനപക്ഷക്കാരായ ബ്രാഹ്മണർക്ക് ഒരു കോളേജ് ആവശ്യമാണെന്ന ചിന്തയാണ് ഈ കോളേജിന് തുടക്കമിട്ടത്. പക്ഷേ, വിദ്യാർത്ഥികളുടെ കാര്യത്തിൽ അങ്ങനെയൊരു വേർതിരിവ് ഉണ്ടായിരുന്നില്ല. എങ്കിലും ബ്രാഹ്മണ വിദ്യാർത്ഥികളുടെ സംഖ്യ ഏറിയിരുന്നു എന്നതാണ് സത്യം. പാവപ്പെട്ട ബ്രാഹ്മണ വിദ്യാർത്ഥികൾക്കുവേണ്ടി ഏർപ്പെടുത്തിയിരുന്ന സൗജന്യതാമസസൗകര്യവും അതോടൊപ്പമുണ്ടായിരുന്ന സംസ്കൃതപാഠശാലയുമാണ് അതിനുകാരണമെന്നു പറയാം.

മാനേജ്മെന്റിന്റെ ഔദാര്യംകൊണ്ട് അദ്ധ്യാപകർക്കുവേണ്ടി മുപ്പതോളം ക്വാർട്ടേഴ്സ് പണിതിരുന്നു. ജില്ലയിലെ മറ്റൊരു കോളേജിലും ഈ സൗകര്യം ഉണ്ടായിരുന്നില്ല.

അവിവാഹിതരായ അദ്ധ്യാപകർക്ക് ക്വാർട്ടേഴ്സ് സൗകര്യം കിട്ടാൻ പ്രയാസമായിരുന്നു. പക്ഷേ, തനിക്ക് ക്വാർട്ടേഴ്സ് സൗകര്യം കിട്ടിയാലേ ജോലിയിൽ പ്രവേശിക്കൂ എന്ന് ജഗദീശ് നിർബ്ബന്ധം കാണിച്ചതിനാൽ മാനേജ്മെന്റ് കുറേ ആലോചിച്ചിട്ടാണെങ്കിലും ഒടുവിൽ സമ്മതിച്ചു. ഡൽഹി സർവ്വകലാശാലയിൽനിന്നും ഗോൾഡ്മെഡൽ നേടി, ഫിലോസഫി എം എ പാസായ ഒരു ബ്രാഹ്മണ യുവാവിനെ തങ്ങൾക്കു നഷ്ടമാകുമല്ലോ എന്ന വിചാരമാണ് അതിന് അവരെ പ്രേരിപ്പിച്ചത്.

ക്വാർട്ടേഴ്സിൽ ജഗദീശിന്റെ ഒറ്റയ്ക്കുള്ള താമസം അമ്മ മീനാക്ഷിക്ക് അത്ര രസിച്ചില്ല. പക്ഷേ, ദിവസവും വീട്ടിൽനിന്ന് കോളേജിലേക്ക് ബസ് യാത്ര ചെയ്യുന്നത് ജഗദീശിന് ഇഷ്ടമായിരുന്നില്ല. മാത്രമല്ല, ജ്യേഷ്ഠൻ ശംഭുവുമായി അടുത്തിടപഴകുന്നതും അത്രയ്ക്കത്രതന്നെ, നാട്ടുംപുറത്തു കൂട്ടുകാരുമൊത്ത് കളിപറഞ്ഞ് നടക്കുന്ന ശംഭുവിന് അനുജന്മാരോട് കൂടുതൽ അടുപ്പമുണ്ടായിരുന്നില്ല. ജ്യേഷ്ഠന്റെ കുത്തുവാക്കുകളും കാപട്യവും ജഗദീശ് വെറുത്തിരുന്നു. വിദ്യാഭ്യാസമുള്ളവരെ ശംഭുവിന് പുച്ഛമാണ്. അതുകൊണ്ട് യാത്രയ്ക്ക് കുറെയേറെ സമയം നഷ്ടമാകുന്നു; പഠിക്കാൻ സാധിക്കുന്നില്ല എന്നൊക്കെ അമ്മയെ പറഞ്ഞു സമാധാനിപ്പിച്ച് ക്വാർട്ടേഴ്സിൽത്തന്നെ കഴിച്ചുകൂട്ടാൻ ജഗദീശ് നിശ്ചയിച്ചു. ഭക്ഷണം തയ്യാറാക്കാൻ ഒരു ബ്രാഹ്മണപ്പയ്യനെ അമ്മ തന്നെ ഏർപ്പാടുചെയ്ത് കൊടുത്തു.

ജഗദീശിന്റെ അടുത്ത ക്വാർട്ടേഴ്സിൽ താമസിച്ചിരുന്ന എക്കണോമിക്സ് ലക്ചററായ ഗോവിന്ദരാജ് ഒഴികെ മറ്റെല്ലാ ക്വാർട്ടേഴ്സിലുള്ളവരും ബ്രാഹ്മണരായിരുന്നെന്ന് പ്രത്യേകിച്ച് പറയേണ്ടതില്ലല്ലോ! ജഗദീശ് അവിടെ താമസിക്കാൻ തുടങ്ങിയപ്പോൾ ഗോവിന്ദരാജിന് അയാൾ ഏതുതരക്കാരനാണെന്നു സംശയമുണ്ടായിരുന്നു. ക്രമേണ അവർ സുഹൃത്തുക്കളായി. ഗോവിന്ദരാജ് താമസമായതിനുശേഷം ഏതാണ്ട് അഞ്ചുവർഷത്തോളം ജീവിതം കയ്പു നിറഞ്ഞതായിരുന്നു. മറ്റ് അദ്ധ്യാപകരുമായി ലോഹ്യത്തിലായിരുന്നില്ല. പലരും അയാളെപ്പറ്റി അപവാദങ്ങൾ മാനേജ്മെന്റിനെ പറഞ്ഞു ധരിപ്പിച്ചു. ഈ ബ്രാഹ്മണ സമൂഹത്തിൽ ഒരു ശൂദ്രൻ എങ്ങനെ കടന്നുകൂടി എന്ന് മറ്റുള്ളവർ പിറുപിറുത്തു. പക്ഷേ, മൈസൂർ യൂണിവേഴിസിറ്റിയിൽനിന്ന് എം എ യ്ക്ക് ഒന്നാം റാങ്ക് നേടിയത് പരിഗണിച്ചാണ് അധികാരികൾ അയാളെ നിയമിച്ചത്. അയാളെ തെരഞ്ഞെടുക്കുന്നതിന് മറ്റൊരു കാരണവുമുണ്ടായിരുന്നു. തങ്ങൾ ബ്രാഹ്മണപക്ഷപാതികളല്ല എന്ന് മറ്റുള്ളവരെ ബോദ്ധ്യപ്പെടുത്തുക എന്നതുതന്നെ. വിദ്യാർത്ഥികളുടെ പ്രിയങ്കരനായ അദ്ധ്യാപകനായതുകൊണ്ട് അയാളെ പിരിച്ചുവിടുന്നതിനും ബന്ധപ്പെട്ടവർ വിമുഖത കാട്ടി.

പക്ഷേ, ഗോവിന്ദരാജിനും ഭാര്യ രാജലക്ഷ്മിക്കും രണ്ടു കുഞ്ഞുങ്ങൾക്കും ക്വാർട്ടേഴ്സ് ജീവിതം മടുത്തു. വനവാസം പോലെ തോന്നി അവർക്ക്. വിശേഷാവസരങ്ങളിൽ മറ്റുള്ളവർ പരസ്പരം ഇടപെട്ടിരുന്നു. പക്ഷേ, ഗോവിന്ദരാജിനെ അപൂർവ്വം ചിലർ മാത്രമേ ക്ഷണിച്ചിരുന്നുള്ളു. വിരളമായി ചിലർ അദ്ദേഹത്തെയും സന്ദർശിച്ചിരുന്നു. എങ്കിലും അവരുടെ സകുടുംബ സന്ദർശനാവസരങ്ങളിൽ ഭാര്യമാർ അവിടുന്നു കാപ്പി തൊടുകപോലും ചെയ്തിരുന്നില്ല. എന്തെങ്കിലും ഒഴിവുകഴിവ് പറഞ്ഞു അവർ ഒഴിഞ്ഞുമാറിക്കളയും. അവരുടെ പെരുമാറ്റംകണ്ട് അവർ പോയശേഷം രാജലക്ഷ്മി കരഞ്ഞുപോയിട്ടുണ്ട്. “ഫസ്റ്റ് റാങ്ക് കിട്ടിയ ആളിന് മറ്റൊരിടത്തും ജോലി കിട്ടിയില്ലേ” അവൾ രോഷത്തോടെ ചോദിക്കുമായിരുന്നു.

ഗോവിന്ദരാജും ജഗദീശും സുഹൃത്തുക്കളായതിൽപ്പിന്നെ അയാൾ മറ്റുള്ളവരെപ്പോലെയല്ലെന്നു ബോദ്ധ്യമാകാൻ അധികനാൾ വേണ്ടിവന്നില്ല. ജഗദീശിനെ സംബന്ധിച്ചിടത്തോളം അയാൾ പഠിച്ച ഫിലോസഫി വെറും ഏട്ടിലെപ്പശുവായിരുന്നില്ല. അയാളുടെ ജീവിതത്തിന്റെ തന്നെ സ്പന്ദനമായി മാറിയിരുന്നു. പക്ഷേ, എന്തും തുറന്നു പറയുന്ന സ്വഭാവക്കാരനായതിനാൽ ആളൊരു മൊശടനാണെന്ന്- അൺസോഷ്യൽമാൻ- ചിലർ ധരിച്ചു. അതുകാരണം സഹപ്രവർത്തകരിൽ ഒന്നുരണ്ടുപേർ അയാളെ വെറുക്കുക പോലും ചെയ്തിരുന്നു. ക്ലാസുമുറികളിലെ അച്ചടക്കവും അടുക്കും ചിട്ടയുമെല്ലാം വിദ്യാർത്ഥികളുടെ കണ്ണിലുണ്ണിയാക്കി മാറ്റി. വെറും രണ്ടുവർഷം കൊണ്ടുതന്നെ പ്രഗത്ഭനായ

അദ്ധ്യാപകനെന്നപേരു നേടി. ഇത്രയ്ക്ക് ചുരുങ്ങിയകാലംകൊണ്ട് വിദ്യാർത്ഥികളുടെ ഇടയിൽ പോപ്പുലറായത് ചില അദ്ധ്യാപകരെ അസൂയാലുക്കളാക്കി.

കോളേജിൽ അദ്ധ്യാപകനായതിന് അടുത്തവർഷം തന്നെ ജഗദീശ് പ്രസിദ്ധീകരിച്ച ഭാരതീയ തത്ത്വശാസ്ത്രത്തെ സംബന്ധിച്ച ഗ്രന്ഥം യൂണിവേഴ്സിറ്റിയിൽ ബി എ ക്ലാസിലേക്കുള്ള പാഠപുസ്തകമായി. അതും അദ്ദേഹത്തിന്റെ പ്രസിദ്ധിക്ക് സഹായിച്ചു. അയാളുടെ പാണ്ഡിത്യവും പഠിപ്പിക്കുന്ന സമ്പ്രദായവും എല്ലാം വിദ്യാർത്ഥികൾക്ക് ആകർഷകമായി തോന്നി. തത്ത്വശാസ്ത്രം മാത്രമല്ല. മറ്റേതു വിഷയത്തെ സംബന്ധിച്ചായാലും, വിശേഷാവസരങ്ങളിൽ ജഗദീശ് പ്രസംഗിക്കുന്നു എന്നറിഞ്ഞാൽ വിദ്യാർത്ഥികൾ ഓടിക്കൂടും. ചില അദ്ധ്യാപകർമാത്രം അയാളെ സാഭിമാനം വീക്ഷിച്ചു; അയാളുടെ കഴിവുകൾ അംഗീകരിക്കുകയും സ്നേഹപൂർവ്വം പെരുമാറുകയും ചെയ്തു.

ജഗദീശ് തത്ത്വശാസ്ത്രത്തെ സംബന്ധിച്ച മറ്റൊരുഗ്രന്ഥം കൂടി രചിക്കാൻ തയ്യാറായിക്കൊണ്ടിരിക്കുകയായിരുന്നു. നിരന്തരം പുസ്തകങ്ങളോട് മല്ലിട്ടുകൊണ്ടിരുന്ന അയാളോട് ഇടയ്ക്കല്പം സംസാരിക്കാൻ വന്നിരുന്ന ഒരേ ഒരാൾ ഗോവിന്ദരാജാണ്. അയാളോടൊപ്പം അവിടെ എത്താറുള്ള അഞ്ചുവയസ്സുകാരിയായ മകൾ അരുണ ജഗദീശിന്റെ സ്നേഹം കവർന്നിരുന്നു.

ജഗദീശിനെ 'വീട്ടിലേക്ക് വരുമോ' എന്നു സംശയിച്ചിട്ടാണെങ്കിലും ഒരു ദിവസം ഒന്നു ക്ഷണിക്കാൻ രാജലക്ഷ്മി ഭർത്താവിനോടു പറഞ്ഞു. ക്ഷണിക്കാത്ത താമസം ജഗദീശ് അവരുടെ വീട്ടിലെത്തി. അതുകണ്ട് അവർ ഏറെ സന്തോഷിച്ചു. പിന്നെപ്പിന്നെ അരുണ ഇടയ്ക്ക് ചെന്ന് ജഗദീശിനെ കാപ്പിക്കു ക്ഷണിക്കുമായിരുന്നു. പോകാൻ കൂട്ടാക്കാത്തപ്പോൾ അവൾ നിർബ്ബന്ധിച്ചു കൈയ്ക്കുപിടിച്ചു വലിച്ചുകൊണ്ടുപോകും. അങ്ങനെ ജഗദീശ് ആ കുടുംബത്തിലെ ഒരംഗത്തെപ്പോലെ ആയിത്തീർന്നു.

അരുണയുടെ ഒന്നാം ജന്മദിനത്തിന് ഗോവിന്ദരാജ് പലരെയും ക്ഷണിച്ചിരുന്നു. ആകെ നാലോ അഞ്ചോ പേർ മാത്രമേ പങ്കെടുത്തുള്ളൂ. അതിൽ തന്നെ ഒന്നു രണ്ടുപേർ മാത്രമാണ് സകുടുംബമെത്തിയത്. അതുകൊണ്ട് തന്നെ രണ്ടാമത്തെ കുഞ്ഞ് അനിലിന്റെ ജന്മദിനം ആഘോഷിക്കണ്ടാ എന്നുതന്നെ തീരുമാനിച്ചു. ജഗദീശ് മാത്രമായിരുന്നു അനിലിന്റെ ജന്മദിനത്തിന് ആകെയുണ്ടായിരുന്നത്. അവരോടൊപ്പം അയാൾ പങ്കെടുത്തത് അവർക്ക് ഏറെ സന്തോഷമായി.

ജഗദീശിനെ കാണാൻ അമ്മ മീനാക്ഷി ഇടയ്ക്കിടെ വരുമായിരുന്നു. "അവനോടൊപ്പം കാപ്പിയൊന്നും കുടിക്കരുത്. അയാളൊരു ശൂദ്രനല്ലേ?" ഗോവിന്ദരാജ് ബ്രാഹ്മണനല്ലെന്നു മനസ്സിലാക്കിയ അമ്മ മകനെ ഉപദേശിക്കാറുണ്ടായിരുന്നു. ഒരിക്കൽ മീനാക്ഷി വന്നപ്പോൾ ഗോവിന്ദരാജും അവിടെയെത്തി. അയാൾ കാപ്പികുടിച്ച് പോയശേഷം അമ്മ കോപ

ത്തോടെ ചോദിച്ചു: "ആ പാത്രം കഴുകി വച്ചിട്ടുപോകാൻ പറയാമായിരുന്നില്ലേ?" ജഗദീശ് കോപമടക്കി ചെന്ന് പാത്രമെടുത്ത് കഴുകിവച്ചു. എന്നിട്ട് "ഇനി ശൂദ്രന്മാർ വീട്ടിൽ വന്നാൽ കാപ്പികൊടുക്കരുതമ്മാ" എന്നു പറഞ്ഞു. അമ്മയോട് വേദാന്തം പറഞ്ഞിട്ട് കാര്യമില്ലെന്ന് അവനറിയാം.

ജഗദീശും ഗോവിന്ദരാജും സുഹൃത്തുക്കളാണെന്നറിഞ്ഞതോടെ ചില അദ്ധ്യാപകന്മാർ ജഗദീശിനെ വെറുക്കാൻ തുടങ്ങി. വിജ്ഞാനത്തിന്റെ നിറകുടങ്ങളും വിശാലമനസ്കരുമാണ് അദ്ധ്യാപകർ എന്നാണ് ജഗദീശ് വിദ്യാർത്ഥിയായിരുന്ന കാലത്ത് വിശ്വസിച്ചിരുന്നത്. അയാൾ അദ്ധ്യാപകനായതോടെ മറ്റുള്ളവരുടെ പെരുമാറ്റം ആ ധാരണ അയാളിൽ നിന്നകറ്റി. ബ്രാഹ്മണവിരുദ്ധമായ ദിനചര്യകളൊന്നും ജഗദീശിനുണ്ടായിരുന്നില്ല. എന്നിട്ടും അയാളൊരു അശുദ്ധ ബ്രാഹ്മണനാണെന്ന് പലരും ധരിച്ചിരുന്നു. ഇതെങ്ങനെ സംഭവിച്ചു എന്ന് ഗോവിന്ദരാജും ജഗദീശും പലപ്പോഴും ചർച്ചചെയ്തിട്ടുണ്ട്. ഒരുപക്ഷേ, ജഗദീശിന്റെ പ്രസംഗങ്ങളിലും സംഭാഷണങ്ങളിലുമുണ്ടായിരുന്ന വിപ്ലവകരമായ ചിന്തയാവാം അതിനു കാരണമെന്ന് ഗോവിന്ദരാജ് അഭിപ്രായപ്പെട്ടു. പണ്ടെങ്ങോ ഏതോ ഒരു സാമുദായികചട്ടക്കൂടിൽ ഒതുങ്ങിനിന്ന ഈ വർണ്ണഭേദം ഇന്നും മാന്യമായി കരുതണോ! ഈ ഭേദങ്ങളെല്ലാം മറന്ന് മനുഷ്യൻ മനുഷ്യനായി ജീവിക്കുന്നെങ്കിൽ പിന്നെ ഈ ആക്ഷേപങ്ങളൊക്കെ എന്തിന്?

***

ഒരു ദിവസം രാവിലെ ജഗദീശ് വരാന്തയിലിരുന്ന് പുസ്തകം വായിച്ചുകൊണ്ടിരിക്കുകയായിരുന്നു. പെട്ടെന്ന് ഒരു കാർ വന്ന് വീടിനു മുൻവശത്തുനിന്നു. കൃഷ്ണാചാര്യ കാറിൽ നിന്നിറങ്ങുന്നത് കണ്ടു. കോളേജ് ട്രസ്റ്റിലെ ഒരംഗവും സ്ഥാപകരിൽ ഒരു പ്രമുഖവ്യക്തിയുമായിരുന്നു കൃഷ്ണാചാര്യ. കോൺട്രാക്ട് ജോലി കൊണ്ട് ധാരാളം പണം സമ്പാദിച്ചു. കോൺട്രാക്ടർ കൃഷ്ണാചാര്യ എന്നാണ് അയാൾ അറിയപ്പെട്ടിരുന്നത്. അയാളിവിടെ വന്നതെന്തിനാണെന്നറിയാതെ ജഗദീശ് അമ്പരന്നുപോയി.

വീട്ടുപടികൾ ചവിട്ടിക്കയറിക്കൊണ്ട് അയാൾ ചോദിച്ചു:

"എന്താ, ഇന്ന് ഞായറാഴ്ചയായിട്ടും ഇവിടെത്തന്നെയുണ്ടല്ലോ?"

അനാവശ്യമാണ് അയാളുടെ ചോദ്യമെന്ന് മനസ്സിലാക്കിയ ജഗദീശ് ഒരു മറുപടിയും പറഞ്ഞില്ല. "വരൂ. ഇരിക്കൂ." ജഗദീശ് സോഫ കാണിച്ചുകൊണ്ട് പറഞ്ഞു.

അയാൾ ഇരുന്നു. "എന്താ വായിക്കുന്നേ?" അയാൾ തിരക്കി. കോർട്ടിലെ വക്കീലിന്റെ മട്ടിലുള്ള അയാളുടെ ചോദ്യത്തിന് എന്താണുത്തരം പറയേണ്ടതെന്ന് ജഗദീശിനു തോന്നിയില്ല. എങ്കിലും പുഞ്ചിരിയോടെ അയാൾ അപ്പോൾതന്നെ മേശപ്പുറത്തുവച്ച് ആ പുസ്തകം എടുത്തു കാണിച്ചു.

Fundamentals of philosophy കൃഷ്ണാചാര്യ സാവേരി മട്ടിൽ അതു നോക്കി വായിച്ചു.

"എന്താ, വീട്ടിലേക്കൊന്നും പോയില്ലേ?" ആ ചോദ്യം വിചിത്രവും പരിഹാസ്യവുമായി അവനു തോന്നി. ആദ്യമായികാണുന്ന ആ മനുഷ്യൻ തന്റെ അടുത്ത കാരണവരെപ്പോലെ ചോദിച്ചപ്പോൾ "ഇങ്ങോട്ട് ഇപ്പോ എന്താ വന്നത്?" എന്നു ചോദിക്കാൻ തോന്നിയതാണ്. എങ്കിലും കോപ മടക്കി "ങ്ഹാ, പോയില്ല" എന്നുമാത്രം പറഞ്ഞു.

ജഗദീശ് ആറുവർഷത്തോളം ഡൽഹിയിലായിരുന്നതിനാൽ മാതൃ ഭാഷ ശരിക്കുവശമില്ലെന്നകാര്യം കൃഷ്ണാചാര്യ ഓർത്തു. പക്ഷേ, അയാ ളോടൊപ്പം ഇംഗ്ലീഷിൽ സംസാരിക്കാനുള്ള കഴിവും കൃഷ്ണാചാര്യക്കു ണ്ടായിരുന്നില്ല. അല്പനേരം ഒന്നും മിണ്ടാതെയിരുന്നു. എന്നിട്ടൊരു ചോദ്യം–

"ഇവിടെ ലൈഫ് ഒക്കെ എങ്ങനെയുണ്ട്?"

ജഗദീശ് പുഞ്ചിരിച്ചുകൊണ്ട് "ഇതാ ഇങ്ങനെ കഴിയുന്നു" എന്നു മറുപടി കൊടുത്തു. ജഗദീശിന്റെ മറുപടി കാര്യമായെടുക്കാതെ കൃഷ്ണാ ചാര്യ പറഞ്ഞു:

"മിനിഞ്ഞാന്ന് ഞാൻ ബെൾമണ്ണിൽ പോയിരുന്നു."

"വളരെ സന്തോഷം." ജഗദീശ് പറഞ്ഞു.

'ആണോ! എന്താ വിശേഷം?' എന്നു ചോദിക്കുമെന്നാണ് കൃഷ്ണാ ചാര്യ വിചാരിച്ചത്. 'ഇത്ര പഠിപ്പുള്ളവനായിട്ടും സംസാര രീതിയൊന്നും ഇവനറിഞ്ഞൂകൂടാ. മാതൃഭാഷ ശരിക്കും പഠിക്കാതെ അന്യനാട്ടിൽ പോയാൽ എങ്ങനെ പഠിക്കാനാണ് ഈ സംസ്കാരമൊക്കെ?' എന്നയാൾ സമാധാനിച്ചു.

"എങ്ങനെയുണ്ട് നമ്മുടെ സ്റ്റുഡൻസ് ഒക്കെ?" കൃഷ്ണാചാര്യ തിരക്കി.

"തരക്കേടില്ല." ജഗദീശ് പറഞ്ഞു.

കോളേജ് ട്രസ്റ്റിലെ ഒരംഗമായതിനാൽ അയാൾ "എന്റെ എസ്റ്റേറ്റ്" എന്നൊക്കെ പറയുന്നതുപോലെ "നമ്മുടെ സ്റ്റുഡൻസ്" എന്നുപറഞ്ഞത് ജഗദീശിന് അത്ര രസിച്ചില്ല. ചെരുപ്പുകമ്പനിക്കാരൻ "നമ്മുടെ ചെരുപ്പ് എങ്ങനെയിരിക്കുന്നു" എന്നു ചോദിക്കുന്ന മട്ടാണ് ജഗദീശ് അയാളുടെ ചോദ്യത്തിലും കണ്ടത്.

"ശാലിനി നിങ്ങളുടെ സബ്ജക്റ്റിൽ എങ്ങനെയാണ്?"

ശാലിനി ഫിലോസഫി ബി എ അവസാനവർഷ വിദ്യാർത്ഥിനി യാണ്. ജഗദീശ് ജോലിയിൽ പ്രവേശിച്ചശേഷം അവൾ കുറെ താല്പര്യം കാണിച്ചുതുടങ്ങി. അതുവരെയുണ്ടായിരുന്ന പല സംശയങ്ങളുമായി അവൾ അയാളുടെ അടുക്കൽ ഡിപ്പാർട്ടുമെന്റിൽ പോകുമായിരുന്നു. ഒരു സംശയം തീർക്കുന്നതിനിടയിൽ മറ്റൊരു ചോദ്യം ഉന്നയിക്കാനാണ് അവൾ ശ്രമിക്കാറുള്ളത്. പേരിന് ആരെയെങ്കിലും ഒന്നുരണ്ടു കൂട്ടുകാ രെക്കൂടി കൂട്ടികൊണ്ടുപോകും.

ഇപ്പോഴാണ് ജഗദീശിന് കൃഷ്ണാചാര്യയുടെ ആഗമനോദ്ദേശ്യം മനസ്സിലായിത്തുടങ്ങിയത്. അതുകൊണ്ട്, "മോശമല്ല" എന്നു മാത്രം മറുപടി കൊടുത്തു.

"പരീക്ഷ കഴിഞ്ഞയുടനെ അവളുടെ വിവാഹം നടത്തിയാൽ കൊള്ളാമെന്നുണ്ട്."

"സന്തോഷം"

"ഇതു സംബന്ധിച്ച് ഒരാലോചനയുമായിട്ടാണ് നിന്റടുക്കൽ ഇപ്പോൾ വന്നത്."

കൃഷ്ണാചാര്യയുടെ സംബോധനയിൽ ഏകവചനം ചേർത്തപ്പോൾ ജഗദീശിന് കാര്യം കുറേക്കൂടി വ്യക്തമായി.

"കൊള്ളാം. പക്ഷേ, താങ്കളുടെ മകളെ വിവാഹം കഴിക്കാൻ ഞാൻ ഉദ്ദേശിക്കുന്നില്ല." ജഗദീശ് പുഞ്ചിരിച്ചുകൊണ്ട് പറഞ്ഞു.

കൃഷ്ണാചാര്യയുടെ അഭിമാനത്തിലേറ്റ ഒരടിയായിരുന്നു അത്. ഒന്നുരണ്ടാവർത്തി എന്തോ പറയാൻ ശ്രമിച്ചു. പക്ഷേ, നാവു വഴങ്ങിയില്ല. ഒടുവിൽ വളരെ പണിപ്പെട്ട് ഇങ്ങനെ പറഞ്ഞു:

"ഇങ്ങനെ അറുത്തുമുറിച്ചു പറഞ്ഞല്ലേ. നീ ഇത്രയും പറഞ്ഞ സ്ഥിതിക്ക് എനിക്കൊന്നും പറയാനില്ല. ഈ ബന്ധം നടന്നാൽ വളരെ നന്നായിരിക്കും. എല്ലാറ്റിനും നീ മനസ്സുവയ്ക്കണം."

"എന്റെ അഭിപ്രായം ഞാൻ വ്യക്തമായി പറഞ്ഞുകഴിഞ്ഞല്ലോ."

"ശരി, പക്ഷേ, നിന്റെ മനസ്സ് എനിക്കു വ്യക്തമായില്ല. ഇപ്പോൾ വിവാഹം കഴിക്കാൻ മനസ്സില്ലെങ്കിൽ കുറച്ചുകഴിഞ്ഞായാലും മതി. ശാലിനിക്കും വയസ്സു 19 ആകുന്നതേയുള്ളു." കൃഷ്ണാചാര്യ തന്റെ വെള്ളി കെട്ടിയ കണ്ണട തുടച്ചുകൊണ്ടു പറഞ്ഞു.

"ഞാൻ ശാലിനിയെ വിവാഹം കഴിക്കാൻ ആഗ്രഹിക്കുന്നില്ലെന്നു വ്യക്തമായി പറഞ്ഞു കഴിഞ്ഞു. ഈ വിഷയത്തെക്കുറിച്ച് ഇനി നമ്മൾ തമ്മിൽ സംസാരിക്കണമെന്ന് തോന്നുന്നില്ല." ജഗദീശ് ദൃഢസ്വരത്തിൽ പറഞ്ഞു.

ഇതുകേട്ടപ്പോൾ കൃഷ്ണാചാര്യക്കു കലികയറി. 'ഇവനെന്തു മൊശടനാണ്! എന്റെ സുന്ദരിയായ മകളെ വേണ്ടെന്നു പറയുന്ന ഇവൻ എന്തു ജന്തുവാണ്. സ്വന്തം അഭിപ്രായത്തെ നേരെചൊവ്വേ പറയാനുള്ള കഴിവും ഇവനില്ല.' എന്നൊക്കെ വളരെ പുച്ഛമാണ് അയാൾക്കു തോന്നിയത്.

"ശരി, എങ്കിലേ നമസ്കാരം" എന്ന് കുറച്ചു പരുഷമായി കൃഷ്ണാചാര്യ പറഞ്ഞ് എണീറ്റുനിന്നു. പടിയിറങ്ങുമ്പോൾ-

"ഇക്കാര്യം സംസാരിച്ചതിന് ക്ഷമിക്കണം. നമ്മൾ സംസാരിച്ച കാര്യം വെളിയിലാരുമറിയണ്ടാ." കോപമടക്കി വിനയത്തോടെ കൃഷ്ണാചാര്യ പറഞ്ഞു.

"നിങ്ങൾ സംസാരിച്ചതിൽ തെറ്റൊന്നുമില്ല. ഞാൻ എന്റെ അഭിപ്രായവും പറഞ്ഞു. ഇതിനെന്താ ക്ഷമിക്കാനുള്ളത്?"

"എന്നുവച്ചാൽ നാം ഇപ്പോ സംസാരിച്ചത് മൂന്നാമതൊരാൾ അറിയണ്ടാന്ന്."

"ശരി. ഇത് മൂന്നാമതൊരാളുമായി ബന്ധപ്പെട്ട കാര്യമല്ലെന്ന് എനിക്കറിയാം." ജഗദീശ് പറഞ്ഞു.

അയാളുടെ വാക്കുകൾ ശ്രദ്ധിക്കാതെ കൃഷ്ണാചാര്യ ഇറങ്ങിപ്പോയി. കാറിന്റെ ഡോർ തുറന്ന് അകത്ത് കയറുമ്പോഴും അയാൾ എന്തോ പിറുപിറുക്കുന്നുണ്ടായിരുന്നു. അതിൽ ഏതോ, ഒരു വാക്ക് കേട്ട് ജഗദീശ് ചിരിച്ചതേയുള്ളൂ.

കൃഷ്ണാചാര്യ പോയിക്കഴിഞ്ഞ് മേശപ്പുറത്തു കമഴ്ത്തിവച്ചിരുന്ന പുസ്തകമെടുത്ത് വീണ്ടും വായനയിൽ മുഴുകി. അടുത്തദിവസം മുതൽ ശാലിനിക്ക് ഫിലോസഫിയിൽ ഉണ്ടായിരുന്ന സംശയങ്ങൾ അപ്രത്യക്ഷമാകാൻ തുടങ്ങി.

****

ഒരു ദിവസം ജഗദീശും ജോഷിയും വീട്ടിലെത്തുമ്പോൾ അവിടെ മുൻവശത്ത് ഒരു പച്ച ഫിയറ്റുകാറു കിടക്കുന്നുണ്ടായിരുന്നു. കാറു കണ്ടിട്ട് ജോഷി പറഞ്ഞു "ലെഫ്റ്റനന്റ് ജോസഫായിരിക്കണം."

ഡ്രോയിങ് റൂമിൽ വെളുത്തു തടിച്ച ഒരു മനുഷ്യൻ. കറുത്തുതടിച്ച മീശയുള്ള ആ യുവാവ് സിഗരറ്റു വലിച്ചുകൊണ്ടിരിക്കുകയാണ്. ജോഷിയെ കണ്ടയുടനെ-

"ഹലോ മധു. എവിടെ പോയിരുന്നെടോ? ഞാൻ വിചാരിച്ചു നിന്റെ വണ്ടി ബോംബെയ്ക്കോ മറ്റോ ഓടിച്ചിരിക്കുമെന്ന്" എന്നു പറഞ്ഞ് എണീറ്റുവന്നു ജോഷിയുടെ കൈപിടിച്ചുകുലുക്കി.

"ഇല്ലെടോ. ഞാനെങ്ങും പോയില്ല. ഇവിടെത്തന്നെയുണ്ട്." ജഗദീശിനു നേരെ തിരിഞ്ഞ് "ഇദ്ദേഹം പ്രൊഫ. ജഗദീശ്. വിശ്വനാഥിന്റെ ജ്യേഷ്ഠൻ." ജോഷി പരിചയപ്പെടുത്തി. അയാൾ ജഗദീശിന്റെ കൈകുലുക്കി.

ജോസഫ് എന്നുപറഞ്ഞു സ്വയം പരിചയപ്പെടുത്തി.

"അല്ല. ലെഫ്റ്റനന്റ് ജോസഫ്" ജോഷി ചിരിച്ചുകൊണ്ട് തിരുത്തി.

ജഗദീശ് കൈകുലുക്കിക്കൊണ്ട് – "ഞാൻ വെറും ജഗദീശ്. പ്രൊഫസർ അല്ല." എന്നു പറഞ്ഞു.

എല്ലാവരും ചിരിച്ചുകൊണ്ട് സോഫയിൽ ഇരുന്നു.

"പറഞ്ഞപോലെ, വിശ്വനാഥ് എവിടെ?" ജോസഫ് തിരക്കി.

"നിന്നെക്കുറിച്ച് ഒരു മാസമായിട്ട് ഒരു വിവരവുമില്ല. നീ പിന്നെങ്ങനെ അറിയാനാണ് ഇതൊക്കെ."

"എന്തുണ്ടായി?"

"വിശ്വനാഥ് ഹോസ്പിറ്റലിലാണ്. അയാളുടെ ഓപ്പറേഷൻ കഴിഞ്ഞു." ജോഷി അറിയിച്ചു.

"ആണോ! ഞാനറിഞ്ഞതേയില്ലല്ലോ? നിനക്കൊന്ന് അറിയിക്കാമാ

യിരുന്നില്ലേ?"

"അതാണല്ലോ ഞാൻ പറഞ്ഞത്, നിന്നെക്കുറിച്ച് ഒരു വിവരവുമി ല്ലെന്ന്."

"പിന്നെ ഇതിന്റെ ഉപയോഗമെന്താ?" ഫോൺ ചൂണ്ടിക്കാണിച്ചു കൊണ്ടു ചോദിച്ചു. ഒരു നിമിഷം കഴിഞ്ഞ് തുടർന്നു. "പണ്ടത്തെ ഹാർ ട്ടിന്റെ കംപ്ലെയിന്റ് തന്നെയല്ലേ."

"അതേ."

"ആരാ ഡോക്ടർ?"

"ഡോ. ശേഷാചലം."

"Very Good. The best man when it comes to heart. വിശ്വനാ ഥിന് എങ്ങനെയുണ്ട്? ഛേ. എനിക്കൊന്ന് അവനെ കാണണമായിരുന്ന ല്ലോ."

"ഓപ്പറേഷൻ കഴിഞ്ഞ് ഇന്ന് ആറാമത്തെ ദിവസമാണ്. കുഴപ്പമൊ ന്നുമില്ല. ഒരു വിധം സുഖമായിവരുന്നു. ഇന്നേതായാലും സന്ധ്യയായ ല്ലോ. You come see him tomorrow."

ഇത്രനേരവും മൗനമായിരുന്ന ജഗദീശിനുനേരെ തിരിഞ്ഞ് ജോസഫ് ചോദിച്ചു:-

"നിങ്ങൾ എപ്പോഴാ വന്നത്?"

"ഓപ്പറേഷൻ കഴിഞ്ഞ് അടുത്തദിവസം."

"I see. അപ്പോൾ കുറച്ചുദിവസത്തേക്ക് ഇവിടെ ഉണ്ടാവുമോ?"

"ഏറിവന്നാൽ രണ്ടുമൂന്നുദിവസം."

അല്പനേരം കഴിഞ്ഞ്.

"പിന്നെന്തൊക്കെ ജോസഫ് വിശേഷം" സിഗററ്റിനു തീപിടിപ്പിച്ചു കൊണ്ട് ജോഷി ചോദിച്ചു. ജോസഫ് സിഗററ്റിന്റെ പാക്കറ്റെടുത്ത് ജഗ ദീശിനുനേരെ നീട്ടി.

"No. Thanks. ഞാൻ സിഗററ്റ് ഉപയോഗിക്കാറില്ല."

"He teaches philosophy." ജോഷി പറഞ്ഞു:

"So don't practice it." ജോസഫ് ഉപദേശിച്ചു. എല്ലാവരും ചിരിച്ചു.

ജോസഫ് സിഗററ്റ് കത്തിച്ചുകൊണ്ട് പറഞ്ഞു-

"Short notice ആയതിനു ക്ഷമിക്കണം. ഇന്നു രാത്രി എന്റെ വീട്ടിൽ വച്ച് ഒരു പാർട്ടിയുണ്ട്. അതിന് നേരിട്ടു വന്നു നിന്നെയും കൂട്ടിപോകാ നാണ് വന്നത്. ഒരു മണിക്കൂറായി അതിന് ഞാനിവിടെ കാത്തിരിക്കുന്നു. ഇരുന്നിരുന്ന് ബോറടിച്ചു. ശങ്കരൻ ഒരു കപ്പ് കാപ്പി ഉണ്ടാക്കിത്തന്നു. വീണ്ടും ഒരു കപ്പ് കാപ്പികൂടി ഓർഡർ ചെയ്യാമെന്നു വിചാരിച്ചതാണ്."

"ഓക്കെ, അതിനെന്താ. ഞങ്ങൾക്കും ഓരോ കപ്പു കാപ്പി വേണം." ശങ്കരനെ വിളിച്ച് ജോഷി ഏർപ്പാടു ചെയ്തു.

അഞ്ചുമിനിറ്റിനകം കാപ്പി കുടിച്ചുകൊണ്ട് ജോഷി ചോദിച്ചു:

"നോട്ടീസ് എങ്ങനെയായാലും വേണ്ടില്ല. എന്തു പാർട്ടിയാണ്?"

"ഇതെന്തു ചോദ്യമാണ്. അതേ, യൂഷ്വൽ പാർട്ടി. Very simple.

ഏഴെട്ടുപേർ മാത്രം." ജോസഫ് പറഞ്ഞു.

"ശരി പുറപ്പെടാം." ജോഷി കപ്പുതാഴെവച്ചുകൊണ്ടു പറഞ്ഞു.

"എന്തിനുവേണ്ടിയാണ് ഈ പാർട്ടി എന്നൊന്നും അറിയണ്ടേ?" ജോസഫ് ചോദിച്ചു.

"അതൊന്നും എനിക്കു പ്രശ്നമല്ല. നീ എന്തു വേണമെങ്കിലും പറഞ്ഞോളൂ."

"ഇതെന്റെ വിവാഹത്തിന്റെ ഫസ്റ്റ് ആനിവേഴ്സറിയാണ്." എന്നു പറഞ്ഞ് ജോസഫ് പൊട്ടിച്ചിരിച്ചു.

"I see അതു ഞാൻ മറന്നുപോയി. Congratulations."

"Thanks."

ജഗദീശും "Congratulations" എന്ന് കൂട്ടിച്ചേർത്തു. അതു സ്വീകരിച്ച മട്ടിൽ ജോസഫ് തലകുനിച്ചു.

"ശരി, നമുക്ക് പോകാം. മിസ്റ്റർ ജഗദീശ് നിങ്ങളും വരണം." ജോസഫ് ക്ഷണിച്ചു.

"ഞാൻ വരുന്നില്ല മിസ്റ്റർ ജോസഫ്. അല്പം വിശ്രമിക്കട്ടെ!" ജഗദീശ് ഒഴിഞ്ഞു മാറാൻ ശ്രമിച്ചു.

"ഛീ!ഛീ! അതുപറ്റില്ല, നിങ്ങളെ ഒറ്റയ്ക്കുവിട്ടിട്ടുപോകുന്നതെങ്ങനെ. ജോഷിയോടാണ് വരാൻ പറഞ്ഞതെങ്കിലും രണ്ടുപേരെയും ഉദ്ദേശിച്ചാണ് പറഞ്ഞത്. വരൂ. No formality please" ജോസഫ് നിർബ്ബന്ധിച്ചു.

"പാർട്ടി എന്നു പറയുന്നതും വിശ്രമത്തിന്റെ മറ്റൊരു പേരാണ്. വരൂ, പോകാം. പത്തോ പതിനൊന്നോ മണിയാകുമ്പോഴേക്കും മടങ്ങിയെത്താം." ജോഷിയും നിർബ്ബന്ധിച്ചു തുടങ്ങി.

"വേണ്ട മിസ്റ്റർ ജോഷി, നിങ്ങൾ പൊയ്ക്കൊള്ളൂ."

"എന്നാൽ ഞാനും വരുന്നില്ല ജോസഫ്. ക്ഷമിക്കൂ. I have own reasons." ജോഷി പറഞ്ഞു.

"ഛീ! എന്താ നിങ്ങൾ കുട്ടിക്കളി പറയുന്നത്. നിങ്ങൾ എണീക്കൂ." എന്ന് പറഞ്ഞ് ജോസഫ് എണീറ്റു.

"I won't leave you."

ഗത്യന്തരമില്ലാതെ ജഗദീശ് കൂടെ ഇറങ്ങി.

ഇരുപത് മിനിറ്റു യാത്രയ്ക്കുശേഷം രണ്ടു കാറുകളും റീച്മണ്ട് നഗരത്തിലെ ഒരു മനോഹരമായ വീടിനു മുന്നിലെത്തി. ജോഷി കാറിൽ നിന്നിറങ്ങി.

"എന്റെ നൂറുകൈ മറിഞ്ഞ കാറുകണ്ട് നിന്റെ സുഹൃത്തുക്കൾ ചിരിക്കുമോ എന്നറിയില്ല." ജോഷി പറഞ്ഞു.

"നിറുത്തിനെടോ നിന്റെ തമാശ, എനിക്കറിഞ്ഞുകൂടെ നിന്റെ ദാരിദ്ര്യമൊക്കെ" എന്നു പറഞ്ഞ് ജഗദീശിന്റെ നേരെതിരിഞ്ഞ്-

"ഞങ്ങളൊക്കെ ഇവിടെ നാലുകാശിനുവേണ്ടി തുലയുന്നു. ഇവൻ സ്വന്തംവീടും കാറുമൊക്കെ വച്ചുകൊണ്ട് ആറു വർഷമായി ഗവേഷണം

ചെയ്യുകയാണ്. ഇവന്റെ അച്ഛനെപ്പോലെ ഒരച്ഛൻ എനിക്കുണ്ടായിരുന്നെങ്കിൽ ഞാൻ ലൈഫ് മുഴുവൻ പി എച്ച് ഡി ചെയ്യുമായിരുന്നു." എന്നു പറഞ്ഞ് ചിരിച്ചുകൊണ്ട് ജോസഫ് കാറിന്റെ ഡോർ അടച്ചു. ഡിക്കിയിൽ നിന്ന് ഒരു പഴയ സ്യൂട്ട്കെയ്സ് പുറത്തെടുത്തു. അപ്പോഴേക്കും ഒരു ജോലിക്കാരൻ വന്ന് അതെടുത്ത് വീട്ടിനുള്ളിലേക്കു കൊണ്ടുപോയി.

"ഏഴെട്ടുപേരെന്നാണ് പറഞ്ഞത്. പക്ഷേ, ഒരു ബ്രിഗേഡ് മുഴുവൻ ഇവിടെ ഉണ്ടോ എന്നാണെന്റെ സംശയം?" ജോഷി പറഞ്ഞു.

"ഇല്ലെടോ. വെറും അഞ്ചാറുപേരേയുള്ളൂ. Very close friends മാത്രം."

വിശാലമായ ഡ്രോയിങ് റൂം. എല്ലാ ദിക്കിൽനിന്നും കുനിഞ്ഞുനോക്കുന്ന ഫ്ളവർവേയ്സുകൾ. റോസാപ്പൂവിന്റെ സുഗന്ധം. അതോടൊപ്പം ചന്ദനത്തിരിയുടെ ഊഷ്മളമായ ഗന്ധവും. റേഡിയോഗ്രാമിൽനിന്ന് സംഗീതവും. അവിടെ ഇരുന്നവരെല്ലാം എണീറ്റു നിന്നു.

ജോസഫ് പുഞ്ചിരിച്ചുകൊണ്ട്-

"This is my wife, Lilly." എന്ന് പരിചയപ്പെടുത്തി. അവൾ കൈ കൂപ്പി. റോസ് നിറത്തിലുള്ള സ്ലീവ്ലസ് ബ്ലൗസും അതേനിറത്തിലുള്ള സാരിയും അവൾ ധരിച്ചിരുന്നു. ശരീരം സ്വർണ്ണവർണ്ണം. ആകെക്കൂടി സുന്ദരിയാണവൾ.

"ഇദ്ദേഹം ഡോ. രാജഗോപാൽ. കഴിഞ്ഞമാസമാണ് പഠനം കഴിഞ്ഞെത്തിയത്. ഇവർ മിസിസ്സ് രാജഗോപാൽ."

"ഇവർ മിസ് മല്ലിക. ഡോ. രാജഗോപാലിന്റെ സഹോദരി. എം എസ് സിക്ക് പഠിക്കുന്നു."

നീണ്ടമുഖം കവിഞ്ഞുനില്ക്കുന്ന ഭംഗിയുള്ള മൂക്ക്. ആകർഷകമായ ദേഹം. പാൽ നിറം, പത്തൊൻപതു വയസ്സുകഴിഞ്ഞിട്ടില്ല. അവൾ കൈകൂപ്പി നമസ്കരിച്ചപ്പോൾ ജോഷി ജഗദീശിനെ ഏറുകണ്ണുകൊണ്ടൊന്നു നോക്കി. ജഗദീശിന്റെ വിരക്തഭാവം കണ്ട് അല്പം നിരാശ തോന്നി.

"ഇവർ ലെഫ്റ്റനന്റ് ചന്ദ്രനാഥും മിസിസ്സ് ചന്ദ്രനാഥും."

ഏതാണ്ട് 35 വയസ്സുവരും. കറുത്തമീശ, ഉരുണ്ട കണ്ണുകൾ, കറുത്ത് ബലിഷ്ഠമായ ശരീരം. സവിശേഷ സൗന്ദര്യമൊന്നുമില്ലാത്ത ഭാര്യ. മൂപ്പതോളം വയസ്സുണ്ട് അവർക്ക്, വിശേഷമായ കേശാലങ്കാരവും ആകർഷകമായ വസ്ത്രധാരണവും.

"ഇവർ മിസ്റ്റർ ആൻഡ് മിസിസ്സ് വിജയാനന്ദ്. നവ വധൂവരന്മാർ."

പരസ്പരം ഇണങ്ങുന്ന ജോഡികൾ.

"ഇത് മിസ്റ്റർ സ്റ്റാൻലി. പുതിയൊരു പാട്ടുകാരനാണ്."

"Play-back singer." ലെഫ്റ്റനന്റ് ചന്ദ്രനാഥ് കൂട്ടിച്ചേർത്തു.

"And bachelor." ജോഷി ചിരിച്ചുകൊണ്ട് പറഞ്ഞു.

"Dual exaggeration." ജോസഫ് പറഞ്ഞു. എല്ലാവരും ചിരിച്ചുകൊണ്ട് ഇരുന്നു.

ജഗദീശ് വളരെ പണിപ്പെട്ട് സന്തോഷത്തിന്റെ മുഖംമൂടിയണിഞ്ഞു. വിശ്വനാഥ് ആശുപത്രിയിൽ കിടക്കുന്ന കിടപ്പ് അയാളുടെ മനസ്സിനെ അലട്ടിക്കൊണ്ടിരുന്നു. എത്ര ശ്രമിച്ചിട്ടും മറക്കാനായില്ല. അതു മനസ്സിലുള്ളപ്പോൾ ഈ കൂട്ടത്തിൽ ചേർന്നുല്ലസിക്കാൻ അയാൾക്കെങ്ങനെ കഴിയാനാണ്. ശിവപൂജയ്ക്കിടയ്ക്ക് കരടി വന്നതുപോലെ ആകാൻ പാടില്ലല്ലോ എന്നു വിചാരിച്ച് തല്ക്കാലത്തേക്ക് ആശുപത്രിയിലെ കാര്യം വിസ്മരിച്ച് ജോസഫിന്റെ ഡ്രോയിങ് റൂമിലൊതുങ്ങാൻ ശ്രമിച്ചു. എല്ലാവർക്കും ആനന്ദവായ്പ്. പാശ്ചാത്യസംഗീതത്തിന്റെ താളത്തിൽ മുഴുകി അവർ സംസാരിച്ചുകൊണ്ടിരിക്കുന്നു. അല്പം കഴിഞ്ഞ് ജോസഫ് അകത്തേക്കുപോയി. റിപ്സ് റോയൽ രണ്ടു ബോട്ടിൽ മേശപ്പുറത്തുകൊണ്ടു വന്നുവച്ചു. എന്നിട്ട് ജോഷിയുടെ അടുക്കൽ വന്ന്-

"What about Mr.Jagadeesh?" എന്ന പതുക്കെ എങ്കിലും ജഗദീശ് കേൾക്കെ ചോദിച്ചു. അതുകേട്ട് ജഗദീശ് പറഞ്ഞു:

"Excuse me. ഞാൻ കുടിക്കാറില്ല."

"If you don't mind just for company sake......" ജോസഫ് വളരെ വിനയപൂർവ്വം നിർബ്ബന്ധിച്ചു.

"If you don't mind please leave me alone in this matter" എന്ന് ജഗദീശ് ചിരിച്ചുകൊണ്ടു പറഞ്ഞു.

പെട്ടെന്ന് ജോഷി ഇടപെട്ടു. "ഇദ്ദേഹം വന്നതുതന്നെ ഞാൻ നിർബ്ബന്ധിച്ചിട്ടാണ്. Don't press him. It is a matter of personal taste."

"Do you have any serious objection." ജോസഫ് ചോദിച്ചു.

അതിന് ജഗദീശ് മറുപടി പറയുന്നതിനുമുൻപുതന്നെ ജോഷി ഇടപെട്ടു-

"Mr. Joseph, he is my guest. No more discussion" എന്ന് താക്കീത് ചെയ്തു.

"All right." ജോസഫ് മെല്ലെ അവിടെനിന്നുപോയി.

അയാൾ പോയശേഷം ജോഷിയുടെ ചെവിയിൽ ജഗദീശ് മന്ത്രിച്ചു. "Very thanks."

ഊണു സമയത്തു രണ്ടു ബോട്ടിൽ കാലിയായി. ആ കൂട്ടത്തിൽ ജഗദീശും മല്ലികയും മാത്രം കുടിച്ചില്ല. സ്ത്രീകളും കൂടി മദ്യപിക്കുന്നതു കണ്ട് ജഗദീശ് അത്ഭുതപ്പെട്ടുപോയി. എല്ലാവരും കുടിച്ച് മദിച്ചു ചിരിച്ച് ഓരോരുത്തർക്കും തോന്നിയതു പറഞ്ഞ് പാശ്ചാത്യസംഗീതത്തിന്റെ താളത്തിനൊത്തു തലയാട്ടി രസിച്ചുകൊണ്ടിരിക്കുമ്പോൾ ജഗദീശ് മാത്രം മൗനമായിരുന്നു. മല്ലിക ഇടയ്ക്കിടയ്ക്ക് അയാളെ കൗതുകത്തോടെ നോക്കുന്നുണ്ട്. അവളുടെ നോട്ടം ഒന്നുരണ്ടുപ്രാവശ്യം ജഗദീശും ശ്രദ്ധിച്ചു. അവൾ ഒട്ടും സന്തോഷവതിയായിരുന്നില്ല. ആരുടെയോ നിർബ്ബന്ധത്തിനു വഴങ്ങി വന്നതുപോലെ തോന്നി. ആരെങ്കിലും ഒന്നു സംസാരിപ്പിക്കാൻ ശ്രമിച്ചാൽ റിസപ്ഷനിസ്റ്റിന്റെ മാതിരി ചിരിയുടെ

മുഖംമൂടിയണിയും. അയാൾ അങ്ങോട്ടുമാറുമ്പോൾ വീണ്ടും ഗൗരവം. ഏതാണ്ട് അവളുടെ സ്ഥിതിതന്നെയായിരുന്ന തന്നെനോക്കി അവൾ അത്ഭുതപ്പെടുന്നുണ്ടോ എന്നൊരു പരുങ്ങൽ ജഗദീശിന്.

മേശപ്പുറത്ത് നെയ്യിൽ പൊരിച്ച കോഴിയിറച്ചിയും പലതരം കറികളും ആഹാരസാധനങ്ങളും വന്നു നിറഞ്ഞു. അവിടെയാകെ നെയ്ച്ചോറിന്റെ ഗന്ധം.

ജഗദീശ് ശുദ്ധവെജിറ്റേറിയനാണെന്ന് ജോഷി നേരത്തെ പറഞ്ഞിരുന്നതിനാൽ അയാൾക്ക് പ്രത്യേകം ആഹാരം ഏർപ്പാടുചെയ്തിരുന്നു. ചോറ്, തൈര്, തോരൻ, സലാഡ് എല്ലാംകൂട്ടി ചടങ്ങിനുവേണ്ടി ഊണു കഴിച്ചു എന്നു വരുത്തി. ഇങ്ങനെയൊരു ഊരാക്കുടുക്കിൽ കൊണ്ടെത്തിച്ച ജോഷിയോട് അല്പം നീരസം തോന്നി. 'ഇയാളൊരു പ്രാകൃതനും അപരിഷ്കൃതനു'മാണെന്ന് മറ്റുള്ളവർ കരുതും എന്നൊരു വിഷമവും. പക്ഷേ, ആരും അയാളെ ശ്രദ്ധിച്ചതേയില്ല. യഥാർത്ഥത്തിൽ അവരെല്ലാം അവരുടേതായ ലോകത്തിലാണ്ടിരുന്നു. അവർക്ക് പരിസരബോധംപോലും നഷ്ടമായിരുന്നു. മല്ലികമാത്രം ചുണ്ടനക്കാതെ അങ്ങോട്ടുമിങ്ങോട്ടും നോക്കി മിഴിച്ചിരുന്നു. അവിടത്തെ കാഴ്ചകളെയോ ആളുകളെയോ ഒന്നും കണ്ടമട്ടില്ല അവൾക്ക്. ജഗദീശും നിഷ്ക്രിയനും അസ്വസ്ഥനുമായിരുന്നു. അവളും അസ്വസ്ഥയായിരുന്നു. മല്ലികയ്ക്ക് ആകെയൊരു പരിഭ്രാന്തി. അവളുടെ മാദകമായ മേനിയിൽ മനസ്സിന്റെ ചാഞ്ചല്യം കാണാമായിരുന്നു. അവൾക്കെന്തോ ബുദ്ധിഭ്രമം വന്നതുപോലെ ജഗദീശിന് ഒരിക്കൽ തോന്നുകയും ചെയ്തു. അടുത്തനിമിഷം അയാൾക്കും തോന്നി തന്നെക്കുറിച്ച് അവളും ഇങ്ങനെ ചിന്തിച്ചാലോ എന്ന്. അയാൾ വെറുതെ ഒന്നു ചിരിച്ചു.

ഊണുകഴിഞ്ഞ് വീണ്ടും ബ്ലാക്ക് ആന്റ് വൈറ്റിന്റെ മൂന്നുബോട്ടിൽ കൂടി മേശപ്പുറത്തുവന്നു. എല്ലാപേരുടേയും കണ്ണുകൾ വിടർന്നു. നിമിഷങ്ങൾ കഴിയുന്തോറും കുപ്പികൾ ഓരോന്നും കാലിയായിക്കൊണ്ടിരുന്നു. നേരത്തെ ഉണ്ടായിരുന്ന ഗന്ധത്തിൽ മറ്റൊരു ഗന്ധം കൂടി പരന്നു. ജോഷി തന്റെ രണ്ടാമത്തെ പെഗ്ഗും തീർത്തു. ജോസഫ് അയാളെ വീണ്ടും നിർബ്ബന്ധിച്ചു. "No, that is the maximum." ജോഷി തറപ്പിച്ചു പറഞ്ഞു നിർത്തി. റേഡിയോഗ്രാമിന്റെ സംഗീതമുയർന്നു. സ്റ്റാൻലി എഴുന്നേറ്റു നൃത്തം ചവിട്ടാൻ തുടങ്ങി. "Hallo, Come on" ഓരോരുത്തരുടേയും അടുത്തെത്തി അയാൾ നൃത്തത്തിനു ക്ഷണിച്ചു.

ഡോ.രാജഗോപാൽ പെട്ടെന്നെണീറ്റ് ആ നൃത്തത്തിൽ പങ്കുചേർന്നു. "ഇതെന്താ സോളോനൃത്തം. ഇതു ഭംഗിയായില്ല." എന്നു പറഞ്ഞ് മിസിസ്സ് രാജഗോപാലിനെക്കൂടി ജോസഫ് നിർബ്ബന്ധിച്ചു. അവൾ അമേരിക്കക്കാരിയാണ്. രണ്ടാളും കൂടിയുള്ള നൃത്തം കണ്ട് എല്ലാവരും ഹാ! ഹാ! എന്ന് ആർത്തു. ലെഫ്റ്റനന്റ് ചന്ദ്രനാഥും അയാളുടെ ഭാര്യയും നൃത്തത്തിനൊരുങ്ങി. അവർ ജോസഫിനേയും ഭാര്യയേയും കൂടി ക്ഷണിച്ചു. അവരും ആ കൂട്ടത്തിൽ ചേർന്നു. പിന്നീട് വിജയാനന്ദിനെയും ഭാര്യ

യെയും നിർബ്ബന്ധിച്ചു. പുതുമോടിയായതുകൊണ്ടാവാം അവർ അല്പം മടിച്ചിരുന്നു. സ്റ്റാൻലി അവരെ പിടിച്ചെഴുന്നേല്പിച്ചു. അവരും സംഗീതത്തിനൊത്തു താളം ചവിട്ടാൻ തുടങ്ങി. സ്റ്റാൻലി നൃത്തമാടിയാടി മല്ലികയുടെ അടുത്തെത്തി കൈനീട്ടി. ഗൗരവത്തോടെ ഇരുന്ന അവൾ സാദ്ധ്യമല്ലെന്ന് തലകുലുക്കി. ഇത് കണ്ട് നൃത്തം ചെയ്യുന്ന ജോഡികളെല്ലാം ഉറക്കെ ചിരിച്ചു. അയാൾ ഒരു ചമ്മലോടെ പിൻവാങ്ങി ജോഷിയുടെ നേരെ കൈനീട്ടി. ജോഷി അയാളെ പിടിച്ചൊന്നു തള്ളി. നൃത്തം ചെയ്യുന്നവർ വയറമർത്തിപ്പിടിച്ചു ചിരിച്ചു. പെട്ടെന്ന് മല്ലികയുടെ മുഖത്തു മിന്നൽപോലെ ചിരി വന്നു മാഞ്ഞു. ജോഷി ഇരുന്നിടത്തുതന്നെയിരുന്ന് താളത്തിനൊത്ത് തലയാട്ടി അവരെ പ്രോത്സാഹിപ്പിച്ചു. സ്റ്റാൻലി ഏകനായി കുറെയേറെ നൃത്തം ചെയ്തു.

ജോഷി ജഗദീശിന്റെ ചെവിയിൽ മന്ത്രിച്ചു - "എ ബഞ്ച് ഓഫ് ഫൂൾസ്."

ജഗദീശ് കല്ലുപോലെ അനങ്ങാതിരുന്നു. തന്റെ മുന്നിൽ നൃത്തം ചവിട്ടുന്നവരെ ബൊമ്മകളെപ്പോലെ, റോബോട്ടുകളെപ്പോലെ അയാൾ വീക്ഷിച്ചു. ഒരു ചലച്ചിത്രമെന്നപോലെ നോക്കിക്കണ്ടു. പാട്ടിന്റെ താളം മുറുകുന്നതനുസരിച്ച് നൃത്തത്തിനും പിരിമുറുകി. ശരീരസന്ധികൾ പൊട്ടിത്തെറിക്കുന്ന മട്ടിൽ സ്റ്റാൻലി നൃത്തമാടി. ഒരു സംവിധാനത്തിനു മിണങ്ങാത്ത പേക്കൂത്തുപോലെയാണ് ജഗദീശിനു തോന്നിയത്.

ലെഫ്റ്റനന്റ് ചന്ദ്രനാഥിന്റെ തല സ്വാധീനമില്ലാത്തതുപോലെയായി. അയാളുടെ ഭാര്യ അയാളെ താങ്ങിപ്പിടിച്ചിരുന്നു. അവളുടെ ഊർന്നിറങ്ങിയ സാരിക്കിടയിൽ ഞൊറിവീണ ഉദരം നൃത്തത്തിനനുസരിച്ച് തുള്ളുന്നുണ്ട്. വിജയാനന്ദും ഭാര്യയും വളരെ ശ്രദ്ധയോടെ നിന്നിടത്തുനിന്നു തന്നെ താളം ചവുട്ടി. രാജഗോപാലും ഭാര്യയും വളരെ ആകർഷകമായിട്ടാണ് നൃത്തമാടിയത്. ജോസഫിന്റെ മുഖത്ത് സന്തോഷത്തിന്റെ അലകൾ. അങ്ങനെ കുറേനേരം സംഗീതലഹരിയിൽ മുഴുകി നൃത്തം ചെയ്തു. അതിനൊരന്ത്യമില്ലെന്ന സ്ഥിതിയായി. സ്വയം മറന്ന അവസ്ഥ. ആകെക്കൂടി ഒരു സ്വപ്നാനുഭവം.

പെട്ടെന്നു സംഗീതം നിലച്ചു. ഒപ്പം നൃത്തവും. എല്ലാവരും തളർന്ന് സോഫകളിൽ ചാഞ്ഞുവീണു. എങ്കിലും അവരുടെ മുഖത്ത് അപ്പോഴും സന്തോഷമുണ്ട്; ഉത്സാഹമുണ്ട്.

ജഗദീശ് ജോഷിയോട് "നമുക്കു പോകാം" എന്നു പറഞ്ഞു. ജോഷി എണീറ്റുനിന്നു വാച്ചുനോക്കി. മണി പന്ത്രണ്ടോടടുത്തിരുന്നു.

ജോസഫും ലില്ലിയും ജോഷിക്കും ജഗദീശിനും thanks പറഞ്ഞു. മറ്റുള്ളവരെല്ലാം ഗുഡ്നൈറ്റ്, ബൈബൈ എന്നൊക്കെ ഓരോ ദിക്കിലിരുന്നു വിളിച്ചുപറയുന്നുണ്ടായിരുന്നു.

"Left. Joseph is an interesting fellow. അയാളുടെ യഥാർത്ഥപേര് ഗോവിന്ദ് നമ്പൂതിരി. എം എ രണ്ടാം വർഷം പഠിച്ചുകൊണ്ടിരിക്കുമ്പോൾ പഠിപ്പു നിർത്തി പട്ടാളത്തിൽ ചേർന്നു. എം എയ്ക്ക് പഠിക്കുമ്പോൾ ലില്ലി

അതേ കോളേജിൽ ബി എസ് സിക്കായിരുന്നു. അന്നു തുടങ്ങിയ പ്രേമം മുറയ്ക്കു നടക്കുന്നുണ്ടായിരുന്നു. അവരുടെ വിവാഹം അച്ഛനമ്മമാർ എതിർത്തു. എങ്കിലും അവരത് അവഗണിച്ച് അവർതമ്മിലുള്ള വിവാഹം നടത്തി. ഒപ്പം തന്റെ പേര് ജോസഫ് എന്ന് മാറ്റുകയും ചെയ്തു...... ഏതായാലും ഒരു കാര്യം. Joseph is a good fellow." മടങ്ങുന്നവഴിക്ക് ജോഷി ജഗദീശിന് വിശദീകരിച്ചുകൊടുത്തു.

വിശ്വനാഥിന്റെ രോഗം ഏറക്കുറെ ശമിച്ചിരുന്നു. കിടക്കയിൽ എണീറ്റ് തലയിണയിൽ ചാരിയിരുന്ന് ആഹാരം സ്വയം കഴിക്കത്തക്കനിലയിലായി. ജഗദീശ് നാട്ടിലേക്കു മടങ്ങുന്നതിനു തലേദിവസം കുറേനേരം വിശ്വനാഥുമായി സംസാരിച്ചുകൊണ്ടിരുന്നു. "തീസിസ് പൂർണ്ണമായിരിക്കുന്നു. കുറച്ചു ദിവസത്തിനുള്ളിൽ അതു സമർപ്പിക്കണം." അയാൾ തന്റെ ആഗ്രഹം വെളിപ്പെടുത്തി.

സിസ്റ്റർ കിശോരി വന്നപ്പോൾ വിശ്വനാഥിനെ വേണ്ടപോലെ നോക്കിക്കൊള്ളണമെന്ന് ജഗദീശ് അഭ്യർത്ഥിച്ചു. പിറ്റേന്ന് വീട്ടിലേക്കു മടങ്ങുന്ന വിവരവും അവളോടു പറഞ്ഞു.

ജഗദീശിന്റെ വാക്കുകൾ കേട്ട് അവളുടെ കണ്ണുകൾ ഈറനണിയുന്നതുകണ്ട് അയാൾ അത്ഭുതപ്പെട്ടുപോയി. പെട്ടെന്ന് അവൾ കണ്ണുതുടച്ചു.

"അക്കാര്യത്തിൽ നിങ്ങൾ വിഷമിക്കണ്ടാ." അവൾ പുഞ്ചിരിച്ചുകൊണ്ടു പറഞ്ഞു.

അവൾ പുറത്തേക്കുപോയ തക്കംനോക്കി വിശ്വനാഥിനോട് ജഗദീശ് രഹസ്യമായി പറഞ്ഞു:

"ആ പെൺകുട്ടിക്ക് നിന്നോട് വളരെയേറെ താല്പര്യമുള്ളതുപോലെ തോന്നുന്നു."

ഒരു നിമിഷം കഴിഞ്ഞ് വിശ്വനാഥ് ചോദിച്ചു: "അവളെ കണ്ടിട്ട് ചേട്ടനെന്തു തോന്നുന്നു?"

"എന്നു വച്ചാൽ?"

"എന്നുവച്ചാൽ......... എന്നുവച്ചാൽ അവൾ എന്നെ പ്രേമിക്കുന്നു എന്നു തോന്നുന്നുണ്ടോ? എന്ന്."

"അതെന്താ അങ്ങനെ ചോദിച്ചത്? അതിന് മറുപടി പറയാൻ അല്പം ബുദ്ധിമുട്ടുണ്ട്. 'അവൾ നിന്നെ സ്നേഹിക്കുന്നു. ഒരു ദിവസം നിങ്ങൾ വിവാഹിതരാകും' എന്ന് ജോഷി എപ്പോഴും പറയാറുണ്ട്."

"അവനൊരു ചപ്പടാച്ചിയാണ്. അവന്റെ ഹൃദയവും മനസ്സും വായും ഒക്കെ ഒരിടത്താണ്. ചേട്ടനോടും അങ്ങനെയെന്തെങ്കിലും പറഞ്ഞു കാണും അത്രയേയുള്ളൂ." വിശ്വനാഥ് പറഞ്ഞു.

"എന്നോട് അങ്ങനെയൊന്നും അയാൾ പറഞ്ഞിട്ടില്ല. നീ എന്നു പറഞ്ഞാൽ അവൾക്കു ജീവനാണ് എന്നു മാത്രമേ പറഞ്ഞിട്ടുള്ളൂ."

"അതുകൊണ്ടാണ് ഞാൻ ചോദിച്ചത്, ചേട്ടനെന്തുതോന്നുന്നു എന്ന്. പക്ഷേ, അവൾ എന്നെ പ്രേമിക്കുന്നു എന്ന് എനിക്കൊരിക്കലും തോന്നിയിട്ടില്ല. എനിക്ക് അസുഖമായി ഈ ആശുപത്രിയിൽ വന്നിട്ടുള്ളപ്പോഴെല്ലാം എവിടെയുണ്ടെങ്കിലും അവൾ ഇവിടെ എത്താറുണ്ട്. അതേ വാർഡിൽ തന്നെയാണ് ഡ്യൂട്ടിയെങ്കിൽ പിന്നെ പറയാനുമില്ല. ഒരു കുഞ്ഞിനെപ്പോലെ എന്നെ ശുശ്രൂഷിക്കും. ഒന്നിനും ഒരു കുറവും വരുത്താറില്ല. എന്റെ സന്തോഷമാണ് അവളുടെ ലക്ഷ്യമെന്നു തോന്നുന്നു. പക്ഷേ, ആശുപത്രിക്കു വെളിയിൽ വച്ച് ഞങ്ങൾ തമ്മിൽ കണ്ടിട്ടില്ല. അവൾക്ക് അങ്ങനെയൊരാഗ്രഹമുള്ളതായി പ്രകടിപ്പിച്ചിട്ടുമില്ല. എവിടെയോ വഴിയിൽ വച്ച് ആകസ്മികമായി ഒന്നുരണ്ടു പ്രാവശ്യം കണ്ടിട്ടുണ്ട്. ഒന്നും സംസാരിച്ചിട്ടില്ല. ഇനി എന്റെ കാര്യമാണെങ്കിൽ എനിക്കു ഈ പ്രേമം എന്തെന്നുതന്നെ അറിയില്ല. പിന്നെ കല്യാണത്തിന്റെ കാര്യം.. അതങ്ങ് വിദൂരതയിലാണ്. ഇതൊന്നും ചിന്തിക്കാനുള്ള സമയം എനിക്കിതേവരെ കിട്ടിയിട്ടില്ല. ഞാനായി എന്റെ ബയോ കെമിസ്ട്രിയായി." പുഞ്ചിരിച്ചുകൊണ്ട് വിശ്വനാഥ് പറഞ്ഞു.

അയാളുടെ വാക്കുകൾ ശ്രദ്ധിച്ചിരുന്ന ജഗദീശ് പറഞ്ഞു. "ലോകത്തിൽ പ്രേമം പ്രകടമാകുന്നത് ഏതെങ്കിലും ഒരു മാധ്യമത്തിലൂടെയാണ്. അതു പണമാകാം, വസ്ത്രമാകാം, പൂവാകാം, വെറും ഒരു വാക്കുമാവാം. ഈ മാധ്യമത്തിന്റെ നിറമേതോ ആ നിറത്തിലായിരിക്കാം അതു അഭിവ്യക്തമാകുന്നത്. അതനുഭവിക്കാതെ സ്നേഹത്തിന്റെ യഥാർത്ഥരൂപം മനസ്സിലാക്കാൻ പ്രയാസമാണ്. ഈ സ്നേഹം ഒന്നും തരുന്നില്ല. പക്ഷേ, മനസ്സിൽ അത്യുദാത്തമായ എന്തോ ഒരാനന്ദം പകരുന്നു. വർണ്ണരഹിതവും ഗന്ധരഹിതവും മൂല്യനിർണ്ണയാതീതവുമായ ഒരവസ്ഥയാണത്. ലിറ്റ്മസ് പേപ്പർ പോലെ ഏതെങ്കിലും ഒരു വസ്തുകൊണ്ട് അതിന്റെ സ്വരൂപം വ്യക്തമാക്കാൻ സാദ്ധ്യമല്ല."

"ഇതെന്താ, കെമിക്കൽ ഫിലോസഫിയാണോ?" വിശ്വനാഥ് ചിരിച്ചുകൊണ്ട് ചോദിച്ചു. അല്പം ആലോചിച്ചിട്ട് തുടർന്നു - "അങ്ങനെയൊരു സ്നേഹമുണ്ടെങ്കിൽ അതിനെ ഒരേ രൂപത്തിൽത്തന്നെ ഞാൻ കാണാൻ ശ്രമിക്കാം. സമ്മതിച്ചോ?"

"ശരി. അത് എനിക്കും സമ്മതം. നേരെത്തെ അവളുടെ കണ്ണുനിറഞ്ഞതുകണ്ടപ്പോൾ ഞാനതിശയിച്ചുപോയി. അതിന്റെ അർത്ഥമെന്താണ് എനിക്കു മനസ്സിലായതേയില്ല." ജഗദീശ് പറഞ്ഞു.

"എനിക്ക് അവളെക്കുറിച്ച് കൂടുതലൊന്നുമറിയില്ല. ഞാനൊന്നും അവളോട് ചോദിച്ചിട്ടുമില്ല. പക്ഷേ, അവളുടെ ജീവിതത്തിൽ എന്തൊക്കെയോ വിഷമങ്ങളുണ്ടെന്ന് എനിക്ക് മനസ്സിലായിട്ടുണ്ട്. രണ്ടാമത്തെ പ്രാവശ്യം ഞാൻ ആശുപത്രിയിൽ വന്നപ്പോൾ "നിങ്ങളുടെ അച്ഛനമ്മമാരാരും വന്നില്ലേ?" എന്ന് അവൾ ചോദിച്ചു. ഒരുപക്ഷേ, എന്നെക്കുറിച്ച് ജോഷി അവളോട് പറഞ്ഞിരിക്കാം. ഞാനൊരു അനാഥനാണെന്ന് വെറുതെ തമാശയ്ക്ക് ഒരിക്കൽ പറഞ്ഞിട്ടുണ്ട്. അല്പം വിഷമത്തോടെ

യാണെങ്കിലും ചിരിച്ചുകൊണ്ട് അവൾ മറുപടി പറഞ്ഞു – "ആശുപത്രിയിൽ വരുന്നവരെല്ലാം ഒരർത്ഥത്തിൽ അനാഥരാണ്."

പിറ്റേ ദിവസം നാട്ടിലേക്ക് മടങ്ങുന്നതിനു മുമ്പ് ജഗദീശ് ഒരിക്കൽ കൂടി ആശുപത്രിയിൽ പോയിരുന്നു.

"വിഷമിക്കണ്ടോ. കുറച്ചുദിവസത്തിനകം നിന്റെ അസുഖമൊക്കെ മാറും."

"തീസിസ് സമർപ്പിച്ചാലുടൻ ഞാൻ നാട്ടിലെത്തും." വിശ്വനാഥ് പറഞ്ഞു.

ഈ അവസ്ഥയിൽ അനുജനെ വിട്ടുപോകാൻ ജഗദീശിന് വിഷമം തോന്നി. എങ്കിലും "ഇടയ്ക്കിടയ്ക്ക് കത്തെഴുതി വിവരം അറിയിക്കണം." എന്നുപറഞ്ഞ് ഇറങ്ങി.

ജോഷി തന്റെ കാറിൽ ജഗദീശിനെക്കൂട്ടി ബസ് സ്റ്റാന്റിലേക്ക് പോയി. ബസ് വരുന്നതുവരെ കാത്തിരുന്നു. "അല്പം കാണാൻ കൊള്ളാവുന്ന ഒരു കാറുണ്ടായിരുന്നെങ്കിൽ ഞാൻ നിങ്ങളെ നാട്ടിൽ കൊണ്ടുചെന്ന് വിടുമായിരുന്നു." ചിരിച്ചുകൊണ്ട് ജോഷി പറഞ്ഞു.

നേരം പുലർന്നപ്പോൾ ജഗദീശ് ക്വാർട്ടേഴ്സിലെത്തി. വീട്ടിലേക്കു ഫോൺ ചെയ്തു. ആ സമയത്ത് അച്ഛൻ അവിടെയുണ്ടായിരുന്നില്ല. ശംഭട്ടാണ് ഫോണെടുത്തത്. വിശ്വനാഥിന്റെ രോഗവിവരങ്ങളൊക്കെ വ്യക്തമായറിയിച്ചു. ഉടനെ കോളേജിൽ പോകും അതുകൊണ്ട് വൈകുന്നേരമേ വീട്ടിലെത്തുകയുള്ളൂ എന്നും പറഞ്ഞു.

ക്ലാസിൽ പോകുന്നതിനുമുമ്പ് ജഗദീശ് പ്രിൻസിപ്പാൾ ശിവരാമോപാദ്ധ്യായനെ ചെന്നുകണ്ടു. അയാൾ അല്പം ഗൗരവത്തിൽ ചോദിച്ചു–

"എങ്ങനെയിരിക്കുന്നു അനുജന്?"

പ്രിൻസിപ്പാളിന്റെ മട്ടും ഭാവവും വിചിത്രമായി തോന്നി. അയാൾക്ക് തന്റെ അനുജനോടുള്ള താല്പര്യം എത്രയുണ്ടെന്നു മനസ്സിലായി. വെറും ഔപചാരികമായിരുന്നു ആ ചോദ്യം. വിശ്വനാഥ് എന്ന പേരിനു പിന്നിലുള്ള മനുഷ്യനെ അയാൾക്ക് കാണാൻ കഴിഞ്ഞിരുന്നില്ല.

വിശ്വനാഥിന് ഓപ്പറേഷൻ കഴിഞ്ഞെന്നും ഇപ്പോൾ സുഖം പ്രാപിച്ചു വരുന്നെന്നും അറിയിച്ചു. ഇറങ്ങാൻ തുടങ്ങുമ്പോഴേക്കും–

"നോക്കൂ മി. ജഗദീശ്, കഴിഞ്ഞപ്രാവശ്യം തന്നെ നിങ്ങളുടെ ലീവ് എല്ലാം തീർന്നിരുന്നു. അതുകൊണ്ട് ഇത്തവണ ലീവ് ഓൺ ലോസ് ഓഫ് പേ ആയി പരിഗണിക്കേണ്ടിവരും." എന്നും പ്രിൻസിപ്പാൾ താക്കീതു ചെയ്തു. ഇക്കാര്യം ജഗദീശിനും അറിയാമായിരുന്നു. പക്ഷേ, ഇറങ്ങിയപ്പോൾ അത് പ്രത്യേകം വിളിച്ചു പറയേണ്ട ആവശ്യമില്ലായിരുന്നു.

"അതെനിക്കറിയാം" എന്നു മാത്രം പറഞ്ഞ് ജഗദീശ് ഇറങ്ങി.

"ശരി" പ്രിൻസിപ്പാളും പറഞ്ഞു നിർത്തി.

സന്ധ്യക്കു വീട്ടിലെത്തി അമ്മയോടും അച്ഛനോടും കാര്യങ്ങ

ളൊക്കെ വിശദമായി പറഞ്ഞുകേൾപ്പിച്ചു. അമ്മ കരഞ്ഞുകൊണ്ട് എന്തൊക്കെയോ ചോദിച്ചു.

"അവനെക്കൂടെ കൂട്ടിക്കൊണ്ടു വരാമായിരുന്നില്ലേ?" അമ്മ ചോദിച്ചു.

"ഈ അവസ്ഥയിൽ കിടക്കയിൽ നിന്നനങ്ങാൻ പോലും പാടില്ല." ജഗദീശ് സമാധാനിപ്പിച്ചു.

അച്ഛനുമമ്മയും ഉൽക്കണ്ഠയോടെ പലതും ചോദിച്ചെങ്കിലും അടുത്തു തന്നെയുണ്ടായിരുന്ന ശംഭു ഒന്നും മിണ്ടാതിരുന്നത് ജഗദീശിന് വിചിത്രമായിത്തോന്നി.

നാലഞ്ചുദിവസം കഴിഞ്ഞ് ഒരു ദിവസം ജഗദീശ് സെക്കന്റ് ബി എ ക്ലാസിൽ പഠിപ്പിച്ചുകൊണ്ടിരിക്കുകയായിരുന്നു. ബോർഡിൽ തിരിഞ്ഞ് എഴുതുമ്പോഴേക്കും പെട്ടെന്ന് പിന്നിൽ നിന്ന് ആരോ കടലാസുമടക്കി ബാണമയച്ചു. അത് ജഗദീശിന്റെ മുതുകിൽ തട്ടി താഴെ വീണു.

അയാൾ ഉദ്യോഗത്തിൽ പ്രവേശിച്ചശേഷം ഇങ്ങനെയൊരു സംഭവം ആദ്യമായിട്ടാണ്. എഴുത്തുനിർത്തി പെട്ടെന്ന് തിരിഞ്ഞുനോക്കി. ക്ലാസിൽ പരിപൂർണ്ണ നിശ്ശബ്ദത. ആരാണ് അത് ചെയ്തതെന്ന് മനസ്സിലായില്ല. ക്ലാസു തുടരാൻ മനസ്സനുവദിക്കാതെ ജഗദീശ് ഇറങ്ങിപ്പോയി.

പിറ്റേദിവസം അതേ ക്ലാസിൽ നിന്നുകൊണ്ട് ജഗദീശ് പറഞ്ഞു:

"ഇന്നലെ ആരോ അന്തസ്സില്ലാതെ പ്രവർത്തിച്ചു. ആരാണെന്നെനിക്കറിയില്ല. അറിയാനൊട്ടു താല്പര്യവുമില്ല. എന്റെ തൊഴിൽ നിങ്ങൾക്കു തൃപ്തികരമല്ലെങ്കിൽ രാജിവച്ചു പോകാൻ ഞാൻ തയ്യാറാണ്. പക്ഷേ, അതു നിങ്ങൾ മാന്യമായ രീതിയിൽ അറിയിക്കണം. അല്ലെങ്കിൽ പ്രിൻസിപ്പാളിനോട് നേരിട്ടു പരാതിപ്പെടണം. നിങ്ങളുടെ മനുഷ്യത്വത്തിൽ എനിക്കു വിശ്വാസമുണ്ട്. ആ വിശ്വാസത്തിന്റെ അടിസ്ഥാനത്തിലാണ് ഈ ഫിലോസഫി. മാത്രമല്ല നിങ്ങളുടെ മുമ്പിൽ അതിന്റെ അദ്ധ്യാപകനായിട്ടാണ് ഞാൻ നില്ക്കുന്നത്. ഇനിമേലിൽ ഇതാവർത്തിച്ചാൽ അതാരാണെന്നറിയിക്കേണ്ട ചുമതലകൂടി നിങ്ങൾക്കുണ്ട്. അതിനു കൂട്ടാക്കിയില്ലെങ്കിൽ നിങ്ങൾ സത്യവിരോധികളും അധർമ്മത്തെ സ്നേഹിക്കുന്നവരും നിർവീര്യരുമാണെന്നു കരുതേണ്ടിവരും."

ഇത്രയും പറഞ്ഞിട്ട് ക്ലാസാരംഭിച്ചു. അതിനുശേഷം അങ്ങനെയൊരു സംഭവമേ ഉണ്ടായിട്ടില്ല. പക്ഷേ, അയാൾക്കു വിരോധമായി ചില വിപരീതശക്തികൾ പ്രവർത്തിക്കുന്നതായി ബോദ്ധ്യപ്പെട്ടു.

******

വീട്ടിൽ പോയ ഒരു ദിവസം ജഗദീശ് ശംഭുവിനോടു സംസാരിച്ചുകൊണ്ടിരിക്കുകയായിരുന്നു. ഒരാഴ്ചയേ ആയിട്ടുള്ളൂ. ശംഭു അഞ്ചാമത്തെ കുഞ്ഞിന്റെ അച്ഛനായിട്ട്. അടുത്തമുറിയിൽനിന്ന് കുഞ്ഞിന്റെ കരച്ചിൽ കേൾക്കാമായിരുന്നു. മുറ്റത്ത് അടയ്ക്ക തൊലിക്കുന്ന ജോലി ധൃതിയിൽ നടക്കുന്നുണ്ട്. അതുമിതും പറഞ്ഞിരിക്കുന്നതിനിടയിൽ ശംഭു ചോദിച്ചു:

"നീ ശാലിനിയെ വിവാഹം കഴിക്കുന്ന കാര്യം എന്തായി. കൃഷ്ണാചാര്യ അങ്ങനെയൊരു ആലോചനയുമായി നിന്റടുക്കൽ വന്നിരുന്നില്ലേ?"

"ഉം, വന്നിരുന്നു. എനിക്ക് താല്പര്യമില്ലെന്നു പറഞ്ഞയച്ചു."

"ഇവിടെയും അയാൾ ഒന്നുരണ്ടുപ്രാവശ്യം വന്നിരുന്നു. അയാളുടെ മകൾക്ക് മറ്റാരെയും കിട്ടാഞ്ഞിട്ടല്ല. ആരോ ഒരാൾ കുന്ദാരപുരത്തു നിന്നു വന്നിരുന്നുപോലും. ഒരു ഡോക്ടറാണ്. അടുത്തവർഷം അമേരിക്കയിൽ പോകാനുള്ള ഒരുക്കത്തിലാണെന്നാണറിഞ്ഞത്. ഏതാണ്ട് അതുറപ്പിക്കുമെന്നു തോന്നുന്നു. പെണ്ണും അമ്പതിനായിരം രൂപയും."

"വളരെ സന്തോഷം."

"ഇത്ര നല്ലൊരവസരം ആരെങ്കിലും പാഴാക്കുമോ? കൃഷ്ണാചാര്യമിനിഞ്ഞാന്നും വന്നിരുന്നു. പയ്യൻ അസ്സലായിട്ടുണ്ട്. ഡോക്ടറാണെങ്കിലും തെല്ലും അഹംഭാവമില്ലത്രേ. 'നിന്റെ അനുജന്റെ തലയിലെന്തൊക്കെയോ നിറഞ്ഞിരിക്കയാണെ'ന്നു പറഞ്ഞിട്ടാണ് അയാൾ പോയത്."

ശംഭു വെറുതെ പറയുകയാണെന്നാണ് ജഗദീശ് വിചാരിച്ചത്. കാരണം, അവൻ അപൂർവ്വമായിട്ടേ ജഗദീശിനോടു സംസാരിക്കാറുള്ളു. എന്തെങ്കിലും പറഞ്ഞാൽത്തന്നെ അതു കുത്തുവാക്കായിരിക്കും. മറ്റുള്ളവരുടെ മനസ്സു വിഷമിക്കത്തക്കവിധത്തിൽ സംസാരിക്കുന്ന പ്രകൃതക്കാരനാണയാൾ.

"അയാളെന്തും പറഞ്ഞോട്ടെ. അതിലെന്താ?" ജഗദീശ് ചിരിച്ചുകൊണ്ടു ചോദിച്ചു.

"പിള്ളേർക്ക് അക്ഷരം പറഞ്ഞുകൊടുക്കുന്ന ഒരുത്തന്റെ ഒപ്പം അയാളുടെ മകളെ അയയ്ക്കാൻ തയ്യാറില്ലെന്നും അയാൾ പറഞ്ഞു." ശംഭു വീണ്ടും ഓർമ്മിപ്പിച്ചു.

ശംഭുവിന്റെ വാക്കുകൾ ജഗദീശിനെ അല്പം ചൊടിപ്പിച്ചു.

"ഞാനായി, എന്റെ പാടായി എന്തെങ്കിലുമാകട്ടെ. മറ്റുള്ളവരുമായി ഞാൻ എന്നെ താരതമ്യപ്പെടുത്താൻ ആഗ്രഹിക്കുന്നില്ല. എന്റെ ജീവിതം എന്റെ കർമ്മഫലമാണ്. എല്ലാപേരുടേതും അങ്ങനെയാണെന്നാണ് എന്റെ വിശ്വാസം. ഞാൻ എന്തുചെയ്യുന്നോ അതാണെനിക്കു വലുത്. അതിൽ ഞാൻ അഭിമാനംകൊള്ളുന്നു." ജഗദീശ് ഗൗരവത്തോടെ പറഞ്ഞു.

"എത്ര വലിയവനായാലും അക്ഷരം പഠിപ്പിക്കുന്നവനെന്നു പറഞ്ഞാ ആളുകളു കൊടുക്കുന്ന വിലയൊക്കെ അത്രയ്ക്കത്രതന്നെ. പിള്ളാരുടെ കടലാസുബാണം എല്ലാ വാദ്ധ്യാന്മാരുടെ പുറത്തും വീഴും." ശംഭു തന്റെ അടവൊന്നു പയറ്റി.

കോളേജിൽ നടന്നതൊക്കെ ശിർവായിൽ നിന്നുവരുന്ന വിദ്യാർത്ഥികളിൽ നിന്ന് ഇയാളുടെ ചെവിയിലെത്തിയിരിക്കുമെന്ന് ജഗദീശ് ഊഹിച്ചു. കുത്തുവാക്കും കുബുദ്ധിയുമാണ് പാണ്ഡിത്യം എന്ന വിശ്വാസക്കാരനാണല്ലോ ശംഭു. അയാളുടെ വാചകമടിക്ക് ചെവികൊടുക്കുന്നവരോടേ അയാൾ സംസാരിക്കൂ. ബന്ധുക്കളാരെങ്കിലും വീട്ടിൽ വന്നാൽ,

വിദ്യാഭ്യാസമുള്ളവരാണെങ്കിൽ, ഒഴിഞ്ഞുമാറി നിന്നുകളയും. അല്ലെങ്കിൽ തന്റെ വാക്സാമർത്ഥ്യംകൊണ്ട് വ്യംഗ്യഭംഗികളോടെ സംസാരിച്ചു പാട്ടിലാക്കി അവിടെ ഇരുത്തും. അതാണ് അയാളുടെ പ്രകൃതം. അതു നടപ്പില്ലെന്നു കണ്ടാൽ പാടത്തിലോ തോട്ടത്തിലോ നടന്നുകളയും. ആളുകളെ അധിക്ഷേപിക്കലാണ് അയാളുടെ ശക്തമായ ആയുധം. അയാളുടെ നാക്കിന്റെ മൂർച്ചയ്ക്ക് ഇരയാകാത്തവർ കുറവാണ്. എത്ര നല്ലയാളാണെങ്കിലും അയാളുടെ ജീവിതത്തിൽ അല്പമെന്തെങ്കിലും തെറ്റുണ്ടെങ്കിൽ അതുകണ്ടുവയ്ക്കും. അവസരം കിട്ടുമ്പോൾ അതു പ്രയോഗിക്കും.

ശംഭുവിനോട് മറുപടി പറഞ്ഞിട്ടു കാര്യമില്ലെന്ന് ജഗദീശിനറിയാം. ജഗദീശ് വെറുതെ ചിരിച്ചതേയുള്ളൂ. ഏതായാലും ശംഭു അയാളുടെ ലക്ഷ്യത്തിൽ എത്തി. ജഗദീശിന്റെ വിശദീകരണമൊന്നും അവനാവശ്യമില്ല. 'എത്രയൊക്കെ പഠിച്ചാലും എന്റെ കൂർമ്മബുദ്ധി അവനില്ല' എന്നു വിചാരിച്ച് ശംഭു ഒന്നു ഞെളിഞ്ഞിരുന്നു.

വിശ്വനാഥിന് പൂർണ്ണ ആരോഗ്യം ലഭിച്ചു. ഇപ്പോൾ കോളേജിൽ പോകുന്നുണ്ട്. പ്രബന്ധത്തിന്റെ ജോലി ഏറക്കുറെ തീർന്നതുകൊണ്ട് വിശ്രമിക്കാൻ സമയം കിട്ടുന്നുണ്ട് എന്നൊക്കെ കത്തെഴുതിയിരുന്നു.

ഒരു മാസം കഴിഞ്ഞ് തീസിസ് സമർപ്പിച്ചശേഷം നാട്ടിലെത്തി. മകനെ ആരോഗ്യവാനായകണ്ടപ്പോൾ മീനാക്ഷി സന്തോഷിച്ചു. അനുജന് അസുഖം മാറിയെത്തിയതുകൊണ്ട് ഏറെ സന്തോഷിച്ചത് ജഗദീശായിരുന്നു. അയാൾ പഠനം പൂർത്തിയാക്കി വീട്ടിലെത്തിയത് ഒരു വലിയ ഉത്സവം തന്നെയായിരുന്നു.

ബാംഗ്ലൂരിൽ വിശ്വനാഥിന് ജോലി നല്കാമെന്ന് ഒരു കോളേജിന്റെ അധികൃതർ സമ്മതിച്ചിരിക്കുന്നു. കുറച്ചു ദിവസം വീട്ടിൽ വിശ്രമിച്ചശേഷം ആ ജോലി സ്വീകരിക്കാമെന്ന് വിശ്വനാഥ് തീരുമാനിച്ചു. പി എച്ച് ഡി ബിരുദം കിട്ടിയശേഷം മറ്റെവിടെയെങ്കിലും പോകാമെന്നായിരുന്നു അയാളുടെ ചിന്ത.

കുറച്ചുകാലം കോളേജിൽ തന്നെ തുടരുക. റിസൾട്ട് വന്നശേഷം പോസ്റ്റ് ഡോക്ടറലിന് വിദേശത്തെവിടെയെങ്കിലും ശ്രമിക്കണമെന്ന് ജഗദീശ് ഉപദേശിച്ചു.

രണ്ടാഴ്ച വീട്ടിൽ വിശ്രമിച്ചശേഷം ബാംഗ്ലൂർ വിശ്വേശ്വരയ്യ മെമ്മോറിയൽ ആർട്സ് ആൻഡ് സയൻസ് കോളേജിൽ അദ്ധ്യാപകവൃത്തിയിൽ പ്രവേശിച്ചു.

****

മാധവഭട്ടിന്റെ അധീനതയിലുള്ള ബൊൾമണ്ണിലുണ്ടായിരുന്ന ശ്രീകൃഷ്ണ ക്ഷേത്രത്തിൽ ഉത്സവം ആരംഭിച്ചു. ജഗദീശിന്റെ നാട്ടിൽ ഉത്സവത്തിനു പോകണമെന്നു ഗോവിന്ദരാജിന്റെ ഭാര്യ രാജലക്ഷ്മി ജഗദീശിനോടു പറയാൻ തുടങ്ങിയിട്ട് വർഷം രണ്ടുമൂന്നായി. ഓരോ പ്രാവശ്യവും എന്തെങ്കിലും ഒഴിവുകഴിവ് പറഞ്ഞ് ജഗദീശ് ഒഴിഞ്ഞുമാറുക

യാണ് പതിവ്. ഇത്തവണ രാജലക്ഷ്മിയോടൊപ്പം ഗോവിന്ദരാജും നിർബ്ബന്ധം തുടങ്ങി.

"കുറഞ്ഞപക്ഷം ഒരു ദിവസമെങ്കിലും നമുക്കൊന്ന് അവിടംവരെ പോയിവരാം മി. ജഗദീശ്." ഗോവിന്ദരാജ് പറഞ്ഞു.

ഉത്സവം, അവിടത്തെ കോലാഹലങ്ങൾ എല്ലാം കാണാൻ ജഗദീശിനും ഇഷ്ടമാണ്. ഇത്തരം സന്ദർഭങ്ങളിലാണ് മനുഷ്യന് അവന്റെ സ്ഥാനമാനങ്ങൾ മറന്ന് സാധാരണ ജനങ്ങളുമായി ഇടപഴകാൻ അവസരം ലഭിക്കുന്നതെന്ന വിശ്വാസക്കാരനായിരുന്നു ജഗദീശ്. അതുകൊണ്ടാണ് ആറുവർഷം മുമ്പ് ഡൽഹിയിലായിരുന്നപ്പോൾ അവിടത്തെ ഹോളി, രാമലീല, ദീപാവലി തുടങ്ങിയ ഉത്സവങ്ങളിൽ ജഗദീശ് താല്പര്യപൂർവ്വം പങ്കെടുത്തിരുന്നത്. ജാതിമതങ്ങൾ കെട്ടിപ്പൊക്കിയ വേലിക്കെട്ടുകൾ. അവിടെ മനുഷ്യൻ ഒന്നായിത്തീരുന്നത് അവൻ കണ്ടിരുന്നു.

ഗോവിന്ദരാജിനെയും രാജലക്ഷ്മിയേയും വീട്ടിലേക്കു കൂട്ടിക്കൊണ്ടുപോകാൻ ജഗദീശിന് ഇഷ്ടമായിരുന്നില്ല. എങ്കിലും അവരുടെ താല്പര്യത്തിനും നിർബ്ബന്ധത്തിലും ജഗദീശ് വഴങ്ങി. നാലാം ദിവസത്തെ ഉത്സവമാണ് ഏറ്റവും പ്രധാനപ്പെട്ടതും ആകർഷകവും. അന്നു വൈകുന്നേരം അവർ ബൊൾമണ്ണിലെത്തി.

വീട്ടിലെത്തിയപ്പോൾ മീനാക്ഷിയും സരസ്വതിയും അവളുടെ രണ്ടു കുട്ടികളും മാത്രമേ ഉണ്ടായിരുന്നുള്ളൂ. ജഗദീശ് സാധാരണ കിടക്കാറുള്ള മുറി ഗോവിന്ദരാജിനും കുടുംബത്തിനും വേണ്ടി ഒഴിഞ്ഞുകൊടുത്തു. അവരുടെ മകൻ അനിൽ അപ്പോൾ ഉറക്കത്തിലായിരുന്നു. രാജലക്ഷ്മി അവനെ മെത്തയിൽ കൊണ്ടുപോയി കിടത്തി.

"ആരാ, ഗോവിന്ദരാജുവാണോ?" മീനാക്ഷി വന്നു ചോദിച്ചു.

"അതെ, ഇവിടത്തെ ഉത്സവമൊക്കെ കണ്ടുമടങ്ങാമെന്നു കരുതി." ഗോവിന്ദരാജ് മറുപടി നല്കി.

"വളരെ സന്തോഷം, വളരെ സന്തോഷം" മീനാക്ഷി പറഞ്ഞു.

ശംഭട്ടിന്റെ ഭാര്യ സരസ്വതി, അവളുടെ മുറിയിൽനിന്നു പുറത്തിറങ്ങിയതേയില്ല. ഒന്നു രണ്ടുപ്രാവശ്യം സ്വീകരണമുറിയിൽ അങ്ങോട്ടുമിങ്ങോട്ടും പോകുമ്പോൾ ഒന്നു നോക്കിയതല്ലാതെ ഒന്നും സംസാരിച്ചില്ല. വന്നതാരാണെന്ന് അറിയാനോ അവരുമായി സംസാരിക്കാനോ അവൾക്ക് താല്പര്യമില്ലായിരുന്നു.

അല്പനേരം കഴിഞ്ഞ് ജോലിക്കാരി റുക്കു ഒരു സ്റ്റീൽ പാത്രത്തിൽ നിറയെ കാപ്പിയും നാലഞ്ച് ഗ്ലാസും ഒരു തട്ടത്തിൽ കുറച്ചു ദോശയും ചട്നിയും വാഴക്കീറ്റിലയും മേശപ്പുറത്തുകൊണ്ട് വന്ന് വച്ചു. എന്നിട്ട് ജഗദീശിനെ നോക്കി–

"ഇങ്ങോട്ടു ഒന്നു വരണേ, അമ്മച്ചി കാപ്പി കുടിക്കാൻ വിളിക്കുന്നു." എന്നു പറഞ്ഞു. ജഗദീശിന് ഉള്ളിൽ ചിരി വന്നു. ഒരു വാഴയിലയെടുത്ത് അതിൽ ദോശയും ചട്നിയും വിളമ്പി. "എടുത്തു കഴിക്കൂ" എന്നു പറഞ്ഞിട്ട് ഒരു സ്റ്റൂളിൽ മറ്റൊരിലയിട്ട് അരുണയ്ക്ക് പ്രത്യേകം വച്ചു

കൊടുത്തു. ഒരു ഗ്ലാസ് കാപ്പിയെടുത്ത് രണ്ടു പാത്രത്തിലായി ഒഴിച്ചു വച്ചു. "എടുത്തു കഴിക്കൂ മോളെ." ജഗദീശ് അരുണയെ നിർബ്ബന്ധിച്ചു.

ഒരു ഗ്ലാസ് കാപ്പിയെടുത്ത് ജഗദീശും കുടിക്കാനിരുന്നു. "നിങ്ങളെ കാപ്പി കുടിക്കാൻ അമ്മ വിളിച്ചല്ലോ." രാജലക്ഷ്മി ഓർമ്മിപ്പിച്ചപ്പോൾ "ശ് ശൂ........" എന്നു ചുണ്ടത്തു വിരൽവച്ചു വിലക്കി.

മീനാക്ഷിയുടെ മിതഭാഷിത്വം, സരസ്വതിയുടെ മൗനം, ആകെക്കൂടി വീട്ടിലൊരു മൂകത. ഗോവിന്ദരാജിനെയും രാജലക്ഷ്മിയെയും അകത്തു വിളിച്ചതും എല്ലാം അവർക്ക് തീരെ പന്തികേടായി തോന്നി. ജഗദീശ് ഇതൊന്നും അറിഞ്ഞ ഭാവമേയില്ലാതെ അവിടെത്തന്നെയിരുന്നു.

"എന്തെടാ ജഗ്ഗൂ, നീ കാപ്പി കുടിക്കാൻ വരുന്നില്ലേ? കാപ്പി തണുത്തു തുടങ്ങിയല്ലോ. വേഗം എണീറ്റുവന്നേ" മീനാക്ഷി വന്ന് ജഗദീശിനെ വിളിച്ചു.

"വേണ്ടമ്മേ. വയറ്റിനു നല്ല സുഖമില്ല. ആഹാരമൊന്നും കഴിക്കാൻ വയ്യ." വയറു തടവിക്കൊണ്ടു ജഗദീശ് പറഞ്ഞു.

അമ്മ അകത്തേക്ക് പോയ തക്കംനോക്കി അവന്റെ മുമ്പിലെ ഇലയിലുണ്ടായിരുന്ന പകുതി ദോശകൂടി തിന്ന് കാപ്പി കുടിച്ചു. കുറച്ചുകഴിഞ്ഞ് റുക്കു വന്ന് ഇലയെടുത്തുകളഞ്ഞ് പാത്രവും എടുത്തുകൊണ്ടു പോയി.

സമയം വൈകുന്നേരം അഞ്ചുമണിയായി. ജഗദീശ് അവരെയുംകൂട്ടി അമ്പലത്തിലേക്കുപോയി. വഴിക്ക് ഇരുവശങ്ങളിലുമുള്ള കവുങ്ങിൻ തോട്ടവും വാഴത്തോപ്പും നെൽപ്പാടവും ഒക്കെ കാണിച്ചുകൊടുത്തു.

"നിങ്ങളുടെ നാട് എത്ര സുന്ദരമായിരിക്കുന്നു." രാജലക്ഷ്മി ആഹ്ലാദംകൊണ്ട് മതിമറന്നു പറഞ്ഞു.

പഴുത്ത അടയ്ക്കാക്കുലകൾ നിറഞ്ഞ കവുങ്ങുകൾ കാറ്റത്തുലഞ്ഞാടിനില്ക്കുന്നു. ഫലപുഷ്ടമായ തെങ്ങുകൾ തലയുയർത്തി നില്ക്കുന്നുണ്ട്. തോട്ടത്തിനരുകിൽത്തന്നെയായിരുന്നു അമ്പലം. ഉത്സവപ്പറമ്പിന്റെ കോലാഹലം അവിടെ കേൾക്കാം.

പലഭാഗത്തുനിന്നും ആളുകൾ അമ്പലത്തിലേക്കു വന്നുകൊണ്ടിരുന്നു. ജഗദീശിന്റെ അച്ഛൻ അമ്പലഗോപുരനടയിൽത്തന്നെ നില്പുണ്ട്. അവരെക്കണ്ടിട്ട് "ഇവർ ആരാണ്?" എന്ന് ജഗദീശിനോടു ചോദിച്ചു.

"ഇദ്ദേഹം ഗോവിന്ദരാജ്. ഞങ്ങളുടെ കോളേജിലെ എക്കണോമിക്സ് ലക്ചറർ?" രാജ് കൈകൂപ്പി നമസ്കരിച്ചു. മാധവഭട്ട് "ഉം" എന്ന് ഒന്നു മൂളി.

"നിങ്ങൾ എപ്പോഴെത്തി?"

"കുറച്ചുനേരമായതേയുള്ളൂ" ജഗദീശ് മറുപടി നല്കി.

"വീട്ടിൽപ്പോയി കാപ്പി കുടിച്ചോ?"

"എല്ലാം കഴിഞ്ഞു." ഗോവിന്ദരാജ് പറഞ്ഞു.

അവർ ഗോപുരം കടന്ന് അകത്തേക്കു പോകുമ്പോൾ മാധവഭട്ട് ജഗദീശിനെ അടുത്തുവിളിച്ച് മെല്ലെ ചോദിച്ചു - "അവർ ഏതു ജാതിക്കാരാ?"

ഈ ചോദ്യം ജഗദീശ് പ്രതീക്ഷിച്ചിരുന്നതാണ്. എത്ര നിയന്ത്രിച്ചിട്ടും ദേഷ്യം വന്നു.

"അതറിഞ്ഞിട്ട് ഇപ്പോൾ എന്താകാര്യം? ശ്രീകോവിലിലൊന്നും അവർ പോകുന്നില്ല." അടക്കിയ സ്വരത്തിൽ ജഗദീശ് പറഞ്ഞു.

ഈ സംഭാഷണം കേട്ടുകൊണ്ടുനിന്ന ഗോവിന്ദരാജിനും രാജലക്ഷ്മിക്കും മേലാകെ തേളുകയറിയതുപോലെ തോന്നി. ജഗദീശ് അരുണയുടെ കൈപിടിച്ച് - "വരൂ, നമുക്കൊന്നു ചുറ്റിക്കണ്ടുവരാം." എന്നു പറഞ്ഞ് അകത്തേക്ക് പോയി.

അമ്പലം ചുറ്റി വന്ന് പൂജാരിയുടെ കൈയിൽനിന്നു പ്രസാദവും വാങ്ങി ഗോപുരത്തിനടുത്തിരുന്നു. നേരം സന്ധ്യയായി

"ഉത്സവം തുടങ്ങാൻ ഒൻപതുമണി കഴിയും. നമുക്ക് വീട്ടിൽ പോയിട്ട് വരാം."ജഗദീശ് പറഞ്ഞു.

രാജലക്ഷ്മിക്ക് ഉത്സവം കാണാനുള്ള താല്പര്യമെല്ലാം ചോർന്നു പോയിരുന്നു. വന്നവഴിക്ക് ചുങ്കം കൊടുക്കാതെ മടങ്ങുകയാണ് ഭേദം എന്ന് മനസ്സിൽ കരുതി. അവൾ പ്രതീക്ഷിച്ചപോലൊന്നും കണ്ടില്ല. ഗോവിന്ദരാജ് ഒരു പാവപോലെ ജഗദീശിനോടൊപ്പം നടന്നു. ഭർത്താവിനോടെന്തെങ്കിലും പറയാമെന്നുവച്ചാൽ അദ്ദേഹം ദേഷ്യപ്പെടുമെന്ന് രാജലക്ഷ്മിക്കറിയാം. "നീ നാടും ഉത്സവവുമൊക്കെ കാണാൻ വന്നതല്ലേ? മറ്റൊന്നും ശ്രദ്ധിക്കണ്ടാ" എന്ന് അദ്ദേഹം പറയും.

തോട്ടത്തിലെ പമ്പ് പ്രവർത്തിക്കുന്നുണ്ടായിരുന്നു. കുളത്തിന്റെ കൽപ്പടവിൽ ഒരു സ്ത്രീ മുണ്ട് മുട്ടോളം മാടിക്കുത്തി കാൽ കഴുകുന്നു. അതിനരികിലുള്ള പൈപ്പിൽ ചാരിനിന്ന് ഒരാൾ സംസാരിക്കുന്നു. വയൽവരമ്പിലൂടെ ജഗദീശ് നടന്നുവരുന്നത് കണ്ട് അയാൾ പെട്ടെന്നു പമ്പുഹൗസിനുള്ളിൽ കയറിക്കളഞ്ഞു.

ക്ഷേത്രകാര്യങ്ങൾ നോക്കുന്ന ശംഭട്ടിനെ വീട്ടിലും അമ്പലത്തിലും കണ്ടിരുന്നില്ല. ഉഡുപ്പിയിലെവിടെങ്കിലും പോയിക്കാണുമെന്നാണ് വിചാരിച്ചത്. വീട്ടിൽ ചെന്നിട്ട് അമ്മയോട് ചോദിക്കാമെന്ന് മനസ്സിൽ കരുതിയതാണ്. ഇനിയിപ്പോൾ അതിന്റെ ആവശ്യമില്ല. ജഗദീശിന്റെ മുഖത്തു വിടർന്ന ചിരി കൂടെവന്നവർ കണ്ടില്ല. തോട്ടത്തിന്റെ മതിൽ കുറെക്കൂടി പൊക്കമുണ്ടായിരുന്നെങ്കിൽ എന്ന് ജഗദീശിന് തോന്നി.

ശംഭട്ടിന്റെ മൂന്ന് ആൺമക്കളേയും വീട്ടിലെങ്ങും കണ്ടില്ല. മറ്റു കുട്ടികളോടൊപ്പം കളിക്കുകയായിരിക്കുമെന്ന് വിചാരിച്ചു.

അത്താഴത്തിനു സമയമായപ്പോൾ ജോലിക്കാരി വന്ന് "ഊണു തയ്യാറായി" എന്നു പറഞ്ഞു. ജഗദീശ് അവരെ കാലും മുഖവും കഴുകിക്കാൻ കിണറ്റിൻകരയിലേക്ക് കൂട്ടിക്കൊണ്ടുപോയി കൽത്തൊട്ടിയിൽനിന്നും വെള്ളമെടുത്ത് കൈയും കാലും മുഖവും കഴുകി സ്വീകരണമുറിയിലെത്തി. അവിടെത്തന്നെ ഉണ്ണാനിരിക്കാൻ പലകയും ഇലയും വച്ചിരുന്നു. അരികിലായി വെള്ളവും. ഗ്ലാസിൽ വെള്ളമെടുത്ത് ഇല കഴുകിവച്ചു. മീനാക്ഷി ഉപ്പിലിട്ടത് വിളമ്പാൻ എടുത്തുകൊണ്ടു വന്നു. ജഗദീശ് അവ

രോടൊപ്പം ഉണ്ണാനിരിക്കുന്നതു കണ്ട് - "നീ എന്താ ഇവിടെ ഇരുന്നു കളഞ്ഞത്? അകത്ത് നിനക്ക് പ്ലെയ്റ്റുവച്ചിരുന്നല്ലോ" എന്നു മീനാക്ഷി പറഞ്ഞു.

"സാരമില്ല. ഇന്ന് ഇവിടെത്തന്നെയാകട്ടമ്മേ." ജഗദീശ് അവിടെ തന്നെയിരുന്നു.

ഉപ്പിലിട്ടത് വിളമ്പി മീനാക്ഷി അകത്തുപോയി. പാചകകാരൻ ഭട്ടൻ വന്ന് ചോറും കറിയും രസവും എല്ലാം വിളമ്പി. പിന്നാലെ പായസവും എത്തി.

എല്ലാവരും മൗനമായിരുന്ന് ഊണുകഴിച്ചു. ഊണ് കഴിഞ്ഞ് ഗോവിന്ദരാജ് ഇലയെടുക്കാൻ ഭാവിച്ചു. ജഗദീശ് പെട്ടെന്ന് വിലക്കി. "അതവിടെ ഇരിക്കട്ടെ. റുക്കു എടുക്കും."

പക്ഷേ, ജഗദീശും ഗോവിന്ദരാജും എണീറ്റശേഷം രാജലക്ഷ്മി, തന്റെയും കുട്ടികളുടെയും ഇലകളോടൊപ്പം മറ്റു രണ്ടിലയും കൂടി എടുത്തു. അതുകണ്ട് റുക്കു പറഞ്ഞു - "എന്താമ്മച്ചി അതെടുക്കുന്നേ. ഞാനെടുക്കുമായിരുന്നല്ലോ."

എല്ലാവരും കൈകഴുകി എത്തിയപ്പോഴേക്കും ജോലിക്കാരി വന്ന് അവർ ഊണ് കഴിച്ചസ്ഥലം ചാണകവെള്ളം തളിച്ചു വൃത്തിയാക്കി.

ഉത്സവാഘോഷം തുടങ്ങാൻ സമയമായി. അതു കാണാൻ പോകാൻ രാജലക്ഷ്മിക്ക് തീരെ താല്പര്യം തോന്നിയില്ല. എങ്കിലും ഉത്സവം കാണാൻ വന്നിട്ട് ഇനി ഇപ്പോൾ "വരുന്നില്ല" എന്നെങ്ങനെ പറയും. ഏതായാലും കുഞ്ഞിനെയുമെടുത്ത് അവരോടൊപ്പം ഇറങ്ങി. രാത്രിയായതിനാൽ അരുണയെ ജഗദീശ് എടുത്തിരുന്നു. തോട്ടത്തിലൂടെ നടക്കുമ്പോൾ പമ്പു ഹൗസിലേക്ക് ജഗദീശിന്റെ ശ്രദ്ധപോയി. പമ്പിന്റെ പ്രവർത്തനം നിലച്ചിരുന്നു. അതിനു മുമ്പിൽ ഒരു ബൾബ് പ്രകാശിക്കുന്നുണ്ട്. കുളത്തിലെ വെള്ളത്തിൽ അതു പ്രതിഫലിച്ചു.

അമ്പലത്തിൽ ആള് തിങ്ങി നിറഞ്ഞു. അന്തരീക്ഷമാകെ പ്രകാശധോരണിയിൽ മുങ്ങി. എതിരെയുള്ള പാടത്ത് വാണിഭക്കാരുടെ തിക്കും തിരക്കും. അമ്പലത്തിലുള്ളതിലേറെ ആളുകൾ വാണിഭസ്ഥലത്തുണ്ട്. ആളുകളുടെ ആരവവും കുട്ടികളുടെ കരച്ചിലും ചിരിയും കളിയും പീപ്പീ വിളിയും വാദ്യഘോഷങ്ങളും ഒക്കെക്കൂടി ശബ്ദായമാനമായ അന്തരീക്ഷം.

ചന്ദനത്തിരിയുടെയും അപ്പം വറുക്കുന്ന എണ്ണയുടെയും സ്തീകൾ തലമുടിയിലണിഞ്ഞിരിക്കുന്ന പൂക്കളുടെയും എല്ലാം മിശ്രിതഗന്ധം. വയലിന്റെ അകലത്തൊരു മൂലയിൽ അസ്പൃശ്യരായ താണജാതിക്കാരുടെ കൂട്ടം. ചന്ദനത്തിരിയുടെയും അപ്പം വറുക്കുന്നതിനുമിടയിൽ അങ്ങോട്ടുമിങ്ങോട്ടും അലഞ്ഞുനടക്കുന്ന പൂവാലന്മാർ. ആകെക്കൂടി കൗതുകമുണർത്തുന്ന അനുഭവമായിരുന്നു അത്.

ശ്രീകോവിലിൽനിന്ന് എഴുന്നള്ളിപ്പിന്റെ സമയമായി. അതു കാണാൻ ആളുകൾ ഉത്സുകരായി. വാദ്യഘോഷങ്ങൾ ഉച്ചസ്ഥായിയിൽ മുഴങ്ങി. ഗോവിന്ദരാജ് ഭാര്യയെ ഗോപുരത്തിനടുത്ത് ഒരു

കോണിൽ കൊണ്ടു ചെന്നിരുത്തി. അനിൽ ഉറക്കമെണീറ്റ് കണ്ണുമിഴിച്ച് ചുറ്റും നോക്കി. അടുത്തിരുന്ന യുവതി രാജലക്ഷ്മിയെ ഉപദേശിച്ചു. "ബ്രാഹ്മണർക്കിരിക്കാൻ അകത്തു പ്രത്യേക സ്ഥലമുണ്ട്, അവിടെ ഇരിക്കുന്നതാണ് സൗകര്യം."

രാജലക്ഷ്മി അവളെ തുറിച്ചു നോക്കിക്കൊണ്ടു പറഞ്ഞു- "ഞങ്ങൾ ബ്രാഹ്മണരല്ല."

ശ്രീകോവിലിൽ നിന്നാരംഭിച്ച എഴുന്നള്ളിപ്പ് അകത്തെ അങ്കണം വലംവച്ച് പുറത്തെ അങ്കണത്തിലെത്തി. വാദ്യഘോഷം ഒന്നു മുറുകി വീണ്ടും താണു. വിഗ്രഹം ചുമന്നുകൊണ്ടു നടക്കുന്ന പൂജാരിയുടെ ഇരുവശങ്ങളിലുമായി വിലപിടിപ്പുള്ള പട്ടു വസ്ത്രം ധരിച്ച് മാധവഭട്ടും ശംഭട്ടും വിരാജിച്ചു.

അർദ്ധവൃത്താകൃതിയിൽ മുല്ലപ്പൂക്കൾ ഇടചേർത്തുകെട്ടിയ ചപ്ര ത്തിനുള്ളിൽ വേണു ഏന്തിയ ശ്രീകൃഷ്ണന്റെ സ്വർണ്ണവിഗ്രഹം പുറ ത്തേക്കെഴുന്നള്ളിച്ചു. എല്ലാ കണ്ണുകളും വിഗ്രഹത്തിൽ തന്നെ. എന്തോ അലൗകിക വസ്തു കണ്ടതുപോലെ ആത്മവിസ്മൃതിയിലാണ്ട് ജനം നിന്നുപോയി. എന്നും ദർശിക്കുന്ന ആ വിഗ്രഹത്തിന് പുതുമയൊന്നുമു ണ്ടായിരുന്നില്ല. എങ്കിലും അതെഴുന്നള്ളിച്ചു വന്നപ്പോൾ ഭക്തിയിൽ മുഴുകി നിർന്നിമേഷം നോക്കിനിന്നു. അവരെ ആകർഷിച്ചത് എന്താ ണെന്നു വ്യക്തമല്ല. അദൃശ്യമായ ഏതെങ്കിലും ശക്തിവിശേഷമോ, ഭക്തിപാരവശ്യമോ കൃഷ്ണകരാർപ്പിതമായ വേണുവോ എന്താ ണെന്നു പറയാൻ വയ്യ. പൂജാരി ചപ്രം ഇരുകൈകളും മാറിമാറി താങ്ങി ക്കൊണ്ട് ആകർഷകമായ വിധത്തിൽ അടിവച്ചടിവച്ച് നീങ്ങുന്നു. ചെമ ന്നപട്ട് തറ്റുടുത്ത് ശരീരമാകെ ചന്ദനം ചാർത്തിയ പൂജാരിയുടെ തല യിൽ ആ കൃഷ്ണവിഗ്രഹം കൂടുതൽ ശോഭയുള്ളതായിരുന്നു. ഈശ്വര വിഗ്രഹത്തെ ഏകാഗ്രമായിട്ടേ കാണാവൂ എന്നാണ് പരമ്പരാഗതവിശ്വാ സം. അല്ലെങ്കിൽ പാപമാണെന്ന് വിചാരിച്ച് കുട്ടികൾ ഭക്തിപൂർവ്വം നോക്കിനിന്നു. കുട്ടികളുടെ സഹജമായ അശ്രദ്ധ മുതിർന്നവരെ ചൊടി പ്പിക്കും. അവർ അവരുടെ ചെവിക്കുപിടിച്ച് വിഗ്രഹത്തെ നോക്കാൻ നിർബ്ബന്ധിക്കും. പക്ഷേ, കുട്ടികൾക്ക് വിഗ്രഹത്തേക്കാൾ പൂജാരിയുടെ ചലനങ്ങളാണ് രസകരമായി തോന്നിയത്.

കുറച്ചുകഴിഞ്ഞ് മീനാക്ഷിയും സരസ്വതിയും പട്ടുടുത്ത് സർവ്വാഭ രണ വിഭൂഷിതകളായി അമ്പലനടയുടെ ഒരുവശത്ത് വന്ന് ഇരിപ്പായി.

എഴുന്നള്ളിപ്പ് ചുറ്റമ്പലത്തെ ഏഴുപ്രാവശ്യം പ്രദക്ഷിണം ചെയ്തു കഴിഞ്ഞു. അമ്പലത്തിനു മുന്നിലുള്ള വയലിൽ വർണ്ണശബളമായ തേര് ഒരുക്കിയിരുന്നു. പൂജാരി അതിൽ കയറി ചപ്രം അതിൻമേൽ പ്രതി ഷ്ഠിച്ചു. എന്നിട്ട് തേങ്ങയുടച്ച് പൂജനടത്തി. ആളുകൾ തേരുവലിക്കാൻ തുടങ്ങി. ഉത്സവമേളം അതിന്റെ പരമകാഷ്ഠയിലെത്തിയതും വെടിക്കെട്ട് മുഴങ്ങി.

ഉത്സവം കഴിഞ്ഞ് ജഗദീശും ഗോവിന്ദരാജും രാജലക്ഷ്മിയും വീട്ടി

ലേക്ക് തിരിച്ചു. ആരും ഒന്നും സംസാരിച്ചതേയില്ല. ഉറങ്ങുന്ന അനിലിനെ ഗോവിന്ദരാജും അരുണയെ ജഗദീശും തോളിലെടുത്തിരുന്നു.

ജഗദീശ് തന്റെ കിടക്കമുറിയിൽ അവർക്ക് കിടക്കാൻ വേണ്ട സൗകര്യങ്ങൾ ചെയ്തു കൊടുത്തിട്ട് ഒരു പുൽപ്പായയെടുത്ത് സ്വീകരണമുറിയിൽ ചെന്നു കിടന്നു. രാവിലെ ഉണർന്നെഴുന്നേല്ക്കുമ്പോഴേക്കും തലേ ദിവസത്തെപ്പോലെ കാപ്പിയും പലഹാരങ്ങളും എത്തിയിരുന്നു. ദോശയ്ക്കു പകരം ഇഡ്ഡലിയാണെന്നു മാത്രം.

കോളേജിൽ പോകേണ്ട ദിവസമായതിനാൽ അവർ രാവിലെ തന്നെ പുറപ്പെട്ടു.

ബസിൽനിന്നിറങ്ങി ഒരു ടാക്സി പിടിച്ച് ക്വാർട്ടേഴ്സിലെത്തി. ജഗദീശും ഗോവിന്ദരാജിനൊപ്പം അവരുടെ വീട്ടിലേക്കുതന്നെ പോയി. ജഗദീശ് സോഫയിലേക്ക് ചാരി ഒന്നാശ്വസിച്ച് ചിരിക്കാൻ തുടങ്ങി. അവർ അത്ഭുതത്തോടെ ചോദിച്ചു- "എന്താ, എന്തുപറ്റി?"

"ജനഭ്രാന്തോ ഉത്സവഭ്രാന്തോ എന്ന ചൊല്ല് എനിക്കോർമ്മ വന്നു." ജഗദീശ് ചിരിച്ചുകൊണ്ടു പറഞ്ഞു. "ഈ തലവേദന സഹിച്ചുസഹിച്ച് മതിയായി. ഇങ്ങനെയൊരു തലവേദന എന്റെ ജീവിതത്തിലുണ്ടായിട്ടില്ല. ഇനി മേലാൽ എന്റെ വീട്ടിലേക്ക് വരണമെന്ന് വാശിപിടിക്കരുതെന്ന് ഞാൻ അഭ്യർത്ഥിക്കുന്നു."

"നിങ്ങളുടെ നാടും കണ്ടു, വീടും കണ്ടു, ഉത്സവവും കണ്ടു. ഞങ്ങൾക്കത്രയേ ഉദ്ദേശ്യമുണ്ടായിരുന്നുള്ളൂ. It was very nice." ഗോവിന്ദരാജ് പറഞ്ഞു.

"അതിരിക്കട്ടെ, നിങ്ങൾ എന്റെ വീട്ടിൽ വന്നെങ്കിലും ഒരു വീട്ടിലേക്ക് വന്നതുപോലെ ആയില്ല എന്നതല്ലേ സത്യം."

"അതിൽ വിഷമിക്കാനൊന്നുമില്ല മി.ജഗദീശ്. ഞങ്ങൾക്കവിടെ ഒരു പ്രയാസവും ഉണ്ടായിരുന്നില്ലല്ലോ."

ജഗദീശ് പിന്നൊന്നും പറഞ്ഞില്ല. അടുക്കളയിൽ ഇതൊക്കെ കേട്ടുനിന്ന രാജലക്ഷ്മിക്ക് ദ്വേഷ്യവും സങ്കടവും സഹിക്കാനായില്ല. മനഃപൂർവ്വം അവൾ അതടക്കി ചൂടുകാപ്പിയുമെടുത്തു കൊണ്ടുവന്നു. "നോക്കൂ മി. ജഗദീശ്, ഞാൻ ഒരു കാര്യം തീരുമാനിച്ചു."

"എന്താ?" ജഗദീശ് ഉൽക്കണ്ഠയോടെ ചോദിച്ചു.

"എനിക്ക് മരിച്ചിട്ട് അടുത്ത ജന്മം ഒരു ബ്രാഹ്മണനായി ജനിക്കണമെന്ന്" അവൾ ചിരിച്ചുകൊണ്ടു പറഞ്ഞു.

"എനിക്കും അതുതന്നെയാണാഗ്രഹം. പക്ഷേ, ഞാൻ മരമോ പക്ഷിയോ ആയി ജനിക്കാനാണ് കൂടുതൽ ഇഷ്ടപ്പെടുന്നത്. ബ്രാഹ്മണനായി ജനിക്കരുതേ എന്നാണെന്റെ പ്രാർത്ഥന. ഇനി മനുഷ്യനായി ജനിക്കേണ്ടിവന്നാൽ വല്ല അറേബ്യൻ മരുഭൂമിയിലോ അമേരിക്കയുടെ തലസ്ഥാനനഗരിയിലോ ജനിച്ചാൽ മതിയായിരുന്നു. അല്ല ഭാരതത്തിൽ തന്നെ ജനിക്കുകയാണെങ്കിൽ ഹിമാലയത്തിന്റെ താഴ്വരയിൽ ഒരു വേടനായി ജനിക്കണം." ജഗദീശ് തന്റെ ആഗ്രഹം വ്യക്തമാക്കി.

അയാളുടെ ചിരിയും സംഭാഷണവും കേട്ട് ഗോവിന്ദരാജിനും രാജലക്ഷ്മിക്കും ഒന്നും പറയാൻ തോന്നിയില്ല.

*****

ഒരു ദിവസം ഉച്ചകഴിഞ്ഞ് ജഗദീശ് കോളേജിൽ തന്റെ സുഹൃത്തുക്കളോട് സംസാരിച്ചുകൊണ്ടിരിക്കുകയായിരുന്നു. ഒരു ഫോൺ ഉണ്ടെന്ന് പ്യൂൺ വന്നറിയിച്ചു. ജഗദീശ് ഓടിച്ചെന്ന് റിസീവർ എടുത്ത് ചെവിയിൽ ചേർത്ത് പിടിച്ചു.

"വിശ്വനാഥന് അസുഖം വളരെ കൂടുതലാണ്. ഉടനെ പുറപ്പെടണം." ജോഷിയാണ് ഫോൺ ചെയ്ത് അറിയിച്ചത്. വീട്ടിലേക്ക് വിവരം അറിയിച്ച് ഉടനെ തന്നെ ബാംഗ്ലൂരിലേക്ക് തിരിച്ചു. രാവിലെ ആറു മണിക്ക് അവിടെയെത്തി. ബസിൽ നിന്നിറങ്ങി ഒരു ടാക്സി പിടിച്ച് ആശുപത്രിയിലെത്തി. എമർജൻസി വാർഡിനടുത്ത് സുഹൃത്തുക്കൾ കൂട്ടം കൂടി നില്പുണ്ടായിരുന്നു. ജഗദീശ് നേരെ അകത്തേക്കോടി. കാര്യം വ്യക്തമാകാതെ ഉൽക്കണ്ഠിതനായി. അയാളുടെ ഹൃദയമിടിപ്പ് അയാൾക്കു തന്നെ കേൾക്കാമായിരുന്നു. കട്ടിലിൽ കിടക്കുന്ന വിശ്വനാഥിന്റെ പ്രശാന്തമായ മുഖം അയാൾ കണ്ടു. രാത്രി ഏതാണ്ട് രണ്ടുമണിയായപ്പോൾത്തന്നെ വിശ്വനാഥ് ഈ ലോകത്തോട് യാത്രപറഞ്ഞുകഴിഞ്ഞിരുന്നു. ജഗദീശ് അസ്തപ്രജ്ഞനായി. ദുഃഖം അണപൊട്ടിയൊഴുകി. അനുജന്റെ കിടക്കയ്ക്കരുകിൽ നിന്ന് രണ്ടുകൈകൊണ്ടും മുഖംപൊത്തി തേങ്ങിത്തേങ്ങിക്കരഞ്ഞു.

ജോഷി അടുത്തുചെന്ന് തോളിൽ തട്ടി വിളിച്ച് പുറത്തേക്ക് കൂട്ടിക്കൊണ്ടുപോയി. "സമാധാനമായിരിക്കൂ മി. ജഗദീശ്. സംഭവിക്കേണ്ടതു സംഭവിച്ചു കഴിഞ്ഞു. നിങ്ങൾ വന്നെത്തുന്നതുവരെയെങ്കിലും വിശ്വനാഥ് ജീവനോടിരിക്കണമെന്ന് എനിക്കാഗ്രഹമുണ്ടായിരുന്നു. പക്ഷേ, അതു നടന്നില്ല." കണ്ണുതുടച്ചുകൊണ്ട് ജോഷി പറഞ്ഞു. കുറച്ചു കഴിഞ്ഞ് അയാൾ തുടർന്നു. "ഇനി ഇപ്പോൾ ഇങ്ങനെ ദുഃഖിച്ചിരുന്നിട്ടു കാര്യമില്ല. അടുത്ത് എന്തുചെയ്യണമെന്ന് തീരുമാനിക്കണമല്ലോ."

പെട്ടെന്നുണ്ടായ ഈ ആഘാതത്തിൽനിന്നും മുക്തനാകാൻ ജഗദീശിന് കുറെയേറെ സമയം വേണ്ടി വന്നു. അയാൾ ഒരു ഭ്രാന്തനെപ്പോലെയാണ് ഓടിയെത്തിയത്. എന്നിട്ടും അനുജന്റെ മുഖം ജീവനോടെ കാണാൻ കഴിഞ്ഞില്ലല്ലോ എന്ന ചിന്ത അയാളെ വല്ലാതെ വേദനിപ്പിച്ചു.

അടിക്കടി ഉയർന്നുവന്ന ദുഃഖം നിയന്ത്രിക്കാൻ ശ്രമിച്ചെങ്കിലും അടുത്തെന്തുചെയ്യണമെന്നു ആലോചിക്കാൻ കഴിയുന്നില്ല. അല്പനേരം കഴിഞ്ഞ് ജോഷിയെ വിളിച്ച് ഇത്രയും പറഞ്ഞു - "അച്ഛൻ എന്തു പറയുന്നു എന്നറിയാതെ ഒന്നും തീരുമാനിക്കാൻ കഴിയില്ല."

"വീട്ടിലേക്ക് മൂന്നുമണിക്കുതന്നെ ഫോൺ ചെയ്തിരുന്നു. ഉടൻ വന്നെത്തുമെന്നാണ് അച്ഛൻ അറിയിച്ചത്." ജോഷി സമാധാനിപ്പിച്ചു.

മാധവഭട്ട് വന്നെത്തുന്നതുവരെ ശവസംസ്കാരത്തെക്കുറിച്ച് ഒരു തീരുമാനത്തിലെത്തിയില്ല. അതുവരെ മോർച്ചറിയിൽ സൂക്ഷിച്ചു. ബാംഗ്ലൂരിൽത്തന്നെ സംസ്കരിച്ചാലോ എന്ന് അവർ ചിന്തിക്കാതിരുന്നില്ല.

ഉച്ചകഴിഞ്ഞ് മൂന്നുമണിയായപ്പോൾ അച്ഛനുമമ്മയും കാറിൽ വന്നെത്തി. മീനാക്ഷി മകന്റെ ദേഹം കെട്ടിപ്പിടിച്ചുകരഞ്ഞു. മാധവഭട്ട് മകന്റെ മുഖത്ത് ഒന്നു നോക്കി കണ്ണീരുതുടച്ചുകൊണ്ട് പുറത്തേക്കുപോയി. അമ്മയുടെ കരച്ചിൽകണ്ട് ജഗദീശിന്റെ ദുഃഖം ഒന്നുകൂടി ആളിക്കത്തി.

മാധവഭട്ടും ജഗദീശും ജോഷിയുമായി ശവസംസ്കാരത്തെക്കുറിച്ചാലോചിച്ചു. നാട്ടിൽത്തന്നെ നടത്തണമെന്നാണ് മീനാക്ഷിയുടെ ആഗ്രഹം, മാധവഭട്ട് വ്യക്തമാക്കി.

"ശവസംസ്കാരം എവിടെ ആയാലെന്താ? നാട്ടിൽ കൊണ്ടുപോകാൻ വളരെ പ്രയാസമാണ്. ഇവിടെത്തന്നെ അതു നടത്താവുന്നതേയുള്ളൂ." ജോഷി വാദിച്ചു നോക്കി.

"ആയിക്കൂടായ്കയില്ല. പക്ഷേ, അതിനുവേണ്ടി ഞങ്ങൾ ഇവിടെത്തന്നെ കുറച്ചുദിവസം തങ്ങേണ്ടിവരും. മാത്രമല്ല, അന്ത്യക്രിയയ്ക്കും മറ്റുചടങ്ങുകൾക്കും വേണ്ട ഏർപ്പാടുചെയ്യാൻ ഈ അന്യനാട്ടിൽ പ്രയാസമായിരിക്കും." മാധവഭട്ടിന്റെ അഭിപ്രായമതാണ്.

"താമസത്തിന്റെ കാര്യത്തിൽ നിങ്ങൾ വിഷമിക്കേണ്ടാ.എന്റെ വീടുണ്ട്. അന്ത്യക്രിയയ്ക്കുവേണ്ട എല്ലാം ഏർപ്പാടുംചെയ്യാം. അതൊന്നും വലിയ പ്രശ്നമല്ല."

ബാംഗ്ലൂരിൽത്തന്നെ കർമ്മങ്ങളൊക്കെ നിർവ്വഹിക്കുന്നതാണ് നല്ലതെന്ന് ജഗദീശും തീരുമാനിച്ചിരുന്നു. അയാളുടെ വാത്സല്യമൂർത്തി അകന്നുപോയി. തന്റെ അനുജനെക്കുറിച്ച് അയാൾ കെട്ടിപ്പൊക്കിയ സ്വപ്നങ്ങളും അയാളുടെ നല്ല നാളെയെക്കുറിച്ചുണ്ടായിരുന്ന ആശകളുമെല്ലാം പൊട്ടിത്തകർന്നു. ഇനി മണ്ണടിയേണ്ട ഈ ശരീരം എവിടെയായാലെന്താ എന്നായിരുന്നു ജഗദീശിന്റെ വിചാരം.

പക്ഷേ, അമ്മയ്ക്ക് അന്ത്യക്രിയകൾ നാട്ടിൽത്തന്നെ വേണമെന്നു വാശി. ഇത്രയുംകാലം അവൻ നാട്ടിലുണ്ടായിരുന്നില്ല, അന്യനാട്ടിലായിരുന്നു. അവനെ അവിടെത്തന്നെ ഉപേക്ഷിച്ചുപോകാൻ ആ അമ്മയ്ക്കു മനസ്സനുവദിച്ചില്ല.

യഥാർത്ഥത്തിൽ അമ്മ പറയുന്നതിൽ കഴമ്പില്ലെന്ന് ജഗദീശിനറിയാം. പക്ഷേ, ഈ സന്ദർഭത്തിൽ അമ്മയോടു സംസാരിച്ചിട്ട് ഫലമൊന്നുമില്ലെന്നുകരുതി അയാൾ മൗനമവലംബിച്ചു. ജോഷിയും തന്റെ അഭിപ്രായത്തിന് ഇവിടെ പ്രസക്തിയില്ലെന്നു വിചാരിച്ചു ഒന്നും മിണ്ടിയില്ല.

കാറിൽ ശവം കൊണ്ടുപോകാൻ ഡ്രൈവർ വിസമ്മതിച്ചു. "എന്റെ കാറിൽ ഇന്നോളം ഇതുമാത്രം കൊണ്ടു പോയിട്ടില്ല. ഇനിയൊട്ട് അതു സാദ്ധ്യമല്ല." അയാൾ ശഠിച്ചു.

നാട്ടുകാരനായ ഡ്രൈവർതന്നെ ഇങ്ങനെ പറഞ്ഞാൽ പിന്നെ ബാംഗ്ലൂരിലുള്ള ഒരു ടാക്സിപിടിച്ചുകൊണ്ടുപോകുന്നത് അതിനേക്കാൾ

പ്രയാസം. ഈ സാഹചര്യത്തിൽ ബാംഗ്ലൂരിൽത്തന്നെ അനന്തരകർമ്മങ്ങൾ നടത്താൻ അമ്മ സമ്മതിക്കുമെന്നാണ് ജഗദീശ് പ്രതീക്ഷിച്ചത്.

"നിങ്ങൾ അച്ഛനും അമ്മയും ജ്യേഷ്ഠനുമെല്ലാം ഇവിടെത്തന്നെയുണ്ടല്ലോ. ഇനി അന്ത്യക്രിയ നടത്താൻ എന്താവേണ്ടത്. ഇവിടെ നടത്തുന്നതാണ് ഉചിതം." ജോഷി ഒന്നുകൂടി പറഞ്ഞുനോക്കി.

പക്ഷേ, മീനാക്ഷി, എത്ര ചെലവായാലും വേണ്ടില്ല, ശവസംസ്കാരം നാട്ടിൽത്തന്നെ നടത്തണമെന്നു വാശിപിടിച്ചു.

അല്പം ആലോചിച്ചിട്ട് ജോഷി പറഞ്ഞു - "നാട്ടിലേക്കുകൊണ്ടുപോയേതീരൂ എന്നു നിർബ്ബന്ധമാണെങ്കിൽ നിങ്ങളെല്ലാവരും തയ്യാറായിക്കൊള്ളൂ. എന്റെ കാറുണ്ടല്ലോ."

"ഛേ,ഛേ, അതുശരിയല്ല മി.ജോഷി. നിങ്ങളെ അത്രയൊക്കെ ബുദ്ധിമുട്ടിക്കുന്നതിൽ എന്തുധർമ്മം, എന്തു ന്യായം?" ജഗദീശ് തടഞ്ഞു.

"ഇതെന്താ നാലഞ്ചുമൈലിന്റെ ദൂരമാണോ? ഇത്രയുംദൂരം പോയിവരിക നിസ്സാര കാര്യമല്ല. അതുമാത്രം വേണ്ട. എഴുന്നൂറോ, എണ്ണൂറോ രൂപ കൊടുത്താലും വേണ്ടില്ല മറ്റാരുടെയെങ്കിലും കാറുകിട്ടുമോ എന്നു ശ്രമിക്കാം. മാധവഭട്ടും വിലക്കി.

"പ്രേതം എന്നു പറഞ്ഞാൽ എല്ലാ ഡ്രൈവർമാർക്കും പേടിയാണ്. അവരെ ഒന്നു സമ്മതിപ്പിക്കാൻ വളരെ ബുദ്ധിമുട്ടാണ്. ഉം, എനിക്ക് ഒരു പ്രയാസവുമില്ല. എല്ലാവരും തയ്യാറായി ഇറങ്ങൂ." എന്ന് പറഞ്ഞ് ജോഷി എണീറ്റു.

അവർ യാത്ര പുറപ്പെടാൻ തയ്യാറായിനിന്നപ്പോൾ ഡോക്ടർമാരും നേഴ്സുമാരും സുഹൃത്തുക്കളും കോളേജിലെ അദ്ധ്യാപകരും എത്തിച്ചേർന്നു. കാറിനുമുകളിൽ കുറെ പൂവും വന്നു വീണു. കണ്ണീരോടെ യാത്ര പറഞ്ഞ് രണ്ടുകാറും പുറപ്പെട്ടു.

പക്ഷേ, ആ ജനക്കൂട്ടത്തിൽ കിശോരിയെ മാത്രം എങ്ങും കണ്ടില്ല. രാവിലെ അവിടെയെങ്ങോ കണ്ടതുപോലെ തോന്നി. പിന്നെ എവിടെപ്പോയി എന്ന് ആർക്കുമറിഞ്ഞുകൂടാ. അവൾ കാണിച്ച സ്നേഹം, ശുശ്രൂഷ എല്ലാം നിഷ്ഫലമായിപ്പോയി. മരണം അവളെനോക്കി കൊഞ്ഞനംകുത്തി ചിരിക്കുന്നതുപോലെ ജഗദീശിനുതോന്നി. മനുഷ്യന്റെ സ്നേഹവാത്സല്യങ്ങൾക്ക് കാല്പനികമൂല്യമേയുള്ളൂ; ശാശ്വതമൂല്യമൊന്നുമില്ലെന്ന് അയാൾ ചിന്തിച്ചു.

നാട്ടിൽനിന്നു വന്ന കാറിൽ മാധവഭട്ടും മീനാക്ഷിയുമാണുണ്ടായിരുന്നത്. മൃതദേഹവുമായി ജഗദീശ് ജോഷിയുടെ കാറിലും. "നിങ്ങളെ വളരെയേറെ ശല്യപ്പെടുത്തുന്നതായല്ലോ മി.ജോഷി." ജഗദീശ് ഇടയ്ക്കു പറഞ്ഞു.

"നിങ്ങൾക്കു സംഭവിച്ച ഈ നഷ്ടത്തിനുമുമ്പിൽ എന്റേത് ഒന്നുമല്ല. മാത്രമല്ല, നിങ്ങളെന്നെ ബലാല്ക്കാരമായി ഏല്പിച്ച ചുമതലയൊന്നുമല്ലല്ലോ. ഞാൻ സ്വയം ഏറ്റെടുത്തതാണ്. വിശ്വനാഥിനെപ്പോലൊരു സുഹൃത്തിനെ കിട്ടണമെങ്കിൽ തപസ്സുചെയ്യണം." ജോഷി ഓർമ്മിപ്പിച്ചു.

കാർ ഓടിക്കൊണ്ടിരിക്കുമ്പോൾ നിഷ്ക്രിയനായിരുന്ന ജഗദീശിന്റെ കൺമുമ്പിൽ വിശ്വനാഥിന്റെ രൂപമാണ് നിറഞ്ഞുനിന്നിരുന്നത്. അയാളെക്കുറിച്ച് ജഗദീശിന് വളരെയേറെ പ്രതീക്ഷകളുണ്ടായിരുന്നു. ശംഭുവിനോട് അങ്ങനെയൊരു ഹൃദയബന്ധമുണ്ടായിരുന്നില്ല. അച്ഛന്റെ അഹന്തകാണുമ്പോൾ പലപ്പോഴും വെറുപ്പുണ്ടായിട്ടുണ്ട്. പിന്നെ അമ്മയ്ക്കാണ് ജഗദീശിനോട് കുറച്ചെങ്കിലും വാത്സല്യമുണ്ടായിരുന്നത്. അതും അയാളുടെ പ്രതീക്ഷയ്ക്കൊത്ത അളവിലൊന്നുമുണ്ടായിരുന്നില്ല. ആറേഴുകൊല്ലം വീട്ടിൽനിന്നകന്നുനിന്നതുകൊണ്ടാവണം അവരുടെ സ്നേഹവാത്സല്യങ്ങൾ പിടിച്ചുപറ്റാൻ തനിക്കുകഴിയാതെ പോയതെന്നായിരുന്നു അയാളുടെ വിചാരം. പിറന്ന നാടിനോടുള്ള സ്നേഹം, ജനിച്ചു വളർന്ന പരിസരം, അവിടത്തെ ജനങ്ങളോടുള്ള അവ്യക്തമായ മമത. ഇതൊക്കെയാണ് നാട്ടിൽത്തന്നെ ഒരുദ്യോഗം സ്വീകരിക്കാൻ ജഗദീശിനെ പ്രേരിപ്പിച്ചത്. പക്ഷേ, സാഹചര്യങ്ങൾ അയാൾ പ്രതീക്ഷിച്ചതുപോലായിരുന്നില്ല. മാളത്തിൽനിന്നു പുറത്തുകടന്ന ഞണ്ട് ചുറ്റിത്തിരിഞ്ഞ് വീണ്ടും അതിന്റെ മാളം തേടുന്നതുപോലെയായിരുന്നു അയാളുടെ അവസ്ഥ. താനില്ലാതിരുന്ന ഇടവേളയിൽ കാലം നാട്ടിലുണ്ടാക്കിയ തന്റെ സ്ഥാനം തന്നെ മാഞ്ഞില്ലാതായപോലൊരു തോന്നൽ. താൻ അന്യനും അനാഥനുമാണെന്ന ചിന്തയിൽനിന്നു മോചനം കണ്ടെത്തിയിരുന്നത് വിശ്വനാഥിനോടുള്ള വാത്സല്യത്തിലായിരുന്നു. വിശ്വനാഥിന്റെ മനസ്സിൽ ജഗദീശ് ഒരു നിറകുടമായിരുന്നു. അയാളുടെ മരണം ജഗദീശിനെ ശൂന്യതയിലേക്കു തള്ളിവിട്ടു. ജീവിതത്തിന്റെ വേരുകളുറപ്പിക്കാൻ മണ്ണുതേടിപ്പിടയുകയായിരുന്നു അയാൾ. മനുഷ്യന്റെ പ്രയത്നവും മൂല്യങ്ങളുമെല്ലാം മൃത്യുവിനടിപ്പെട്ട് നിഷ്ഫലതയിലും ശൂന്യതയിലും തകർന്നടിയുന്നതോർത്ത് അയാളുടെ മനസ്സ് വിഹ്വലമായി ജീവിതത്തിന്റെ അർത്ഥം തേടുകയായിരുന്നു.

പക്ഷേ, ഇതൊന്നും ചിന്തിക്കാതെ റോഡിൽ ശ്രദ്ധിച്ച് സ്റ്റിയറിങ് പിടിച്ച് മുന്നോട്ടോടിച്ചുപോകുന്ന ഒരാൾ ജഗദീശിന്റെ അടുത്തുതന്നെയുണ്ടായിരുന്നു. 'Just live on.' ജോഷിയുടെ വാക്ക് അയാൾ ഓർത്തു. ജോഷിയുടെ മുഖം നിർവ്വികാരമായിരുന്നു. കാറിനുള്ളിലെ മൃതദേഹത്തെക്കുറിച്ചോ അടുത്തിരിക്കുന്ന ജീവനുള്ള മനുഷ്യനെക്കുറിച്ചോ ഒരു ചിന്തയുമില്ല. ഒരേ ഒരു ലക്ഷ്യം മാത്രം. എത്രയും വേഗം വിശ്വനാഥിന്റെ നാട്ടിൽ, ബൊൾമണ്ണിൽ എത്തണം. അയാളുടെ മുഖത്ത് ജഗദീശ് കണ്ടത് അതാണ്.

*****

ശവസംസ്കാരം കഴിഞ്ഞ് പിറ്റേദിവസം തന്നെ ജഗദീശ് ജോലിക്കുഹാജരായി. പ്രിൻസിപ്പാൾ ജഗദീശിനെ വിളിച്ചു. "നിങ്ങളുടെ അനുജന്റെ മരണവാർത്ത അറിഞ്ഞു. വളരെ ദുഃഖകരമായ വാർത്തയായിരുന്നു." അദ്ദേഹം തന്റെ അനുശോചനമറിയിച്ചു. അയാളുടെ മുറിയിൽ

വിളിപ്പിച്ച് അനുശോചനമറിയിച്ച ആളിന്റെ മനോഭാവത്തെപ്പറ്റി ജദഗീശ് അല്പം ആലോചിച്ചുപോയി. തന്റെ സഹപ്രവർത്തകരുടെ വീട്ടിൽ പോകുന്ന സമ്പ്രദായം ശിവരാമോപാദ്ധ്യായർക്കുണ്ടായിരുന്നില്ല. ആ ക്വാർട്ടേഴ്സിൽ താമസിക്കുന്ന ഒന്നോ രണ്ടോ പ്രൊഫസർമാരുടെ വീട്ടിൽ മാത്രം ചില വിശേഷാവസരങ്ങളിൽ പോയിട്ടുണ്ട്. മറ്റു സന്ദർഭങ്ങളിൽ അദ്ദേഹത്തിന്റെ സുഹൃത്ത് പ്രൊഫസർ ഗംഗാധരഭട്ടിന്റെ വീട്ടിൽ മാത്രമേ അപൂർവ്വമായിട്ടെങ്കിലും പോകാറുള്ളൂ. കീഴുദ്യോഗസ്ഥന്മാരുടെ വീടു സന്ദർശിക്കുന്നത് തന്റെ പദവിക്കു ചേർന്നതല്ല എന്നായിരുന്നു അദ്ദേഹത്തിന്റെ വിചാരം.

പ്രിൻസിപ്പാളിന്റെ "ഒഫിഷ്യൽ" അനുശോചനം മൗനമായി സ്വീകരിച്ചുകൊണ്ട് ജഗദീശ് ക്ലാസിലേക്കുപോയി.

മരണാനന്തരകർമ്മങ്ങൾ കഴിഞ്ഞ് പിറ്റേദിവസം തന്നെ ജോഷി ബാംഗ്ലൂരിലേക്ക് പുറപ്പെടാനൊരുങ്ങി. പക്ഷേ, നാലുദിവസം കഴിഞ്ഞേ പോകാവൂ എന്ന് ജഗദീശ് നിർബ്ബന്ധിച്ചു. അന്നത്തെ സാഹചര്യത്തിൽ അയാളുടെ വാക്കുമറുത്ത് ജോഷി ഒന്നും പറഞ്ഞില്ല.

കോളേജിൽനിന്ന് അഞ്ചാറ് അദ്ധ്യാപകർ ജഗദീശിന്റെ വീട്ടിൽ വന്ന് അനുശോചനമറിയിച്ചു. ഗോവിന്ദരാജ് ഇടയ്ക്കിടയ്ക്ക് വരുമായിരുന്നു. പ്രത്യേകിച്ച് ജഗദീശിന്റെ ഏകാന്തത ഒഴിവാക്കാൻ. രാത്രിയിൽ ഏറെ നേരം ഗോവിന്ദരാജും ജോഷിയും ഒപ്പം ഉണ്ടാകും. എന്തെങ്കിലും കാര്യം പറഞ്ഞ് സമയം തീർക്കും. ചിലപ്പോൾ എങ്ങോട്ടെങ്കിലും നടക്കാനിറങ്ങും.

ഒരു ദിവസം വൈകുന്നേരം വഡഭാണ്ഡശ്വരത്തെ കടൽത്തീരത്ത് ജഗദീശും ജോഷിയും സംസാരിച്ചിരിക്കുകയായിരുന്നു. പിറ്റേദിവസം ജോഷിക്ക് ബാംഗ്ലൂരിലേക്ക് മടങ്ങണം. നാലഞ്ചുദിവസം കൊണ്ടു തന്നെ ജോഷി ജഗദീശുമായി വളരെയേറെ അടുത്തുകഴിഞ്ഞിരുന്നു. ആദ്യമായി ജോഷിയെ കണ്ടപ്പോൾ വെറുമൊരു വായാടിയാണെന്നാണ് ജഗദീശ് വിചാരിച്ചത്. ഏറെ താമസിക്കാതെ അയാളൊരു പ്രായോഗികബുദ്ധിക്കാരനാണെന്നു മനസ്സിലായി. പക്ഷേ, കഴിഞ്ഞ ആറു വർഷമായി ഗവേഷണം നടത്തുന്ന അയാളുടെ ഉദ്ദേശ്യമെന്തെന്നോ ജീവിതലക്ഷ്യമെന്തെന്നോ മനസ്സിലാക്കാൻ കഴിഞ്ഞില്ല. അക്കാര്യത്തിലൊഴികെ മറ്റെല്ലാറ്റിലും അയാളൊരു പ്രായോഗികബുദ്ധിതന്നെ. "മനുഷ്യൻ ദാർശനികനായി ജനിക്കും വാസ്തവികനായി മരിക്കും." അയാൾ ചിലപ്പോൾ അങ്ങനെ പറയാറുണ്ട്. "പി എച്ച് ഡിയെ സംബന്ധിച്ചിടത്തോളം എന്റെ സങ്കല്പങ്ങളൊക്കെ മിഥ്യയാണ്. അച്ഛന്റെ ടയർ ഫാക്ടറിയാണ് സത്യം" എന്നയാൾ അഭിപ്രായപ്പെടും. ജഗദീശിനിഷ്ടമായ ഫിലോസഫിയും വല്ലപ്പോഴും സംഭാഷണവിഷയമാകാറുണ്ട്. "തൊട്ടിലിൽ കിടക്കുന്ന കുഞ്ഞിന്റെ കണ്ണുകളുടെ ഔത്സുക്യം ദാർശനികമാണ്. അത് നിങ്ങൾ ഇഷ്ടപ്പെടും. ആ കുഞ്ഞിന്റെ കണ്ണുകളെ പ്രകാശിപ്പിച്ചത് യാഥാർത്ഥ്യമാണ്. അതാണ് ഞാൻ ഇഷ്ടപ്പെടുന്നത്." ജോഷിയുടെ വിശദീകരണം അതാണ്. ജഗദീശ് എല്ലാം ഒരുനിമിഷം ഓർത്തുപോയി.

രണ്ടുപേരും വളരെനേരം കടൽത്തീരത്തിന് കരയിലേക്കാഞ്ഞടിക്കുന്ന തിരകളെ നോക്കിക്കൊണ്ടിരുന്നു. "എന്താ നിങ്ങൾ ആലോചിക്കുന്നത്?" ജോഷി ചോദിച്ചു.

"അതാ അവിടെ നോക്കൂ! മുന്നോട്ടു തുഴഞ്ഞുപോകുന്ന ആ തോണിക്കാരൻ ഈ കടലിന്റെ ആഴത്തെക്കുറിച്ചോ നിഗൂഢതയെക്കുറിച്ചോ ചിന്തിച്ചിട്ടാണോ മുന്നോട്ടുപോകുന്നതെന്ന് ഞാൻ ആലോചിക്കുകയായിരുന്നു."

"അവൻ ചിന്തിച്ചിരിക്കാം, കൊടുങ്കാറ്റിൽ തോണി അകപ്പെട്ടപ്പോൾ." പൊട്ടിച്ചിരിച്ചുകൊണ്ട് ജോഷി പറഞ്ഞു. "ഇനി ഞാൻ എന്താ ആലോചിച്ചതെന്നറിയേണ്ടേ? ഈ കടൽ മുഴുവൻ വിസ്കിയായിരുന്നെങ്കിൽ എന്ന്."

"എങ്കിൽ നിങ്ങളുടെ സുഹൃത്ത് ജോസഫും ബാംഗ്ലൂരിലെ പകുതിയിലധികം ആളുകളും ഈ മേൽപേയിൻ തീരത്തുതന്നെ താവളമടിക്കുമായിരുന്നു." ജഗദീശ് തിരിച്ചടിച്ചു.

"അതെന്തിന്, ഇവിടന്ന് ബാംഗ്ലൂരിലേക്ക് ഒരു പൈപ്പുതന്നെ ഫിറ്റു ചെയ്യുമായിരുന്നു."

"വിസ്കിയുടെ മത്തുകൊണ്ട് കപ്പലുകൾക്ക് തുറമുഖം കാണാൻ പോലും കഴിയുമായിരുന്നില്ല."

"അതിന് കപ്പലെങ്ങനെ ഓടാനാണ്. കടൽ പകുതിയും കുടിച്ചു വറ്റിക്കുകില്ലേ?"

പിന്നെയും അവർ എന്തൊക്കെയോ സംസാരിച്ചിരുന്നു. പല വിഷയങ്ങളും മാറിമാറി വന്നു. ഉഡുപ്പിയിലും ബൊൾമണ്ണിലും അയാൾ കണ്ട വ്യക്തികൾ, സ്ഥലങ്ങൾ ഒക്കെ അതിൽപ്പെടും.

"ഉഡുപ്പി ശ്രീകൃഷ്ണക്ഷേത്രം കണ്ടിട്ട് അത്ഭുതം തോന്നി. അതിന്റെ പ്രസിദ്ധിയെപ്പറ്റി കേട്ടപ്പോൾ മധുര മീനാക്ഷി ക്ഷേത്രം പോലെയോ മൈസൂർ ചാമുണ്ഡിക്ഷേത്രത്തെപ്പോലെയോ ആയിരിക്കുമെന്നാണ് വിചാരിച്ചത്. അവിടെ ശില്പമില്ല, സുന്ദരദൃശ്യമില്ല, നദിയില്ല. മധുരയോ ബേലൂരോ ആണെങ്കിൽ സ്വയംഭൂവായിട്ടാണ് കാണുന്നത്. പക്ഷേ, ഉഡുപ്പിയാകട്ടെ കെട്ടിപ്പൊക്കിയതുപോലെ തോന്നുന്നു." ജോഷി പറഞ്ഞു.

"മധുരയിലും ബേലൂരിലും അമ്പലമാണ് മുഖ്യം. ഉഡുപ്പിയിലാകട്ടെ അവിടത്തെ പ്രതിഷ്ഠയ്ക്കാണു പ്രാധാന്യം." ജഗദീശ് ചിരിച്ചുകൊണ്ടു പറഞ്ഞു.

"അങ്ങനെയാണെങ്കിൽ ഇവിടത്തെ ആളുകളും കണ്ണിൽ കാണുന്നതിനേക്കാൾ മനസ്സിനകത്തു എന്താണെന്നു ചിന്തിക്കുന്നവരായിരിക്കണം."

"ഇപ്പോൾ, ഈ പറഞ്ഞതിന്റെ അർത്ഥം മനസ്സിലായില്ലല്ലോ." ജഗദീശ് സംശയം പ്രകടിപ്പിച്ചു.

"അതായത്, മനുഷ്യന്റെ ഭൗതികശരീരത്തേക്കാൾ അവന്റെ മേധാശക്തിക്കാണ് പ്രാധാന്യമുള്ളതെന്നർത്ഥം."

"അതെന്താണ് നിങ്ങൾ അങ്ങനെ പറഞ്ഞത്?"

"ഇവിടെ നോക്കൂ. ഓരോ പ്രാവശ്യവും നിങ്ങൾ ഓരോരുത്തരെ പരിചയപ്പെടുത്തുമ്പോൾ അവരൊക്കെ എന്നെ വളരെ തീക്ഷ്ണമായിട്ടാണ് നോക്കിയിരുന്നത്. അവരുടെ നോട്ടം കണ്ടാൽ ആരെയും അളന്നു തൂക്കിനോക്കുന്ന വിമർശബുദ്ധിയുണ്ടെന്നുതോന്നിപ്പോകും. ഇവിടെ മനുഷ്യരുടെ ഇടയിൽ പലതരം ചുമരുകളുണ്ടെന്ന് എനിക്കു തോന്നി. ജാതി, മതം, വിദ്യാഭ്യാസം, അന്തസ്സ് ഇങ്ങനെ എന്തിന്റെയോ ഒക്കെ മതിൽക്കെട്ടുകൾ. മനുഷ്യൻ എവിടെപ്പോയാലും ഈ ഭിത്തികൾ കെട്ടിപ്പൊക്കുകയും പോകുന്നിടത്തെല്ലാം പൊക്കിക്കൊണ്ടുപ്പോവുകയും ചെയ്യുന്നതുപോലെ തോന്നുന്നു. അവർക്കൊന്നും ചിരിയുമില്ല, സംഭാഷണവുമില്ല. അവരുടെ തമാശപോലും ബുദ്ധിപരമാണ്. എല്ലാ ഭിന്നതകളും മറന്ന് സ്വതന്ത്രമായി സംസാരിക്കുകയും എല്ലാപേരോടും ഇടകലർന്ന് ജീവിക്കുകയും ചെയ്യുന്നവരുടെ സംഖ്യ ഇവിടെ വളരെ വിരളമാണ്. ബാംഗ്ലൂരിൽ ഇങ്ങനെയൊന്നുമില്ല. ജാതിയും സ്ഥാനമാനങ്ങളും എന്തുതന്നെയായാലും ആളുകളൊക്കെ തുറന്ന മനസ്സോടെ സംസാരിക്കും, ഇടപഴകും. ഒരാളെപ്പറ്റി മറ്റൊരാൾ വേണ്ടപോലെ അറിഞ്ഞെന്നിരിക്കില്ല. അറിഞ്ഞാൽത്തന്നെ അത് അറിഞ്ഞഭാവം ആരും കാണിക്കില്ല." ജോഷി പറഞ്ഞു.

"ബാംഗ്ലൂർ ഒരു വലിയ നഗരമാണ്. അവിടെ ഒരാൾ മറ്റൊരാളെപ്പറ്റി അന്വേഷിക്കാറില്ല. ഒരു തെരുവിലുള്ളവരെ മറ്റൊരു തെരുവിലുള്ളവർക്ക് അറിയില്ല. ജീവിതം വെറും യാന്ത്രികം. ബാംഗ്ലൂരുമായി തട്ടിച്ചുനോക്കുമ്പോൾ ഉഡുപ്പി വെറുമൊരു കുഗ്രാമമാണ്. അതാണ് ഈ വ്യത്യാസത്തിനൊക്കെ കാരണം." ജഗദീശ് വിശദീകരിച്ചു.

"അതുമാത്രമാണ് കാരണം എന്നെനിക്കു തോന്നുന്നില്ല. തമ്മിലറിയാവുന്നവരുടെ ഒരു സമൂഹം തന്നെ ഉദാഹരണത്തിനെടുത്തുനോക്കൂ. ഒരു സ്കൂളിലോ കോളേജിലോ ഓഫീസിലോ ഉള്ള ഉദ്യോഗസ്ഥന്മാർ. അന്യോന്യമറിയുന്നവരുടെ ഒരു സമൂഹം. അവിടൊക്കെ ആത്മബന്ധം പുലർത്തുന്നവരെ കാണാം. പക്ഷേ, ഇവിടെക്കാണുന്നത് ഗൗരവബുദ്ധികളെയാണ്. ഞങ്ങളുടെ നാട്ടിലാണെങ്കിൽ ഓരോരുത്തർക്കും കാണും കുറഞ്ഞത് പത്തു സുഹൃത്തുക്കളെങ്കിലും. ഇവിടെ പത്തു സുഹൃത്തുക്കളുള്ള ഒരാൾ ഒരപൂർവ്വമനുഷ്യനായിരിക്കും." ജോഷിക്ക് പിന്നെയും എന്തൊക്കെയോ പറയാനുള്ളതുപോലെ തോന്നി.

"നോക്കൂ മി. ജോഷി, ഈ നാട് പലജാതിയും മതവും ഭാഷയും സംസ്കാരവുമൊക്കെ ഉള്ള ഒരു സമൂഹമാണ്. ഈ ഭേദംകൊണ്ടാണ് അവർ അറിയപ്പെടുന്നതുതന്നെ. ഇത് ഒരു ഔദ്യോഗിക കേന്ദ്രമാകുന്നതുവരെ ഇങ്ങനെയൊക്കെത്തന്നെയിരിക്കും."

"ഈ നാടിന്റെ കാര്യം പോട്ടെ. നിങ്ങളുടെ കോളേജിൽ നിങ്ങൾക്ക്

എത്രപേരോട് ആത്മബന്ധമുണ്ട്?"

ഇതുകേട്ട് ജഗദീശ് ചിരിച്ചുകൊണ്ടു പറഞ്ഞു – "അത് എന്റെ വ്യക്തിപരമായ കാരണങ്ങളായിരിക്കാം."

"അല്ല."

"പിന്നെന്താ?"

"നിങ്ങളുടെ അനുജൻ മരിച്ചപ്പോൾ നാലേനാലുപേരാണ് ഇവിടെ വന്ന് സംസാരിച്ചുപോയവർ. കുറഞ്ഞപക്ഷം നിങ്ങളുടെ കോളേജിലെ അദ്ധ്യാപകരെങ്കിലും വരുമെന്നാണ് ഞാൻ ഊഹിച്ചത്. അപ്പോൾ എനിക്കുതോന്നി ഇവിടെ ഒരാൾ മറ്റൊരാളെ ഒന്നുകിൽ ഉയർന്നനിലയിൽ അല്ലെങ്കിൽ താണനിലയിൽ മാത്രമേ കാണൂ എന്ന്. തുല്യതയെന്നൊന്നില്ല. അതുകൊണ്ട് ഓരോരുത്തരും അവരവരുടെ നിലവാരത്തിലുള്ളവരെ അന്വേഷിച്ചുനടക്കും. ഒരുത്തൻ ബ്രാഹ്മണനായാൽ അവൻ ബ്രാഹ്മണനെത്തന്നെ സുഹൃത്തായി സ്വീകരിക്കും. ശൂദ്രനായാൽ ശൂദ്രനെ കണ്ടെത്തും." ജോഷി പറഞ്ഞു.

"അപ്പോൾ മനുഷ്യനാണെന്നു ധരിക്കുന്ന ഒരാൾ....?" ജഗദീശ് ചിരിച്ചുകൊണ്ട് ചോദിച്ചു.

"അയാൾക്ക് സുഹൃത്തേ ഉണ്ടാവുകയില്ല. അങ്ങനെയൊരാൾ ഉഡുപ്പിയിൽപ്പെട്ടാൽ, അജ്ഞാതനായിത്തന്നെ ജീവിക്കും." ജോഷി മറുപടി കൊടുത്തു.

ഇതൊക്കെ തന്നെക്കുറിച്ചാണ് പറഞ്ഞതെന്നു ജഗദീശിനുതോന്നി. താൻ അന്യനാണെന്നൊരുബോധം അയാളെ ഇടയ്ക്കിടയ്ക്ക് അലട്ടിയിരുന്നു. ഒന്നുകിൽ മേൽജാതിക്കാരൻ അല്ലെങ്കിൽ കീഴാളൻ എന്നൊരു തോന്നലുണ്ടാകുന്നതുവരെ ഒരു പക്ഷത്തുമുണ്ടാവില്ല. കയ്യാലപ്പുറത്ത് എന്ന് മട്ടിലാവും. എങ്ങോട്ട്, എങ്ങനെ ചായണമെന്ന് ഒരു തീരുമാനത്തിലെത്താൻ ഇന്നേവരെ കഴിഞ്ഞിട്ടില്ല.

"നിങ്ങളുടെ ജ്യേഷ്ഠൻ ശംഭട്ടിനെ ഒരസാമാന്യമനുഷ്യനായിട്ടാണ് എനിക്കു കാണാൻ കഴിഞ്ഞത്."

"എന്നുവച്ചാൽ.....?" ജഗദീശ് ഉൽക്കണ്ഠയോടെ ചോദിച്ചു.

"എല്ലാവരും ദുഃഖത്തിലാണ്ടിരിക്കെ അയാൾക്കൊരു ഭാവഭേദവുമില്ലാതെ മരംപോലെയിരിക്കുന്നതു കണ്ടു. എപ്പോഴും മൗനമവലംബിക്കുന്ന നിങ്ങളുടെ ചേട്ടത്തിയമ്മപോലും ദുഃഖിച്ചിരിക്കുന്നതുകണ്ടു. പക്ഷേ, നിങ്ങളുടെ ജ്യേഷ്ഠനാകട്ടെ ആഴത്തിൽ വേരിറങ്ങിയ ആൽമരം പോലെ നിന്നിരുന്നു."

"അയാളുടെ സ്വഭാവം തന്നെ അങ്ങനെയാണ്."

"പക്ഷേ, ഈ സ്വഭാവം വിചിത്രമായിട്ടാണ് എനിക്കു തോന്നിയത്. ശരിയായ ഫിലോസഫർ അയാളാണ്; നിങ്ങളല്ല."

ജഗദീശ് അല്പം ആലോചിച്ചു പറഞ്ഞു-"പലപ്പോഴും എനിക്കങ്ങനെ തോന്നിയിട്ടുണ്ട്. എന്തൊക്കെ തത്ത്വശാസ്ത്രം പഠിച്ചെങ്കിലും വിശ്വനാഥിന്റെ മരണം എന്നെ നടുക്കിക്കളഞ്ഞു."

“ഒരു തത്ത്വശാസ്ത്രവും പഠിക്കാതെ തന്നെ ശംഭട്ട് ജീവിതത്തിന്റെ അർത്ഥം അരച്ചുകലക്കിക്കുടിച്ചപോലെയാണ് കാണപ്പെട്ടത്.” ജോഷി ചിരിച്ചുകൊണ്ടു പറഞ്ഞു.

“പഠിപ്പുള്ളവർക്ക് ആവേശം കുറയുമെന്നാണ് ജനങ്ങളുടെ വിശ്വാസം. പക്ഷേ, എനിക്കങ്ങനെ തോന്നിയിട്ടില്ല.”

“എന്നെപ്പോലുള്ള ചിലർ ഏതുമാതിരിയുള്ള ആളാ?”

“ഈസി ഗോയിങ് ടൈപ്പ്. എന്തായാലും എനിക്കു ഒന്നുമില്ല.”

“അപ്പോൾ ശംഭട്ടിനെപ്പോലെ തന്നെ.”

“തീർച്ചയായും അല്ല. ശംഭട്ട് പാതാളത്തോളം വേരിറങ്ങിയ മരം പോലെയാണ്. പിറന്ന മണ്ണ് അതിനാധാരം. ഏതു കൊടുങ്കാറ്റടിച്ചാലും അതിനിളക്കമില്ല. ഞാൻ പായലുപോലെയാണ്. ജന്മം നല്കിയ ജലം പോലും അതിനു താങ്ങാവുകയില്ല. കാറ്റിനനുസരിച്ച് അങ്ങോട്ടുമിങ്ങോട്ടും ചാഞ്ചാടിനില്ക്കും. അതിനു വേരുണ്ടെങ്കിലും ഇല്ലാത്തമട്ടാണ്.” ജോഷി പറഞ്ഞു.

ഇതുകേട്ട് ജഗദീശ് ആത്മപരിശോധന നടത്തി. അയാൾക്ക് ഒന്നും പറയാൻ തോന്നിയില്ല. അയാളുടെ ഹൃദയം ഒരങ്കുരമായി മണ്ണന്വേഷിക്കുന്നതുപോലെ തോന്നി.

*****

ജോഷി പോയതിനുശേഷം ജഗദീശിന് താൻ ഏകനാണെന്നൊരു തോന്നലുണ്ടായി. ജീവിതത്തിന്റെ പുറംതോട് ഊർന്നപോലൊരു തോന്നൽ. ജോഷിയോടൊപ്പം കഴിഞ്ഞിരുന്ന നാളുകളിൽ ആ വക ചിന്തകളൊക്കെ അകറ്റിനിർത്താൻ കഴിഞ്ഞിരുന്നു. ജോഷിയെക്കുറിച്ചുതന്നെ അയാൾ വീണ്ടുംവീണ്ടും ആലോചിച്ചു. ആ സ്മൃതികൾ തന്നെ മധുരമായനുഭവപ്പെട്ടു. അയാളുടെ നിഷ്കളങ്കമായ ഹൃദയവും തുറന്ന മനസ്സും ജഗദീശിനെ ആകർഷിച്ചിരുന്നു. ആദ്യമൊക്കെ ജോഷിയെപ്പറ്റി അത്രനല്ല ധാരണയുണ്ടായിരുന്നില്ല. ജീവിതത്തിൽ യാതൊരടുക്കും ചിട്ടയുമില്ലാത്ത ഒരു താന്തോന്നിയാണെന്നാണ് വിചാരിച്ചിരുന്നത്. ലഫ്. ജോസഫിന്റെ വീട്ടിൽ വച്ചുനടന്ന പാർട്ടിയിൽ മറ്റുള്ളവരോടൊപ്പം മദ്യവും മാംസവും കഴിച്ചത് ജഗദീശിന് തീരെ ഇഷ്ടമായില്ല. പക്ഷേ, ജോഷിയുടെ മനോനിയന്ത്രണം ഗാഢമായിരുന്നു. അന്ന് അയാൾ മദ്യപിച്ചെങ്കിലും വാക്കിലും പ്രവൃത്തിയിലും അല്പംപോലും പാളിച്ച ഉണ്ടായില്ല.

എത്ര ജോലിത്തിരക്കുണ്ടെങ്കിലും മറ്റുള്ളവരുടെ സന്തോഷത്തിനു വേണ്ടി പ്രവർത്തിക്കുന്നതിൽ അയാൾ ആനന്ദം കണ്ടെത്തിയിരുന്നു. അതിനുവേണ്ടി എന്തു ത്യാഗം സഹിക്കാനും മടിയില്ല. അതിനിടയിലുണ്ടാകുന്ന കഷ്ടനഷ്ടങ്ങൾ അയാൾ ഗണിക്കാറില്ല. വിശ്വനാഥിന്റെ മൃതദേഹം നാട്ടിലെത്തിച്ചത് അത്ര നിസ്സാരകാര്യമല്ല. അതൊരു അസാധാരണമായ ഔദാര്യമായിട്ടാണ് ജഗദീശിന് തോന്നിയത്. ഉഡുപ്പിയിൽ വന്ന ശേഷം പലപ്പോഴും അങ്ങോട്ടുമിങ്ങോട്ടുമുള്ള യാത്രയ്ക്ക് കാറിന്റെ ചാർജ് നല്കാൻപോലും ജഗദീശിനെ അനുവദിച്ചില്ല.

ആറുവർഷമായി പി എച്ച് ഡിക്കുവേണ്ടി പരിശ്രമിക്കുന്നുണ്ടെങ്കിലും ജീവിതത്തിൽ അയാൾ ഇപ്പോഴേ ഡോക്ടറേറ്റ് നേടിക്കഴിഞ്ഞിരിക്കുന്നു. ജഗദീശ് ജോഷിയിൽ കണ്ടെത്തിയത് അതാണ്.

ജഗദീശ് തന്റെ ദുഃഖവും ഏകാന്തതയും പുസ്തകത്തിൽ ഒളിച്ചുവയ്ക്കാൻ ശ്രമിച്ചു. സന്ധ്യയാകുമ്പോൾ ഗോവിന്ദരാജ് അല്പനേരം അയാളോടൊപ്പം സമയം ചെലവിടും. ചിലപ്പോൾ രാജ് തന്റെ വീട്ടിലേക്ക് കൂട്ടിക്കൊണ്ടുപോകും. അവിടെ കുഞ്ഞുങ്ങളൊത്തു കളിച്ചിരിക്കുമ്പോൾ കുറച്ചുനേരത്തേക്കെങ്കിലും ജഗദീശിന് തന്റെ ദുഃഖം മറക്കാൻ കഴിഞ്ഞിരുന്നു. ചിലപ്പോൾ സന്ധ്യക്കുപോയാൽ രാത്രിയിൽ ഏറെ വൈകിയേ മടങ്ങൂ. ആ ദിവസങ്ങളിൽ രാമകൃഷ്ണനെ വിളിച്ച് –"ഇന്ന് അവിടെ പാചകം വേണ്ടാ" എന്നു രാജലക്ഷ്മി പറയും. ആഹാരവും തയ്യാറാക്കി കൊടുക്കും. ജഗദീശ് കോളേജിൽനിന്നു മടങ്ങിയെത്തുന്നതുകണ്ടാൽ മതി അരുണ അങ്ങോട്ടേക്ക് ഓടും. പിന്നെ അമ്മ പലവട്ടം വിളിക്കുമ്പോഴേ അവൾ മടങ്ങാറുള്ളൂ. ഗോവിന്ദരാജിന്റെ സ്നേഹപൂർണ്ണമായ കുടുംബാന്തരീക്ഷത്തിൽ ജഗദീശ് ഉല്ലാസവാനായി കഴിയാൻ ശ്രമിച്ചിരുന്നു.

ഒരു ശനിയാഴ്ച ദിവസം ജഗദീശ് ബൊൾമണ്ണിൽ പോയിരുന്നു. പിറ്റേദിവസം വെളുപ്പിന് മീനാക്ഷി എന്തൊക്കെയോ പുലമ്പുകയും കരയുകയും ചെയ്യുന്നതുകേട്ടു. ജഗദീശ് പുറത്തുവന്നു. മുറിക്കകത്ത് ചേട്ടത്തിയമ്മയുടെ തേങ്ങിക്കരച്ചിൽ. എന്തോ കാര്യമായി സംഭവിച്ചിരിക്കണമെന്നു വിചാരിച്ച് പരിഭ്രാന്തനായി ജഗദീശ് അങ്ങോട്ടുമിങ്ങോട്ടും നോക്കി. മുറ്റത്ത് അംഗാര എന്ന പുലയനും അയാളുടെ മകൾ ബെള്ളിയും ഇരിപ്പുണ്ടായിരുന്നു. തടിയന്മാരായ നാലഞ്ചു പുലയരും അല്പം അകലത്തായി നില്ക്കുന്നതുകണ്ടു. ശംഭുവിന്റെ മക്കളും അയാളുടെ മുറിയിൽ ചുമരിൽ ചാരിനില്ക്കുന്നുണ്ടായിരുന്നു.

"അകത്തുപോ" എന്ന് മാധവഭട്ട് കുട്ടികളെ നോക്കി അലറി. അവർ പെട്ടെന്ന് മുറിക്കുള്ളിൽ കയറിപ്പോയി. ശംഭട്ടിനെ അവിടെങ്ങും കാണാനുണ്ടായിരുന്നില്ല.

"ഇവൻ എവിടെപ്പോയി?" ഭാര്യയുടെ നേർക്കുതിരിഞ്ഞ് മാധവഭട്ട് ചോദിച്ചു.

"അറിയാൻ വയ്യാ. തോട്ടത്തിലെങ്ങാനും പോയ്ക്കാണും." മീനാക്ഷി അടഞ്ഞസ്വരത്തിൽ പറഞ്ഞു.

"പട്ടി. അവന്റയൊരുതോട്ടം." മാധവഭട്ട് പിറുപിറുത്തു.

"എന്തെങ്കിലും ചെയ്ത് അവരെയൊന്നു പറഞ്ഞയയ്ക്ക്." മീനാക്ഷി പറഞ്ഞു.

"എന്താണ്? അവനെന്താ പറയുന്നേ?"

"അവനോടാരാ സംസാരിക്കുന്നത്. ശംഭുവിനെ കൊന്നുകളയുമെന്നാ അവൻ പറയുന്നത്."

അംഗാരയുടെ കൈയിൽ കത്തി തിളങ്ങുന്നുണ്ടായിരുന്നു.

"ഇവനെയൊക്കെ വെടിവച്ചു കൊന്നുകളയും."മാധവഭട്ട് ഗർജ്ജിച്ചു.

അതുകേട്ട് ആ പുലയർ പരിഹാസപൂർവ്വം ഒന്നു ചിരിച്ചു.

"കൊണ്ടുവാ നിങ്ങളുടെ തോക്ക്. ഞങ്ങളതിനും തയ്യാറായിത്തന്നെ യാണ് വന്നിരിക്കുന്നത്."

"അതൊന്നും വേണ്ട. എന്തെങ്കിലും കൊടുത്ത് അവരെയൊന്നു പറഞ്ഞയയ്ക്ക്." മീനാക്ഷി വീണ്ടും കെഞ്ചി.

മാധവഭട്ട് കൈവരിയിൽ ഇരുന്നുകൊണ്ട് അംഗാരയെ വിളിച്ചു പറ ഞ്ഞു: "ഉം. നിനക്കെന്താ വേണ്ടത്? വേഗം പറഞ്ഞോളൂ."

"നിങ്ങളുടെ മകനൊന്നിങ്ങോട്ട് വരട്ടെ."

"മകൻ മരിച്ചുപോയി. അവന്റെ അച്ഛൻ ഞാനിവിടെ നില്പുണ്ട്. ഇപ്പോ നിനക്കെന്താ വേണ്ടത്?"

"നിങ്ങളുടെ മകൻ എന്റെ മോളെ പിഴപ്പിച്ചു."

"അവളെ അങ്ങനെ വിട്ടത് നിന്റെ തെറ്റാണ്."

"ഞാൻ അവളെ വിട്ടത് തോട്ടത്തിൽ പണിയെടുക്കാനാണ്. അമ്പ ലത്തിന്റെ പടിപ്പുരയിൽ വിളിച്ചുകയറ്റി ഗർഭിണിയാക്കാനല്ല." അംഗാര കോപം കൊണ്ടു വിറച്ചു.

"ശിവ!ശിവ!" മീനാക്ഷി ചെവി പൊത്തി.

"നാവ് തൊണ്ടയിൽവച്ച് സംസാരിക്ക്. നിന്റെ മകള് കിട്ടിയവരുടെ കൂടെയൊക്കെ കിടന്നുകാണും. അതിന് ശംഭുവിന്റെ പുറത്ത് അപവാദം ചുമത്തി വല്ലതും നേടാമെന്നാണ് നിന്റെ മോഹം. നീ ആരെന്ന് എനി ക്കറിഞ്ഞുകൂടെ?"

"അതൊക്കെ അവിടെയിരിക്കട്ട് പട്ടരേ. ശംപട്ടരെ ഇങ്ങോട്ടുവിളിക്ക്. അങ്ങോട്ടു തന്നെ ചോദിക്കാം?" തടിയന്മാരിൽ ഒരുത്തൻ പറഞ്ഞു.

"അവനോടിപ്പോ എന്താ ചോദിക്കാനുള്ളത്? നിനക്കെന്താ വേണ്ട തെന്നുവച്ചാ പറഞ്ഞോളൂ."

"നിങ്ങളുടെ മകനെ ഇങ്ങോട്ടുവിളിക്കൂ. അയാളോട് ഞങ്ങൾ പറയാം."

"നിനക്കു പറയാനുള്ളത് എന്നോട് പറ." മാധവഭട്ട് കോപത്തോടെ പറഞ്ഞു.

"അങ്ങനെയാണോ? എന്നാ ശംപട്ടര് ബെള്ളിയെ കല്യാണം കഴി ക്കണം." അംഗാര പറഞ്ഞു.

മീനാക്ഷിയും സരസ്വതിയും "അയ്യോ" എന്നു തലതല്ലിക്കരഞ്ഞു.

"വായിൽ തോന്നിയതൊന്നും പറയണ്ടാ." മാധവഭട്ട് നേരെ അക ത്തുപോയി ആയിരം രൂപയുടെ ഒരു കെട്ട് എടുത്തുകൊണ്ട് വന്ന് അംഗാ രയുടെ മുന്നിൽ എറിഞ്ഞു കൊടുത്തു. "എനിക്കറിയാം നിനക്കുവേണ്ടത് ഇതാണെന്ന്. എടുത്തുകൊണ്ടു പൊയ്ക്കോ."

"ഇതൊന്നും നടപ്പില്ല." അംഗാരയും കൂട്ടരും പറഞ്ഞു.

അപ്പോഴേക്കും അകലെ നിന്ന് പലരും ഈ ബഹളം ശ്രദ്ധിക്കാൻ തുടങ്ങി. അടുത്തവീടുകളിലെ ജനലിലും വാതിലിലും കൂടി ആളുകൾ

നോക്കി നിന്നു.

"ഇനി നിനക്കെന്താ വേണ്ടത്?" മാധവഭട്ട് കോപം കൊണ്ട് വിറച്ചു.

"പണം കൊണ്ടു തീർക്കാനാണ് ഭാവമെങ്കിൽ അയ്യായിരം രൂപ തരണം." അംഗാര പറഞ്ഞു. കൂട്ടാളികൾ അതുശരിവച്ചു.

ഇതുകേട്ട് മാധവഭട്ട് ഇടി വെട്ടേറ്റതുപോലെ നിന്നു. "അയ്യായിരമോ! ആയിരം രൂപ എന്നു വച്ചാ ആയിരം മുറുക്കാണെന്നാണോ നിന്റെ വിചാരം?" കൺമിഴിച്ച് അയാൾ ചോദിച്ചു.

"അംഗാരയുടെ മകള് ബോംബയിലെ വേശ്യയൊന്നുമല്ല." തടിയന്മാരിലൊരുത്തൻ പറഞ്ഞു,

"എവിടെ നിങ്ങളുടെ മകൻ? വരട്ടെ, ഞങ്ങൾ നോക്കാം." കൈയിലിരുന്ന കുറുവടി ഇടിച്ചുകൊണ്ട് തടിയന്മാർ പറഞ്ഞു.

അംഗാര ബെള്ളിയെ പിടിച്ചുതള്ളിയിട്ട് - "കേറ്, വീട്ടിനകത്ത് കേറ് നോക്കട്ടെ അയാളുടെ തോക്കിന്റെ മിടുക്ക്." കൈയിലിരുന്ന കത്തി വീശിക്കൊണ്ട് എണീറ്റു. ബെള്ളിയും എണീറ്റ് വീട്ടിന്റെ പടികയറി വരാന്തയിൽ ഇരുന്നു.

മീനാക്ഷി നിലവിളിച്ചു. സരസ്വതി മുറിയുടെ വാതിലടച്ച് കുറ്റിയിടുന്നതുകേട്ടു. അകത്തുനിന്ന് കരച്ചിൽ ഏറിവന്നു. മാധവഭട്ട് കോപം കൊണ്ടു ജ്വലിച്ചു. അയാൾ പല്ലിറുമ്മിക്കൊണ്ട് അകത്തുചെന്ന് തോക്കെടുത്തു. ജഗദീശ് പെട്ടെന്ന് അച്ഛനെ തടഞ്ഞുകൊണ്ട് പറഞ്ഞു:

"തോക്കെടുത്ത് നിങ്ങളെന്തു ചെയ്യാനാപോകുന്നത്. ഇതെന്താ യുദ്ധമോ മറ്റോ ആണോ? കൊന്നാൽ ജയിലിൽ പോകണം. ചിലപ്പോൾ തൂക്കിലേറേണ്ടി വരും. ശംഭു ചെയ്തത് തെറ്റല്ലേ? അവർ ചോദിക്കുന്നത് കൊടുത്തയയ്ക്ക്. ആരെയെങ്കിലും കൊന്നതുകൊണ്ട് പ്രശ്നം അവസാനിക്കുമോ?"

"അയ്യായിരം രൂപ, ചില്ലറ സംഗതിയാണോ?" മാധവഭട്ട് ചോദിച്ചു.

"ഏതായാലും ഇതിനൊരു പരിഹാരം ആവശ്യമല്ലേ? ആരെ വേണമെങ്കിലും കൊല്ലാം. പക്ഷേ, സത്യത്തെ നശിപ്പിക്കാനാകുമോ? തെറ്റ് തെറ്റല്ലാതാകുമോ? അവർ എന്തിനും തയ്യാറായി വന്നിരിക്കയാണ്. പണത്തിലൊതുങ്ങാമെന്നു പറഞ്ഞതുതന്നെ നമ്മുടെ ഭാഗ്യമാണ്." ജഗദീശ് പറഞ്ഞു.

"പക്ഷേ, അവർ ഇത്രവലിയ തുക ചോദിക്കുന്നത് അന്യായമാണ്." അല്പം സമാധാനത്തോടെ മാധവഭട്ട് പറഞ്ഞു.

"ശംഭു ചെയ്തത് അധർമ്മമാണ്. അതിന് ഈ അന്യായം ശരിയാവും. അതല്ലെങ്കിൽ പിന്നെ നിങ്ങളെന്തു ചെയ്യാനാ പോകുന്നത്? ശംഭുവിന് തന്നെ വിട്ടുകൊടുക്കൂ അയാൾ തീരുമാനിക്കട്ടെ, ബെള്ളിയെയും സരസ്വതിയെയും വീട്ടിൽവച്ചുകൊള്ളട്ടെ?"

"നീ എന്താ പറഞ്ഞത്?"

"എന്നോടു ദേഷ്യപ്പെട്ടിട്ട് എന്തു പ്രയോജനം? എനിക്കുതോന്നിയതു ഞാൻ പറഞ്ഞു, അത്രമാത്രം. അവർ ചോദിക്കുന്നത് അങ്ങ് കൊടു

ത്തേക്ക്, ഇല്ലെങ്കിൽ ഇപ്പോ നാട്ടുകാര് മുഴുവൻ ഇവിടെ വന്നുകൂടും." ഇത്രയും പറഞ്ഞിട്ട് ജഗദീശ് തന്റെ മുറിയിലേക്കു പോയി.

മാധവഭട്ട് വീണ്ടും അകത്തുപോയി നാലായിരം രൂപകൂടി എടുത്തു കൊണ്ടുവന്ന് ബെള്ളിയുടെ മുന്നിൽ ഇട്ടുകൊടുത്തു. അവൾ അതും എടുത്തുകൊണ്ടു വെളിയിലിറങ്ങി. എല്ലാവരും പണം ഒന്നുനോക്കി, ഇറങ്ങിപ്പോയി.

മീനാക്ഷി ജോലിക്കാരിയെ വിളിച്ച് വരാന്തയിൽ ചാണകവെള്ളം തളിപ്പിച്ച് തുടച്ചുവൃത്തിയാക്കി.

തോട്ടത്തിലെവിടെയോ ഒളിച്ചിരുന്ന ശംഭു ഉച്ചയായപ്പോൾ വീട്ടിൽ വന്നു കയറി. ആരും അയാളുടെ മുഖത്തുനോക്കിയില്ല. മക്കൾ മാത്രം വെളിയിൽ കളിച്ചുകൊണ്ടു നിന്നിരുന്നു. അവർ അച്ഛന്റെ മുഖത്ത് തുരുതുരാ നോക്കി. വീണ്ടും അവർ കളിയിൽ മുഴുകി. ശംഭു അയാളുടെ മുറിയുടെ വാതിൽ ഒന്നു തള്ളി. അതു തുറന്നു. ശംഭുവിനെക്കണ്ട് സരസ്വതി നിലവിളിച്ചു കരഞ്ഞു.

***

പരീക്ഷ നടക്കുന്നതിനിടയിൽത്തന്നെ കൃഷ്ണാചാര്യ വന്ന്, പ്രിൻസിപ്പലുൾപ്പെടെ എല്ലാ അദ്ധ്യാപകർക്കും ശാലിനിയുടെ വിവാഹത്തിനുള്ള ക്ഷണക്കത്ത് നല്കി. കോളേജ് ട്രസ്റ്റി അംഗങ്ങളിൽ പ്രമുഖനായ കൃഷ്ണാചാര്യയെ കോളേജിലെ എല്ലാ ഉദ്യോഗസ്ഥന്മാരും ബഹുമാനിച്ചിരുന്നു. അയാളെ എതിർക്കാൻ ആരും തയ്യാറാകുമായിരുന്നില്ല. സ്വന്തം കോളേജാണെന്ന ഭാവത്തിൽ എല്ലാ പ്രശ്നങ്ങളിലും അയാൾ ഇടപെട്ടിരുന്നു. അതുകൊണ്ടുതന്നെ അയാളുടെ മകളും ആ കോളേജിലെ വിദ്യാർത്ഥിനിയുമായ ശാലിനിയുടെ വിവാഹം എല്ലാവർക്കും സന്തോഷപ്രദമായ ഒരു സംഗതിയായിരുന്നു.

ജഗദീശിനുമാത്രം കൃഷ്ണാചാര്യയുടെ ക്ഷണക്കത്ത് നല്കിയിരുന്നില്ല. അയാളുടെ അടുത്തസുഹൃത്തായതുകൊണ്ടാവാം ഗോവിന്ദരാജിനും. "അതിലെന്താ വിഷമിക്കാനിരിക്കുന്നത്. ഇനി ഒരാഴ്ചയല്ലേയുള്ളൂ നിന്റെ നാട്ടിൽ പോകാൻ. അപ്പോൾ രണ്ടുമാസം നിനക്കിഷ്ടമുള്ളിടത്ത് നടക്കാം. നിന്റെ അച്ഛൻ, അമ്മ, ജ്യേഷ്ഠൻ, അനുജത്തി, അമ്മാവൻ, അമ്മാവി........."

"മതിമതി നിങ്ങളുടെ നീണ്ടപട്ടിക. എല്ലാ വർഷവും ഇതുതന്നെ പറയും. സമയമാകുമ്പോൾ നിങ്ങളാകെ മാറും. ഏതായാലും ഇവിടത്തെ പത്ത് മാസം വനവാസം തന്നെ."

കൃഷ്ണാചാര്യ ജഗദീശിനെക്കൂടി ബഹിഷ്കരിച്ചതുകണ്ട് ഗോവിന്ദരാജ് അത്ഭുതപ്പെട്ടുപോയി. ഒരു ദിവസം ജഗദീശിന്റെ വീട്ടിൽവന്ന കൃഷ്ണാചാര്യ എന്തോ ദർദ്ദാനം സ്വീകരിച്ചമട്ടിൽ ഇറങ്ങിപ്പോകുന്നതു കണ്ടു എന്ന് രാജലക്ഷ്മി പറഞ്ഞു. സംഭവിച്ചതെന്താണെന്ന് ഇതേവരെ ജഗദീശിനോടു ചോദിച്ചില്ല. പക്ഷേ, രാജലക്ഷ്മിയുടെ കൂർമ്മബു

ദ്ധിയിൽ അതിന്റെ കാരണം സംശയാവസ്ഥയിലുണ്ടായിരുന്നു. ജഗദീശ് വീട്ടിൽ വന്നപ്പോൾ രാജലക്ഷ്മി ചോദിച്ചു. "എന്താ മി. ജഗദീശ് നിങ്ങളെയും കൃഷ്ണാചാര്യ ഉപേക്ഷിച്ചല്ലോ." അയാൾ ഒന്നു ചിരിച്ചു. അല്പം കഴിഞ്ഞ് – "ക്ഷണക്കത്തു കൊടുക്കുന്നതും കൊടുക്കാത്തതും അവരവരുടെ ഇഷ്ടമാണ്. എന്തു പറയുന്നു മി.രാജ്?" ഗോവിന്ദരാജിനു നേരെ നോക്കി ചോദിച്ചു.

"ഞാനും അതുതന്നെയാണ് ഇവളോടു പറഞ്ഞത്. ക്ഷണക്കത്ത് നമുക്കും തരണമെന്ന് അവരോട് ചോദിക്കാനൊക്കുമോ?"

"മാത്രമല്ല ഒരു പെൺകുട്ടിയുടെ വിവാഹമെന്നു വച്ചാൽ ഉഡുപ്പി അമ്പലത്തിലെ "പര്യായ" ഉത്സവമോ മറ്റോ ആണോ? അത് ഒരാളുടെ കുടുംബകാര്യമാണ്. അതിൽ നമ്മൾ തലയിടാൻ പാടില്ല." ജഗദീശ് കൂട്ടിച്ചേർത്തു.

"അതിരിക്കട്ടെ, കൃഷ്ണാചാര്യ നിങ്ങളെ തഴഞ്ഞത് എന്താണെന്ന് ഞാൻ പറയട്ടെ." രാജലക്ഷ്മി ചോദിച്ചു.

"ഒരുപക്ഷേ, ഞാൻ ബ്രാഹ്മണനല്ലെന്ന് അയാൾ ധരിച്ചിരിക്കണം." ജഗദീശ് കളിയാക്കിപ്പറഞ്ഞു.

"അങ്ങനെയൊന്നുമല്ല, കൃഷ്ണാചാര്യരുടെ സുഹൃദ്ബന്ധവും കച്ചവട ഇടപാടുകളും ഉഡുപ്പിയിലെ പ്രമുഖ വ്യാപാരി വ്യവസായികളുമായിട്ടാണ്. ഇവരെ അന്വേഷിച്ചുപിടിച്ചാൽ നാലോ അഞ്ചോ പേരെ ബ്രാഹ്മണരുണ്ടാവൂ. അവർക്കുമാത്രമേ കൃഷ്ണാചാര്യ ക്ഷണക്കത്തു കൊടുത്തിരിക്കൂ എന്നു നിങ്ങൾ വിചാരിക്കുന്നുണ്ടോ?" ഗോവിന്ദരാജ് ചോദിച്ചു.

"പോട്ടെ, നമ്മളെന്തിന് വെറുതെ അതിനെക്കുറിച്ചു ചർച്ച ചെയ്യണം. അയാൾക്ക് ജഗദീശിനോടുള്ള വൈരാഗ്യം എന്താണെന്ന് ഞാൻ പറയാം. ആണെങ്കിൽ അതേ എന്നു പറയണം. അല്ലെങ്കിൽ അല്ല എന്നു പറഞ്ഞോളൂ." രാജലക്ഷ്മി പറഞ്ഞു.

"എന്തിന്!" ജഗദീശ് അത്ഭുതത്തോടെ ചോദിച്ചു.

"ഒരുപക്ഷേ, നിങ്ങൾ ശാലിനിയെ വിവാഹം കഴിക്കാൻ സമ്മതിച്ചിരിക്കില്ല. അതായിരിക്കും."

ക്ഷണക്കത്ത് കിട്ടിയില്ല. അദ്ധ്യാപകരുടെ ക്വാർട്ടേഴ്സുകളിലെല്ലാം കൃഷ്ണാചാര്യതന്നെ കയറിയിറങ്ങി ക്ഷണക്കത്തു നല്കി. ഇതുകണ്ട രാജലക്ഷ്മി- "ദേയ്, നമ്മൾ മാത്രം ഇവിടെ അസ്പൃശ്യരെപ്പോലെ ആയല്ലോ" എന്നു വേദനയോടെ പറഞ്ഞു.

"കൃഷ്ണാചാര്യയുടെ മകളുടെ വിവാഹവുമായി നമുക്കെന്താ ബന്ധം? അയാൾ നമ്മുടെ ബന്ധുവോ കൂട്ടത്തിൽപ്പെട്ട ആളോ ആണോ? നീ ചുമ്മാതിരിക്ക്." ഗോവിന്ദരാജ് സമാധാനിപ്പിച്ചു.

"അതല്ല, നമ്മളും ഈ കൂട്ടത്തിൽപെട്ടവരല്ലേ? നമ്മളും ഇവരുടെ നടുവിൽ ജീവിച്ചിരിപ്പില്ലേ? ഇവരെല്ലാം നമ്മെ അവഗണിക്കുന്നത് എനിക്കു സഹിക്കാൻ വയ്യ" എന്നു പറഞ്ഞു രാജലക്ഷ്മി കരയാൻ തുടങ്ങി.

അവൾ പറഞ്ഞത് ശരിയാണെന്ന് ഗോവിന്ദരാജിനും തോന്നി. പുരുഷനായാൽ തന്റെ ജോലി ചെയ്ത് മാസശമ്പളവും പറ്റി കുരുടനെപ്പോലെ ഇരിക്കാം. പക്ഷേ, സ്ത്രീകൾക്ക് ഒരു സാമൂഹികജീവിതം വേണം, തന്നെപ്പോലുള്ളവരെ കാണണം, അവരുമായി സംസാരിക്കണം. വിവാഹം, മറ്റു ചടങ്ങുകൾ എല്ലാം അവരുടെ ജീവിതത്തിന്റെ ഒരു ഭാഗമാണ്. അയാൾ ചിന്തിച്ചു. എന്നാലും എന്തെങ്കിലും ഒരു സമാധാനം അവളോടു പറയണമല്ലോ എന്നു വിചാരിച്ച് ഗോവിന്ദരാജ് കുഴങ്ങി.

"നിങ്ങളോടിതാരു പറഞ്ഞു?" ജഗദീശ് അമ്പരപ്പോടെ ചോദിച്ചു.

"അതിരിക്കട്ടെ, ഇത് ശരിയാണോ, അല്ലയോ?"

"പറഞ്ഞില്ലെങ്കിൽ...?"

"നിങ്ങൾ പറഞ്ഞില്ലെങ്കിൽ അതാണു സത്യം."

ശാലിനിയുടെ വിവാഹത്തിന്റെ ക്ഷണക്കത്ത് ജഗദീശിനു കൊടുക്കാത്തതിൽ എല്ലാവർക്കും അതിശയം തോന്നി. മാധവഭട്ടിനോട് കൃഷ്ണാചാര്യക്ക് വലിയ അടുപ്പമുണ്ടായിരുന്നു. ശാലിനി രണ്ടുവർഷം ജഗദീശിന്റെ വിദ്യാർത്ഥിനിയുമായിരുന്നു. എന്നിട്ടും ക്ഷണിച്ചിട്ടില്ല. അതുകൊണ്ട് ജഗദീശും കൃഷ്ണാചാര്യയുമായി കടുത്ത നീരസമുണ്ടായിരിക്കണമെന്ന് എല്ലാപേരും ഊഹിച്ചു. ഒന്നുരണ്ടുപേർ കൃഷ്ണാചാര്യയോട് നേരിട്ടു ചോദിക്കുകയും ചെയ്തു. അപ്പോൾ അയാളുടെ മറുപടി - "അയാളൊരു മഹാബുദ്ധിമാനാണെന്നാണ് ധാരണ. ലോകാചാരം ഒന്നും അയാൾക്കറിയില്ല. വീട്ടിൽ വരുന്നവരോട് എങ്ങനെ സംസാരിക്കണമെന്നുപോലും ഇനി പഠിക്കേണ്ടിയിരിക്കുന്നു. അങ്ങനെയൊരാൾ എന്റെ മകളുടെ വിവാഹത്തിന് വരണമെന്നില്ല" എന്നായിരുന്നു.

കൃഷ്ണാചാര്യയുടെ വാക്കുകളിൽ എന്തോ കുടിലതയുണ്ടെന്ന് അവർക്കു മനസ്സിലായി. അതിനാൽ അവർ സത്യമന്വേഷിക്കാൻ തുടങ്ങി.

ശാലിനിയുടെ വിവാഹത്തിനുശേഷം രണ്ടുദിവസം കഴിഞ്ഞ് പ്രിൻസിപ്പൽ ജഗദീശിനെ വിളിച്ചുചോദിച്ചു - "എന്താ മി.ജഗദീശ്, കൃഷ്ണാചാര്യ നിങ്ങളെ ക്ഷണിച്ചിരുന്നില്ലേ?"

ചോദ്യം തീരെ അനാവശ്യമാണെന്ന് തോന്നിയെങ്കിലും പ്രിൻസിപ്പൽ എന്ന നിലയിൽ ആദരം കാട്ടേണ്ടി വന്നു. അല്ലെങ്കിൽ ചോദിക്കാമായിരുന്നു "ഇതിൽ നിങ്ങൾക്കെന്താ കാര്യമെന്ന്?"

"ഇല്ല." ജഗദീശ് പറഞ്ഞു.

"എന്താകാര്യം?"

"എന്തോ, എനിക്കറിയില്ല."

"ഞാൻ അദ്ദേഹത്തോട് ചോദിക്കട്ടെ?"

"അതിന്റെ ആവശ്യമില്ല. ഇതത്ര വലിയ കാര്യമൊന്നുമല്ല. ആരു വിവാഹം കഴിച്ചു എന്നതാണ് മുഖ്യം. ആരെല്ലാം അതിൽ സംബന്ധിച്ചു എന്നത് അപ്രധാനമാണ്." ജഗദീശ് പെട്ടെന്ന് പറഞ്ഞു.

ജഗദീശിന്റെ മറുപടി അയാൾക്കത്ര രസിച്ചില്ല.

പരീക്ഷയെല്ലാം കഴിഞ്ഞ് അവധിയായി. കുറച്ചുനാളേക്ക് നാട്ടിൽ

പോയിനില്ക്കാം എന്നു കരുതി ജഗദീശ് ബൊൾമണ്ണിലേക്കു തിരിച്ചു. ഗോവിന്ദരാജും പരീക്ഷകഴിഞ്ഞ് പിറ്റേദിവസം തന്നെ ദാവണഗെരെയ്ക്കു പുറപ്പെട്ടു. അരുണ ദിവസം പത്തുപതിനഞ്ചു പ്രാവശ്യമെങ്കിലും വീട്ടിൽ ഓടിയെത്തും. അവളുടെ കളിയും ചിരിയും ജഗദീശിന് അല്പം സന്തോഷം പകർന്നിരുന്നു. ഗോവിന്ദരാജിന്റെ രണ്ടുമക്കളുള്ളതുകൊണ്ട് കുട്ടികളുടെ ലോകവുമായി ജഗദീശ് സമയം കഴിച്ചുകൂട്ടുമായിരുന്നു. പക്ഷേ, അവർ പോയിക്കഴിഞ്ഞപ്പോൾ വിരസത തോന്നി. മാത്രമല്ല, ആ ഏകാന്തതയിൽ വിശ്വനാഥിനെക്കുറിച്ചുള്ള ഓർമ്മകൾ ഓടിയെത്തുകയും ചെയ്തു. എത്ര മറക്കാൻ ശ്രമിച്ചാലും വിശ്വനാഥിനെ വിസ്മരിക്കാൻ അയാൾക്കു സാധിച്ചില്ല. ചിലപ്പോൾ വിശ്വനാഥിന്റെ മരണം ഒരു വെല്ലു വിളിയായി തോന്നും. "എന്തു ചെയ്താലും ഇത്രതന്നെ" എന്ന് അദൃശ്യ മായ ഏതോ ഒരു ശക്തി വിളിച്ചുപറയുന്നതുപോലെ അനുഭവപ്പെടും.

ബൊൾമണ്ണിൽ പോയാലും സ്ഥിതി അതുതന്നെ. അവിടെ ഒന്നും ചെയ്യാനില്ല. ആകെ ഒരു നിഷ്ക്രിയത്വം. അനുജനോട് ശംഭു ഉള്ളുതു റന്നു സംസാരിക്കുന്ന പതിവില്ല. വല്ലതും സംസാരിച്ചാൽ തന്നെ കുത്തു വാക്കായിരിക്കും. താൻ ബുദ്ധിമാനാണെന്നു കാണിക്കാനുള്ളശ്രമം. അംഗാരയുടെ മകൾ ബെള്ളിയുടെ സംഭവത്തിനുശേഷം അതും കുറ ഞ്ഞിരുന്നു. ചേട്ടത്തിയമ്മ ജഗദീശിനോടു സംസാരിക്കുന്ന പതിവേയി ല്ല. അവർ ആരോടും സംസാരിക്കുന്നത് ഇതേവരെ ജഗദീശ് കണ്ടിട്ടില്ല. കൃഷ്ണാചാര്യയുടെ മകളെ വിവാഹം കഴിക്കാൻ വിസമ്മതിച്ചതിനാൽ മാധവഭട്ടും ഇപ്പോൾ അയാളോട് അധികം സംസാരിക്കാറില്ല. അമ്മ മാത്രം എപ്പോഴെങ്കിലും വന്ന് ഒന്നുരണ്ടു വാക്ക് ചോദിച്ചാലായി. അതും ജഗദീശിന്റെ വിവാഹത്തെക്കുറിച്ചോ വിശ്വനാഥിന്റെ മരണത്തെക്കുറിച്ചോ ആയിരിക്കും. ഈ വക ചിന്തകൾ അയാളുടെ മനസ്സിനെ അലട്ടിക്കൊ ണ്ടിരുന്നു.

ശംഭുവിന്റെ മക്കളുടെ കളികളും മറ്റും വീടിന് ഒരുണർവ്വുണ്ടാക്കി യിരുന്നു. അതും കൂടി ഇല്ലായിരുന്നുവെങ്കിൽ അവിടം ഒരു ഭാർഗ്ഗവീനി ലയമായേനേ.

ബൊൾമണ്ണിൽ പോയാൽ അവിടെ താൻ ഒരു അന്യനെപ്പോലെ ആകും എന്നൊരു തോന്നൽ ജഗദീശിനുണ്ടായി. വിശ്വനാഥിന്റെ മരണം അയാളുടെ ഹൃദയത്തെ ശൂന്യമാക്കിയിരുന്നു. ബൊൾമണ്ണിൽ താൻ ഏകനാണെന്നൊരു ഭയവുമുണ്ട്. മുമ്പൊരിക്കൽ രാജലക്ഷ്മി ഗോവിന്ദ രാജിനോട് പറഞ്ഞകാര്യം അയാൾ ഓർത്തു." നമുക്ക് ഈ കോളേജ് വിട്ട് ബാംഗ്ലൂരിലോ മൈസൂരിലോ മറ്റെവിടെയെങ്കിലുമോ പോകാം. ഇവി ടത്തെ വനവാസം പോലെയുള്ള ജീവിതം മടുത്തു." അവളുടെ ചിന്താ ഗതി ശരിയാണെന്ന് ജഗദീശിനും ഇപ്പോൾ തോന്നി.

ശരി. അമ്മയുടെ നിർബ്ബന്ധത്തിനുവഴങ്ങി ഒരു വിവാഹം കഴിച്ചാൽ ഈ ഏകാന്തത മാറുമോ? ഈ ജീവിതത്തിന് എവിടെയെങ്കിലും പിടിച്ചു നില്ക്കാൻ ഒരാശ്രയം ലഭിക്കുമോ? എന്നൊക്കെ ജഗദീശ് ചിന്തിച്ചു.

ഒരു ദിവസം പ്രിൻസിപ്പൽ കോളേജിൽനിന്നു ഫോൺ ചെയ്തു.

“നോക്കൂ മി.ജഗദീശ്, ബാംഗ്ലൂർ യൂണിവേഴ്സിറ്റിയിൽ ഫിലോസഫിയെ സംബന്ധിച്ച് ഒരു സെമിനാർ നടക്കുന്നുണ്ട്. നമ്മുടെ കോളേജിൽനിന്ന് ആരെയെങ്കിലും അയക്കണമെന്ന് അറിയിച്ചിരിക്കുന്നു. പോകാൻ താല്പര്യമുണ്ടോ?” എന്നു ചോദിച്ചു.

ജഗദീശ് അധികമൊന്നും ചിന്തിക്കാതെ, “ശരി, പോകാം” എന്ന് വാക്കുകൊടുത്തു.

സെമിനാറുമായി ബന്ധപ്പെട്ട സിനോപ്സിസ് കൊണ്ടുപോകണമെന്നും വായിക്കാനുള്ള പ്രബന്ധം ഉടനെ തയ്യാറാക്കണമെന്നും അറിയിച്ചിരുന്നു. ഒരാഴ്ചയേയുള്ളൂ ഇനി സെമിനാറിന്. ജഗദീശ് ഉടനേ ഉഡുപ്പിയിലേക്ക് പുറപ്പെട്ടു.

****

ജഗദീശ് ബാംഗ്ലൂരിൽ ആകസ്മികമായി വന്നതുകണ്ട് ജോഷി ചോദിച്ചു - “വരൂ! വരൂ! എന്താ ഒരു കത്തുപോലും എഴുതാതെ അപ്രതീക്ഷിതമായി ഇങ്ങോട്ടുപോന്നത്? വരുന്നതിനെക്കുറിച്ച് യതൊരറിവുമുണ്ടായിരുന്നില്ലല്ലോ?”

ജോഷിയെ നേരത്തെ അറിയിക്കാൻ കഴിയാത്തതിൽ ജഗദീശിന് ഖേദം തോന്നി. അവധിക്കാലം ആയതുകൊണ്ട് ബോംബെയിൽ പോയിക്കാണുമെന്നും ഒരു ഊഹം ഉണ്ടായിരുന്നു.

“നിങ്ങൾ ഇവിടെത്തന്നെ ഉണ്ടാവും എന്നുറപ്പുണ്ടായിരുന്നില്ല. പ്രത്യേകിച്ചും അവധിക്കാലമല്ലേ.” ജഗദീശ് പറഞ്ഞു.

“എനിക്കെല്ലാം ഒന്നുതന്നെ. ആഴ്ചയിൽ അധികദിവസവും ഞായറാഴ്ചയാണെന്നാണ് എന്റെ തോന്നൽ.” ജോഷി ചിരിച്ചുകൊണ്ടു പറഞ്ഞു.

“ആരോഗ്യത്തിനുപറ്റിയ ചിന്തയാണത്.” ജഗദീശും പറഞ്ഞു.

“ഈ ഭാവമാണ് എനിക്കെപ്പോഴും ആനന്ദം പകരുന്നത്. അതിരിക്കട്ടെ, നിങ്ങൾ ഇപ്പോൾ ബാംഗ്ലൂരിൽ വന്ന കാര്യമെന്താ? വെറുതെ അവധിക്കാലം ചെലവഴിക്കാൻ വന്നതാണോ?” ജോഷി ചോദിച്ചു.

ജഗദീശ് സെമിനാറിന്റെ കാര്യം പറഞ്ഞു. “ഏഴെട്ടുദിവസം ഇവിടെയുണ്ടാവും. നിങ്ങളെ ഉപദ്രവിക്കണമെന്നു വിചാരിക്കുന്നില്ല. ഇടയ്ക്ക് ഒന്നു കാണാമെന്നുകരുതി ഇങ്ങോട്ടുവന്നെന്നുമാത്രം.”

“അപ്പോൾ പിന്നെ എവിടെയാ താമസം.”

“യൂണിവേഴ്സിറ്റിയുടെ അടുക്കൽ എവിടെയെങ്കിലും ഒരു ഹോട്ടലിൽ കഴിയാം.”

“ഹോട്ടലിൽ താമസിക്കുന്നതിനേക്കാൾ എന്റെ വീട്ടിൽ കഴിഞ്ഞുകൂടാമെന്നാണ് എനിക്കുതോന്നുന്നത്.”

“നിങ്ങളെ കൂടെക്കൂടെ ഞാൻ വളരെയധികം ബുദ്ധിമുട്ടിക്കുന്നുണ്ട്. ഇപ്രാവശ്യം ദയവുചെയ്ത് എന്നെ നിർബ്ബന്ധിക്കരുത്. ബാംഗ്ലൂരിൽ

താമസം ഒരു വലിയ പ്രശ്നമല്ല. അക്കാര്യം എങ്ങനെയും നിർവ്വഹിക്കാം."

"ഞാൻ കുടുംബമായിട്ടല്ല താമസിക്കുന്നതെന്ന് മുമ്പ് പറഞ്ഞിട്ടുണ്ടല്ലോ. ഇതും ഒരു ഹോട്ടൽ പോലെ തന്നെ. പക്ഷേ, അതിനെ അപേക്ഷിച്ച് അല്പം മെച്ചമാണെന്നു മാത്രം. അതുകൊണ്ടാണ് ഇവിടെ താമസിക്കാമെന്നു പറഞ്ഞത്. ഒരാഴ്ചയല്ല, ഒരു മാസം വേണമെങ്കിലും താമസിച്ചോളൂ. ഇപ്പോൾ ഏതായാലും അവധി തന്നെയല്ലേ."

"വേണ്ട മി. ജോഷി. വെറുതെ നിങ്ങൾ..."

"മി. ജഗദീശ്, ഹോട്ടലിൽ താമസിക്കാൻ ഞാൻ സമ്മതിക്കില്ല. ഈ സങ്കുചിത മനോഭാവം അത്ര നല്ലതല്ല. ഫീൽ ഫ്രീ." എന്നിട്ട് ജോലിക്കാരൻ ശങ്കരനെ വിളിച്ച് ഒരു മുറി വൃത്തിയാക്കികൊടുക്കാൻ പറഞ്ഞു.

"ദേഹം കുറേ ക്ഷീണിച്ചിരിക്കുമല്ലോ മി. ജഗദീശ്. ഈ സെമിനാറും മറ്റും വെറും വെയ്സ്റ്റാണ്. ഒരുതരം ഇന്റലക്ചൽ സ്റ്റാബറി, ഫൂളിഷ്നെസ്. അവധിയായല്ലോ. നിങ്ങൾ അല്പം റെസ്റ്റെടുക്കണം." ജോഷി ഉപദേശിച്ചു.

"അതിനുതന്നെയാണ് ഞാൻ വന്നത്. സെമിനാർ എന്നു വച്ചാൽ അത്ര തലപുകയുന്ന കാര്യമൊന്നുമല്ല, അതെനിക്കറിയാം."

"എന്നാൽ കൊള്ളാം. രാത്രി മുഴുവൻ യാത്ര ചെയ്ത് ഇപ്പോൾ നന്നേ ക്ഷീണിച്ചിരിക്കുകയാണ്. ചൂടുവെള്ളം തയ്യാറായിട്ടുണ്ട്. കുളികഴിഞ്ഞു വരൂ. അപ്പോഴേക്കും ബ്രേക്ക്ഫാസ്റ്റ് ശരിയാകും." ജോഷി ശങ്കരനെ വിളിച്ച് എല്ലാം തയ്യാറാക്കാൻ നിർദ്ദേശിച്ചു. എന്നിട്ട് ജഗദീശിനു നേർക്കുതിരിഞ്ഞു പറഞ്ഞു - "ക്ഷമിക്കൂ അരമണിക്കൂറിനുള്ളിൽ മടങ്ങിവരാം. ഒരു സുഹൃത്തിനെ കാണേണ്ടതുണ്ട്. നിങ്ങൾ കുളിച്ചു കഴിയുന്നതിനുമുൻപ് ഞാൻ എത്തും." ധൃതിയിൽ പുറത്തിറങ്ങി.

ജഗദീശ് കുളികഴിഞ്ഞു വന്നപ്പോൾ ശങ്കരൻ കാപ്പിയും ഉപ്പുമാവും മുറിയിൽ മേശപ്പുറത്തുകൊണ്ടുവന്നുവച്ചു.

"എന്താ തിടുക്കം. ജോഷി വരട്ടെ." ജഗദീശ് പറഞ്ഞു.

"ഇല്ല സാർ. അദ്ദേഹം വരുമ്പോൾ വൈകിപ്പോകും. നിങ്ങൾ കുടിക്കൂ. തണുത്തുപോകും."

ജഗദീശ് കാപ്പികുടിച്ച് ഡ്രോയിങ് റൂമിൽ പോയി. പത്രവും വായിച്ചു കൊണ്ടിരുന്നു. വളരെ വൈകിയാണ് ജോഷി വന്നത്. അയാളുടെ മുഖത്ത് എന്തോ പ്രയാസമുള്ളതുപോലെ കണ്ട് ജഗദീശ് ചോദിച്ചു:

"എന്താ വിശേഷം എന്തു സംഭവിച്ചു?"

"ഒന്നുമില്ല." ജോഷി ഒന്നു ചിരിക്കാൻ ശ്രമിച്ചു.

"കള്ളം പറയണ്ടാ. എന്തോ സംഭവിച്ചിട്ടുണ്ട്." ഒരു നിമിഷം കഴിഞ്ഞ്-

"ഒന്നുമില്ല മി. ജഗദീശ്. ദുഃഖകരമായ കാര്യം പറയാൻ ഞാൻ ഇഷ്ടപ്പെടുന്നില്ല. കഴിയുന്നതും അത് അവോയ്ഡ് ചെയ്യാനാണ് ഞാൻ ശ്രമിക്കുന്നത്." ജോഷി പറഞ്ഞു.

"എന്താ പ്രത്യേകിച്ച് വിശേഷം?" ജഗദീശ് ചോദിച്ചു.

"എന്റെ സുഹൃത്തിന്റെ അഞ്ചുവയസ്സുള്ള കുട്ടി ബാൽക്കണിയിൽ നിന്ന് താഴെ വീണു മരിച്ചുപോയി. നിങ്ങൾ വരുന്നതിന് ഒരു മിനിറ്റിനു മുമ്പ് എനിക്കു ഫോൺ ചെയ്തിരുന്നു. അവർ ഫോണിൽ അക്കാര്യമൊന്നും പറഞ്ഞിരുന്നില്ല. ഇവിടെ അടുത്ത് എൻ ആർ കോളനിയിലാണ്. പെട്ടെന്നു വരണം എന്നു മാത്രമാണ് അറിയിച്ചത്."

ശങ്കരനെ വിളിച്ച് കാപ്പികൊണ്ടുവരാൻ പറഞ്ഞു. കാപ്പി കുടിച്ച് എല്ലാം മറന്നതുപോലെ ഇരുന്നു. ജഗദീശിനുനേരെ തിരിഞ്ഞ്-

"പിന്നെ നാട്ടിലെന്തൊക്കെ വിശേഷം. ഗോവിന്ദരാജ് എങ്ങനെയുണ്ട്." കുശലാന്വേഷണം നടത്തി.

കുറച്ചു നേരം രണ്ടുപേരും പരസ്പരം കുടുംബകാര്യങ്ങളൊക്കെ പറഞ്ഞിരുന്നു. ഒടുവിൽ ജോഷി പറഞ്ഞു:

"എന്റെ വിദ്യാർത്ഥിജീവിതം അധികകാലം നീണ്ടുനില്ക്കുമെന്നു തോന്നുന്നില്ല. രണ്ടുമാസത്തിനുമുമ്പ് അച്ഛൻ വന്നിരുന്നു. കഴിഞ്ഞ ഒരു വർഷത്തിനിടയിൽ രണ്ടുപ്രാവശ്യം ഹാർട്ട്അറ്റാക്ക് ഉണ്ടായി. പോരാഞ്ഞിട്ട് വയസ്സും അറുപതു കഴിഞ്ഞു. ഉള്ളതു ഞാനൊരുത്തൻ മാത്രം. മാസത്തിലൊരിക്കൽ അമ്മ കത്തെഴുതും, എന്റെ പി എച്ച് ഡിയൊക്കെ മതിയാക്കാൻ."

ഒന്നു രണ്ടു നിമിഷം കഴിഞ്ഞ് ജഗദീശ് ചിരിച്ചുകൊണ്ടു പറഞ്ഞു:

"നിങ്ങളുടെ ഗവേഷണം നിർത്തി എന്നുവച്ച് ഇംഗ്ലീഷ്സാഹിത്യത്തിന് നഷ്ടമൊന്നും സംഭവിക്കില്ല. പക്ഷേ, ബാംഗ്ലൂരിന്...?"

"ബാംഗ്ലൂരിൽ ചെലവാക്കുന്ന പണം ബോംബെയിൽ ചെലവാക്കണം. അത്രയേയുള്ളൂ." ജോഷി പറഞ്ഞു.

"ഞാൻ പറഞ്ഞത് അതല്ല. ബാംഗ്ലൂരിന് ഒരു നല്ല മനുഷ്യനെ നഷ്ടപ്പെടുന്നു എന്നാണ്."

"ഒഹോ, അങ്ങനെയാണോ. നല്ലവർക്കൊന്നും ഇവിടെ ഒരു കുറവുമില്ല. ഏതു ഫാമിലി പ്ലാനിങ് നടത്തിയാലും ഓരോവർഷവും ഒരു കോടിയെങ്കിലും മനുഷ്യർ പെരുകുന്നുണ്ട്. ബാംഗ്ലൂരിനും അതിൽ ഒരു പങ്കുണ്ട്." ജോഷി ചിരിച്ചുകൊണ്ട് പറഞ്ഞു.

കുറച്ചുനേരം രണ്ടുപേരും മൗനമായിരുന്നു. "എന്തു തീരുമാനിച്ചു?" ജഗദീശ് ചോദിച്ചു.

"തീരുമാനിക്കാനെന്തിരിക്കുന്നു. വിശ്വനാഥ് മരിച്ചപ്പോഴേ എനിക്കു തോന്നിയിട്ടുണ്ട്, ഈ പി എച്ച് ഡിയിൽ ഒരർത്ഥവുമില്ലെന്ന്. വെറും പൊള്ളയാണത്. നിങ്ങൾ ഒരു കാര്യമറിഞ്ഞോ? വിശ്വനാഥിന്റെ പ്രബന്ധത്തിന് പി എച്ച് ഡി അവാർഡ് ചെയ്തെന്ന്."

ഇതുകേട്ടപ്പോൾ ജഗദീശിന്റെ ഹൃദയം കത്തിജ്വലിക്കാൻ തുടങ്ങി. അയാളുടെ മനസ്സും ദേഹവും ആ ജ്വാലയിൽ എരിയുന്നതുപോലെ തോന്നി. രണ്ടുകണ്ണും നിറഞ്ഞു. കല്ലുപോലെ അയാൾ ഇരുന്നതേയുള്ളൂ. അതുകണ്ട് ജോഷി പറഞ്ഞു:

"നിങ്ങൾക്ക് എത്രമാത്രം ദുഃഖമുണ്ടെന്ന് എനിക്കറിയാം. നിങ്ങൾ തമ്മിലുള്ള സഹോദരസ്നേഹത്തിന്റെ ആഴം ഞാൻ അധികമറിഞ്ഞിട്ടില്ല. എങ്കിലും നിങ്ങൾക്കു നേരിട്ട നഷ്ടം അപാരമാണ്. പക്ഷേ, ഞാൻ ഒരു കാര്യം മനസ്സിലാക്കിയിട്ടുണ്ട്. മി.ജഗദീശ്, ജീവിതം നശ്വരമാണ്; ദുർബ്ബലവുമാണ്. അത് ഒരു... എന്തുപറയാൻ. സംതിങ്. അത് ഏതു കാലത്തും നശിച്ചുപോകാവുന്നതാണ്. ഒരു വലിയകാര്യമാണെന്ന് ഭ്രമിച്ചവരുണ്ട്. പക്ഷേ, അരക്ഷണത്തിലതു നാമാവശേഷമാകും. അതുകൊണ്ട് സംഭവിച്ചുകഴിഞ്ഞതിനെക്കുറിച്ചാലോചിക്കുന്നത് നിരർത്ഥകമാണ്. അതുപോലെ അർത്ഥശൂന്യമാണ് നടക്കാത്തതിനെപ്പറ്റി ആലോചിക്കുന്നതും."

ജോഷിയുടെ വാക്കുകൾ ജഗദീശ് മൗനമായി കേട്ടിരുന്നതേയുള്ളൂ. കുറേക്കഴിഞ്ഞ് അയാൾ ചോദിച്ചു - "അപ്പോൾ ജീവിതത്തിനൊരു ലക്ഷ്യം ഇല്ലെന്നാണോ? അങ്ങനെയൊരു ലക്ഷ്യമുണ്ടെന്നു കരുതുന്നത് വെറും ഭ്രമമാണോ?"

"നിങ്ങൾ ഫിലോസഫി വളരെയധികം പഠിച്ച ആളാണ്. ജീവിതത്തിന്റെ പരിമിതികളെക്കുറിച്ച് എന്നേക്കാൾ നിങ്ങൾക്കു കൂടുതലറിയാം. ഒരു തത്ത്വത്തിൽ ഉറച്ചു പിടിച്ചിട്ടുണ്ടെങ്കിലും ജീവിതത്തിൽ ഒരു ദുരന്തം സംഭവിക്കുമ്പോൾ നാം വ്യതിചലിച്ചുപോകുന്നു. നമ്മുടെ മഹത്തായ ആദർശങ്ങളെക്കുറിച്ച്, മൂല്യങ്ങളെക്കുറിച്ച് നാം സംശയാലുക്കളാകുന്നു. ഷേക്സ്പിയർ പറഞ്ഞത് ഞാൻ ഓർത്തുപോകുന്നു. ഏതു തത്ത്വജ്ഞാനിയാകട്ടെ ഒരു പല്ലുവേദനയുണ്ടായാൽ അയാൾക്ക് തത്ത്വജ്ഞാനിയായിരിക്കാൻ സാധിക്കുകയില്ല."

"അതുശരിയാണ്. യഥാർത്ഥ ജീവിതത്തിൽ ഒരു തത്ത്വജ്ഞാനമൊന്നും ഫലവത്തല്ല. ജീവിതത്തിന് ഒരു തത്ത്വശാസ്ത്രത്തിന്റെയും ആവശ്യമില്ലെന്നാണ് ഞാൻ മനസ്സിലാക്കിയിട്ടുള്ളത്. എല്ലാപേരും സോക്രട്ടീസിനെപ്പോലെയും പരമഹംസനെപ്പോലെയും ആകണമെന്ന് ഞാൻ വിചാരിക്കുന്നില്ല. പക്ഷേ, തന്റെ ജീവിതത്തിന്റെ പരിധിക്കുള്ളിൽ നിന്നുകൊണ്ട് മറ്റുള്ളവർക്കു ജീവിക്കാൻ വേണ്ടി തന്നാലാവുന്നത് ചെയ്തുകൊടുക്കണമെന്നൊരു ലക്ഷ്യം മനുഷ്യനുവേണം. ഇതാണ് എന്റെ തത്ത്വശാസ്ത്രം" ജഗദീശ് പറഞ്ഞു.

"ജീവിതത്തിന്റെ പരിമിതി എന്നത് ലക്ഷ്യത്തോടുകൂടി ജീവിക്കുന്നവനും ലക്ഷ്യമില്ലാത്തവനും തുല്യമാണ്. പക്ഷേ, നിങ്ങളുടെ അനന്തര തലമുറയ്ക്ക് നിങ്ങൾ എന്തുകൊടുക്കുന്നു എന്നത് പ്രധാനമല്ല. അതുകൊണ്ട് നിങ്ങൾക്ക് ഒരു പ്രയോജനവുമില്ല. സാമാന്യ ജീവിതം നയിക്കുന്ന എനിക്കു ചരിത്രം സൃഷ്ടിക്കണമെന്നൊന്നും ആഗ്രഹമില്ല. സാധാരണനിലയിൽ ജനിച്ച് അതേരീതിയിൽ മരിക്കണം അത്രയേയുള്ളൂ." ജോഷി പറഞ്ഞു.

"ഇതിനാണ് ഫെയ്റ്റലിസം എന്നു പറയുന്നത്." ജഗദീശ് തുറന്നടിച്ചു.

"ഇത് ഫിലോസഫി സൃഷ്ടിച്ച ഒരു പദമാണ്. പദങ്ങളെക്കുറിച്ചും അവയുടെ അർത്ഥത്തെക്കുറിച്ചും, എന്റെ ജീവിതത്തെ ഏതു പദം കൊണ്ടു വ്യവഹരിക്കണമെന്നും മറ്റും ഞാനെന്തിനു ചിന്തിക്കണം?" ജോഷി ചോദിച്ചു.

"തന്നിഷ്ടംപോലെ ജീവിക്കുന്നവർക്ക് ഈ ലോകം ഒരു പ്രത്യേക അർത്ഥംകൊടുക്കുന്നുണ്ട്." ജഗദീശ് പറഞ്ഞു.

"ശരി. ഹൃദയശൂന്യത, മദ്യപാനം, ചൂത്, വ്യഭിചാരം, ധൂർത്ത്, സ്വാർത്ഥം ഇതെല്ലാം ഒത്തുചേർന്നതാണ് ജീവിതമെന്ന്. പക്ഷേ, ഇതൊന്നുമില്ലാതെ മനുഷ്യന് തന്റെ ഇഷ്ടംപോലെ ജീവിക്കാനാവും." ജോഷി പറഞ്ഞു.

കുറച്ചുനേരം രണ്ടുപേരും മൗനമായിരുന്നു. പിന്നെ ജഗദീശ് മൗനം ഭഞ്ജിച്ചു–

"ശരി. നിങ്ങൾ ബാംഗ്ലൂർ വിടാൻ തന്നെ തീരുമാനിച്ചു, അല്ലേ? പിന്നെ നിങ്ങളുടെ പരിപാടിയെന്താ?"

"എന്റെ പ്രോജക്ട് ഇതാണ്. എന്റെ പി എച്ച് ഡിയെ പഴയ ടയർ പുതുക്കുന്ന അച്ഛന്റെ ഫാക്ടറിയിലേക്ക് കൊണ്ടുപോവുക. അമ്മ നോക്കി വച്ചിട്ടുള്ളതിൽ ഏതെങ്കിലും ഒരു പെൺകുട്ടിയെ വിവാഹം കഴിക്കുക. പിന്നെ എന്റെ പി എച്ച് ഡിയെ ഒന്നുകൂടി വ്യാപിപ്പിക്കണം!" ജോഷി പൊട്ടിച്ചിരിച്ചു. ജഗദീശും ചിരിച്ചു. ജോഷി വാച്ചു നോക്കിക്കൊണ്ടു പറഞ്ഞു– "മണി പതിനൊന്നായി. നിങ്ങൾ കുറച്ചു വിശ്രമിക്കൂ. ഞാൻ ഗാന്ധി നഗർ വരെ ഒന്നു പോയിവരാം. ഒരു സുഹൃത്തിനെ കാണാനുണ്ട്. ഊണു സമയമാകുമ്പോഴേക്കും ഞാൻ എത്താം. അതു കഴിഞ്ഞു സൗകര്യമുണ്ടെങ്കിൽ മാറ്റിനിക്ക് പോകാം. എന്തുപറയുന്നു?"

"ശരി." ജഗദീശ് സമ്മതിച്ചു.

സന്ധ്യക്കു സിനിമ കണ്ടു മടങ്ങുമ്പോൾ വഴിക്ക് വിക്ടോറിയ ഹോസ്പിറ്റലിൽനിന്നു വരുന്ന നഴ്സുമാരെ കണ്ടപ്പോൾ ജഗദീശ് കിശോരിയെ ഓർത്തുപോയി.

"പിന്നീട് നിങ്ങൾ കിശോരിയെ കണ്ടോ?" ജഗദീശ് തിരക്കി.

"ഉം. ഏതാണ്ട് ഒരു മാസത്തിനുമുമ്പ് ഒരിക്കൽ കണ്ടിരുന്നു, ഇതേ വഴിയിൽ. നഴ്സിന്റെ വേഷമല്ലായിരുന്നു. എവിടേക്കോ പോകുന്നതു പോലെ തോന്നി. കാറു നിർത്തി സംസാരിച്ചു. എവിടെപ്പോകുന്നു എന്നു ചോദിച്ചപ്പോൾ വീട്ടിലേക്കാണെന്നു പറഞ്ഞു. വരൂ, ഞാൻ വീട്ടിൽ വിട്ടേക്കാം എന്നു പറഞ്ഞപ്പോൾ വരാൻ വിസമ്മതിച്ചു."

"വിശ്വനാഥനോടു വളരെയധികം താല്പര്യം കാണിച്ചിരുന്നു. പാവം. പോകുന്നസമയത്ത് ഒരു വാക്കുപോലും പറയാൻ സാധിച്ചില്ല." ജഗദീശ് ഓർത്തു.

"വിശ്വനാഥനോട് അത്രവലിയ പ്രേമമൊന്നും ഉണ്ടായിരുന്നതായി എനിക്കു തോന്നിയിട്ടില്ല. എന്തിനാണെന്നറിയില്ല അയാളെ ഇഷ്ടപ്പെട്ടിരുന്നു എന്നതു ശരിതന്നെ. വിശ്വനാഥ് മരിക്കുന്നതിന് കുറച്ചുദിവസം

മുമ്പ് ഒരിക്കൽ എന്നോട് പറഞ്ഞിരുന്നു:

'സിസ്റ്റർ കിശോരി എന്നെ ശുശ്രൂഷിക്കുന്നതു കണ്ടാൽ ജീവിക്കുന്ന മനുഷ്യനെ സ്നേഹിക്കുന്നതുപോലെയല്ല, മരിക്കാൻ പോകുന്ന മനുഷ്യനെ കാണുന്നമാതിരിയാണ്' എന്ന്."

"എന്നുവച്ചാൽ!" ജഗദീശ് ആവേശത്തോടെ ചോദിച്ചു."എന്നുവച്ചാൽ, നമ്മുടെ വീട്ടിൽ വളരെ അടുപ്പമുള്ളവർ വന്നിട്ട് പോകാനിറങ്ങുമ്പോൾ നമ്മൾ എന്തു ചെയ്യും. അവരെ വീട്ടിൽ നിർത്താൻ പല രീതിയിൽ ശ്രമിക്കും. എന്നിട്ടും അവർ നില്ക്കാതെ പോയേപറ്റൂ എന്നു വാശിപിടിച്ചാൽ ഭയഭക്തി ബഹുമാനങ്ങളോടെ അവരുടെ സാധനങ്ങളൊക്കെ എടുത്തുകൊടുത്ത് അവരോട് നല്ലവാക്കു പറഞ്ഞ് ബസ്സ്റ്റാന്റിൽ കൊണ്ടുചെന്നു യാത്രയാക്കി, തിരിച്ചു വരുന്നില്ലേ. അതുപോലെ തന്നെ." വിഷണ്ണനായി ജോഷി പറഞ്ഞു.

"വിശ്വനാഥിനോട് അവൾക്ക് വ്യക്തിപരമായ ആകർഷണമൊന്നുമുണ്ടായിരുന്നില്ല എന്നു പറയാൻ മറ്റൊരു കാരണവുമുണ്ട്. കിശോരി നന്നായി പാടുമെന്ന് നിങ്ങൾക്കൊരുപക്ഷേ, അറിയില്ലായിരിക്കും. കഴിഞ്ഞകൊല്ലം ദേശീയോത്സവകാലത്ത് ബസവകല്യാണമണ്ഡപത്തിൽ അവൾ പാടിയത് ഞാൻ കേട്ടിരുന്നു. ഞങ്ങളുടെ വീട്ടിൽ വന്ന് ഒരു പാട്ടു പാടണമെന്ന് എത്ര നിർബ്ബന്ധിച്ചിട്ടും അവർ സമ്മതിച്ചില്ല. വിശ്വനാഥിനും അവളുടെ പാട്ട് വളരെ ഇഷ്ടമായിരുന്നു. അയാളും നിർബ്ബന്ധിച്ചു. അവൾ വന്നാൽ പാട്ട് റിക്കാർഡ് ചെയ്യണമെന്നു വിചാരിച്ചിരുന്നു. പക്ഷേ, അവൾ എന്തൊക്കെയോ കാരണങ്ങൾ പറഞ്ഞ് ഒഴിഞ്ഞുമാറി. കുറേനാൾകഴിഞ്ഞ് ഒരു ദിവസം വിശ്വനാഥ് പറഞ്ഞു:

'നമ്മൾ പാടിക്കാൻ വേണ്ടി അവളെ വിളിക്കുന്നതല്ല. നമുക്കെന്തോ ദുരുദ്ദേശ്യമുണ്ടെന്നു ഭയന്നിട്ടാണ് വരാതിരുന്നത്' എന്ന്." ജോഷി ഓർമ്മിച്ചു.

***

സെമിനാർ ആരംഭിക്കാൻ ഇനിയും രണ്ടു ദിവസം കൂടിയുണ്ട്. ജഗദീശ് യൂണിവേഴ്സിറ്റിയിൽ പോയി ഫിലോസഫി പ്രൊഫസർ നളിനാക്ഷനെ കണ്ടു. സെമിനാറുമായി ബന്ധപ്പെട്ട വിവരങ്ങളൊക്കെ തിരക്കി– "ആധുനികലോകത്തിൽ തത്ത്വശാസ്ത്രത്തിന് ജീവിതത്തോട് എന്തുമാത്രം ബന്ധമുണ്ട്" എന്നതായിരുന്നു സെമിനാറിന്റെ മുഖ്യവിഷയം. പരമ്പരാഗതരീതിയിൽ മുന്നോട്ടുനീങ്ങിയിട്ടുള്ള തത്ത്വശാസ്ത്രത്തെ ഒരു ബോധനവിഷയമാക്കി ആധുനികലോകത്തിനുചേരുന്ന വിധത്തിൽ ആവിഷ്കരിക്കുന്നതെങ്ങനെ എന്നു ചർച്ച ചെയ്തു. അതിന്റെ വെളിച്ചത്തിൽ യൂണിവേഴ്സിറ്റികളിലെ സിലബസ് പുതുക്കാനുള്ള നിർദ്ദേശങ്ങൾ നല്കുക എന്നതായിരുന്നു സെമിനാറിന്റെ പ്രധാനോദ്ദേശ്യം.

ജഗദീശ് പതിനൊന്നുമണിക്ക് കോളേജിൽനിന്നു മടങ്ങിയെത്തി. ജോഷി വീട്ടിലെത്തിയപ്പോൾ ഒരു മണിയായി. പി എച്ച് ഡിയുടെ കഥ തീർന്നതു തന്നെ, ഇനി ഏറിവന്നാൽ നാലഞ്ചുമാസം എന്നൊക്കെ

പറഞ്ഞ ഇവൻ ഇത്രനേരം കോളേജിൽ എന്തു ചെയ്യുകയായിരുന്നെന്നു ജഗദീശ് ചിന്തിച്ചു. അയാളുടെ പ്രധാനജോലി രോഗികളെ സന്ദർശിക്കുക, മരണം സംഭവിക്കുന്നിടത്ത് ഓടി എത്തുക, പരിചയക്കാർക്ക് എന്തെങ്കിലും ആപത്തു നേരിട്ടാൽ അവരെ ആശുപത്രിയിലെത്തിക്കുക ഇതൊക്കെയായിരുന്നു.

കിശോരിയെ കാണാൻ വേണ്ടി ജഗദീശ് വിക്ടോറിയ ഹോസ്പിറ്റലിൽ പോയി. അവൾക്ക് അസുഖമായി കിടപ്പിലാണെന്ന് ഒരു നഴ്സ് വന്നു പറഞ്ഞു. വാർഡ് ഏതാണെന്ന് തിരക്കി അയാൾ അകത്തുകടന്നു.

കിടക്കയിൽ കിടന്നുകൊണ്ടുതന്നെ ജഗദീശിനെക്കണ്ട് അവൾ ചിരിച്ചു. അടുത്തുകിടന്ന സ്റ്റൂൾ ചൂണ്ടിക്കാണിച്ച് ഇരിക്കാൻ പറഞ്ഞു.

അവൾ വളരെ അവശയായി കാണപ്പെട്ടു. മുഖത്തുതീരെ രക്തപ്രസാദമേ ഇല്ല. കവിളെല്ല് ഉന്തിയിരുന്നു.

"എന്തുപറ്റി? എത്ര ദിവസമായി?" ജഗദീശ് കുശലം ചോദിച്ചു.

"അഞ്ചാറുദിവസമായി."

"എന്താ അസുഖം?"

"എന്തോ ഡി എൻ സി തകരാറ്. കുറച്ചുദിവസമായി ഓപ്പറേഷൻ നടത്തണമെന്ന് ഡോക്ടർ പറഞ്ഞിരുന്നു. ഓപ്പറേഷൻ കഴിഞ്ഞിട്ട് നാലു ദിവസമായി."

"ഇപ്പോൾ എങ്ങനെയിരിക്കുന്നു?"

"നോക്കൂ. ഇങ്ങനെ ഇവിടെ കിടക്കുന്നു. ഇതുവരെ ഒരു കുഴപ്പവുമില്ല. വേഗം സുഖമാകുമെന്നു വിചാരിക്കുന്നു."

"ഇങ്ങനെ എത്രനാൾ കഴിയേണ്ടിവരും?"

"ഇനിയും എട്ടുദിവസം വേണം."

"രോഗികളെ ശുശ്രൂഷിക്കുന്നവർ തന്നെ ഇങ്ങനെ കിടന്നാൽ എന്തു ചെയ്യും?" ജഗദീശ് ചിരിച്ചുകൊണ്ട് ചോദിച്ചു. കിശോരിയും ചെറുതായൊന്നു ചിരിച്ചു. ഒന്നും മിണ്ടിയില്ല. അല്പം കഴിഞ്ഞ് അവൾ ചോദിച്ചു–

"നിങ്ങളുടെ അച്ഛനും അമ്മയ്ക്കും സുഖമല്ലേ?"

"അതേ. അവർ സുഖമായിരിക്കുന്നു."

"ഇപ്പോൾ ബാംഗ്ലൂരിൽ എന്താ വന്നത്?"

"യൂണിവേഴ്സിറ്റിയിൽ ഒരു സെമിനാറുണ്ട്. അതിൽ പങ്കെടുക്കാനാണ് വന്നത്."

പിന്നെ കുറച്ചുനേരം രണ്ടുപേരും ഒന്നു മിണ്ടിയില്ല. ഇതേ ഹോസ്പിറ്റലിൽ വിശ്വനാഥ് കിടന്ന ദൃശ്യം ജഗദീശിന്റെ കൺമുന്നിൽ തെളിഞ്ഞുവന്നു.

മുകളിൽ തിരിയുന്ന ഫാനിൽ നോക്കി കിശോരി എന്തോ ചിന്തിക്കുന്നതുപോലെ തോന്നി. അവളുടെ മുഖത്തു ക്ഷീണമുണ്ട്. നെറ്റിയിൽ വിയർപ്പ് പൊടിഞ്ഞുനില്ക്കുന്നു. ആശുപത്രിയിലെ നീണ്ടകുപ്പായവും

ധരിച്ച്, കൈകൾ തലയ്ക്ക് ഇരുവശത്തുമായി തലയിണയിൽ വച്ചിരുന്നു. നിശ്ചലമായ ആ കൈകളിൽ ഒരു കോമളത്തം അയാൾ കണ്ടു. വീണ്ടും അയാളുടെ സ്മൃതികളിൽ വിശ്വനാഥിന്റെ ചിത്രം തെളിഞ്ഞു. ഈ കട്ടിലിൽ കിടക്കേണ്ടിവരുന്നതുതന്നെ ഒരു ദുര്യോഗമാണ്. ഇത് ഒരിക്കൽ പിടിപെട്ടാൽ മനുഷ്യന്റെ ബുദ്ധിതന്നെ മറ്റൊരു ലോകത്തിലാകുന്നു. ജീവിക്കുന്ന ആൾക്ക് ജീവിതത്തെക്കുറിച്ച് ഓർമ്മയില്ല. ഈ അവസ്ഥയിൽ കഴിഞ്ഞകാലജീവിതം ഓർമ്മവരും. ചിലനിമിഷങ്ങളിൽ ഇവിടെ ഇപ്പോൾത്തന്നെ എല്ലാം കഴിഞ്ഞുപോകും എന്നൊരു തോന്നലുമുണ്ടാവാം. ചിലപ്പോൾ അതു സത്യമാവാനും ഇടയുണ്ട്.

വിശ്വനാഥനുവേണ്ടി ജഗദീശിന് ഒന്നും ചെയ്യാൻ കഴിഞ്ഞില്ല. കിശോരിയാണ് വേണ്ട എല്ലാ ശുശ്രൂഷയും ചെയ്തത്. ഇപ്പോൾ അവൾ തന്നെ കിടപ്പിലായി. അവൾക്കുവേണ്ടി എന്തു ചെയ്യും എന്നയാൾ ആലോചിച്ചു. പോകാനിറങ്ങുമ്പോൾ - "എന്തെങ്കിലും ആവശ്യമുണ്ടെങ്കിൽ പറയൂ" എന്ന് ജഗദീശ് പറഞ്ഞു.

"ഒന്നും വേണ്ട. ദയവുചെയ്ത് നിങ്ങൾ വിഷമിക്കണ്ടാ." കിശോരി അഭ്യർത്ഥിച്ചു.

"പ്രയാസമൊന്നുമില്ല."

"അങ്ങനെയൊന്നുമല്ല. ഫ്രണ്ട്സുണ്ട്. എല്ലാം ഇവിടെ കിട്ടുന്നുമുണ്ട്. അവരൊക്കെ നോക്കിക്കൊള്ളും."

"നിങ്ങളുടെ ഹോസ്പിറ്റലിൽ നിങ്ങൾതന്നെ കിടന്നാൽ അവർ നോക്കിക്കൊള്ളുമെന്നു പ്രത്യേകിച്ചു പറയേണ്ടതില്ലല്ലോ! അതല്ല ഞാൻ പറഞ്ഞത്. എന്തെങ്കിലും ആവശ്യമുണ്ടെങ്കിൽ പറഞ്ഞാൽ കൊണ്ടുതരാം. അത്രയേയുള്ളൂ."

"ഇപ്പോൾ ഒന്നും വേണ്ട."

"പറയാൻ മടിക്കേണ്ട."

"മടിയൊന്നുമില്ല."

"എന്നാൽ ശരി." ജഗദീശ് യാത്ര പറഞ്ഞിറങ്ങി.

വീട്ടിൽ തിരിച്ചെത്തുന്ന സമയം ജോഷി കാത്തിരിപ്പുണ്ടായിരുന്നു. ജഗദീശിനെ കണ്ട ഉടനെ ശങ്കരനെ വിളിച്ച് ഊണു വിളമ്പാൻ ഏർപ്പാടു ചെയ്തു.

"ഇത്രനേരം കോളേജിൽ തന്നെ ഉണ്ടായിരുന്നോ?" ജോഷി തിരക്കി.

"ഇല്ല. ഹോസ്പിറ്റലിൽ പോയിരുന്നു."

"കിശോരിയെ കണ്ടോ?"

"ഉം. ഒരു പേഷ്യന്റായി."

"ആര്, കിശോരിയോ? എന്തുപറ്റി?" ജോഷി അത്ഭുതത്തോടെ ചോദിച്ചു.

"എന്തോ ഡി എൻ സി ഓപ്പറേഷൻ എന്നു പറഞ്ഞു."

"ഐ സീ. ഇപ്പോൾ എങ്ങനെയുണ്ട്?"

"ഓപ്പറേഷൻ കഴിഞ്ഞു നാലുദിവസമായിപോലും. ഇപ്പോൾ സുഖ

മുണ്ടെന്നുപറയുന്നു. അല്പം ക്ഷീണമുണ്ട്."

"എനിക്കും ആളെയൊന്നു കാണണമല്ലോ. സന്ധ്യക്കു പോകാം?" ജോഷി പറഞ്ഞു.

"ശരി,പോകാം."

സന്ധ്യക്ക് ജഗദീശും ജോഷിയും കിശോരിയെ കാണാൻ പോയി. ജഗദീശ് കൊണ്ടുവന്ന രണ്ടു പൊതി കണ്ടിട്ട് " എന്താ ഇത്" എന്ന് ആക്ഷേപസ്വരത്തിൽ കിശോരി ചോദിച്ചു.

"പേടിക്കണ്ടാ എക്സ്പ്ലോസീവ്സ് ഒന്നുമല്ല." ജോഷി ചിരിച്ചു കൊണ്ടു പറഞ്ഞു.

"എന്നാലും..."

"അങ്ങനൊന്നുമല്ല. ഞങ്ങൾ കഷ്ടപ്പെട്ട് ഉണ്ടാക്കിയതല്ല. ദൈവം ചെടികളിൽ വളർത്തിയതാണ്."

കിശോരിയും ചിരിച്ചു. പൊതിയിൽ കാണുന്ന ഓറഞ്ചും ആപ്പിളും നോക്കി - "ഞാൻ നേരത്തേ പറഞ്ഞില്ലേ, വെറുതെ പ്രയാസപ്പെടേണ്ടെന്ന്. വേണ്ടാ വേണ്ടാ എന്നു പറഞ്ഞാലും കൂട്ടുകാർ കൊണ്ടുവന്നു വച്ചത് ഇവിടെ നിറയെ ഇരിപ്പുണ്ട്. ഇതൊക്കെ ഞാൻ എന്തുചെയ്യാനാണ്." കിശോരി ചോദിച്ചു.

"നിങ്ങൾക്ക് ആവശ്യമില്ലെങ്കിൽ നിങ്ങളെ ശുശ്രൂഷിക്കുന്നവർക്കു കൊടുക്കാം. എന്നിട്ടും തീർന്നില്ലെങ്കിൽ വാർഡിലെ മറ്റുരോഗികൾക്കു കൊടുക്കാമല്ലോ. ഏതായാലും ഞങ്ങൾ കൊണ്ടുവന്ന സാധനം തിരികെ കൊണ്ടുപോകുന്നില്ല." ജോഷി പറഞ്ഞു.

കിശോരി ഒന്നും മിണ്ടിയില്ല.

"സാധാരണ പേഷ്യന്റ്സ് ഇങ്ങനെ വാശിപിടിക്കാറില്ല." ജഗദീശ് പറഞ്ഞു.

"പേഷ്യന്റ്സിനെ ശുശ്രൂഷിക്കുന്നവർ തന്നെ പേഷ്യന്റ്സായാൽ ഇങ്ങനെയൊക്കെത്തന്നെ ഇരിക്കും." ജോഷി കളിയാക്കി.

കിശോരി നാണംകൊണ്ട് മന്ദമായൊന്നു ചിരിച്ചു. ജോഷിയും കിശോരിയുടെ രോഗവിവരങ്ങളൊക്കെ തിരക്കി. കുറച്ചുനേരം കഴിഞ്ഞ് ശുഭ്രവസ്ത്രധാരികളായ അവളുടെ സഹപ്രവർത്തകരും സുഹൃത്തുക്കളുംകൂടി വന്നെത്തി.

"ശരി, ഇനി ഞങ്ങൾ പോകുന്നതാണ് നല്ലത്." ജോഷി അറിയിച്ചു.

അവർ രണ്ടാളും പോകാനിറങ്ങിയപ്പോൾ "വെരിതാങ്ക്സ്" എന്നു കിശോരി പറഞ്ഞു.

"ഞങ്ങൾക്കും ധാരാളം സുഹൃത്തുക്കളുണ്ട്. ചെറിയ ചെറിയ കാര്യങ്ങൾക്കൊക്കെ അവരും കുറേശ്ശേ താങ്ക്സ് തരാറുണ്ട്. അതുതന്നെ സൂക്ഷിക്കാൻ സ്ഥലം തികയുന്നില്ല. അതുകൊണ്ട് നിങ്ങളുടെ താങ്ക്സ് തല്ക്കാലം നിങ്ങളുടെ കൈയിൽത്തന്നെ ഇരിക്കട്ടെ. പിന്നീട് സ്ഥലമുള്ളപ്പോൾ ഞങ്ങൾ വാങ്ങിക്കൊള്ളാം." ജോഷി പറഞ്ഞു. ചുറ്റും നിന്നവർ പൊട്ടിച്ചിരിച്ചു. കിശോരിക്കും ചിരി നിയന്ത്രിക്കാൻ കഴിഞ്ഞില്ല.

ജോഷിയും ജഗദീശും പുറത്തിറങ്ങുന്ന സമയത്ത് ഒരുത്തി കിശോരിയോട് "അവർ ആരാണ്?" എന്നു ചോദിച്ചത് ജോഷിയും മറ്റും കേട്ടു. പിന്നീട് അവരെന്താണ് പറഞ്ഞതെന്ന് കേട്ടില്ല. പക്ഷേ, കിശോരി വിശ്വനാഥിന്റെ കാര്യം പറഞ്ഞിട്ട് "അയാളുടെ ജ്യേഷ്ഠനും സുഹൃത്തും" എന്ന് പറയുന്ന രംഗം ജഗദീശിന്റെ മനസ്സിൽ തെളിഞ്ഞു. അയാളുടെ മുഖത്തെ പുഞ്ചിരി മാഞ്ഞുപോയി.

***

രണ്ടുദിവസം കഴിഞ്ഞ് ജഗദീശ് പോയി. അപ്പോൾ അവളുടെ അസുഖം വളരെയേറെ മാറിയിരുന്നു. അവൾ കിടക്കയിൽ എണീറ്റിരുന്നു. തലമുടി പിന്നിയിടുകയായിരുന്നു. ജഗദീശിനെ കണ്ട് മുഖത്ത് പുഞ്ചിരി വിടർന്നു.

"ഇപ്പോൾ എങ്ങനെയിരിക്കുന്നു." ജഗദീശ് ചോദിച്ചു.

"മുൻപിലത്തേതിൽ നിന്ന് വളരെ ഭേദമായിട്ടുണ്ട്." തലമുടി പിറകിലേക്കിട്ടുകൊണ്ട് അവൾ പറഞ്ഞു. എന്നിട്ട് ജഗദീശിനെ നോക്കി ചോദിച്ചു - "നിങ്ങളുടെ സെമിനാർ തുടങ്ങിയോ?"

"ഇന്നലെ ആരംഭിച്ചു."

രണ്ടുദിവസം കൊണ്ടുതന്നെ അവളുടെ ശരീരപ്രകൃതിക്കു വലിയ മാറ്റം വന്നിരിക്കുന്നു. മുഖത്ത് നല്ല പ്രസാദം വന്നിട്ടുണ്ട്. കണ്ണുകൾക്ക് തിളക്കം വർദ്ധിച്ച് കവിളിൽ രക്തപ്രസരിപ്പുണ്ടായിരുന്നു.

"ഓപ്പറേഷന്റെ വേദനയൊക്കെ മാറിയോ?" ജഗദീശ് ചോദിച്ചു.

"കുറച്ചൊക്കെയുണ്ട്. അത്രകാര്യമായിട്ടില്ല. സുഖമായി കഴിയുന്നു. ഇപ്പോൾ തന്നെ ഇവിടന്ന് ഇറങ്ങി ഓടിയാൽ മതിയെന്നു തോന്നുന്നു. പക്ഷേ, ഡോക്ടർ ഇനിയും ഒരാഴ്ച കഴിഞ്ഞല്ലാതെ ഡിസ്ചാർജ് ചെയ്യില്ലെന്നു പറയുന്നു."

"അദ്ദേഹം പറയുന്നതും ശരിയാണ്."

"അതെന്താ?"

"രോഗികളെ ശുശ്രൂഷിക്കുന്നതുകൊണ്ടുമാത്രം എല്ലാ അനുഭവവും കിട്ടിക്കൊള്ളണമെന്നില്ല. രോഗിയായിട്ടും കുറച്ചൊക്കെ അനുഭവിക്കണമല്ലോ."

കിശോരി പുഞ്ചിരിച്ചുകൊണ്ടു പറഞ്ഞു:

"അതുകൊണ്ടാണോ എന്നറിയില്ല. നഴ്സുമാർക്കു എന്തെങ്കിലും അസുഖം വന്നാൽ ഇവിടെ അവരെ രോഗികളായി കാണാറില്ല. ഗസ്റ്റുകളായിട്ടാണ് കരുതുന്നത്. ഒരാഴ്ച കിടക്കേണ്ടിടത്ത് രണ്ടാഴ്ച കിടക്കാൻ പറയും."

"നല്ല സമ്പ്രദായം തന്നെ. റെസ്റ്റ് മാത്രമല്ല, റെസ്റ്റ് വിത്ത് ഡിസ്റ്റിങ്ഷൻ." ജഗദീശ് പറഞ്ഞു.

"നിങ്ങൾക്ക് എന്നെങ്കിലും ആശുപത്രി കിടക്കയിൽ കിടന്നു പരിചയമുണ്ടോ?"കിശോരി ചിരിച്ചുകൊണ്ടു ചോദിച്ചു.

"ഇല്ല"

"അതുകൊണ്ടാണ് നിങ്ങളിങ്ങനെ പറഞ്ഞത്. ഈ അനുഭവം ആർക്കും ഉണ്ടാകാതിരിക്കട്ടെ. ഈ ബെഡ്ഡിനു മുകളിൽ കിടക്കുന്നവരെ ഞങ്ങൾ എത്രമാത്രം ശ്രദ്ധിക്കുന്നുണ്ടോ അത്രമാത്രം ഭയമുണ്ടാകും ഇവിടെ കിടക്കണമെന്നു പറഞ്ഞാൽ."

"എന്നാലും ചില ഡോക്ടർമാരെയും നഴ്സുമാരെയും കാണുമ്പോൾ എനിക്കു തോന്നാറുണ്ട്. അവരെ ഒരു മാസമെങ്കിലും ഈ കിടക്കയിൽ കിടത്തണമെന്ന്. എങ്കിലേ അവർ രോഗികൾക്ക് കുടുതൽ പ്രയോജനപ്പെടൂ." ജഗദീശ് പറഞ്ഞു.

കിശോരി ചിരിച്ചു. അല്പംകഴിഞ്ഞ് ജഗദീശ് ചോദിച്ചു-"നിങ്ങളുടെ വീട്ടിൽ നിന്ന് ആരും വന്നിട്ടില്ലേ?"

"എനിക്കു വീട്ടുകാരാരും ഇല്ല."

ജഗദീശ് അതിശയത്തോടെ അവളുടെ മുഖത്തുനോക്കിനിന്നു. കിശോരി തുടർന്നു-

"എന്റെ ചെറുപ്പത്തിൽത്തന്നെ അച്ഛൻ മരിച്ചു. നാലഞ്ചു വർഷത്തിനു മുൻപ് അമ്മയും അന്ത്യശ്വാസം വലിച്ചു."

"നിങ്ങൾക്ക് അച്ഛനമ്മമാരുണ്ടെന്ന് ജോഷി പറഞ്ഞെന്നാണ് എന്റെ ഓർമ്മ."

"ആ കാര്യങ്ങളിൽ ചില കള്ളമൊക്കെ പറയാറുണ്ട്." കിശോരി ചിരിച്ചുകൊണ്ടു പറഞ്ഞു.

"എന്തിന്?"

"അതുകൊണ്ട് ചില പ്രയോജനങ്ങളുണ്ട്."

"എന്തുപ്രയോജനം?"

"അതു നിങ്ങൾക്കൂഹിക്കാമല്ലോ."

"എന്നാൽ പിന്നെ എന്നോടെന്താ കള്ളം പറയാത്തത്."

"സത്യം പറയുന്നതുകൊണ്ട് ദോഷമൊന്നും ഉണ്ടാവില്ല എന്നു തോന്നിയാൽ പറയും."

"സത്യം പറയുന്നതുകൊണ്ട് എന്തുദോഷം വരാൻ?"

കിശോരി കുറച്ചുനേരം ആലോചിച്ച് അല്പം ഗൗരവത്തോടെ പറഞ്ഞു:

"അച്ഛനമ്മമാരില്ലാത്തവളെ അനാഥയെന്നു വിചാരിച്ച് പലതകരാറുകളും ഉണ്ടാവാൻ സാദ്ധ്യതയുണ്ട്."

"നിങ്ങൾക്ക് സഹോദരങ്ങളാരും ഇല്ലേ?"

"ഇല്ല. എനിക്ക് അമ്മാവനായിട്ട് ഒരാളുണ്ട്. എന്റെ അമ്മയുടെ അനുജൻ. അയാൾ എന്നെ സംരക്ഷിക്കേണ്ടിടത്ത് ഞാൻ തന്നെ അയാളെ പുലർത്തേണ്ടിവരുന്നു."

"എന്നു വച്ചാൽ...?"

"പലപ്പോഴും വന്ന് പണം വാങ്ങിക്കൊണ്ടു പോകും. അയാളുടെ ഭാര്യക്കും മക്കൾക്കും ഭിക്ഷയെടുക്കേണ്ട സ്ഥിതിയാണ്. എന്തെങ്കിലും

നാലു കാശുകിട്ടിയാൽ അതു കൊണ്ടുചെന്നുകുടിക്കും, അല്ലെങ്കിൽ ചൂതുകളിക്കും. ചിലപ്പോൾ അയാളുടെ ശല്യം സഹിക്കാനാവാതെ ഈ നാടുവിട്ടുപോയാലോ എന്നുവരെ തോന്നിയിട്ടുണ്ട്. ഏതെങ്കിലും ദൂരസ്ഥലത്തു മാറ്റം വാങ്ങിയാൽ ഇതിൽനിന്നു മോക്ഷം കിട്ടുമെന്നു വിചാരിക്കുന്നു."

കിശോരിയുടെ വാക്കുകേട്ട് ജഗദീശിന് വല്ലാത്ത വിഷമം തോന്നി. പക്ഷേ, അവളെ ഒന്നാശ്വസിപ്പിക്കാൻ വാക്കുകിട്ടാതെ അയാൾ പതറി. എല്ലാം വളരെ ലാഘവത്തോടെയാണ് അവൾ പറയുന്നത്. രോഗം, മരണം എല്ലാം അവളുടെ നിത്യസുഹൃത്തുക്കളാണ്. അച്ഛനമ്മമാരുടെ മരണത്തെക്കുറിച്ചുപോലും തീരെ നിർവ്വികാരയായിട്ടാണ് അവൾ സംസാരിക്കുന്നത്. ആർക്കെങ്കിലും മരണം സംഭവിച്ചാൽ ഒരു നാഴിക കഴിയുമ്പോഴേക്കും അതു മറക്കും. മരണം ജീവിതത്തിൽ ഒരസാധാരണ സംഭവമാണെന്ന് അവൾക്കു വിചാരമില്ല. അതുകൊണ്ടുതന്നെ വിശ്വനാഥന്റെ മരണം ജീവിതത്തിലെ സ്വാഭാവിക സംഭവമായിമാത്രമേ അവൾക്കനുഭവപ്പെട്ടുള്ളൂ. മരണത്തിൽ വിചിത്രമായി ഒന്നുമില്ല എന്ന ചിന്താഗതിക്കാരൻ തന്നെയായിരുന്നു ജഗദീശും. കിശോരി മാത്രമല്ല, ഒരർത്ഥത്തിൽ എല്ലാവരും ഈ ലോകത്തിൽ അനാഥരാണെന്ന് അയാൾക്കുതോന്നി. അനാഥർ തങ്ങളുടെ ഭാവിയെക്കുറിച്ച് ചിന്തിക്കുന്നതെന്താണെന്നറിയാൻ അയാൾക്കു കൗതുകമുണ്ടായി. അങ്ങനെയുള്ള പലർക്കും അവരുടെ ഭാവി നിഗൂഢമായിത്തന്നെയിരിക്കുന്നു. ഏറക്കുറെ ജഗദീശിന്റെ ഭാവിയും അങ്ങനെ തന്നെ. അയാളുടെ ഭാവിയെക്കുറിച്ച് ഒരു തീരുമാനത്തിലെത്താൻ ഇനിയും കഴിഞ്ഞിട്ടില്ല. അതോർക്കുമ്പോൾ വല്ലാത്തൊരു പരിഭ്രമം. ജോഷി തന്റെ ഭാവിയെക്കുറിച്ച് ഉൽക്കണ്ഠാകുലനല്ല എന്നാണ് പറയാറുള്ളത്. എങ്കിലും അയാളുടെ മനസ്സിൽ ഒരു നല്ലഭാവി കരുപ്പിടിപ്പിച്ചിരുന്നു. വിശ്വനാഥിന്റെ ഭാവി ഇടയ്ക്കുവച്ചുതന്നെ പൊട്ടിത്തകർന്നുപോയി. ആസൂത്രിതമായൊരു ജീവിതമായിരുന്നു ജോഷിയുടേത്. പക്ഷേ, ലക്ഷ്യത്തിലെത്തുമ്പോൾ അനുകൂലമോ പ്രതികൂലമോ ആവാം. എങ്കിലും അതിനെ സധൈര്യം അനുഭവിച്ചുകൊണ്ടു ജീവിക്കുക. അതായിരുന്നു അയാളുടെ ജീവിതസിദ്ധാന്തം. ജഗദീശാകട്ടെ ഒരു ലക്ഷ്യവുമില്ലാതെയാണ് ജീവിതം നയിക്കുന്നത്. എങ്കിലും ചില അടുക്കും ചിട്ടയുമൊക്കെ വേണമെന്ന പക്ഷക്കാരനായിരുന്നു. ഈ വിപരീത ചിന്താഗതികൾക്ക് എന്താണർത്ഥമെന്ന് അയാൾ ചിന്തിച്ചു.

കിശോരി വിശ്വനാഥനെ സ്നേഹിച്ചിരുന്നു എന്നു ജഗദീശിന് അറിയാം. പക്ഷേ, അതിനനുസരിച്ച് ഒരു ഭാവി അവൾ സ്വപ്നം കണ്ടിരുന്നോ? വിശ്വനാഥന്റെ മരണം ആ സ്വപ്നങ്ങളൊക്കെ കടപുഴക്കിക്കളഞ്ഞപ്പോൾ അവൾ എന്തു ചിന്തിച്ചിരിക്കും? പ്രേമത്തിനു കുറഞ്ഞപക്ഷം രണ്ടാളുകളുണ്ടാവണം. അതിൽ ഒന്നു ശാശ്വതമായി മണ്ണടിഞ്ഞപ്പോൾ ആ പ്രേമം എവിടെ നില്ക്കുന്നു? സ്നേഹം അനശ്വരമാണെന്ന തെറ്റായ ചിന്താഗതിക്ക് എന്താണടിസ്ഥാനം? ഇങ്ങനെ അനന്തമായ ഓരോരോ

ചിന്തകളിൽ മുഴുകി ജഗദീശ് മുറിയിലെത്തി.

മറ്റൊരു ദിവസം കിശോരിയുമായി സംസാരിച്ചുകൊണ്ടിരിക്കുന്നതിനിടയിൽ വിശ്വനാഥന്റെ കാര്യവും വന്നു.

"വിശ്വനാഥൻ എത്ര നല്ല ആളാണ്. അദ്ദേഹം മരിച്ചപ്പോൾ ദൈവത്തിനു കാരുണ്യമെന്ന അംശം ഇല്ലെന്നു തോന്നിപ്പോയി." കിശോരി വേദനയോടെ പറഞ്ഞു.

അല്പനേരം കഴിഞ്ഞു ജഗദീശ് പറഞ്ഞു:

"നിങ്ങൾ എത്ര വാത്സല്യത്തോടെയാണ് അവനെ നോക്കിയിരുന്നത്! ചിലപ്പോൾ എനിക്കും തോന്നാറുണ്ട് നമ്മുടെ അഭിലാഷങ്ങൾക്കും സ്നേഹത്തിനും ത്യാഗത്തിനും ഒന്നും അർത്ഥമില്ലെന്ന്."

"അതുകൊണ്ടാണ് എന്റെ എല്ലാ പ്രവൃത്തികളും ഒരു കർത്തവ്യമാണെന്ന് ഞാൻ വിചാരിക്കുന്നത്."

"അപ്പോൾ കർത്തവ്യത്തിനു മാത്രമേ അർത്ഥമുള്ളൂ എന്നാണോ നിങ്ങൾ പറയുന്നത്?"

"അതെ. ഞാൻ ജീവനോടിരിക്കുമ്പോൾ ഇത് ഞാൻ ചെയ്യേണ്ടതാണ്. ഇത് എന്റെ കർത്തവ്യമാണ് എന്നാണു ഞാൻ ചിന്തിക്കുന്നത്. ഇതിൽക്കൂടുതൽ ഒന്നും ഞാൻ പ്രതീക്ഷിക്കുന്നില്ല. അതിൽ കൂടുതൽ പ്രതീക്ഷിക്കുന്നത് അർത്ഥശൂന്യമാണെന്ന് വിശ്വനാഥന്റെ മരണംകൊണ്ട് എനിക്കു ബോദ്ധ്യമായി."

"നിങ്ങൾ അവനെ അത്യധികം സ്നേഹിച്ചിരുന്നു!"

"നിങ്ങളുടെ സ്നേഹത്തിനു മുമ്പിൽ എന്റേത് ഒന്നുമല്ല. ഇത്രയേറെ പരസ്പരസ്നേഹമുള്ള സഹോദരന്മാർ ലോകത്തിൽ വളരെ വിരളമാണ്."

"അല്ല. നിങ്ങളുടെ സ്നേഹമാണ് അതിനേക്കാൾ ശ്രേഷ്ഠമായത് എന്നു ഞാൻ മനസ്സിലാക്കിയിട്ടുണ്ട്."

"സ്നേഹമെന്നത് അതിന്റെ യഥാർത്ഥ അർത്ഥത്തിൽ ഞാൻ കണ്ടിട്ടുള്ളത് നിങ്ങളിലാണ്. എന്റെ സ്നേഹം സ്വാഭാവികമല്ല."

"പിന്നെ എന്താണ്?"

"എനിക്കുതന്നെ വിവരിക്കാനാവാത്ത ഒരു ഭാവമാണ്."

"കാരുണ്യം അല്ലെങ്കിൽ ദയ എന്നു പറഞ്ഞോളൂ."

"അല്ല." കിശോരി നിഷേധിച്ചു.

"എന്നാൽ കർത്തവ്യം."

"അല്ല. പക്ഷേ, ഇതെല്ലാം ചേർന്ന ഭാവമാണ്. കാരണം, ദയ അല്ലെങ്കിൽ കാരുണ്യം അയാളിൽ തീരെ കണ്ടിരുന്നില്ല. ജീവിച്ചിരിക്കുന്ന മനുഷ്യന് അതുവേണം. വിശ്വനാഥന് വേണ്ടിയിരുന്നത് സ്നേഹമാണ്. കൊടുക്കേണ്ടതും അതാണ്. ആ സ്നേഹത്തെ അതിന്റെ യഥാർത്ഥരൂപത്തിൽ നല്കാൻ ഞാൻ അസമർത്ഥയായിരുന്നു. വിശ്വനാഥനും അതുമിക്കവാറും അറിയാമായിരുന്നു. എന്റേതു സ്വാഭാവികമായ സ്നേഹമായിരുന്നെങ്കിൽ, അദ്ദേഹം അത് മനസ്സിലാക്കിയിരുന്നെങ്കിൽ, അതദ്ദേഹ

ത്തെ വേദനിപ്പിക്കുമായിരുന്നു; എനിക്കുവേണ്ടി ദുഃഖിക്കുമായിരുന്നു. അതുസ്നേഹമായിരുന്നു. പക്ഷേ, അതിന് അതിന്റേതായ സത്തയില്ലായിരുന്നു." കിശോരി തന്റെ വേദന കടിച്ചമർത്തുന്നതുപോലെ കണ്ടു. ജഗദീശിന് അവളുടെ വാക്കുകൾ വിചിത്രമായി തോന്നി. അതു കൊണ്ട് അയാൾ ചോദിച്ചു-

"എന്തുകൊണ്ട്?"

കിശോരി അല്പം ശാന്തമായി പറഞ്ഞു:

"ജീവിക്കണമെന്ന എന്റെ അഭിലാഷം അതിനൊരു തടസ്സമായിരുന്നു. വിശ്വനാഥൻ ജീവിച്ചിരുന്നെങ്കിൽ അദ്ദേഹത്തിനുവേണ്ടി എന്റെ ജീവിതം സമർപ്പിക്കുവാൻ ഞാൻ തയ്യാറായിരുന്നു. എന്റെ പ്രാണൻ പോലും നല്കാൻ എനിക്കു മടിയുണ്ടായിരുന്നില്ല. പക്ഷേ, സംഭവിച്ചത് വിപരീതമായിപ്പോയി. അതുകൊണ്ട് എന്റെ കർത്തവ്യത്തെ ഒരു ഈശ്വരസങ്കല്പമാക്കി മാറ്റി. അദ്ദേഹത്തിനു ശാന്തി ആവശ്യമായിരുന്നു; സ്നേഹം വേണമായിരുന്നു. ഈശ്വരനുപകരം ഞാൻ അതുകൊടുത്തു എന്നാണ് എന്റെ വിചാരം."

"നിങ്ങൾ പറയുന്നതൊന്നും എനിക്കു മനസ്സിലാകുന്നില്ല."

കണ്ണു തുടച്ചുകൊണ്ട് കിശോരി പറഞ്ഞു-

"വിശ്വനാഥൻ ഇത്രകാലത്തിനിടയ്ക്ക് മരിക്കുമെന്ന് ഞങ്ങൾക്കു നേരത്തെ അറിയാമായിരുന്നു. പക്ഷേ, ഞങ്ങളുടെ കണക്കുകൂട്ടലുകൾക്കപ്പുറമായി രണ്ടുമാസം കൂടി ജീവിച്ചു. അതിനുകാരണം ഡോ. ശേഷാചലത്തിന്റെ ശസ്ത്രക്രിയയും ചികിത്സയുമായിരുന്നു. അതുകൊണ്ടും അയാൾ രക്ഷപ്പെടുമെന്ന വിശ്വാസം ഡോക്ടർക്കുണ്ടായിരുന്നില്ല."

കുറച്ചുനേരം കഴിഞ്ഞ് ജഗദീശ് ചോദിച്ചു-

"വിശ്വനാഥൻ ഇക്കാര്യം അറിഞ്ഞിരുന്നോ?"

"ഏതാണ്ട് സംശയമുണ്ടായിരുന്നു. പക്ഷേ, ഡോക്ടർ ഇക്കാര്യം ഒളിച്ചുവച്ചിരുന്നു."

"അപ്പോൾ നിങ്ങളെങ്ങനെ അറിഞ്ഞു?"

"എനിക്കു സംശയം തോന്നിയിട്ട് ഞാൻ തന്നെ ഡോ.സത്യനാഥനോടു ചോദിച്ചു. മറ്റാരോടും ഞാൻ പറയുകയില്ലെന്നു സത്യം ചെയ്യിച്ചിട്ട് അദ്ദേഹം എന്നോടു രഹസ്യമായി പറഞ്ഞു, ഏറിയാൽ ആറുമാസം ജീവിച്ചേക്കും എന്ന്."

"യഥാർത്ഥത്തിൽ വിശ്വനാഥന്റെ അസുഖമെന്തായിരുന്നു?"

"അയോർട്ടയിൽ ക്യാൻസറായിരുന്നു."

ജഗദീശ് അല്പനേരം മൗനമായിരുന്നു. അപ്പോൾ കിശോരി തുടർന്നു - "നിങ്ങൾ അന്നുവന്ന് വിശ്വനാഥനെ ഉൽക്കണ്ഠാകുലനായി പരിചരിക്കുന്നത് കണ്ടപ്പോൾ എന്റെ കരളു തകർന്നുപോയി. സത്യസ്ഥിതി മനസ്സിലാക്കാതെ അയാൾക്ക് എങ്ങനെയെങ്കിലും സുഖം പ്രാപിക്കുന്നതും കാത്തിരിക്കുന്നതുകണ്ട് ഞാൻ എത്രയോ പ്രാവശ്യം മൗനമായിരുന്നു

കരഞ്ഞിട്ടുണ്ട്." അവൾ കണ്ണു തുടച്ചു.

ജഗദീശും നിറകണ്ണുകൾ തുടച്ചുകൊണ്ടു പറഞ്ഞു – "ശരി, ഞാനിറങ്ങട്ടെ."

***

നാട്ടിലേക്കു മടങ്ങുന്നതിനു രണ്ടുദിവസം മുമ്പ് ജഗദീശ് കിശോരിയെ കാണാൻ പോയി. അവൾ പൂർണ്ണസുഖം പ്രാപിച്ചിരുന്നു. മെലിഞ്ഞിരുന്ന അവളുടെ ശരീരം ശരിക്കും പുഷ്ടിപ്പെട്ടിട്ടുണ്ട്. മുഖത്തും നല്ല പ്രസാദമുണ്ടായിരിക്കുന്നു.

കിടക്കയിലെ തലയിണയിൽ ചാരിയിരുന്നു പത്രം വായിക്കുകയായിരുന്നു അവൾ. ജഗദീശിനെക്കണ്ട് അവൾ സന്തോഷപൂർവ്വം അറിയിച്ചു.

"ഇന്നു സന്ധ്യക്ക് എന്നെ ഡിസ്ചാർജു ചെയ്യാമെന്ന് ഡോക്ടർ സമ്മതിച്ചിട്ടുണ്ട്."

"വളരെ സന്തോഷം. ഇനി രണ്ടുദിവസം കഴിഞ്ഞ് ഞാനും നാട്ടിലേക്കു മടങ്ങുന്നു."

"നിങ്ങളുടെ സെമിനാർ കഴിഞ്ഞോ?"

"നാളെക്കൊണ്ടവസാനിക്കും."

കുറച്ചുനേരം മൗനമായിരുന്നശേഷം അല്പം പതിഞ്ഞസ്വരത്തിൽ പറഞ്ഞു:

"പോകുന്നതിനുമുമ്പ് ചിലകാര്യങ്ങൾ പറയണമെന്നു വിചാരിച്ചാണ് ഞാനിപ്പോൾ ഇങ്ങോട്ട് വന്നത്."

"എന്താ പ്രത്യേകിച്ച്." ആകാംക്ഷയോടെ അവൾ ചോദിച്ചു.

"ഞാൻ പറയുന്നകാര്യം നിങ്ങൾക്ക് തികച്ചും അപ്രതീക്ഷിതമായിരിക്കും."

"സാരമില്ല. പറഞ്ഞോളൂ."

"പക്ഷേ, ഇതു വിചിത്രമായ സംഗതിയൊന്നുമല്ല. സാധാരണ സംഭവിക്കാവുന്ന കാര്യമാണ്. എന്നാലും നിങ്ങൾ പരിഭ്രമിക്കുമോ എന്നൊരു ഭയമെനിക്കുണ്ട്." ജഗദീശ് പുഞ്ചിരിച്ചുകൊണ്ടു പറഞ്ഞു.

"എന്താകാര്യം? തെളിച്ചു പറയൂ. നിങ്ങളെന്റെ ഉൽക്കണ്ഠ വർദ്ധിപ്പിക്കുകയാണ്."

ജഗദീശ് അല്പം ആലോചിച്ചിരുന്നിട്ടു പറഞ്ഞു: "നിങ്ങൾക്കു സമ്മതമാണെങ്കിൽ ഞാൻ നിങ്ങളെ വിവാഹം കഴിക്കാനാഗ്രഹിക്കുന്നു."

കിശോരി പരിഭ്രാന്തയായി അയാളുടെ മുഖത്തുനോക്കി. കുറച്ചു സമയത്തേക്ക് അവളുടെ ഹൃദയമിടിപ്പു നിന്നുപോയതുപോലെയായി. കാതുകളെ അവൾക്ക് വിശ്വസിക്കാൻപോലുമായില്ല. പക്ഷേ, വളരെ വ്യക്തമായിട്ടാണ് ജഗദീശ് അതുപറഞ്ഞത്. അയാൾക്ക് ഇങ്ങനെയൊരുദ്ദേശ്യമുള്ളതായി അവൾക്ക് യാതൊരു സംശയവും തോന്നീട്ടില്ല.

കിശോരി അവളുടെ നോട്ടം മറ്റൊരു ദിക്കിലേക്കാക്കി. അല്പം കഴിഞ്ഞു വളരെ പ്രയാസപ്പെട്ട് അയാളെ ഒന്നു നോക്കി. സങ്കോചത്തോടെ അവൾ പറഞ്ഞു: "നിങ്ങളുടെ വാക്ക് എനിക്കു തികച്ചും അപ്ര

തീക്ഷിതമായിത്തന്നെ തോന്നി. വെറുതെ കളിപറയുന്നതായിരിക്കണം."

"ഇതു കളിക്കാനും ചിരിക്കാനുമുള്ള കാര്യമല്ല."

കിശോരി തലകുനിച്ചിരുന്നു. കുറച്ചുകഴിഞ്ഞ് ജഗദീശ് ചോദിച്ചു- "നിങ്ങളെന്താ മൗനമായിരിക്കുന്നത്."

"എനിക്ക് എന്തു പറയണമെന്നറിയില്ല."

"എന്തെങ്കിലും ഒന്നു പറയൂ."

"നിങ്ങളിപ്പോൾ പെട്ടെന്ന് ഇങ്ങനെയൊരു തീരുമാനത്തിലെത്താൻ പ്രത്യേകിച്ചു കാരണമൊന്നും കാണുന്നില്ല." അല്പനേരം കഴിഞ്ഞ് അവൾ അടക്കിയ സ്വരത്തിൽ പറഞ്ഞു - "നിങ്ങളെ വിവാഹം കഴിക്കാൻ തക്ക യോഗ്യത എനിക്കില്ല."

"നിങ്ങളുടെ യോഗ്യത തീരുമാനിക്കാൻ നിങ്ങൾക്കു പ്രയാസമാവും. അതു മറ്റുള്ളവർക്കു വിട്ടുകൊടുക്കൂ." ജഗദീശ് ചിരിച്ചുകൊണ്ടു പറഞ്ഞു.

"ഞാൻ വെറുമൊരു നഴ്സാണ്."

"നിങ്ങളുടെ ഉദ്യോഗത്തെയല്ല ഞാൻ വിവാഹം കഴിക്കുന്നത്."

"ഞാനാരാണെന്നു മനസ്സിലാക്കിയാൽ നിങ്ങൾ തീർച്ചയായും എന്നെ വിവാഹം കഴിക്കില്ല."

"വളരെ നല്ലത്. പറഞ്ഞോളൂ."

അവൾ ഒന്നും മിണ്ടിയില്ല.

"അനാഥ എന്നാണോ?" ജഗദീശ് ചോദിച്ചു.

"അല്ല."

"പിന്നെന്താ?"

"ഞാനൊരു ഹരിജനപ്പെണ്ണാണ്."

"അങ്ങനെയൊരു ജാതിയുണ്ടോ?"

"നിങ്ങളെന്നെ കളിയാക്കുകയാണോ?" കിശോരി ചിരിച്ചുകൊണ്ടു ചോദിച്ചു.

"ഇല്ല. ഞാൻ കളിയാക്കുന്നില്ല. ജാതി എന്നു പറയുന്നതിന്റെ അർത്ഥം എനിക്കു മനസ്സിലാകുന്നില്ല. ഞാനേതെങ്കിലും ജാതിയിൽപ്പെട്ടവനാണെന്ന ബോധം എനിക്കില്ല. വ്യക്തിത്വത്തിൽ സ്വയം പ്രകടമായി കാണണം. അതു പറഞ്ഞറിയിക്കേണ്ട ഒന്നാണെങ്കിൽ എനിക്കതിൽ വിശ്വാസമില്ല."

"നിങ്ങൾ എന്തുവേണമെങ്കിലും പറഞ്ഞോളൂ. മേൽജാതിക്കാരാണ് നിങ്ങൾ. ഞാൻ താണജാതിക്കാരിയും."

"ഈ പറയുന്നതിന്റെ അർത്ഥം എനിക്കു പിടികിട്ടുന്നേയില്ല."

"അതു വെറുതെ പറയുന്നതാണ്. മനസ്സിലാകാത്ത ഒരു കാര്യവും ഞാൻ പറഞ്ഞില്ല."

"നിങ്ങൾ പറയുന്ന വാക്കുകൾ എനിക്കു മനസ്സിലാകുന്നു. പക്ഷേ, അവയ്ക്ക് അർത്ഥമില്ലെന്നാണ് ഞാൻ പറഞ്ഞത്."

"നിങ്ങൾക്ക് അങ്ങനെയൊക്കെ പറയാം. പക്ഷേ, ലോകം..."

"ലോകനടപ്പിൽ എനിക്കു മനസ്സിലാകാത്തതു പലതുമുണ്ട്. പക്ഷേ, എന്നെ സംബന്ധിച്ചിടത്തോളം മനസ്സിലായത് പലതും അർത്ഥശൂന്യമായിരിക്കാം. അതിരിക്കട്ടെ."

"നിങ്ങളുടെ സമുദായം നിങ്ങളുടെ നേർക്ക് കത്തിക്കാളിയേക്കും."

"ആളിക്കത്തിക്കോട്ടെ. കിടന്നുറങ്ങുന്നതിനേക്കാളും *മനുസ്മൃതി*യിൽ തല ഒളിച്ചുവയ്ക്കുന്നതിനേക്കാളും അതാണ് നല്ലത്."

"അതു നിങ്ങൾക്കു പ്രയാസമാകും."

"അത്രയല്ലേയുള്ളൂ. സാരമില്ല. പ്രയാസം എല്ലാവർക്കും ഉള്ളതു തന്നെ. ഒരു രീതിയിലല്ലെങ്കിൽ മറ്റൊരു രീതിയിൽ. സമുദായം കുറച്ചു കാലം ഒച്ചപ്പാടുണ്ടാക്കുമായിരിക്കും. എത്ര ബഹളം വച്ചാലും ഒരു വ്യക്തിയുടെ ജീവിതത്തിനു നല്കാനാവാത്തതും അയാളിൽ നിന്നെടുക്കാനാവാത്തതും കുറെയേറെയുണ്ട്. സമുദായത്തിന്റെ ബഹളം വെറുമൊരു അലാറമാണ്. അത് കാലത്തെ മുന്നോട്ടോ പിന്നോട്ടോ വലിക്കില്ല."

"മറ്റുള്ളവരുടെ കാര്യമിരിക്കട്ടെ നിങ്ങളുടെ അച്ഛനമ്മമാർ?"

"അവർ എന്തു ചെയ്യുമെന്നാണ് നിങ്ങൾ വിചാരിക്കുന്നത്?"

"അവർ കയർക്കും."

"അതായിക്കോട്ടെ."

"അവർ നിങ്ങളെ ജാതിഭ്രഷ്ടനാക്കും."

"ആക്കട്ടെ."

"ഇങ്ങനെ പറഞ്ഞാലെങ്ങനെ നിങ്ങൾ ഇതേപ്പറ്റിയൊന്നും ആലോചിച്ചപോലെ തോന്നുന്നില്ല." കിശോരി അല്പം പരിഭ്രമത്തോടെ പറഞ്ഞു.

"ആലോചിക്കേണ്ട ആവശ്യമൊന്നുമില്ല. കാരണം, ജാതിഭ്രഷ്ടിലൊന്നും ഒരർത്ഥവുമില്ലെന്നാണെനിക്കു തോന്നുന്നത്. ഓരോ മനുഷ്യനും ഓരോ സ്വതന്ത്രഘടകമാണ്. അതിന്റെ പരിമിതി അതിൽത്തന്നെ ഒതുങ്ങുന്നതാണ്. മറ്റുള്ളവർ എങ്ങനെ തലതല്ലിയാലും ഒരു പ്രയോജനവുമില്ല. ഉദാഹരണത്തിന് ഈ സമുദായത്തിന്, ആ അച്ഛനമ്മമാർക്ക്, എന്തിനേറെപ്പറയുന്നു എനിക്കുപോലും വിശ്വനാഥനെ സ്വന്തമാക്കിവയ്ക്കാൻ കഴിഞ്ഞില്ല."

"ഈശ്വരേച്ഛ അങ്ങനെയായിരുന്നു."

"മനുഷ്യന് അസാദ്ധ്യമായ സംഗതിയെക്കുറിച്ച്, സംഭവിക്കേണ്ടതു സംഭവിച്ചശേഷം പറയുന്ന വാക്കാണത്. ഞാൻ അതു സംഭവിക്കുന്നതിനുമുമ്പു തന്നെ പറയാൻ ശ്രമിക്കുന്നുണ്ട്. ഈശ്വരേച്ഛ ഇങ്ങനെയാണ്, അല്ലെങ്കിൽ അതുതന്നെയാണ് എന്റെ ഇച്ഛ." ജഗദീശ് ചിരിച്ചുകൊണ്ടു പറഞ്ഞു.

കിശോരി ഒന്നും മിണ്ടിയില്ല. കുറച്ചുകഴിഞ്ഞ് ജഗദീശ് ഓർമ്മിപ്പിച്ചു - "എന്റെ ചോദ്യത്തിന് ഇതുവരെ മറുപടി കിട്ടിയില്ല."

അല്പനേരം ആലോചിച്ചിരുന്നിട്ട് അവൾ ചോദിച്ചു. "എന്തു മറുപടിയാണ് പറയേണ്ടത്. നിങ്ങളുടെ മനസ്സുതന്നെ എനിക്കു പിടികിട്ടുന്നില്ല.

ഒന്നാമത് നിങ്ങൾ പഠിച്ച ആളാണ്. എനിക്കത്ര വിദ്യാഭ്യാസമൊന്നുമില്ല."

"ലോകത്തിലുള്ള ഭാര്യാഭർത്താക്കന്മാരെല്ലാം ഒരേ ക്ലാസിൽ പഠിച്ചവരല്ല." ജഗദീശ് വിശദീകരിച്ചു.

അവൾ ചെറുതായൊന്നു ചിരിച്ചതേയുള്ളു. പിന്നെയും സമയം കുറെ കടന്നുപോയി.

"നിങ്ങൾ എന്താ ആലോചിക്കുന്നത്?" ജഗദീശ് ചോദിച്ചു.

"നിങ്ങളുടെ തീരുമാനത്തിൽ മാറ്റമൊന്നുമില്ലേ?"

"ഇല്ല."

"എനിക്കെന്തു പറയണമെന്നറിയില്ല."

"എന്നാൽ ഞാൻ പറഞ്ഞുതരാം. ഒന്നുകിൽ വേണം അല്ലെങ്കിൽ വേണ്ട. ഇതിൽ ഏതുവേണമെങ്കിലും ഉത്തരമായി പറയാം."

തലകുനിച്ചു നിന്നുകൊണ്ട് അവൾ ചോദിച്ചു - "നാളെ പറഞ്ഞാൽ മതിയോ?"

"ഓഹോ. ധാരാളം മതി." എന്നു പറഞ്ഞ് ജഗദീശ് എണീറ്റു. "പക്ഷേ, ഒരു കാര്യം. ഇതിൽ എന്റെ നിർബ്ബന്ധമൊന്നുമില്ല. നിങ്ങളുടെ അഭിപ്രായം തുറന്നുപറയാൻ പൂർണ്ണസ്വാതന്ത്ര്യമുണ്ട്."

കിശോരി അയാളുടെ മുഖത്തേക്കു നോക്കി. അയാളുടെ കണ്ണുകൾ നിശ്ചേഷ്ടമായിരുന്നു. എങ്കിലും അവയെ നേരിടാൻ അവൾക്കു പ്രയാസമായി. പെട്ടെന്നു അവൾ തലകുനിച്ചു കളഞ്ഞു.

"നാളെ ഞാൻ ഇവിടെയുണ്ടാവില്ല." അവൾ പറഞ്ഞു.

"അതെനിക്കറിയാം."

"പിന്നെ എവിടെവച്ചു കാണാൻ സാധിക്കുമെന്നാണ് ഞാനിപ്പോൾ ആലോചിക്കുന്നത്."

"നിങ്ങളുടെ വീടെവിടെയാണെന്നു പറയാമോ?"

"എനിക്കു വീടില്ല, ഈ ആശുപത്രി തന്നെയാണ് എന്റെ വീട്. നോക്കൂ, അവിടെകാണുന്നില്ലേ, അതാണു ഞങ്ങളുടെ ക്വാർട്ടേഴ്സ്." എന്ന് ജനലിലൂടെ അകലെയുള്ള രണ്ടുനില കെട്ടിടം ചൂണ്ടിക്കാണിച്ചു കൊണ്ടു പറഞ്ഞു.

"അവിടെ പുരുഷന്മാർക്കു പ്രവേശനമുണ്ടോ?"

"ഇല്ല. പക്ഷേ, വിസിറ്റിങ് റൂമുണ്ട്. അവിടെവച്ച് കാണാം."

"എത്രമണിക്ക്?"

"വൈകുന്നേരം അഞ്ചുമണിക്ക്."

ജഗദീശ് ആലോചിച്ചിരുന്നിട്ടു പറഞ്ഞു - "അഞ്ചുമണിക്കു എനിക്കു വരാൻ സാധിക്കുമോ എന്നു സംശയമാണ്. മറ്റൊരു കാര്യം പറയട്ടേ."

"പറയൂ."

"രാത്രി മുഴുവൻ ആലോചിച്ചിരുന്നിട്ട് രാവിലെ ഫോൺ ചെയ്തു പറഞ്ഞാൽ മതി."

" എന്തു പറയണം?" കിശോരി സങ്കോചത്തോടെ ചോദിച്ചു.

"മനസ്സിൽ തോന്നുന്നതു പറയാം. ഇല്ലെങ്കിൽ ഞാൻ പറഞ്ഞ

രണ്ടുത്തരങ്ങളിൽ ഏതാണ് സ്വീകാര്യമായി തോന്നുന്നത്, അതു പറയാം." എന്നു പറഞ്ഞിറങ്ങി.

***

ജഗദീശ് രാവിലെ കാപ്പികുടികഴിഞ്ഞ് ജനാലയ്ക്കരികിലുള്ള ചൂരൽ കസേരയിൽ ഉദാസീനനായിരുന്ന് പുറത്തു വഴിയിലേക്ക് നോക്കുകയായിരുന്നു. ജോഷി ഒന്നു രണ്ടു കത്തുകൾ ധൃതിപിടിച്ച് എഴുതുന്നുണ്ട്. ശങ്കരൻ വീടിനു മുൻവശത്തുള്ള പൂന്തോട്ടത്തിലെ ചെടികൾ നനയ്ക്കുകയായിരുന്നു. അവിടെ വിടർന്നുനിന്ന റോസാപ്പൂക്കൾ ജഗദീശിനെ ആകർഷിച്ചു. കുറേനേരം അവയുടെ ഭംഗി ആസ്വദിച്ചുകൊണ്ടിരുന്നു. വഴിയുടെ ഇരുവശങ്ങളിലുമുള്ള റോസാച്ചെടികളിൽ വെള്ളയും മഞ്ഞയും പൂക്കൾ വിടർന്നു നില്പുണ്ട്. അവയ്ക്കിടയിൽ ഭംഗിയേറിയ ക്രോട്ടൻ ചെടികളുമുണ്ടായിരുന്നു. ഒന്നുരണ്ടു ചെടികളുടെ വേരുകൾ ചെടിച്ചട്ടിയിൽനിന്ന് ഊർന്നിറങ്ങി മണ്ണിൽ പിടിച്ചിരിക്കുന്നതു കണ്ടു. മറ്റു ചില ചെടികൾ ചുവട്ടിൽ വെള്ളം വീണ് ഉന്മേഷം നേടി വരുന്നതുപോലെ തോന്നി. പെട്ടെന്ന് ഫോണിന്റെ മണിയടി ശബ്ദം കേട്ടു. അടുത്തുതന്നെ ഉണ്ടായിരുന്ന ജോഷി റിസീവർ കൈയിലെടുത്ത് - "ഹലോ, ആരാ സംസാരിക്കുന്നത്?" എന്ന് ചോദിച്ചു.

"ആരാണ് സംസാരിക്കുന്നത്?" മറുചോദ്യം.

"ആരെയാ വേണ്ടത്?" ജോഷി ചോദിച്ചു.

"മി. ജഗദീശ് ഉണ്ടോ?"

"ഉണ്ടല്ലോ. വിളിക്കാം." റിസീവർ മേശപ്പുറത്തു വച്ചിട്ട് ജഗദീശിനെ വിളിച്ചു.

ജഗദീശ് വന്നു റിസീവർ കൈയിലെടുത്ത് - "ഹലോ. ഗുഡ്മോണിങ്. ആരാ സംസാരിക്കുന്നത്?"

"ഞാൻ, ജഗദീശ്."

"നിങ്ങൾ ചോദിച്ച പ്രശ്നത്തിന് മറുപടി.." പതുക്കെ പതിഞ്ഞസ്വരത്തിൽ പറഞ്ഞുനിർത്തി.

"പറഞ്ഞോളൂ."

"സമ്മതിച്ചു." കിശോരി റിസീവർ താഴെവയ്ക്കുന്ന ശബ്ദം കേട്ടു. ജഗദീശും റിസീവർ വച്ചു.

"ആരാ മി.ജഗദീശ്, കിശോരിയാണോ?" എഴുതിക്കൊണ്ടിരുന്ന ജോഷി അവിടിരുന്നുകൊണ്ടു തന്നെ ചോദിച്ചു.

"അതെ."

"എന്താ ഇത്ര ബ്രീഫ്?" ജോഷി ഒന്നു പുഞ്ചിരിച്ചു.

"അതെ. ഒരു വാക്ക്." ജഗദീശ് പറഞ്ഞു.

"ഒരു വാക്ക്!" ജോഷി പേന കൈയിലെടുത്തുകൊണ്ട് വിസ്മയത്തോടെ ചോദിച്ചു.

"അതേ, ഒറ്റൊറ്റവാക്ക്. കേട്ടാൾ നിങ്ങൾ അത്ഭുതപ്പെട്ടുപോകും."

“എന്താ അത്ര വലിയവിശേഷം?”

ജഗദീശ് പുഞ്ചിരിയോടെ - “ഞാൻ കിശോരിയോട് ഒരു കാര്യം ചോദിച്ചിരുന്നു. അതിന്റെ മറുപടി കിട്ടി അത്രതന്നെ.”

"I see, anything important?"

“ഉം. ഞങ്ങൾ തമ്മിൽ വിവാഹം കഴിക്കാൻ തീരുമാനിച്ചു.”

“എന്ത്!” ജോഷി അതിശയിച്ചുപോയി.

“അതെ.” ജഗദീശ് വീണ്ടും ഉറപ്പിച്ചു പറഞ്ഞു. ജോഷി അത്ഭുതത്തോടെ അയാളുടെ മുഖത്തുതന്നെ നോക്കിയിരുന്നു.

“ഇതിൽ ചതിയൊന്നുമില്ലല്ലോ മി.ജഗദീശ്?”

“എന്നുവച്ചാൽ ....?”

കിശോരിയെപ്പറ്റി നിങ്ങളെല്ലാം മനസ്സിലാക്കിയിട്ടുണ്ടോ?”

“എന്താ അത്?”

“കിശോരി, നിങ്ങളോട് എല്ലാം തുറന്നുപറഞ്ഞിട്ടുണ്ടോ?”

“ഉവ്വ്.”

“അവൾ ഒരു ഹരിജനാണ്.”

“അറിയാം. മറ്റെന്തെങ്കിലുമുണ്ടോ?”

“എന്നുവച്ചാൽ.....?”

“കിശോരി ഏതുതരക്കാരിയാണെന്ന്?”

“ആ ചോദ്യം പ്രസക്തമല്ല. തനിത്തങ്കം പോലുള്ള പെണ്ണ് എന്നു പറയാറില്ലേ അതുപോലെതന്നെ.” ജഗദീശിന്റെ രണ്ടുകൈകളും പിടിച്ചുകൊണ്ട് “കൺഗ്രാജുലേഷൻസ്. നിങ്ങളുടെ തീരുമാനം എനിക്ക് വളരെ ആഹ്ലാദം പകരുന്നു. വരാവുന്ന പ്രശ്നങ്ങളെ നേരിടാൻ തയ്യാറായിക്കൊണ്ടുതന്നെ ഈ തീരുമാനത്തിലെത്തി എന്നു ഞാൻ വിശ്വസിക്കുന്നു. ഒരു പക്ഷേ, ഒരു വാക്കുകൂടി. ഇത് ആരെങ്കിലും അല്ലെങ്കിൽ എന്തിനെയെങ്കിലും എതിർത്തുകൊണ്ടുള്ള വിപ്ലവമല്ലല്ലോ?”

“നിശ്ചയമായും അല്ല.”

“എന്നാൽ ശരി. ബാക്കി സംഗതികളൊക്കെ രാത്രി സംസാരിക്കാം. നിങ്ങൾക്കു സെമിനാറിനുപോകാൻ സമയമായി. എനിക്കും പുറപ്പെടാറായി.” എന്നു പറഞ്ഞ് ജോഷി തന്റെ മുറിയിലേക്കു പോയി.

ജഗദീശ് ജോഷിയുടെ മേശപ്പുറത്ത് പകുതി എഴുതിവച്ച കത്തിനു മുകളിൽ തുറന്നുവച്ചിരുന്ന പേനയെടുത്ത് അടച്ചുവച്ച് മുറിയിലേക്കു പോയി.

***

പിറ്റേദിവസം ഉച്ചയ്ക്ക് സെമിനാർ അവസാനിച്ചു. അതേത്തുടർന്ന് ഒരു വിരുന്നുസൽക്കാരമുണ്ടായിരുന്നു. ഇന്ത്യയൊട്ടാകെയുള്ള സർവ്വകലാശാലകളിൽ നിന്ന് എത്തിയിരുന്ന ലക്ചറർമാരും പ്രൊഫസർമാരും ഉൾപ്പെടെ അറുപതോളം പേർ അതിൽ പങ്കെടുത്തു. മുഖ്യ അതിഥിയായി ബനാറസ് യൂണിവേഴ്സിറ്റിയിലെ പ്രൊഫ. അജിത്

ഘോഷ് തന്റെ അദ്ധ്യക്ഷ പ്രസംഗത്തിൽ ഇപ്രകാരം അഭിപ്രായപ്പെട്ടു. “ഫിലോസഫി, ചർച്ചകളിൽ മാത്രം ഒതുങ്ങിനില്ക്കുന്ന വിഷയമാകാൻ പാടില്ല. അത് ജീവിതത്തെ കൂടുതൽ അർത്ഥവത്താക്കണം; ആത്മവിശ്വാസത്തോടുകൂടി ജീവിക്കാനും വ്യക്തിത്വം വികസിപ്പിക്കാനും സഹായിക്കണം. അർത്ഥശൂന്യമായ ഭിന്നതകൾ, ഭയം, അന്ധവിശ്വാസം മുതലായവ ദൂരീകരിക്കാൻ അത് ആയുധമാകണം. ഈ ഉദ്ദേശ്യം മനസ്സിൽവച്ചുകൊണ്ടുവേണം ഫിലോസഫി പഠിപ്പിക്കാൻ.”

സെമിനാറിൽ അവതരിപ്പിക്കപ്പെട്ട പ്രബന്ധങ്ങൾ സമാഹരിച്ച് ഒരു ഗ്രന്ഥം തയ്യാറാക്കണമെന്ന് തീരുമാനിച്ചു. അതിന് ബാംഗ്ലൂർ സർവ്വകലാശാലാ ഫിലോസഫി വകുപ്പദ്ധ്യക്ഷൻ പ്രൊഫ. നളിനാക്ഷന്റെ നേതൃത്വത്തിൽ ഒരു സമിതി രൂപീകരിക്കുകയും ചെയ്തു. സഹസമ്പാദകനായി ജഗദീശിനെയാണ് നിയമിച്ചിരുന്നത്.

എല്ലാം തീർന്നപ്പോഴേക്കും വൈകുന്നേരം നാലുമണിയായി. പിറ്റേ ദിവസം തന്നെ നാട്ടിലേക്കു മടങ്ങണമെന്ന് ജഗദീശ് തീരുമാനിച്ചിരുന്നു. പക്ഷേ, ആ തീരുമാനം മാറ്റി ഒരു ദിവസം കൂടി നീട്ടി. ബസ് ടിക്കറ്റ് അടുത്ത ദിവസം വാങ്ങാമെന്നുവച്ച് മുറിയിലേക്കുപോയി. ജോഷി അപ്പോഴും എത്തിയിരുന്നില്ല. നല്ല ക്ഷീണമുണ്ടായിരുന്നതുകൊണ്ട് ശങ്കരൻ കൊണ്ടുവന്ന കാപ്പിയും കുടിച്ച് ചെരിപ്പ് ഊരിയിട്ട് കിടക്കയിലേക്ക് ചാഞ്ഞു. ജോഷി വന്നു വിളിച്ചപ്പോഴാണ് ഉണർന്നത്. എണീറ്റ് സമയം നോക്കി. എട്ടുമണി കഴിഞ്ഞിരുന്നു.

“എന്താ മി. ജഗദീശ്, ഈ നല്ല സമയത്തു കിടന്നുറങ്ങുന്നത്?” ജോഷി ചിരിച്ചുകൊണ്ട് ചോദിച്ചു.

“ഉറങ്ങണമെന്നു വിചാരിച്ചില്ല. ക്ഷീണിച്ചുവന്നതുകൊണ്ട് അല്പം ഒന്നു കിടന്നു. പക്ഷേ, ഉറങ്ങിപ്പോയി.” ജഗദീശ് എണീറ്റു.

“സെമിനാർ കഴിഞ്ഞോ?”

“കഴിഞ്ഞു.”

“ഉച്ചയ്ക്ക് ഊണിനു വന്നില്ലെന്നു തോന്നുന്നു,”

“വരാൻ പറ്റിയില്ല മി. ജോഷി. വാലിഡിറ്ററി ഫങ്ഷൻ ഉണ്ടായിരുന്നു. ചിലർ ഇന്നുതന്നെ നാട്ടിലേക്കു പോകുന്നതുകൊണ്ടു ഗംഭീര സദ്യയോടെയാണ് കാര്യപരിപാടി ആരംഭിച്ചത്.”

“ശരി. ഇപ്പോൾ എണീക്കൂ. ഊണുകഴിക്കാം.” ജോഷി ക്ഷണിച്ചു.

“ഊണ്! വിശപ്പ് അശേഷമില്ല!” ജഗദീശ് ഒഴിഞ്ഞുമാറാൻ ശ്രമിച്ചു.

“എനിക്കു വിശപ്പുണ്ടെന്നാണോ നിങ്ങളുടെ ധാരണ. ഉച്ചയ്ക്കു ഞാനും ഉണ്ണാൻ വന്നില്ല. ഒരു സുഹൃത്ത് നിർബ്ബന്ധിച്ച് അദ്ദേഹത്തിന്റെ വീട്ടിലേക്കു കൊണ്ടുപോയി. അവിടുന്നു ഫോൺ ചെയ്തുചോദിച്ചപ്പോഴാണ് നിങ്ങൾ എത്തിയിട്ടില്ലെന്നു മനസ്സിലായത്.” ജോഷി അല്പം കഴിഞ്ഞു തുടർന്നു–

“വരൂ, എണീക്കൂ, അല്പം പാലോ പഴമോ വല്ലതും കഴിക്കാം.”

ജഗദീശ് എണ്ണീറ്റു മുഖം കഴുകാൻ പോയി. അയാൾ വരുന്നതിനിട

യിൽ ടീപ്പോയിൽ ബിസ്കറ്റും ഉപ്പേരിയും ആപ്പിളും തയ്യാറായി കഴിഞ്ഞിരുന്നു. അടുത്തുതന്നെയിരുന്ന് ജോഷി അന്നത്തെ പത്രം വായിച്ചുകൊണ്ടിരുന്നു.

"വരൂ, വരൂ. തുടങ്ങാം." എന്നായി ജോഷി.

"എന്താ ഇത്ര വളരെ സെറിമോണിയൽ" എന്നു ചോദിച്ചുകൊണ്ട് ജഗദീശ് വന്നിരുന്നു.

"സെറിമോണിയൽ ഒന്നുമില്ല. ഇങ്ങനെ തിന്നുകൊണ്ടു സംസാരിക്കാം. അല്ലെങ്കിൽ സംസാരിച്ചുകൊണ്ടു തിന്നാം. അത്രേയുള്ളൂ. പറഞ്ഞതുപോലെ നാളെ നിങ്ങൾ പോകുന്നില്ലല്ലോ?" പെട്ടെന്ന് ഓർത്തപോലെ ജോഷി ചോദിച്ചു.

" ഇല്ല, ഒരു ദിവസം കൂടി കഴിഞ്ഞേ പോകുന്നുള്ളൂ."

" ഒരു ദിവസമാക്കണ്ടാ. ഒരാഴ്ച കഴിഞ്ഞു പോയാൽ മതി."

"ഇല്ല മി. ജോഷി. ബാംഗ്ലൂർ ആകെ ബോറടിച്ചു."

"സെമിനാർ ബോറായി എന്നു തോന്നുന്നു."

"എല്ലാം."

"ഏതായാലും ഇവിടെ ബോറായില്ലല്ലോ?" ജോഷി തന്റെ വീട്ടിലെ താമസത്തെക്കുറിച്ചാണു ചോദിച്ചത്.

"ഇവിടെത്തന്നെയായിരുന്നതുകൊണ്ട് പുറത്തുള്ള ബോർ അത്ര അനുഭവപ്പെട്ടില്ല. ഹോട്ടലിലോ മറ്റോ താമസിച്ചിരുന്നെങ്കിൽ ഇതിനിടയ്ക്കു തന്നെ സ്ഥലം വിടേണ്ടിവരുമായിരുന്നു."

"എന്നാ പിന്നെ ഒരാഴ്ച കൂടി കഴിച്ചുകൂടേ? സുഖമായി ഇവിടെത്തന്നെ താമസിക്കാം. ഇനിയും അവധിയുണ്ട്. നാട്ടിൽ പോയിട്ട് എന്തു ചെയ്യാനാണ്?"

"ഇല്ല. മറ്റന്നാൾ ഏതായാലും പോകണം."

"എനിക്കു ബുദ്ധിമുട്ടാവും എന്നു കരുതണ്ടാ."

"ഹേയ്, അതുകൊണ്ടൊന്നുമല്ല."

ആപ്പിൾ മെല്ലെ മുറിച്ചുകൊണ്ടു ജോഷി ചോദിച്ചു–"വിവാഹത്തിന്റെ കാര്യം എന്തു തീരുമാനിച്ചു?"

"എന്നുവച്ചാൽ.....?"

"എവിടെ, എപ്പോൾ മുതലായ സംഗതികൾ...."

" ഓ. അതോ. ഇനിയും ആലോചിച്ചിട്ടില്ല."

"മിസ്. കിശോരിയുടെ ഉദ്യോഗത്തെക്കുറിച്ച് എന്തു തീരുമാനിച്ചു? റിസൈൻ ചെയ്യുന്നുണ്ടോ?"

"ഒന്നും ഉറപ്പിച്ചില്ല." ആപ്പിൾ കഷണം വായിൽ വച്ചുകൊണ്ടു ജഗദീശ് പറഞ്ഞു.

അല്പനേരം രണ്ടുപേരും മൗനമായിരുന്നു. വീണ്ടും ജോഷി തുടങ്ങി–

"ഞാനൊരു കാര്യം പറയട്ടെ. നിങ്ങളുടെ വിവാഹം ബാംഗ്ലൂരിൽ വച്ചു നടത്തിയാലോ?"

ജഗദീശ് അല്പം ആലോചിച്ചു പറഞ്ഞു - "വിവാഹത്തിനു വലിയ ചടങ്ങൊന്നും വേണമെന്നു തോന്നുന്നില്ല."

"ശരി. അതൊന്നും വേണ്ട. ഒരു ചെറിയ സൽക്കാരം മതി. നമ്മളും സുഹൃത്തുക്കളും മാത്രം. വിവാഹമെന്ന ചടങ്ങു നടത്താതെ ഒരു പെണ്ണിനെ നാട്ടിലേക്കു കൂട്ടിക്കൊണ്ടു പോകുന്നതു അത്ര ശരിയാവില്ല." ജോഷി പറഞ്ഞു.

"എന്താ അത്?"

"അല്പം ആലോചിച്ചു നോക്കൂ. ആളുകൾ എന്തു പറയും. എവിടെ നിന്നോ ഏതോ ഒരു പെണ്ണിനെ തട്ടിക്കൊണ്ടു വന്നിരിക്കുന്നു. ഇവനു വട്ടാണ് എന്നു പറയും.

"ശരി. പറഞ്ഞോട്ടെ."

"ശല്യപ്പെടുത്തും."

"കുറച്ചുദിവസം അങ്ങനെയൊക്കെ കാണും."

"അങ്ങനെയൊന്നും പറഞ്ഞാൽ നടപ്പില്ല മി.ജഗദീശ്. കുറച്ചൊക്കെ പ്രാക്ടിക്കലായി ആലോചിക്കേണ്ട കാര്യമാണിത്. നിങ്ങൾ എല്ലാം ഫിലോസഫിക്കലായി ചിന്തിക്കുന്നവനായിരിക്കാം. ഞങ്ങളൊക്കെ മനുഷ്യരാണ്. ഞങ്ങൾക്ക് സൊസൈറ്റി എന്നൊരെണ്ണമുണ്ട്. നിങ്ങൾ കൊണ്ടുപോകുന്ന ഈ സ്ത്രീ നിങ്ങളുടെ ഭാര്യയാണെന്ന് ഈ സൊസൈറ്റിയെ അറിയിക്കേണ്ടത് അത്യാവശ്യമാണ്."

"എന്തിന്?" ജഗദീശ് ചോദിച്ചു.

ജോഷി പാലുകുടിച്ച് കപ്പുതാഴെ വച്ചുകൊണ്ടു പറഞ്ഞു: "ആദ്യമായിട്ട്, നിങ്ങളുടെ ഉദ്യോഗം തന്നെ ഓഫീസിന്റെ വാതിലടച്ചിരുന്നു ചെയ്യുന്ന ഒരു പണിയല്ല. കുറഞ്ഞത് ഒരായിരംപേരുടെ മുമ്പിലെങ്കിലും നിങ്ങൾ നടക്കും. ഏതോ ഒരു പെണ്ണിനെ കൊണ്ടു വന്നിരിക്കുന്നു എന്ന് നിങ്ങളുടെ വിദ്യാർത്ഥികൾ പറയാൻ തുടങ്ങിയാൽ നിങ്ങളുടെ സ്ഥാനമാനങ്ങൾക്ക് കോട്ടം തട്ടും. മാത്രമല്ല, നിങ്ങളെ ദ്രേഹിക്കണമെന്നു തോന്നിയാൽ പൊലീസ് സ്റ്റേഷനിലും കയറ്റാം. രണ്ടാമതായി, നിങ്ങളുടെ ഉഡുപ്പിയെന്നു പറയുന്നത് ബോംബെയൊന്നുമല്ല. ബോംബേയിലാണെങ്കിൽ ഏതെങ്കിലും ഒരു പെണ്ണും ആണും ഭാര്യാഭർത്താക്കന്മാരായി ജീവിക്കാൻ തുടങ്ങിയാൽ ആകാശമൊന്നും ഇടിഞ്ഞു വീഴില്ല. ഉഡുപ്പിയിലാണെങ്കിൽ വീണതുതന്നെ."

ജഗദീശ് ജോഷിയുടെ വാക്കുകൾ ശ്രദ്ധിച്ചിരുന്നു. ജോഷി തുടർന്നു-

"ഞാൻ ഇങ്ങനെ ക്രൂരമായി സംസാരിക്കുന്നു എന്നു തെറ്റിദ്ധരിക്കരുത്. എന്റെ പല തിയറികളും തിയറിയായിത്തന്നെ ഇരിക്കുന്നു. എനിക്കത് പ്രായോഗികമാക്കാൻ കഴിയുന്നില്ല. പക്ഷേ, നിങ്ങൾ അങ്ങനെയുള്ള തിയറികളൊന്നുമില്ലാതെ മറ്റുള്ളവർക്ക് അത്യന്തം വിപ്ലവകരമായി തോന്നാവുന്ന സംഗതി നിർവ്വികാരമായി ചെയ്യുന്നു. തന്നെയുമല്ല ഇത് ജീവിതത്തിലെ ഒരു സാധാരണ സംഗതിയാണെന്ന ഭാവമാണുള്ളത്. എല്ലാവരും ഇങ്ങനെ നിങ്ങളെപ്പോലെ ഫിലോസഫിക്കലായി ജീവിതം

നയിക്കണമെന്നില്ല.

"അതു ശരി. പക്ഷേ, അതുകൊണ്ട് എനിക്ക് ഒരു ദോഷവും സംഭവിക്കാനില്ല."

"ഇല്ല എന്ന് എങ്ങനെ പറയും? ഏതെങ്കിലും വിധത്തിൽ ദോഷം വരാതിരിക്കാൻ തരമില്ല. ഈശ്വരനു ജാതിയില്ല എന്നുപറയുന്നത് ശരിയാണ്. അദ്ദേഹം വരാഹമായി ജനിച്ച് അതു സ്പഷ്ടമാക്കിയിട്ടുണ്ട്. തന്റെ അവതാരങ്ങളിൽ ശ്രേഷ്ഠമെന്നു പറയാവുന്ന അവതാരംതന്നെ ശൂദ്രനായിട്ടാണ്. മഹദ്വ്യക്തികളായി ജനിച്ചിട്ടുള്ളവരെല്ലാം ജാതിമതാതീതരാണ്. പക്ഷേ, ഈ ലോകത്തിൽ വിവാഹിതരായി കുടുംബജീവിതം നയിക്കണമെന്നു വിചാരിക്കുന്നവർക്ക് ഏതെങ്കിലും ഒരു ജാതിയിൽപ്പെടാതിരിക്കാൻ നിർവ്വാഹമില്ല."

"ശരി, സമ്മതിച്ചു. ഈ ജാതിയുടെ മേൽവിലാസം ഒരാൾക്ക് കുറെ സുഖസൗകര്യങ്ങൾ ഉണ്ടാക്കിക്കൊടുക്കുന്നു എന്നു സമ്മതിക്കാം. പക്ഷേ, ഒരാൾ ആ സുഖസൗകര്യങ്ങൾ അവഗണിക്കുകയാണെന്നു വിചാരിക്കുക. എന്നാലോ?"

"തെറ്റില്ല. അയാൾക്ക് അയാളുടെ ഇഷ്ടം പോലെ ജീവിക്കാം. പക്ഷേ, ഒരു കാര്യം, ഈ സമുദായത്തിൽ ജാതിയില്ല എന്നുപറയുന്നവരും ഒരു ജാതിയാണ്."

"അതു ശരിയാണ്. അതാണ് യഥാർത്ഥ ജാതി. എന്നെങ്കിലും ഒരു ദിവസം മറ്റെല്ലാ ജാതികളും ഈ ജാതിയിൽ ലയിക്കും." ജഗദീശ് ചിരിച്ചുകൊണ്ടു പറഞ്ഞു.

"എന്നു വച്ചാൽ ബസവണ്ണയെപ്പോലെ നവോത്ഥാനവ്രതമെടുത്തുകൊണ്ട് ഇറങ്ങിത്തിരിച്ച ആളാണ് നിങ്ങളെന്നർത്ഥം!"

"ബസവണ്ണയുടെ നവോത്ഥാനവ്രതം കൊണ്ട് ഒരു ജാതികൂടി അധികമായി. എന്റേത് അത്തരത്തിലൊരു പ്രത്യേകതാ വാദമല്ല; ഒരു പെൺകുട്ടിയെ വിവാഹം കഴിക്കുന്ന പ്രശ്നം മാത്രം. അതും എനിക്കു തോന്നിയത്, എന്റെ മനസ്സാക്ഷിക്ക് ശരിയെന്നു തോന്നിയത്, എല്ലാവരും ചെയ്യുന്നതുതന്നെ ഞാനും ചെയ്തു. അത്രേയുള്ളൂ." ജഗദീശ് വിശദീകരിച്ചു.

കുറച്ചുനേരം രണ്ടുപേരും മൗനമായിരുന്നു. ജോഷി ശങ്കരനെ വിളിച്ചു മേശ വൃത്തിയാക്കാൻ പറഞ്ഞു. എന്നിട്ടു ജോഷി ജഗദീശിനോടായി ഒരു ചോദ്യം-

"അപ്പോൾ നിങ്ങളുടെ വിവാഹത്തിന്റെ കാര്യം എന്തു തീരുമാനിച്ചു?"

"അതു ശരിയായ ചോദ്യം. നിങ്ങളുടെ നിർദ്ദേശമനുസരിച്ച് എല്ലാം ചെയ്യാം. ഏതായാലും നാട്ടിൽ വച്ച് നടത്താൻ പോകുന്നില്ല. ഇവിടെത്തന്നെ ആവട്ടെ."

ജോഷി അല്പം ആലോചിച്ചു പറഞ്ഞു.-

"അതിനു വലിയ ഹാളൊന്നും വേണ്ട. ഏതെങ്കിലും ഒരു സംഘ

ത്തിന്റെ കെട്ടിടം തെരഞ്ഞെടുക്കാം. പത്തുപതിനഞ്ചു സുഹൃത്തുക്കളും വേണം. അതിനുമുമ്പ് ഒരു ദിവസം നിശ്ചയിച്ച് ക്ഷണക്കത്തു തയ്യാറാക്കി നാട്ടിൽ അത്യാവശ്യം വേണ്ടപ്പെട്ടവരെ അറിയിക്കുക. ഒളിച്ചുകളിയായി നടക്കുന്ന സംഭവമാണെന്നു വരാൻ പാടില്ല. മറ്റു വിവാഹച്ചടങ്ങുകളെപ്പോലെ ഇതും മംഗളകരമായി നടക്കണം. ഇഷ്ടമുള്ളവർ കാറോ ബസോ പിടിച്ച് ഉഡുപ്പിയിൽനിന്നു വരട്ടെ. എന്തു പറയുന്നു?"

"ശരി." ജഗദീശ് സമ്മതിച്ചു.

"നിങ്ങളുടെ ബന്ധുക്കളും അല്ലാത്തവരും ചോദിക്കുന്ന ചോദ്യങ്ങൾക്കു മറുപടി പറയുകയോ പറയാതിരിക്കുകയോ, സംശയനിവൃത്തി വരുത്തുകയോ, വരുത്താതിരിക്കുകയോ ഒക്കെ ആവാം. അതെല്ലാം നിങ്ങളുടെ ഇഷ്ടത്തിനു വിട്ടിരിക്കുന്നു."

"ശരി."

"ഇത്രയൊക്കെ ആയതിനുശേഷം പെണ്ണിനെയും കൂട്ടി പെട്ടെന്ന് വീട്ടിൽപോയി അച്ഛനമ്മമാർക്ക് ഒരു ഷോക്ക് കൊടുക്കുന്നതിനേക്കാൾ കുറച്ചുകാലം ഇവിടെത്തന്നെ താമസിക്കുന്നതാണ് നല്ലത്."

"അതു നല്ലൊരു നിർദ്ദേശമാണ്."

"ശരി. എന്റെ തല കാലിയായി ഇനി നിങ്ങൾക്ക് തോന്നുന്നതൊക്കെ പറയാം."

"എനിക്ക് തോന്നാവുന്നതെല്ലാം നിങ്ങൾതന്നെ പറഞ്ഞു കഴിഞ്ഞു. ഞാനിനി അതേക്കുറിച്ച് ആലോചിക്കേണ്ട കാര്യമേയില്ല." ജഗദീശ് ചിരിച്ചുകൊണ്ടു പറഞ്ഞു.

"എതിരഭിപ്രായമെന്തെങ്കിലുമുണ്ടെങ്കിൽ പറയണം."

"ഉടനെ പറയാനുള്ളതൊന്നുമില്ല. ഉണ്ടെങ്കിൽ പിന്നെ പറഞ്ഞോളാം."

"ശരി. പിന്നെന്താ?"

"പോകുന്നതിനുമുമ്പ് കിശോരിയെ ഒന്നു കാണണമെന്നുണ്ട്. കഴിയുമെങ്കിൽ നാളെത്തന്നെ കാണും പിന്നീടുള്ള ഏർപ്പാടുകൾക്കെല്ലാം നിങ്ങളെ കത്തെഴുതി അറിയിക്കാം."

"വിവാഹം എപ്പോ നടത്താനാണ് ഉദ്ദേശ്യം? കഴിയുന്നതും വേഗമാകട്ടെ."

"കാരണം?"

"ഞാൻ ബാംഗ്ലൂർ വിടാൻ പോകുന്ന കാര്യം നേരത്തെ പറഞ്ഞല്ലോ."

"എന്നാൽ മെയ് അവസാനത്തിൽത്തന്നെ നടത്താം. ഇനി ഏതാണ്ട് ഒരു മാസമുണ്ട്."

"വിവാഹം കഴിഞ്ഞ് കുറഞ്ഞത് പതിനഞ്ചുദിവസമെങ്കിലും നിങ്ങൾ ഇവിടെ ഉണ്ടാവണം. അതു കഴിഞ്ഞ് നിങ്ങൾക്ക് ഉഡുപ്പിയിലേക്കു പോകാം; എനിക്ക് ബോംബെയിലേക്കും."

***

പിറ്റേദിവസം ജഗദീശ് കിശോരിയെ കാണാൻ ഹോസ്റ്റലിൽ പോയി. ഒരു ജോലിക്കാരി വന്ന്–

“കിശോരി അമ്മ, കുളിച്ചുകൊണ്ടു നില്ക്കുകയാണ്. ഉടൻ വരും” എന്നു പറഞ്ഞു.

ജഗദീശ് കുറച്ചുനേരം ഒരു കസേരയിൽ ഇരുന്നു. വിശാലമായ മുറി. ചാരു ബഞ്ചുകളും കസേരകളും, നടുവിലായി ഒന്നു രണ്ടു വട്ടമേശകളും മുകളിൽ മൂന്നു മെർക്കുറി വിളക്കുകളും രണ്ടു ഫാനും.

മുറിയുടെ ഒരു മൂലയ്ക്ക് ഏതാണ്ട് അറുപത്തഞ്ചു കഴിഞ്ഞൊരു വൃദ്ധനും ഒരു യുവതിയും ഇരുന്നു സംസാരിക്കുന്നു. അവൾ ഇടയ്ക്കിടയ്ക്ക് കണ്ണു തുടയ്ക്കുന്നതു കാണാം. അവർ എന്തോ ദുഃഖകരമായ കാര്യം സംസാരിക്കുകയാണെന്ന് തോന്നി. ഗുരുതരമായ എന്തോ പ്രശ്നങ്ങൾ.

മറ്റൊരു കോണിൽ ഒരു ചെറുപ്പക്കാരി നഴ്സ് അവളുടെ അച്ഛനാണെന്നു തോന്നിക്കുന്ന ഒരാളോടു സംസാരിച്ചുകൊണ്ടു നില്ക്കുന്നു. അവർ സംഭാഷണം നടത്തുന്നതിനേക്കാൾ ഏറെ ആലോചിക്കുന്നതു പോലെയാണ് തോന്നിയത്. അല്പം ചിലവാക്കുകൾ. വീണ്ടും മൗനം. ഇടയ്ക്കിടയ്ക്ക് ആ മൗനം ഭഞ്ജിച്ചുകൊണ്ടുള്ള സംഭാഷണം. മറ്റൊരിടത്ത് സുന്ദരിയായ ഒരു സ്ത്രീ ആരെയോ പ്രതീക്ഷിച്ചിരിക്കുന്നതുപോലെ കാണപ്പെട്ടു. ഇടയ്ക്കിടയ്ക്ക് വാച്ചുനോക്കുന്നുണ്ടായിരുന്നു. ജഗദീശ് കിശോരിയെക്കുറിച്ചുതന്നെ ചിന്തിച്ചുകൊണ്ടിരുന്നു. അവളെ കാണാൻ ഇങ്ങനെ ആരും വരാറില്ലെന്നു തോന്നുന്നു.

ചിന്തയിൽ മുഴുകിയിരുന്നതുകൊണ്ട് കാലൊച്ചയില്ലാതെ അടുത്തു വന്നുനിന്ന കിശോരിയെ ജഗദീശ് കണ്ടില്ല. മുറിയിലുണ്ടായിരുന്നവരുടെ ശ്രദ്ധ അങ്ങോട്ടു തിരിഞ്ഞപ്പോഴാണ് ജഗദീശ് തിരിഞ്ഞുനോക്കിയത്. കിശോരി പുഞ്ചിരിച്ചുകൊണ്ടു നില്ക്കുന്നു. ജഗദീശിനെ കണ്ടപ്പോൾ അവളുടെ മുഖത്ത് ലജ്ജയും സങ്കോചവും. കുളികഴിഞ്ഞ് ഈറനണിഞ്ഞ മുടിയുടെ അറ്റം ചൊറുതായൊന്നു കെട്ടിയിരുന്നു. നീലസാരിയും ബ്ലൗസും. ആഭരണങ്ങളൊന്നുമുണ്ടായിരുന്നില്ല.

“വരൂ, ഇരിക്കൂ.” ജഗദീശ് ക്ഷണിച്ചു. കിശോരി സങ്കോചത്തോടെ മുൻവശത്തുകിടന്ന കസേരയിലിരുന്നു.

“ഇപ്പോൾ അസുഖമൊക്കെ എങ്ങനെയുണ്ട്?” ജഗദീശ് കുശലം ചോദിച്ചു.

“നല്ല സുഖമുണ്ട്.” കിശോരി ചിരിച്ചു.

കുറച്ചുനേരം രണ്ടുപേർക്കും മൗനം. കിശോരി ജഗദീശിന്റെ മുഖത്ത് ഒന്നു നോക്കി. അയാൾ എന്തോ ഗാഢമായ ചിന്തയിലാണ്. മുഖത്തു പ്രശാന്തത. രണ്ടു ദിവസം മുമ്പ് തന്നോട് ‘എന്നെ വിവാഹം കഴിക്കാൻ ഇഷ്ടമാണോ?’ എന്ന് ചോദിച്ച ആളാണോ എന്നുപോലും സംശയം തോന്നി. ‘ഞാൻ നിന്നെ പ്രേമിക്കുന്നു’ എന്ന് ജഗദീശ് ഒരിക്കലും പറ

ഞ്ഞിരുന്നുമില്ല. അയാളുടെ ചോദ്യം അപ്രതീക്ഷിതമായിരുന്നു. അയാളെ വിവാഹം കഴിക്കുന്ന കാര്യം പോയിട്ട് മനസ്സിനിണങ്ങിയ ഒരു പുരുഷനെ ലഭിക്കുമെന്ന പ്രതീക്ഷ പോലും അവൾക്കുണ്ടായിരുന്നില്ല. അവിവാഹിതയായി ജീവിതം നയിക്കേണ്ടിവരുമെന്നാണ് കരുതിയിരുന്നത്. ജഗദീശ് വിവാഹക്കാര്യം പറഞ്ഞപ്പോൾ അയാൾ തന്റെ ഭർത്താവാകുന്ന കാര്യം ചിന്തിക്കാൻ പോലും കഴിഞ്ഞില്ല. താൻ അതിന് യോഗ്യയല്ല. ജഗദീശിന്റെ ദൃഢനിശ്ചയം കണ്ട് അവൾ അത്ഭുതപ്പെട്ടുപോയി. അയാൾക്ക് തന്നിൽ പ്രേമമുള്ളതായി യാതൊരു സൂചനയുമുണ്ടായിരുന്നില്ല. ഒരു പെണ്ണിനെക്കണ്ട ഉടനെ അവളുടെ സൗന്ദര്യത്തിൽ ആകൃഷ്ടനായി പെട്ടെന്ന് വിവാഹം കഴിക്കാൻ തയ്യാറാകുന്ന പ്രകൃതക്കാരനല്ല അയാൾ. പലപ്പോഴും അയാളെ കണ്ടിട്ടുണ്ട്. കൂടാതെ കഴിഞ്ഞ ഏഴെട്ടു ദിവസത്തിനുള്ളിൽ പലപ്രാവശ്യം സംസാരിച്ചപ്പോൾ അയാളുടെ സ്വഭാവം കുറെക്കൂടി വ്യക്തമായി. അങ്ങനെയല്ലായിരുന്നെങ്കിൽ ഇയാളെ ബുദ്ധിസ്ഥിരതയില്ലാത്തവനെന്ന് വിചാരിക്കാമായിരുന്നു. അയാളുടെ അച്ഛനമ്മമാരെയും അവൾ കണ്ടിട്ടുണ്ട്. കേവലം "ബ്രാഹ്മണ"രെന്നു മാത്രമല്ല ധനികരും കൂടിയായിരുന്നു. കാമുകനായോ ഭർത്താവായോ കിശോരിക്ക് സ്വപ്നം കാണാൻപോലും കഴിയാത്തതായിരുന്നു ജഗദീശിന്റെ സ്ഥാനം. ആരോടോ ഉള്ള വെല്ലുവിളിയായിട്ടാണ് തന്നെ വിവാഹം കഴിക്കാൻ തയ്യാറായതെന്ന് ഒരിക്കൽ അവൾക്ക് തോന്നിയിരുന്നു.

ജഗദീശിനെ സമ്മതം അറിയിക്കുന്നതിനു തലേദിവസം രാത്രി ഏതാണ്ട് ഒരു മണിവരെ പലതും ആലോചിച്ചു വിഷമിച്ചിരുന്നു. ജഗദീശിനെപ്പോലുള്ള ഒരു പുരുഷൻ തന്നെ വിവാഹം കഴിക്കാൻ മുന്നോട്ടു വരുമ്പോൾ "വേണ്ട" എന്നുപറയാൻ അവളുടെ മനസ്സനുവദിച്ചില്ല.

ഇപ്പോൾ ജഗദീശ് ആകസ്മികമായി തന്നെക്കാണാൻ വന്നതെന്തിനായിരിക്കാം. അവൾക്കു കൗതുകം തോന്നി. 'ഞാൻ സമ്മതിച്ചു' എന്നു പറഞ്ഞത് ഒരു തമാശയാണെന്ന് കരുതിയോ എന്തോ? ഒരിക്കൽ ഞാൻ അങ്ങനെ തീരുമാനിച്ചെങ്കിലും അതിനു പല തടസ്സങ്ങളുമുണ്ടെന്ന് ഇന്ന് പറയുമോ? അച്ഛനമ്മമാർ ബലമായെതിർക്കുന്നതുകൊണ്ട് ഈ ആലോചന ഉപേക്ഷിക്കണമെന്നു പറയുമോ? ഇങ്ങനെ പലതും അവൾ ചിന്തിച്ചു. ഒരുപക്ഷേ, അങ്ങനെവല്ലതും പറഞ്ഞാൽ അതിൽ ഖേദിക്കാനൊന്നുമില്ല. ജഗദീശിനെ വിവാഹം കഴിക്കുന്നകാര്യം ഇനിയും ഒരു സ്വപ്നമായി അവശേഷിക്കുന്നതേയുള്ളൂ. വെറുമൊരു ഭ്രമം മാത്രമായിരിക്കാം. അയാൾ അവളെ 'നിങ്ങൾ' എന്നു ബഹുവചനത്തിൽ സംബോധനചെയ്തപ്പോൾ 'നീ' എന്ന് ഏകവചനത്തിൽ മതി എന്നു പറയാനുള്ള ആത്മവിശ്വാസം അവൾക്കുണ്ടായിരുന്നില്ല.

"നാളെ നാട്ടിലേക്ക് പോവുകയാണ്." ജഗദീശ് പറഞ്ഞു.

ഈ വാക്കുകൾ കിശോരിയെ സ്വപ്നലോകത്തിൽ നിന്ന് യാഥാർത്ഥ്യത്തിലേക്കു വലിച്ചിട്ടു. ഒരു നിമിഷം കഴിഞ്ഞ്, ഇനിയെന്തെ

ങ്കിലും പറയാതിരിക്കുന്നത് ശരിയല്ലല്ലോ എന്ന് മനസ്സിലാകെ ഒരു അങ്കലാപ്പ്.

"ഇന്നു പോകുന്നു എന്നല്ലേ പറഞ്ഞത്?" കിശോരി ചോദിച്ചു. തന്റെ ചോദ്യം അപ്രസക്തമായോ എന്നൊരാശങ്ക.

"നിങ്ങളെ കാണാതെ പോകാൻ കഴിയില്ലെന്നു തോന്നി."

അവളുടെ ഹൃദയമിടിപ്പ് വർദ്ധിച്ചു. അത്ഭുതത്തോടെ അയാളുടെ മുഖത്ത് നോക്കി. ആ വിടർന്ന കണ്ണുകളിലെ നിർമ്മലഭാവം അയാളുടെ ഹൃദയത്തിൽ തറച്ചുകയറുന്നതുപോലെ തോന്നി.

"ഇനി പത്തിരുപതു ദിവസം കഴിഞ്ഞ് വിവാഹം നടത്താം." ജഗദീശ് പറഞ്ഞു.

അവൾ കണ്ണുകൾ മുറുകെ അടച്ചു എന്നിട്ട് മെല്ലെ തുറന്നു. ആ കണ്ണുകളിൽ നിറഞ്ഞിരുന്ന അത്ഭുതം പൂർണ്ണമായി മറഞ്ഞിരുന്നില്ല. അവളുടെ ഹൃദയമിടിപ്പ് ക്രമേണ ശാന്തമായി. പക്ഷേ, മറ്റൊരു വശത്തു അപ്പോഴും ഒരു ഭീതി - അശിക്ഷിതനെ മഹാഗ്രന്ഥം വായിക്കാനേല്പിച്ചതുപോലെ പ്രസംഗിക്കാനറിയാത്തവനെ വേദിയിലേക്കാനയിച്ച് പ്രസംഗിക്കാനാവശ്യപ്പെട്ടതുപോലെ. ഇങ്ങനെ പലതും അവളുടെ മനസ്സിലുദിച്ചു. സന്തോഷവും സംഭീതിയും സമ്മിശ്രമായി. 'ഞാനിതിന് അർഹയാണോ, അനുയോജ്യയാണോ, എനിക്കിതു താങ്ങാനാവുമോ?' എന്നൊക്കെ അവൾ ചിന്തിച്ചു. ജഗദീശിനെ ഒരുവിധത്തിലും താൻ ചതിക്കുന്നില്ലല്ലോ? അവൾ പലതും ആലോചിച്ചു. ഈ പറഞ്ഞതൊക്കെ വെറും തമാശയായിട്ടാണെന്ന് അയാൾ പറഞ്ഞാൽ പോലും അവൾ അത് സന്തോഷത്തോടെ സ്വീകരിക്കാൻ തയ്യാറായിരുന്നു ഒടുവിൽ അവളുടെ മനസ്സ് ഏതോ ഒരു അന്തിമ തീരുമാനത്തിലെത്തിയതുപോലെ മന്ത്രിച്ചു.

"ഞാൻ സ്വപ്നം കാണുകയാണോ?" എന്ന്. ജഗദീശ് അതിശയത്തോടെ അവളുടെ മുഖത്തു നോക്കി.

"എന്നു വച്ചാൽ...?"

"എന്നുവച്ചാൽ.... എന്നുവച്ചാൽ... നിങ്ങൾ എന്നെ വിവാഹം കഴിക്കുമെന്നത് സത്യമാണോ?" അവൾ വളരെ പ്രയാസപ്പെട്ടു ചോദിച്ചു.

ജഗദീശ് പതുക്കെ ചിരിച്ചുകൊണ്ട് പറഞ്ഞു - "ഈ ചോദ്യം തന്നെ നിങ്ങളോടു ചോദിച്ചാൽ എങ്ങനെ ആയിരിക്കും?"

അവൾക്ക് എന്തു പറയണമെന്നറിയില്ല. അയാളുടെ ചോദ്യത്തിന് മറുപടി ആവശ്യമില്ലായിരുന്നു. "ഇനി മറ്റൊരു ജീവിതത്തിനൊരുങ്ങിക്കോ" എന്ന് അവളുടെ മനസ്സ് മന്ത്രിക്കുന്നതുപോലെ തോന്നി.

"വിവാഹത്തെക്കുറിച്ച് നിങ്ങളെന്താണ് മനസ്സിലാക്കിയിരിക്കുന്നത്?" ജഗദീശ് ചോദിച്ചു.

"എനിക്കൊന്നും അറിയില്ല."

"വിവാഹം എന്നു പറഞ്ഞാൽ ഒരു വലിയ സംഭവമൊന്നുമല്ല. ഒരു സ്ത്രീയും പുരുഷനും ഒരുമിച്ചു ജീവിക്കാൻ വേണ്ടി എടുക്കുന്ന തീരു

മാനമാണത്. അതിന് വിവാഹം എന്നൊരു നിറപ്പകിട്ടുള്ള വാക്കുപയോഗിച്ച് ആളുകൾ ഒച്ചയുണ്ടാക്കുന്നു."

"മറ്റുള്ളവരുടെ കാര്യം പോട്ടെ. അച്ഛനമ്മമാർ....?" കിശോരി സംശയഭാവത്തിൽ ചോദിച്ചു.

ഒരു കാലത്ത് അച്ഛനമ്മമാർ വിവാഹം കഴിപ്പിക്കുമായിരുന്നു. അന്ന് സ്ത്രീക്കും പുരുഷനും വിവാഹത്തിനു മുൻപ് പരിചയപ്പെടാൻ അവകാശമുണ്ടായിരുന്നില്ല. അറിവിന്റെ അഭാവം അവിടെയുണ്ടായിരുന്നു. ഇന്നും അമ്മാതിരി ആളുകളില്ല എന്നു പറയാൻ വയ്യ. പക്ഷേ, നിങ്ങളും ഞാനും അങ്ങനെയല്ല, എന്തുപറയുന്നു?"

കിശോരി ഒന്നു ചിരിച്ചു. ജഗദീശ് തുടർന്നു - "വിവാഹത്തിനു തലേനാൾവരെ പരസ്പരം പരിചയമില്ലാത്ത ആണും പെണ്ണും വിവാഹമണ്ഡപത്തിൽ കണ്ടു മുട്ടുന്നു. ഇതിൽ ആളുകൾ വിചിത്രതയൊന്നും കാണുന്നില്ല. സ്വാഭാവികമാണെന്നാണ് ധാരണ. പക്ഷേ, സ്ത്രീയും പുരുഷനും തമ്മിൽ പരിചയപ്പെട്ട് സ്നേഹിച്ച് വിവാഹം കഴിക്കുമ്പോൾ അതിനെ വിചിത്രമായി ചിത്രീകരിക്കുന്നു. അങ്ങനെയല്ലേ?"

"അതെ."

"വാസ്തവത്തിൽ ആണുംപെണ്ണും ആദ്യമായി കല്യാണമണ്ഡപത്തിൽ വച്ചുമാത്രം കണ്ട് വിവാഹം കഴിക്കുന്നതാണ് വിചിത്രം. അതേ സമയം സ്നേഹിച്ച് വിവാഹം കഴിക്കുന്നത് അങ്ങനെയല്ല. അല്ലേ?"

"ഉം."

"ഞാൻ ഡൽഹിയിൽ പഠിച്ചിരുന്ന കാലത്ത് ഒരു പ്രൊഫസർ തന്റെ ജോലിക്കാരിയെ വിവാഹം കഴിച്ചു."

"ജോലിക്കാരിയേയോ!"

"അതെ. ഇതിലെന്താ ഇത്ര അത്ഭുതം? പ്രൊഫസർ ഒരു പുരുഷൻ. ജോലിക്കാരി ഒരു സ്ത്രീ. അവർ തമ്മിൽ സ്നേഹിച്ചിരിക്കണം; ഇഷ്ടപ്പെട്ടിരിക്കണം. പരസ്പര സമ്മതത്തോടെ വിവാഹം കഴിച്ചു. അവർക്ക് അതിൽ അത്ഭുതപ്പെടാനൊന്നുമില്ല. പക്ഷേ, ആളുകൾ വളരെ വിചിത്രമായിട്ടാണ് കണ്ടത്. പ്രൊഫസറായതു അയാളുടെ തെറ്റല്ല; ജോലിക്കാരിയായത് അവളുടെയും. ഒരു പ്രൊഫസർക്ക് ഇന്നതരത്തിലുള്ള സ്ത്രീ തന്നെ ഭാര്യയായിരിക്കണം, ഒരു ജോലിക്കാരിക്ക് ഇന്നതരത്തിലുള്ള പുരുഷൻ തന്നെ ഭർത്താവായിരിക്കണം എന്ന് പ്രത്യേകിച്ച് ദൈവനിശ്ചയമൊന്നുമില്ല. എങ്ങനെയാണോ ചേർച്ച അങ്ങനെ തന്നെ." രണ്ടുപേരും ചിരിച്ചു. ജഗദീശ് തുടർന്നു-

"ഒരു പുരുഷനും സ്ത്രീയും പരസ്പരം സ്നേഹിക്കുന്നതും വിവാഹം കഴിക്കുന്നതും ദൈവസങ്കല്പം അല്ലെങ്കിൽ പ്രകൃതിസഹജമായ ഒരു സംഗതിയാണ്. ലോകാരംഭം മുതൽ ഇന്നേവരെ വ്യവഹരിക്കപ്പെടുന്ന രണ്ടു വാക്കുകളെന്താണെന്നറിയാമോ?"

"എന്താണ്?" കിശോരി ഔത്സുക്യം പ്രകടിപ്പിച്ചു.

"ഞാൻ നിന്നെ പ്രേമിക്കുന്നു" എന്ന് പുരുഷനും "ഞാൻ നിങ്ങളെ

സ്നേഹിക്കുന്നു" എന്നു സ്ത്രീയും പറയുന്നു. ഈ രണ്ടു വാക്യങ്ങളല്ലാതെ മറ്റൊന്നും പറയാറില്ല. ലോകം മുഴുവൻ ഓരോ നിമിഷവും ഉച്ചരിക്കപ്പെടുന്ന വാക്കുകളാണിവ." ജഗദീശ് ചിരിച്ചു. അയാൾ തുടർന്നു-

"നമ്മൾ വിവാഹിതരാവുന്നതിൽ എന്തെങ്കിലും അസ്വാഭാവികതയോ അസംഭാവ്യതയോ ഉണ്ടെന്ന് വിചാരിക്കേണ്ടതില്ല. ഒരു സാമാന്യസംഗതിയായി കണ്ടാൽ മതി."

"അതു ഞാൻ സമ്മതിക്കുന്നു. പക്ഷേ, അതുകൊണ്ടുണ്ടാകാവുന്ന അനന്തരഫലങ്ങളെക്കുറിച്ചാണ് എനിക്കു ഭയം."

"മനുഷ്യർ മറ്റുള്ളവരുടെ കാര്യങ്ങളിൽ തലപുണ്ണാക്കുന്നെങ്കിൽ ആയിക്കോട്ടെ. ഞാൻ പഠിച്ചത്, ഉദ്യോഗത്തിൽ പ്രവേശിപ്പിച്ചത് എല്ലാം എന്റെ വ്യക്തിപരമായ തെരഞ്ഞെടുക്കലായിരുന്നു. വിവാഹവും അങ്ങനെ തന്നെ ആവട്ടെ. ഞാൻ അദ്ധ്യാപകനായപ്പോൾ, 'ഛേ, ഇങ്ങനെ ചെയ്തതു ശരിയായില്ല' എന്ന് ആരും ബഹളം കൂട്ടിയില്ല. എന്തുകൊണ്ട്?"

കിശോരി ചിരിച്ചുകൊണ്ടു പറഞ്ഞു: "നിങ്ങളുടെ പഠനവും ഉദ്യോഗവുമൊക്കെ നിങ്ങളുമായി ബന്ധപ്പെട്ടതാണ്."

"അതുപോലെ ഞാൻ വിവാഹം കഴിക്കുന്നതും അവരുമായി ബന്ധപ്പെട്ടതല്ല. മനസ്സുള്ളവർക്ക് അതിനു കൺഗ്രാജുലേഷൻസ് പറഞ്ഞതുപോലെ ഇതിനും പറയാം."

കുറച്ചുനേരം ആരും ഒന്നും മിണ്ടിയില്ല. ജഗദീശിൽ ഒരു അസാധാരണ വ്യക്തിയെയാണ് കിശോരി കണ്ടത്. ഏതായാലും തീരുമാനിച്ചുകഴിഞ്ഞു. ഇനി അവൾ അയാളുടെ ഭാര്യയാകുമെന്നത് ഉറപ്പായി. അയാളുടെ ചിന്താഗതി ഒരു പ്രത്യേകരീതിയിലാണ്. സിദ്ധാന്തങ്ങൾക്കും പ്രവൃത്തികൾക്കും തമ്മിൽ ഭേദമില്ല. അയാളുടെ വ്യക്തിത്വം അവളെ ആകർഷിച്ചു. അവൾ ചിന്തിച്ചു-

'ജീവിതം ഒരു സമരമാണ്. അതിൽ കുറെയേറെ കയ്പുണ്ട്; മധുരവും. എന്തോ സംഭവിച്ചോട്ടെ. ഇത്ര മഹാനായ ഒരു വ്യക്തി ഇങ്ങനെയൊരു തീരുമാനത്തിലെത്തിയ ധൈര്യത്തിനു കീഴടങ്ങി ഞാൻ നടന്നുകൊള്ളാം. ഒരു പരീക്ഷണമാണെന്നു വിചാരിച്ചാലും അതിനുള്ള വസ്തുവായി നാലഞ്ചുദിവസം ജീവിക്കും. ഈ അനാഥയ്ക്ക് ഇതിൽപ്പരം എന്തു ഭാഗ്യം!' എന്ന്. അയാളുടെ കാലുതൊട്ടു നമസ്കരിക്കാൻ തോന്നി. പക്ഷേ, അവിടെ ചുറ്റും നില്ക്കുന്നവർ ശ്രദ്ധിച്ചാലോ എന്നൊരു ഭയം. പൊന്തിവന്ന വികാരം അവൾ അമർത്തി.

അല്പസമയം കഴിഞ്ഞു ജഗദീശ് പറഞ്ഞു "നാളെ ഞാൻ പോകുന്നു. വിവാഹം എന്ന ചെറിയൊരു ചടങ്ങുവേണം. ഇവിടെ ബാംഗ്ലൂരിൽ വച്ചുതന്നെ. ഏതാണ്ട് മെയ് മൂന്നാമത്തെ ആഴ്ച ആകാമെന്നു തോന്നുന്നു. എവിടെ?എപ്പോൾ? എന്നൊക്കെ ഞാനും ജോഷിയും കൂടി തീർച്ചയാക്കുന്നുണ്ട്. വിവരം കത്തുമുഖേന അറിയിക്കാം. നിങ്ങളുടെ അഡ്രസ് വേണം."

കിശോരി അഡ്രസ് കൊടുത്തു. പിന്നീട് അവൾ അല്പം നാണ

ത്തോടെ പറഞ്ഞു: "ഇത്രയൊക്കെയായിട്ടും ഞാൻ നിങ്ങൾക്ക് ഇനിയും അന്യയാണെന്നാണ് തോന്നുന്നത്."

ജഗദീശ് കുറച്ച് ആലോചിച്ചു പറഞ്ഞു: "അത് വളരെ ബുദ്ധിമുട്ടുള്ള കാര്യമാണ്. പെട്ടെന്ന് ഇല്ലാതാക്കാൻ കഴിയില്ല. പാശ്ചാത്യ രാജ്യങ്ങളിലാണെങ്കിൽ ഉടനെ മാറ്റാൻ ഒരു തന്ത്രമുണ്ട്."

"എന്താ അത്?" അത്ഭുതത്തോടെ അവൾ ചോദിച്ചു.

"കിസ്. അതായത് ചുംബനം." ജഗദീശ് ചിരിച്ചുകൊണ്ട് പറഞ്ഞു.

കിശോരിയുടെ കവിൾ ലജ്ജകൊണ്ടു ചെമന്നു. തലകുനിച്ച് അവൾ നിന്നു. ജഗദീശ് തുടർന്നു - "ഇപ്പോഴത്തെ സ്ഥിതിക്ക് ഇങ്ങനെ തന്നെയിരിക്കട്ടെ. ഒരു മാസം കഴിയുമ്പോൾ ഒക്കെ നേരെയാകും."

"സാരമില്ല. പക്ഷേ, ഒരു കാര്യം ചെയ്താൽ കൊള്ളാം." അല്പം തിടുക്കത്തോടെ അവൾ പറഞ്ഞു.

"എന്താ?"

"ദയവു ചെയ്ത് ആ ബഹുവചനം മാറ്റി ഏകവചനത്തിൽ എന്നെ സംബോധന ചെയ്താൽ മതി."

"ഓ. അത്രയേ ഉള്ളോ! അതിലെന്താ ഇത്ര വലിയകാര്യം. പക്ഷേ, ഒരു കാര്യം. ഇപ്പോഴും നിങ്ങൾ പരസ്ത്രീയാണ് എനിക്ക്."

"അത് എന്തോ ആകട്ടെ. ഈ ബഹുവചനം മാത്രം വേണ്ട."

" വചനം ഏതായാലും അർത്ഥം ഒന്നുതന്നെ നിങ്ങൾക്ക്..."

"നിനക്ക്" കിശോരി പതിഞ്ഞ സ്വരത്തിൽ പറഞ്ഞു.

"ശരി, നിനക്ക്. നിനക്ക് ഏകവചനമാണിഷ്ടമെങ്കിൽ അങ്ങനെതന്നെ വിളിക്കാം. പക്ഷേ, "അയ്യാ" എന്നു ബഹുവചനം കൊണ്ടു സ്വർഗ്ഗം ലഭിക്കും. "എടാ" എന്ന് ഏകവചനത്തിലായാലോ നരകം കിട്ടിടും എന്ന് ബസവണ്ണയുടെ ചൊല്ലുണ്ടല്ലോ" ജഗദീശ് വിശദീകരിച്ചു. കിശോരി അറിയാതെ ചിരിച്ചുപോയി.

"ശരി. ഞാൻ ഇറങ്ങട്ടെ." ജഗദീശ് എണീറ്റു.

"നില്ക്കൂ. ഒരു നിമിഷം." അങ്ങോട്ടുമിങ്ങോട്ടും നോക്കിയിട്ട് കിശോരിയും എണീറ്റു.

മുറിയിൽ ഒരറ്റത്ത് സംസാരിച്ചുകൊണ്ടിരുന്ന വൃദ്ധനും മകളുമല്ലാതെ മറ്റാരും അവിടെ ഇല്ലായിരുന്നു. അവർ എന്തോ ഗാഢമായ സംഭാഷണത്തിൽ മുഴുകിയിരിക്കുകയായിരുന്നു.

"എന്താ വിശേഷിച്ച്?" ജഗദീശ് ചോദിച്ചു. കിശോരി പെട്ടെന്ന് കുനിഞ്ഞ് അയാളുടെ കാലിൽ തൊട്ടുതൊഴുതു. ജഗദീശ് എന്തെങ്കിലും സംസാരിക്കുന്നതിന് മുമ്പുതന്നെ അവൾ അവിടെനിന്നു മറഞ്ഞു കളഞ്ഞു. അയാൾ മെല്ലെ മുറിക്കു പുറത്തുവന്ന് വരാന്തയിൽ നോക്കി. അവളെ അവിടെങ്ങും കണ്ടില്ല.

***

കാർട്ടേഴ്സിലേക്കു പോകാതെ ജഗദീശ് നേരെ ബൊൾമണ്ണിലേക്കു

പോയി. ജഗദീശ് ക്വാർട്ടേഴ്സിലില്ലാതിരുന്നതുകൊണ്ട് ജോലിക്കാരൻ രാമകൃഷ്ണൻ ബൊൾമണ്ണിൽ പോയിരുന്നു. ക്വാർട്ടേഴ്സിൽപോയി ഫോൺ ചെയ്ത് അയാളെ വരുത്താമായിരുന്നു. അച്ഛനമ്മമാരെക്കൂടി ഒന്നുകണ്ടേക്കാം എന്നു കരുതിയാണ് അങ്ങോട്ടുതന്നെ പോയത്.

രാമകൃഷ്ണൻ ബൊൾമണ്ണിലും ഇല്ലായിരുന്നു. അമ്മയോടു ചോദിച്ചപ്പോൾ - "ഇപ്പോ ഏതായാലും അവധിയല്ലേ? ഉടനെ അവിടെപ്പോയിട്ട് എന്തെടുക്കാനാ? കുറച്ചുദിവസം ഇവിടെത്തന്നെ താമസിക്ക്. രാമകൃഷ്ണൻ പടുബിദ്രയിൽ അവന്റെ വീട്ടിൽ പോയിരിക്കുവാ. അവന്റെ ദേഹത്ത് എന്തോ പൊള്ളൽപോലെ കാണുന്നു. എതാണ്ട് തീണ്ടിക്കൂടാത്ത രോഗമാണെന്നാ പറയുന്നത്. നാട്ടിൽ പോയി സുഖമായി വന്നാ മതി എന്ന് ഞാൻ പറഞ്ഞയച്ചു." എന്നായിരുന്നു മറുപടി.

വീട്ടിലേക്കു കയറുമ്പോൾത്തന്നെ മുൻവശത്ത് ഒരു ഷെഡ് പുതുതായി പണിതിരിക്കുന്നതുകണ്ടു. അതിൽ ഒരു കാറുമുണ്ടായിരുന്നു. കാറെടുത്ത വിവരം ജഗദീശ് അറിഞ്ഞിരുന്നില്ല.

കാപ്പി കുടിച്ചുകൊണ്ടിരിക്കുമ്പോൾ അമ്മയോടു ചോദിച്ചു - "കാർ എപ്പോഴാണ് എടുത്തത്?"

"നീ ഇതുവരെ അറിഞ്ഞില്ലേ? പത്തുപതിനഞ്ചു ദിവസമായി. പുതിയതൊന്നുമല്ല. കൃഷ്ണന്റേതാ. അയാൾ മറ്റൊരെണ്ണം വാങ്ങിച്ചു പോലും."

ജഗദീശിനു പെട്ടെന്നു മനസ്സിലായി. ആ കാർ താൻ പലപ്പോഴും കണ്ടിട്ടുള്ളതാണ്. കൃഷ്ണാചാര്യയുടെ കാറാണത്. തന്നോടു വളരെ വിരോധമാണെങ്കിലും വീട്ടുകാരോടു സ്നേഹമാണല്ലോ. അല്ലെങ്കിൽ വീട്ടുകാരുടെയും കൃഷ്ണാചാര്യയുടെയും മനസ്സ് ഒന്നായതുകൊണ്ടായിരിക്കണം ആ സ്നേഹം ഇപ്പോഴും നിലനില്ക്കുന്നത്.

പതിവുപോലെ തോട്ടത്തിൽ പോയ മാധവഭട്ട് പത്തുമണിക്ക് മടങ്ങിയെത്തി. ജഗദീശിനെക്കണ്ടിട്ട് - "എപ്പോ വന്നു?" എന്ന് ഗാംഭീര്യം വിടാതെ ചോദിച്ചു.

"ഇപ്പോ വന്നതേയുള്ളൂ."

മറ്റൊന്നും ചോദിച്ചില്ല. അവർ തമ്മിൽ സാധാരണ ഇത്രയൊക്കെയേ സംസാരിക്കാറുള്ളൂ.

ശംഭുവിനെ അവിടെയെങ്ങും കണ്ടില്ല. പാടത്തോ തോട്ടത്തിലോ അമ്പലമുറ്റത്തോ മറ്റോ പോയിരിക്കുമെന്നു വിചാരിച്ചു.

ജഗദീശിന് തന്റെ പുസ്തകത്തിന്റെ ജോലി കുറച്ചു തീർക്കാനുണ്ടായിരുന്നു. ഒന്നുരണ്ടദ്ധ്യായങ്ങൾ എഴുതാൻ വേണ്ടതൊക്കെ കൈയിലുണ്ട്. വീണ്ടും ചിലതൊക്കെക്കൂടി വായിക്കേണ്ടതുണ്ട്. പക്ഷേ, ജോലിക്കാരനില്ലാതെ ക്വാർട്ടേഴ്സിലിരുന്ന് ഒന്നും ചെയ്യാൻ സാധിക്കില്ല. അതുകൊണ്ട് അത്യാവശ്യം വായിക്കേണ്ട പുസ്തകങ്ങളെടുക്കാൻ അന്നുതന്നെ ക്വാർട്ടേഴ്സിൽ പോയി.

പ്രിൻസിപ്പൽ ഓഫീസിലുണ്ടായിരുന്നതുകൊണ്ട് ഒന്നു കണ്ടേക്കാം

എന്നു കരുതി അങ്ങോട്ടുപോയി.

"സെമിനാർ ഭംഗിയായി കഴിഞ്ഞു. അവിടെ നടത്തിയ ചില ശുപാർശകളും നിർദ്ദേശങ്ങളും കണക്കിലെടുത്ത് സിലബസിൽ വേണ്ട ഭേദഗതികൾ വരുത്താൻ സാദ്ധ്യതയുണ്ട്." ജഗദീശ് അറിയിച്ചു.

"മാറ്റം വരുത്തിയില്ലെങ്കിൽ എന്താകുഴപ്പം, ഏതായാലും ഫിലോസഫിയല്ലേ?" പ്രിൻസിപ്പലിന്റെ ചോദ്യം.

ഇന്ന് ഭാര്യയോടും മക്കളോടും പിണങ്ങിയാണ് ഓഫീസിലേക്കു വന്നതെന്നു തോന്നും അയാളുടെ വാക്കുകേട്ടാൽ.

"തണുപ്പടിക്കുന്നു, ജനലടയ്ക്ക്" എന്നു പറഞ്ഞാൽ വാതിൽകൂടി തുറന്നുവയ്ക്കുന്ന സ്വഭാവക്കാരിയാണ് അയാളുടെ ഭാര്യ സുഭദ്രാദേവി എന്ന് എല്ലാപേർക്കും അറിയാം. കോളേജിൽ ആയിരം വിദ്യാർത്ഥികളെ ഭരിക്കുന്ന പ്രിൻസിപ്പൽ വീട്ടിൽ ചെന്നാൽ സുഭദ്രാദേവിയുടെ ശിഷ്യനായി മാറും.

കൊമേഴ്സ് പഠിച്ച അയാൾക്ക് തത്ത്വശാസ്ത്രത്തോടു യാതൊരു മമതയുമുണ്ടായിരുന്നില്ല. ഇതുകൊണ്ടൊന്നും ജീവിതത്തിന് യാതൊരു പ്രയോജനവുമില്ലെന്ന ധാരണയാണയാൾക്കുള്ളത്. ഇരുപതുവർഷം മുമ്പ് എം കോം ബിരുദം നേടിയ അയാൾക്ക് ഒരു ബാങ്കുദ്യോഗസ്ഥനാകണമെന്നായിരുന്നു ആഗ്രഹം. പക്ഷേ, ബ്രാഹ്മണവിരോധിയായ ഏതോ ബാങ്ക് അയാളെ സ്വീകരിക്കാൻ കൂട്ടാക്കിയില്ല. ആയിടയ്ക്ക് ആരംഭിച്ച കനകദാസ് കോളേജിൽ അയാളെ ലക്ചററാക്കി. ബുദ്ധികൊണ്ടും ട്രസ്റ്റിന്റെ ചൊല്പടിക്കു നടന്നതുകൊണ്ടും ക്രമേണ പ്രൊഫസറായും വൈസ് പ്രിൻസിപ്പാളായും ഉയർന്നു. ഏഴുവർഷത്തിനു മുൻപ് വെങ്കിടകൃഷ്ണഭട്ടർ ഉദ്യോഗത്തിൽനിന്നു വിരമിച്ചപ്പോൾ പ്രിൻസിപ്പാളുമായി. എങ്കിലും ഏതെങ്കിലും ബാങ്കിലായിരുന്നെങ്കിൽ കുറേക്കൂടി ഉയർന്ന പദവിയിലെത്തുമായിരുന്നു; ഇന്നത്തേതിലും രണ്ടിരട്ടി ശമ്പളം കിട്ടുമായിരുന്നു എന്നൊക്കെ ആലോചിച്ച് ഒരു മനഃക്ലേശം അയാൾക്കുണ്ട്. തന്നെക്കൊണ്ടായില്ലെങ്കിലും തന്റെ മൂത്തമകനെ ഗണിതശാസ്ത്രത്തിൽ എം എസ് സി ബിരുദം എടുപ്പിച്ച് ബാങ്കിൽ ഉദ്യോഗസ്ഥനാക്കി സാഫല്യം നേടി. എം ബി ബി എസിനു പഠിക്കുന്ന കൃഷ്ണാചാര്യയുടെ രണ്ടാമത്തെ മകൾ വിമലയെ തന്റെ മകനെക്കൊണ്ട് വിവാഹം കഴിപ്പിക്കണമെന്നാണ് അയാളുടെ ആഗ്രഹം. അതുകൊണ്ട് കൃഷ്ണാചാര്യ എന്തു പറഞ്ഞാലും അപ്പടി അനുസരിക്കും. ചാടാൻ പറഞ്ഞാൽ ചാടും, ഓടാൻ പറഞ്ഞാൽ ഓടും. കൃഷ്ണാചാര്യക്ക് ജഗദീശിനോട് വെറുപ്പുണ്ടായത് പ്രിൻസിപ്പാളിന് സന്തോഷമായി.

ഒരു വർഷം മുമ്പുവരെയും കൃഷ്ണാചാര്യക്ക് ജഗദീശിനെക്കുറിച്ച് നല്ല അഭിപ്രായമായിരുന്നു. അയാളുടെ വീട്ടുകാരോടും വലിയ സ്നേഹമായിരുന്നു. ശാലിനിയുടെ വിവാഹം കഴിഞ്ഞതോടെ വിമലയെ ജഗദീശിനു കരുതിയിരിക്കുകയാണോ എന്ന് പ്രിൻസിപ്പാളിന് ഒരു പരിഭ്രാന്തി. പക്ഷേ, ജഗദീശിനെ വിവാഹത്തിന് ക്ഷണിക്കാതിരുന്നപ്പോൾ

അയാൾക്ക് അല്പം സന്തോഷം തോന്നി. എങ്കിലും ജഗദീശ് ശാലിനിയുടെ വിവാഹാലോചന നിരസിച്ചത് അയാളെ കൂടുതൽ സംശയാലുവാക്കി. ജഗദീശിന്റെ മനസ്സ് വിമലയിലായിരിക്കുമോ? അയാളുടെ അച്ഛനമ്മമാരോടുള്ള സ്നേഹബന്ധം കൊണ്ട് നേരത്തെ ഉണ്ടായ വിഷമം മറന്ന് കൃഷ്ണാചാര്യ വിമലയെ ജഗദീശിന് വിവാഹം കഴിച്ചുകൊടുത്തേക്കുമോ? തന്റെ മകനെ അപേക്ഷിച്ച് സുമുഖനായതുകൊണ്ട് ജഗദീശിനെ തന്നെ അവൾ സ്വീകരിക്കുമോ? ഇങ്ങനെ പലതും അയാൾ ചിന്തിച്ചു. ഇടയ്ക്ക് ഒന്നു രണ്ടു പ്രാവശ്യം അവസരമുണ്ടാക്കി തന്റെ മകന് വിമലയെ വിവാഹം കഴിക്കാൻ ആഗ്രഹമുള്ളതായി സൂചിപ്പിച്ചിരുന്നു. പക്ഷേ, അവളുടെ പഠിത്തം കഴിയുന്നതുവരെ ഒന്നും തീരുമാനിക്കില്ലെന്ന് കൃഷ്ണാചാര്യ പറയും.

വൈകുന്നേരം ഉഡുപ്പിയിൽനിന്നു ബൊൾമണ്ണിൽ ബസിറങ്ങി. വീടിനുമുന്നിലുള്ള മൈതാനത്ത് കാറോടുന്നതുകണ്ടു. ശംഭുവാണ് ഓടിക്കുന്നത്. സ്റ്റിയറിങ്ങിൽ മൂന്നു കൈകളുണ്ടായിരുന്നു. രണ്ടെണ്ണം ശംഭുവിന്റേതുതന്നെ. മറ്റൊരെണ്ണം ഡ്രൈവറുടെയും. താൻ ബുദ്ധിമാനാണെന്ന് ശംഭുവിനുതന്നെ ഒരു ധാരണയുണ്ടായിരുന്നു. ഇനി ഇപ്പോൾ കാറോട്ടം കൂടി പഠിച്ചാൽ ഇയാളെ പിടിക്കാൻ ആരെക്കൊണ്ടുമാവില്ലെന്നു വിചാരിച്ച് ജഗദീശ് അറിയാതെ പുഞ്ചിരിച്ചു പോയി.

അന്നു സന്ധ്യക്ക് ജഗദീശ് തന്റെ മുറിയിലിരിക്കുകയായിരുന്നു. ശംഭുവിന്റെ മൂത്തമകൻ സ്കൂളിൽ നിന്ന് ഇട്ടയച്ച കണക്കു മനസ്സിലാകുന്നില്ലെന്ന് പറഞ്ഞ് ജഗദീശിന്റെ അടുത്തു ചെന്നു. ജഗദീശ് അതു പറഞ്ഞുകൊടുത്തുകൊണ്ടിക്കുമ്പോൾ ശംഭു വന്ന് മുറിയിലേക്ക് എത്തിനോക്കി ചോദിച്ചു.-

" ആര്, ജഗ്ഗുവാണോ? എപ്പോ വന്നു?" ആ ചോദ്യം തന്നെ പുതിയ രീതിയിലായിരുന്നു. സാധാരണഗതിയിൽ ശംഭു ഇങ്ങനെയൊന്നും സംസാരിക്കാറില്ല. താനായി തന്റെ ഭാര്യയായി. അത്രതന്നെ. മാത്രമല്ല ബെള്ളിയുടെ കേസിനുശേഷം അയാൾ വീട്ടിനകത്ത് കരയാൻ മറന്ന പൂച്ചയെപ്പോലെയായിരുന്നു.

"രാവിലെ വന്നു, പിന്നെ ഉഡുപ്പി വരെ ഒന്നു പോയിവന്നു." ജഗദീശ് പറഞ്ഞു.

"ആണോ? ഞാനറിഞ്ഞില്ലല്ലോ" അയാളെന്താണ് ഇത്രയൊക്കെ സംസാരിച്ചതെന്ന് ജഗദീശിന് മനസ്സിലായതേയില്ല. രാവിലെ എട്ടുമണിക്ക് വീട്ടിലെത്തി. പത്തുമണിക്ക് ഉഡുപ്പിയിലേക്ക് തിരിച്ചു. ഉച്ചയായപ്പോഴേക്കും മടങ്ങിയെത്തി. ഇത്രയൊക്കെയായിട്ടും ശംഭു അറിയാത്തത് അത്ഭുതം തന്നെ. മാത്രമല്ല, അമ്മയോ അച്ഛനോ താൻ വന്നകാര്യം പറയാതിരിക്കില്ലെന്നും അയാൾക്കറിയാം.

അമ്മയോ അച്ഛനോ ചേട്ടത്തിയോ ആരും തന്നെപ്പറ്റി സംസാരിക്കാത്തതിൽ ജഗദീശ് അത്ഭുതപ്പെട്ടു. ഈ വീട്ടിൽ താനൊരു അധികപ്പറ്റാണെന്ന് അയാൾക്കുതോന്നി. അതുകൊണ്ടായിരിക്കണം ശംഭു പരോ

ക്ഷമായി അങ്ങനെ സംസാരിച്ചത്. അതുവെറുമൊരു തോന്നലുമാവാം. പക്ഷേ, സാധാരണ കുടിലതയില്ലാതെ സംസാരിക്കാറില്ലാത്ത ശംഭു ഇങ്ങനെ പറഞ്ഞത് അല്പം പ്രയാസമുണ്ടാക്കി. കാറുവാങ്ങി ഓടിക്കാൻ തുടങ്ങിയതോടെ അയാൾക്ക് തലയിൽ കൊമ്പുമുളച്ച മാതിരിയാണ്. ബെള്ളിയുടെ കാര്യത്തിലുണ്ടായ അപമാനം പോലും മറന്ന് ഒരു പുതിയ ആളായിരിക്കുന്നു. എങ്കിലും ഇങ്ങനെയൊരു ചോദ്യം അനാവശ്യമാണ്.

'ഇവരോട് ഞാൻ എന്തു തെറ്റു ചെയ്തു?' ജഗദീശിന് വല്ലാത്ത കോപം വന്നു. അന്ന് എം എ കഴിഞ്ഞ് നാട്ടിലേക്കു മടങ്ങുമ്പോൾ ഡൽഹി യൂണിവേഴ്സിറ്റിയിലെ ഫിലോസഫി പ്രൊഫസർ "റിസൾട്ടു വന്നാലുടൻ ഇങ്ങോട്ടു പോന്നേക്കണം" എന്നു പറഞ്ഞിരുന്നതാണ്. പക്ഷേ, നാട്ടിൽത്തന്നെ കഴിഞ്ഞുകൂടാനുള്ള മോഹംകൊണ്ട് ആ ക്ഷണം നിരസിച്ചു. യഥാർത്ഥത്തിൽ അയാളുടെ കഴിവുകൾക്ക് കിട്ടേണ്ട പ്രോത്സാഹനം അങ്ങനെ ഇല്ലാതായി. ഉഡുപ്പിയെ ഡൽഹിയുമായി താരതമ്യപ്പെടുത്താനാവില്ല. ഉഡുപ്പി വെറുമൊരു കുഗ്രാമമാണ്. മാത്രമല്ല ഡൽഹി യൂണിവേഴ്സിറ്റിയെ കനകദാസ് കോളേജുമായി തട്ടിച്ചുനോക്കുമ്പോൾ കനകദാസ് കോളേജ് വെറുമൊരു എലിമെന്ററി സ്കൂൾ മാത്രം. അദ്ധ്യാപകന്മാർ നല്കുന്ന ക്ലാസും നോട്ടും മാത്രമാണ് വിദ്യാർത്ഥികൾക്ക് ആകെ ഒരാശ്രയം. പത്തുപതിനഞ്ചു വർഷം കഴിഞ്ഞാലും ഈ നോട്ടുകൾക്ക് യാതൊരു വ്യത്യാസവും കൂടാതെ തുടരും. ഈ സാഹചര്യത്തിൽ വിദ്യാർത്ഥികൾ ആ നോട്ടുമാത്രം മനഃപാഠമാക്കി എങ്ങനെയെങ്കിലും ഒരു ബിരുദം നേടി ഏതെങ്കിലും പോസ്റ്റാഫീസിലോ റെയിൽവേയിലോ ഉദ്യോഗത്തിനു നുഴഞ്ഞുകയറും.

ഈ സമ്പ്രദായത്തിൽ ഫസ്റ്റ്ക്ലാസുവാങ്ങി പാസായ ഒരു വിദ്യാർത്ഥിക്കുപോലും സ്വന്തം സാമർത്ഥ്യം പ്രകടിപ്പിക്കാനുള്ള കഴിവില്ലായിരുന്നു. അഥവാ ആരെങ്കിലും ഒരാൾ മുന്നോട്ടുവന്നാൽ അവിടത്തെ പഴയ പുലികൾ - "ഇതു നിനക്കുപറ്റിയതല്ല കുട്ടീ. നിനക്കു ഞങ്ങളെപ്പോലുള്ളവരോടു മത്സരിക്കേണ്ടിവരും. ബാങ്കാണ് നിനക്കു പറ്റിയസ്ഥലം" എന്നു പറഞ്ഞു നിരുത്സാഹപ്പെടുത്തും. അതുകൊണ്ട് "എന്തെങ്കിലും ചെയ്തുകൊണ്ടിരിക്കണം" എന്നു വിചാരിക്കുന്നവർക്ക് ബോംബേയിലോ ഡൽഹിയിലോ മറ്റോ പോകണമായിരുന്നു. പിറന്നമണ്ണിനോടുള്ള സ്നേഹം ഉപേക്ഷിച്ച് പട്ടണത്തിലേക്ക് പോകേണ്ടിവരുന്നു. ഇങ്ങനെയൊക്കെയാണെങ്കിലും ജഗദീശ് സ്വന്തംനാട്ടിൽത്തന്നെ കഴിഞ്ഞുകൂടാനാണ് ഇഷ്ടപ്പെട്ടത്. ഈ ജന്മനാട്ടിൽത്തന്നെ ഇരിക്കണമെന്ന് നാം വിചാരിക്കുന്നതെന്തിന്? എവിടെപ്പോയാലും നാട്ടിൽ വന്നാൽമതി എന്ന് ആളുകൾ ആഗ്രഹിക്കുന്നതെന്തുകൊണ്ട്?" എന്നൊക്കെ ജഗദീശ് പലപ്പോഴും ചിന്തിക്കാറുണ്ടായിരുന്നു.

പിറ്റേദിവസം ഉച്ചയ്ക്ക് ഊണുകഴിഞ്ഞ് തന്റെ മുറിയിലിരുന്ന് വായിക്കാനോ എഴുതാനോ ജഗദീശിന് കഴിഞ്ഞില്ല. ഗ്രാമപ്രദേശമായിരുന്നെങ്കിലും ഏപ്രിൽമാസത്തിലെ ചൂട് അസ്സഹനീയമായിരുന്നു. ഫാൻ സദാ

കറങ്ങുന്നുണ്ടെങ്കിലും ഒരു സുഖവും തോന്നിയില്ല. രണ്ടുദിവസത്തിനു മുമ്പ് അല്പം മഴപെയ്ത് ഉഷ്ണം വർദ്ധിപ്പിച്ച് കടന്നുപോയി.

ജഗദീശ് പുസ്തകം മേശപ്പുറത്തു വലിച്ചെറിഞ്ഞ് വീട്ടിൽനിന്നും പുറത്തിറങ്ങി. അമ്പലമുറ്റത്തു പോയിട്ട് കാലം കുറേയായി. നൂറുവാര അകലമേയുള്ളൂ. എങ്കിലും ജഗദീശ് അപൂർവ്വമായിട്ടേ അവിടെ പോകാറുള്ളൂ. അതുകൊണ്ടാണ് അയാളൊരു നാസ്തികനെന്ന് ശംഭു മാത്രമല്ല അച്ഛൻ പോലും പറഞ്ഞിരുന്നത്.

ചുറ്റമ്പലത്തിന്റെ ഗോപുരത്തിനു മുകളിലുണ്ടായിരുന്ന ഹാളിൽ ഒരു ചാരുകസേര പിടിച്ചിട്ട് ജഗദീശ് ഇരുന്നു. തണുത്ത കാറ്റു വീശുന്നുണ്ട്. അമ്പലത്തിന്റെ ഇടതുവശത്ത് വലിയൊരു തെങ്ങ്. അകലത്തായി ഒരു തെങ്ങിൻതോപ്പ്. അവയുടെ ഇടയ്ക്ക് ഒരു വലിയമാവ്. അതു പൂത്തു കണ്ണിമാങ്ങ നിറഞ്ഞിരിക്കുന്നു. കാറ്റിലൂടെ അതിന്റെ പരിമളം അവിടെങ്ങും പ്രസരിക്കുന്നു. അമ്പലത്തിന്റെ എതിർവശത്ത് കൊയ്ത്തിനു തയ്യാറായി മഞ്ഞനിറമണിഞ്ഞു നില്ക്കുന്ന രണ്ടുകണ്ടങ്ങളൊഴികെ ആ പ്രദേശം മുഴുവൻ ഉണങ്ങി വെടിച്ച് മഴയും കാത്തു കിടക്കുകയാണ്.

ശരീരത്തിന് അല്പം ആശ്വാസം തോന്നി. ജഗദീശ് കസേരയിൽ ചാരിക്കിടന്ന് ഭാവിയിൽ താൻ ചെയ്യേണ്ട കാര്യങ്ങളെക്കുറിച്ചുള്ള ആലോചനയിൽ മുഴുകി. അല്പം കഴിഞ്ഞ് മാധവഭട്ട് തോളിൽ തോക്കുമേന്തി ഒരു വാല്യക്കാരനുമായി വയൽ വരമ്പിലൂടെ നടന്നുപോകുന്നതു ജഗദീശ് കണ്ടു. കണ്ടത്തിന്റെ അരികിലുള്ള ഉണങ്ങിവരണ്ട തോടുകടന്ന് അവർ രണ്ടാളും കാട്ടിലേക്കു കയറി. അച്ഛൻ പുലിയെ വെടിവയ്ക്കാൻ കാട്ടിൽ പോയതായിരിക്കും എന്നോർത്ത് ജഗദീശ് അറിയാതെ ചിരിച്ചുപോയി. അമ്പത് അമ്പത്തഞ്ചു വയസ്സായെങ്കിലും നല്ല ആരോഗ്യവും സൂക്ഷ്മദൃഷ്ടിയുമുള്ള അച്ഛനിൽനിന്ന് അമ്മാതിരി ഒരു സാഹസം പ്രതീക്ഷിച്ചാൽ അതിൽ വലിയ തെറ്റൊന്നുമില്ല. പക്ഷേ, മുയലോ മുള്ളൻ പന്നിയോ അല്ലാതെ മറ്റൊന്നുമില്ല ആ കാട്ടിൽ.

കുറേനേരം ജഗദീശ് പലതും ആലോചിച്ചിരുന്നു. അപ്പോഴേക്ക് കണ്ണുകളിൽ മയക്കം വന്നുതുടങ്ങി. പെട്ടെന്ന് പമ്പിന്റെ ശബ്ദം കേട്ട് അയാൾ ഉണർന്നു. അടയ്ക്കാതോട്ടത്തിനടുത്തുള്ള വലിയ കണ്ടം ഇനിയും പാകമായിട്ടില്ല. ആ തോട്ടത്തിനു ചുറ്റുമുള്ള മതിലിൽ വച്ചിട്ടുള്ള ഓവിലൂടെ വെള്ളം വയലിൽ വീണുതുടങ്ങി.

തോട്ടത്തിനുനടുവിൽ അടയ്ക്കാമരങ്ങൾക്കിടയിൽ പമ്പുഹൗസ് കാണാമായിരുന്നു. അതിന്റെ വാതില്ക്കൽ നിന്ന് ശംഭു ആരോടോ സംസാരിക്കുന്നുണ്ട്. അടുത്തുതന്നെ കമുകിൽ ചാരിനിന്ന് ഒരു സ്ത്രീ അയാളോട് എന്തോ കിന്നാരം പറയുന്നു. മുറ്റത്ത് ഉണക്ക അടയ്ക്ക തൊലിക്കുന്ന അവളെ പലപ്പോഴും ജഗദീശ് കണ്ടിട്ടുണ്ട്. അവളുടെ പേര് നഫീസ. അവളുടെ ചേട്ടന് ബൊൾമണ്ണിൽ ഒരു ചെറിയ മുറുക്കാൻ കടയുണ്ട്. അയാൾ അച്ഛനെക്കാണാൻ ഇടയ്ക്കിടയ്ക്ക് വീട്ടിൽ വരുമായിരുന്നു. അയാളുടെ മേൽനോട്ടത്തിലാണ് തൊലിച്ച അടയ്ക്ക ലോറി

യിൽ കയറ്റുന്നതും തോട്ടത്തിൽ രാസവളമിറക്കുന്നതും. വരാന്തയിൽ മാത്രമല്ല അച്ഛന്റെ മുറിയുടെ വാതിൽവരെ പോയി സംസാരിക്കാനുള്ള സ്വാതന്ത്ര്യം അയാൾക്കുണ്ടായിരുന്നു. അയാളുടെ അനുജത്തിയാണ് നഫീസ. മുപ്പതോളം പ്രായമുള്ള അവൾ രണ്ടോ മൂന്നോ മക്കളുടെ അമ്മയാണ്. അവളുടെ ഭർത്താവ് കാർക്കളത്ത് പോയി എന്തെങ്കിലും കൂലിപ്പണി ചെയ്യും. രാത്രിയിലേ മടങ്ങൂ.

ആ തോട്ടത്തിന്റെ മറ്റൊരു വശത്ത് വയസ്സായ ഒരു സ്ത്രീ പുല്ലുപറിക്കുന്നതിൽ മുഴുകി ഇരിക്കുന്നു.

കുറച്ചുനേരം കഴിഞ്ഞ് നഫീസ പമ്പ് ഹൗസിന്റെ വാതിൽക്കലേക്കുപോയി. ശംഭട്ട് അവളുടെ തോളിൽ കൈയിട്ട് അവളെ പമ്പ് ഹൗസിനുള്ളിലേക്ക് കൂട്ടിക്കൊണ്ടുപോയി.

കിഴവി പുല്ലുപറിച്ച് മണ്ണു കുടയുന്നതിനിടയ്ക്ക് മടിയിൽ തിരുകിയിരുന്ന ഇടിച്ച മുറുക്കാൻ എടുത്ത് വായിലിട്ടു. അല്പം പുകയില പല്ലിനിടയിൽ തിരുകി.

അല്പനേരം കഴിഞ്ഞപ്പോൾ തോട്ടത്തിൽ വീണുകൊണ്ടിരുന്ന ഓവിലെ ശുദ്ധജലം ചെളിവെള്ളമായതുകണ്ട് ജഗദീശ് അതിശയിച്ചുപോയി. പെട്ടെന്ന് ജഗദീശിനു തോന്നി കിഴവി പുല്ലുകഴുകുകയാണെന്ന്.

ഡൽഹിയിൽ നിന്ന് മടങ്ങിയെത്തി നാലഞ്ചുദിവസത്തേക്ക് ബൊൾമണ്ണ് വളരെ സുന്ദരമായി തോന്നി. പ്രകൃതിയുടെ മനോഹരമായ വിരിപ്പുപോലെ. പിന്നെപ്പിന്നെ നിർജ്ജീവമായി അനുഭവപ്പെട്ടു. അവിടത്തെ കലഹങ്ങൾ, കോടതിക്കേസുകൾ, കുടിലത, അഹന്ത, പകവീട്ടൽ തുടങ്ങിയ ദുർഗുണങ്ങളുടെ കേദാരമായിരുന്നു ആ ഗ്രാമം. കള്ളം, വഞ്ചന, മോഷണം ഇവയെല്ലാം ജനങ്ങളുടെ ദൈനംദിന ജീവിത വ്യാപാരങ്ങളായിരുന്നു. അന്ധവിശ്വാസം ജീവിതത്തിന്റെ അടിത്തറയും. നാടാകെ അമ്പലങ്ങൾ, അവിടെ ഉത്സവങ്ങൾ എല്ലാം ഉണ്ടെങ്കിലും ഈശ്വരപ്രീതിക്കുള്ള ഒരു സൽക്കർമ്മവും കാണാനില്ല. ദേവന്മാരേക്കാൾ ഭൂതങ്ങൾക്കും മന്ത്രവാദികൾക്കുമാണ് ബഹുമാന്യസ്ഥാനം. മാത്രമല്ല, ആ ഗ്രാമത്തിൽ കാമക്കൂത്ത് ഒരു സാധാരണ സംഭവമായിരുന്നു. വാക്കുകളിലെ ഔന്നത്യം പ്രവൃത്തിയിൽ കാണില്ല. കഴിഞ്ഞ മൂന്നു വർഷമായിട്ട് ശംഭു നടത്തിയ സാഹസങ്ങളൊക്കെക്കണ്ട് ജഗദീശ് മടുത്തുപോയി. തോട്ടത്തിൽ ജോലിക്കു വരുന്ന യുവതികൾക്കു വൈധവ്യം വന്നാൽ അവർ വഴിതെറ്റിപ്പോകാതെ ശംഭു തന്നെ നോക്കിക്കൊള്ളും. അവരുടെ കുട്ടികൾ വളർന്ന് ജോലിക്കു വരുന്നതുവരെ അമ്മമാരെ വിട്ടയയ്ക്കില്ലായിരുന്നു. മേൽ ജാതി, കീഴ് ജാതി എന്ന പ്രശ്നം പുറം പൂച്ചിന് നാട്ടിലുണ്ടായിരുന്നെങ്കിലും പ്രായോഗിക ജീവിതത്തിൽ ആ ഭേദം അധികമുണ്ടായിരുന്നില്ല.

ജഗദീശ് വീടിന്റെ മുൻവശത്ത് റോഡിന് എതിരെയുള്ള മുണ്ടപ്പ ശെട്ടിയുടെ ജൗളിക്കട കടന്നുപോകുമ്പോൾ ശംഭുവിനെ ഓർത്തുപോയി ജോലി കഴിഞ്ഞ് വൈകുന്നേരം ജോലിക്കാർക്ക് കൂലിയുമൊക്കെ കൊടു

ത്തശേഷം ശംഭു പതിവായി ഇരിക്കുന്ന കടയാണത്. നേരം പോക്കിന് അവിടെയെത്താറുള്ള ഒരു സംഘം തന്നെയുണ്ട്. നാട്ടിലെ എലിമെന്ററി സ്കൂളിലെ ഒരദ്ധ്യാപകൻ, അല്പം ധനികനായ ശങ്കരശെട്ടി, പെൻഷൻ പറ്റിയ മിലിറ്ററി ഡ്രൈവർ ചന്തപ്പ, മദ്യപാനിയായ രാവപ്പ ഇവരെല്ലം ആ സംഘത്തിൽപ്പെടും. മറ്റു പലരും ആ കൂട്ടത്തിൽ കൂടിയിരുന്നു. ശംഭുവായിരുന്നു സംഘത്തിന്റെ നടുനായകൻ. അയാളവിടെ എത്തിയെന്നറിഞ്ഞാൽ പാണ്ഡവസദസ്സിൽ ശ്രീകൃഷ്ണൻ വന്നാലത്തെ അനുഭവമാണ്. അവിടെയിരുന്ന് രാഷ്ട്രീയം തൊട്ട് സിനിമ, അടുത്തകാലത്തു നടന്ന മരണം, വിവാഹം, ആത്മഹത്യവരെയുള്ള വിഷയങ്ങൾ വിമർശിക്കും; പരിഹസിക്കും. അവരവരുടെ പരാക്രമങ്ങളും പൊങ്ങച്ചം പറച്ചിലുമുണ്ടാവും കൂട്ടത്തിൽ. പലരും തങ്ങളുടെ കുടുംബകാര്യങ്ങൾപോലും അവിടെ ചർച്ചാവിഷയമാക്കാറുണ്ട്. മുണ്ടപ്പശെട്ടി ഇടയ്ക്കിടെ തുണിമുറിക്കുന്ന കത്രിക കൊണ്ട് പല്ലിടകുത്തിനിന്ന് തന്റെ "പാട്രണേജ്" പ്രകടിപ്പിക്കും. സംഭാഷണത്തിനിടയിൽ തുണിവാങ്ങാൻ വന്നാൽ അവരുമായി അല്പം കുശലപ്രശ്നം നടത്തും. തന്റെ ഇഷ്ടത്തിനൊത്തു സംസാരിക്കുന്നവരാണെങ്കിൽ അവരുമായി കൂടുതൽ കിന്നാരം പറയാനും അയാൾക്കു മടിയില്ല. ചിലപ്പോൾ അസഭ്യം പറയാനും തയ്യാറാകും. അവർ ഇറങ്ങിപ്പോകുമ്പോൾ അവരുടെ നിതംബം, സ്തനം, സാരി, ഭർത്താവിനോടുള്ള അവരുടെ പെരുമാറ്റം, അവരുടെ മറ്റു കാമുകന്മാർ മുതലായവയെപ്പറ്റിയായി പിന്നെ അവിടത്തെ സംഭാഷണം. സ്ത്രീകളുടെ ശബ്ദവും ചേഷ്ടകളും അനുകരിച്ച് മദ്യപാനിരാമപ്പ ചിലപ്പോൾ വിദൂഷകനാകും. ശംഭട്ടിനെ വാത്സ്യായന മഹർഷി എന്നാണ് മറ്റുള്ളവർ പറയാറുള്ളത്.

ജഗദീശ് വീട്ടിൽ മടങ്ങിയെത്തുമ്പോൾ നാലുമണിയായിരുന്നില്ല. ചൂടു കുറഞ്ഞു എന്നു പറയാൻ വയ്യ. വീട്ടിൽ ആരും ഉള്ളമട്ടൊന്നും കണ്ടില്ല. അച്ഛൻ കാട്ടിൽനിന്നു എത്തിയിട്ടില്ല. അമ്മയേയും കാണാനില്ല. ശംഭുവിന്റെ മക്കളെപ്പോലും അവിടെങ്ങും കാണാനില്ല. ജഗദീശിന് സഹിക്കാനാവാത്ത ദാഹം. വരാന്തയിൽ കയറുമ്പോൾ ചുമരിനടുത്ത് ചേട്ടത്തി സരസ്വതി ഇളയകുഞ്ഞുമൊത്ത് ഉറങ്ങിക്കിടക്കുന്നതുകണ്ടു. ഉറക്കത്തിന്റെ ഗാഢതയിൽ അവൾക്ക് പരിസരബോധം നഷ്ടമായിരുന്നു. അവളുടെ ബ്ലൗസ് തുറന്നുകിടക്കുന്നു. ഒരു മുല കുഞ്ഞിന്റെ വായിൽ അപ്പോഴുമുണ്ടായിരുന്നു.

ജഗദീശ് മെല്ലെ അടുക്കളയിലേക്കു പോയി വെള്ളമെടുത്തു കുടിച്ചു. വെള്ളം വച്ചിരുന്ന പാത്രത്തിന്റെ അടപ്പ് പെട്ടെന്നു താഴെവീണു. ആ ശബ്ദം അവിടെയാകെ മാറ്റൊലിക്കൊണ്ടു. ഒരു നിമിഷം കഴിഞ്ഞ് ജഗദീശ് പുറത്തുവരുമ്പോൾ സരസ്വതിയെ അവിടെ കണ്ടില്ല. ജഗദീശ് മന്ദമായി ചിരിച്ചുകൊണ്ട് തന്റെ മുറിയിലേക്കു പോയി.

***

വിവാഹദിവസം നിശ്ചയിച്ച് ജഗദീശ് കിശോരിക്കൊരു കത്തെഴുതി. ജോഷിക്കും ഒപ്പം കത്തയച്ചു. "ക്ഷണക്കത്തച്ചടിക്കേണ്ട കാര്യമില്ല അമ്മയെയും അച്ഛനെയും അല്ലാതെ മറ്റാരെയും അറിയിക്കുന്നില്ല. ജോഷിയും തന്റെ നാലോ അഞ്ചോ അടുത്ത സുഹൃത്തുക്കളെ മാത്രം ക്ഷണിച്ചാൽ മതി. ഏതെങ്കിലും ഒരു സംഘത്തിൽ വച്ച് വിവാഹച്ചടങ്ങുനടത്താം." എന്നൊക്കെ ജോഷിക്കെഴുതി.

അച്ഛനെയും അമ്മയെയും ഇക്കാര്യം അറിയിക്കാൻതന്നെ തീരുമാനിച്ചു. രണ്ടുപേരെയും പ്രത്യേകം പ്രത്യേകം അറിയിച്ച് രണ്ടുപ്രാവശ്യം ബഹളമുണ്ടാക്കണ്ട എന്നുവച്ച് രണ്ടാളെയും ഒരുമിച്ചുകിട്ടുന്ന സന്ദർഭം കാത്തിരിക്കുകയായിരുന്നു ജഗദീശ്.

ബാംഗ്ലൂരിൽ പോകുന്നതിന് രണ്ടുദിവസം മുമ്പ് ഉച്ചയ്ക്ക് ഊണുകഴിഞ്ഞ് അച്ഛനുമമ്മയും മുറിയിലുണ്ടായിരുന്ന തക്കം നോക്കി അകത്തു കടന്നു. ജഗദീശിനെക്കണ്ട് മീനാക്ഷിയും മാധവഭട്ടും അമ്പരന്നുപോയി. ഡൽഹിയിൽനിന്നു വിദ്യാഭ്യാസം കഴിഞ്ഞു മടങ്ങിയശേഷം ആദ്യമായിട്ടാണ് ഇങ്ങനെ അവരുടെ മുറിയിൽ കടക്കുന്നത്.

"ജഗ്ഗൂ എന്താ വിശേഷം?" എന്നു ചോദിച്ചുകൊണ്ട് മാധവഭട്ട് മെത്തയിൽ എണീറ്റിരുന്നു. അടുത്തുതന്നെ ചാരുകസേരയിലിരുന്ന് മുറുക്കാൻ ചവയ്ക്കുകയായിരുന്നു മീനാക്ഷി. അവർ വലിയ ഭാവവ്യത്യാസമൊന്നും പ്രകടിപ്പിക്കാതെ മെത്ത ചൂണ്ടിക്കാണിച്ച് - "വാ, ഇരിക്ക്" എന്നു പറഞ്ഞു.

ജഗദീശ് നിന്നുകൊണ്ടുതന്നെ പറഞ്ഞു: "നിങ്ങളെ ഒരു പ്രധാന കാര്യം അറിയിക്കാനുണ്ട്."

"എന്താ, പറയൂ." മാധവഭട്ട് തിരക്കി.

"ഞാൻ വിവാഹം കഴിക്കാൻ തീരുമാനിച്ചു." മാധവഭട്ടും മീനാക്ഷിയും അവന്റെ മുഖത്തുതന്നെ നോക്കിയിരുന്നുപോയി. ഒരു നിമിഷത്തേക്ക് ഒരു വാക്കുരിയാടാനായില്ല. അല്പം കഴിഞ്ഞ് മാധവഭട്ട് ചോദിച്ചു - "ഈ ആലോചന കുറച്ചുനേരത്തെതന്നെ ആകാമായിരുന്നില്ലേ? കൃഷ്ണാചാര്യ അത്രകണ്ടു നിർബ്ബന്ധിച്ചിരുന്നു. ഞാനും പറഞ്ഞിരുന്നല്ലോ. അപ്പോഴെല്ലാം നീയൊരു വിഡ്ഢിയെപ്പോലെയാണ് സംസാരിച്ചത്. ഇപ്പോഴെങ്കിലും നിനക്കു ബുദ്ധിയുദിച്ചല്ലോ?"

"ആ കാര്യം അന്നേ തീർന്നില്ലേ. അയാളുടെ മകളെ വിവാഹം കഴിക്കാൻ എനിക്കു സാദ്ധ്യമല്ലെന്നു ഞാൻ പറഞ്ഞിരുന്നല്ലോ."

"എന്താ അയാളുടെ മകൾക്ക് ഒരു കുഴപ്പം? ശാലിനിയുടെ വിവാഹം കഴിഞ്ഞു. അവളുടെ അനുജത്തി വിമലയുണ്ടല്ലോ. മെഡിസിനു പഠിക്കുന്നു. നിനക്കറിയില്ലേ?"

ജഗദീശ് മൗനമായിരുന്നു.

"കൃഷ്ണാചാര്യ നമ്മുടെ ബന്ധുവാണ്; നല്ലവനാണ്. കഴിഞ്ഞതു മറന്ന് ഞാൻ പറഞ്ഞാൽ വിമലയെ വിവാഹം കഴിച്ചുതരാൻ അയാൾ സമ്മതിക്കും." മാധവഭട്ട് പറഞ്ഞു.

"വിമല ശാലിനിയേക്കാൾ നല്ല കുട്ടിയാണ്, രൂപത്തിലും. ഇനിയിപ്പോ എന്താ, രണ്ടുവർഷം കൂടി കഴിയുമ്പോൾ ഡോക്ടർ ആകും." മീനാക്ഷി വായിൽക്കിടന്ന മുറുക്കാൻ കോളാമ്പിയിലേക്കു തുപ്പിയിട്ടു പറഞ്ഞു.

"കൃഷ്ണാചാര്യയുടെ മക്കളെ വിവാഹം കഴിക്കുന്ന കാര്യത്തിൽ ഞാനില്ല."

"പിന്നെ ഏതാലോചനയാണ് നിനക്കുള്ളത്. നീ വിവാഹം കഴിക്കാൻ ഇറങ്ങിയിരിക്കയല്ലേ." കോപമടക്കി മാധവഭട്ട് ചോദിച്ചു.

"അതിനിപ്പം എന്തുണ്ടായി. അവനു വിവാഹപ്രായമായില്ലേ. കല്യാണം കഴിഞ്ഞാൽ രാമകൃഷ്ണന്റെ സാമ്പാറുകൂട്ടിയുണ്ണുന്ന പ്രയാസം മാറും. പക്ഷേ, ഇക്കൊല്ലംതന്നെ വേണമെന്നുണ്ടെങ്കിൽ കുറേക്കൂടി ധൃതികാണിക്കേണ്ടിവരും. മുഹൂർത്തങ്ങളൊക്കെ തീർന്നുവരുന്നു. ഇനിയിപ്പോ മഴക്കാലമാകാറായി." മീനാക്ഷി പറഞ്ഞു.

ഒരുനിമിഷം കഴിഞ്ഞ് മാധവഭട്ട് പറഞ്ഞു: "അപ്പോൾ ഒരു പെണ്ണന്വേഷിക്കണമല്ലോ. നിന്ററിവിൽ ആരെങ്കിലുമുണ്ടോ?"

"അതെ." ജഗദീശ് പറഞ്ഞു.

"ആരാ?" മീനാക്ഷി ഉൽക്കണ്ഠയോടെ ചോദിച്ചു.

"ആരെണെന്നു ചോദിച്ചാൽ പരിചയപ്പെടുത്താൻ പ്രയാസമാവും. പക്ഷേ, പെണ്ണ് ബാംഗ്ലൂരിലുണ്ട്.

"ബാംഗ്ലൂരില്! നമുക്കു ബന്ധപ്പെട്ടാവരാരുണ്ടവിടെ? പറഞ്ഞതുപോലെ നമ്മുടെ ശിർവയിലെ ഗോവിന്ദന്റെ അളിയന്റെ അനുജൻ ഒരാൾ അവിടെയുണ്ട്. വക്കീലാണ്. അവർക്ക് രണ്ടുമൂന്നു പെൺമക്കളുണ്ടു പോലും. കഴിഞ്ഞമാസം ഗോവിന്ദൻ വന്ന് ഇക്കാര്യം പറഞ്ഞിരുന്നു." മീനാക്ഷി പെട്ടെന്ന് ഓർമ്മിച്ചു.

"ഗോവിന്ദന്റെ അളിയൻ വിഷ്ണുവിനെ നിനക്കറിയുമോ?" മാധവഭട്ട് തിരക്കി.

ജഗദീശ് അറിയാനിടയില്ല എന്ന വിചാരത്തോടെയാണ് ചോദിച്ചത്.

"അറിയില്ല." ജഗദീശ് പറഞ്ഞു.

"പെണ്ണ് എന്തു ചെയ്യുന്നു?" മാധവഭട്ട് തിരക്കി.

"അവൾ നഴ്സാണ്."

"നഴ്സ്?" മീനാക്ഷി ദേഷ്യത്തോടെ ചോദിച്ചു.

"വേറെ ആരെയും നിനക്കു കിട്ടിയില്ലേ? നഴ്സിനെ കല്യാണം കഴിക്കുന്നുപോലും. നീ വേണമെന്നു പറഞ്ഞാൽ ഒരു ഡോക്ടറെ വിവാഹം കഴിച്ചുതരാം. നിനക്കു തലയ്ക്കു സുഖമില്ലേ." മാധവഭട്ടിന് കലികയറി.

"നഴ്സിനും ഡോക്ടർക്കും വലിയ വ്യത്യാസമൊന്നുമില്ല. ഉണ്ടെങ്കിൽത്തന്നെ വിവാഹം കഴിക്കുന്നതുവരെ." ജഗദീശ് ചിരിച്ചുകൊണ്ടു പറഞ്ഞു.

"മതി നിന്റെ പ്രസംഗം." മാധവഭട്ടിനു സഹികെട്ടു.

"പെണ്ണ് ബ്രാഹ്മണത്തിതന്നെയല്ലേ." മീനാക്ഷി പുരികം ചുളിച്ചുകൊണ്ടു ചോദിച്ചു.

"അല്ല." ജഗദീശ് പറഞ്ഞു.

"നീ ഇതു തമാശയായി പറയുന്നോ, അതോ നീ പറയുന്നതിന് വാലും തുമ്പുമുണ്ടോ?" മാധവഭട്ട് തിരക്കി.

"ഉണ്ട്. ഞാൻ പറഞ്ഞത് സത്യമാണ്."

"നിന്റെ തലയ്ക്ക് ഒന്നും പറ്റിയിട്ടില്ലല്ലോ?"

"ശിവ,ശിവ! നീ എന്തു ചെയ്യാനാണ് ഉദ്ദേശിച്ചിട്ടുള്ളത്." മീനാക്ഷി തലതല്ലിക്കരയാൻ തുടങ്ങി.

"നിന്റെ ബുദ്ധിയൊക്കെ എവിടെപ്പോയി? സംസാരിക്കുന്നതുതന്നെ അസംബന്ധം. അന്യജാതിയിൽപ്പെട്ട പെണ്ണിനെ വിവാഹം കഴിക്കാൻ സാദ്ധ്യമല്ല, മനസ്സിലായോ? ഞാൻ അതിനു സമ്മതിക്കില്ല." മാധവഭട്ട് ഗാംഭീര്യത്തോടെ പറഞ്ഞു.

"ഞാൻ തീരുമാനിച്ചു കഴിഞ്ഞു."

"എന്തോന്ന്." മാധവഭട്ട് കോപാകുലനായി.

"നേരത്തെ പറഞ്ഞല്ലോ."

"നിർത്ത് നിന്റെ അധിക പ്രസംഗം. നിന്റെ വായിൽത്തോന്നിയതു വിളിച്ചുപറയാൻ ഇത് കോളേജൊന്നുമല്ല, വീടാണ്. മനസ്സിലായോ? നീ ബ്രാഹ്മണനായിട്ടാണ് ജനിച്ചത്. ഈ വീടിന്റെ നിലയെന്ത്? നിന്റെ സ്ഥാന മെന്ത്? നീ ആരുടെ മകൻ? നീ ആലോചിച്ചിട്ടുണ്ടോ ഇതൊക്കെ?" മാധ വഭട്ട് അല്പം ശാന്തമായി ചോദിച്ചു.

"ആലോചിച്ചിട്ടില്ല."

"എന്നാ ഇപ്പോഴെങ്കിലും ഒന്ന് ആലോചിക്ക്."

"ഇതൊക്കെ ഈ അവസരത്തിൽ ആലോചിക്കണമെന്ന് എനിക്കു തോന്നുന്നില്ല."

"പിന്നെ...?" മാധവഭട്ട് അസഹ്യനായി.

"എന്താ ജഗ്ഗൂ ഇത്! കല്യാണം കഴിക്കണമെങ്കിൽ എന്തുവേണം. നല്ല കുട്ടികളെ ആരെയെങ്കിലും നമ്മുടെ കൂട്ടത്തിൽ തിരക്കാം. ആ നേഴ്സിന്റെ കാര്യമങ്ങ് വിട്." മീനാക്ഷി പറഞ്ഞു.

"ആരുടെ പ്രേരണയാണിത്?" മാധവഭട്ട് ചോദിച്ചു.

"ആരുടെയും പ്രേരണകൊണ്ടല്ല, എന്റെ സ്വന്തം ഇഷ്ടമാണ്."

"നിർത്ത് നിന്റെ കള്ളം. നീ എന്തോ തെറ്റു ചെയ്ത് കുടുക്കിലായി ട്ടുണ്ട്."

"അങ്ങനെയൊന്നും സംഭവിച്ചിട്ടില്ല." ജഗദീശ് കോപമടക്കി പറഞ്ഞു.

"അങ്ങനെയെന്തെങ്കിലും ഉണ്ടായിട്ടുണ്ടെങ്കിൽ നാലുകാശ് അങ്ങെ റിഞ്ഞ് ഉപേക്ഷിക്ക്."

"ഞാൻ പറഞ്ഞില്ലേ, അങ്ങനെയൊന്നുമില്ലെന്ന്." ജഗദീശ് അല്പം തറപ്പിച്ചു പറഞ്ഞു.

"എന്തായാലും ഈ വിവാഹാലോചനയുടെ കാര്യം അങ്ങ് കള ഞ്ഞേക്ക്." മാധവഭട്ട് ദൃഢസ്വരത്തിൽ പറഞ്ഞു.

"എന്റെ തീരുമാനത്തിൽ മാറ്റമൊന്നുമില്ല." ജഗദീശ് വ്യക്തമാക്കി.

“നിന്റെ തീരുമാനം! തീരുമാനം!!തീരുമാനം!!! അതെന്തോന്നാ? ബ്രഹ്മാവിന്റെ പ്രതിജ്ഞയോ മറ്റോ ആണോ? അങ്ങനെയങ്ങ് തീരുമാനിച്ചെങ്കിൽ പിന്നെന്തിനാ ഇങ്ങോട്ടുവന്നു പറഞ്ഞത്?”

“ഇല്ല, നിങ്ങളും ഇതറിഞ്ഞിരിക്കട്ടെ എന്നുകരുതി. അത്രമാത്രം.”

“അങ്ങനെയുള്ള വലിപ്പമൊന്നും പറയേണ്ട.” മാധവഭട്ട് വീറോടെ പറഞ്ഞു.

ജഗദീശ് ചിരിച്ചുകൊണ്ട് ഇറങ്ങിപ്പോയി.

“നില്ക്ക്.” മാധവഭട്ട് കോപംകൊണ്ടു ജ്വലിച്ചു.

ജഗദീശ് അവിടെത്തന്നെ നിന്നു.

“എന്തുപറയുന്നു?” മാധവഭട്ട് ചോദിച്ചു.

“ഒന്നും പറയാനില്ല.”

“നിന്റെ വേദാന്തം നിർത്തുന്നോ, ഇല്ലയോ? ഇപ്പം പറയുകയാണ് ഈ വിവാഹാലോചന ഇവിടെവച്ച് ഉപേക്ഷിക്കണമെന്ന്.”

“ഇത് എന്റെ ജീവിതവുമായി ബന്ധപ്പെട്ടതാണ്.”

“എന്നുവച്ചാൽ, നീ ഈ തീരുമാനത്തിൽ മാറ്റമൊന്നും വരുത്തുന്നില്ലെന്നർത്ഥം.”

“അതെ.”

“എന്തു പറഞ്ഞു, നീ എന്തു പറഞ്ഞെടാ?” എന്നലറിക്കൊണ്ട് മാധവഭട്ട് മുറിയുടെ ചുമരിൽ തൂക്കിയിട്ടിരുന്ന തോക്കെടുത്തു.

“ഛീ! നിങ്ങൾ ഇതെന്തു കൂത്താണ് കാണിക്കുന്നത്?” മീനാക്ഷി തോക്കു കടന്നു പിടിച്ചു.

“വിട്. ഞാൻ ഇവനെ ചുട്ടുകളയും. ഇവൻ ജീവിച്ചാലും മരിച്ചാലും ശരി.” മാധവഭട്ട് കലിതുള്ളി. അവളുടെ കൈ തട്ടിമാറ്റാൻ ശ്രമിച്ചു.

“അയ്യോ! നിങ്ങൾക്കെന്തുപറ്റി?” മീനാക്ഷി നിലവിളിക്കാൻ തുടങ്ങി. എന്നിട്ട് ജഗദീശിനു നേരെ തിരിഞ്ഞ് - “മാറിപ്പോടാ അവിടന്ന്, മരം പോലെ നോക്കി നില്ക്കാതെ.”

ജഗദീശ് ചിരിച്ചിട്ട്-“എന്തിന് പോകണം. മരിക്കാൻ എനിക്കു ഭയമില്ല. വെടികൊണ്ടല്ലെങ്കിലും മനുഷ്യൻ മരിച്ചേ മതിയാവൂ. അമ്മ തോക്ക് വിട്ടുകൊടുക്കൂ.”

“എന്തെടാ, നിനക്കു ഭ്രാന്തു പിടിച്ചിട്ടുണ്ടോ?” മീനാക്ഷി തോക്കു പിടിച്ചുവലിച്ചുകൊണ്ടു ചോദിച്ചു..

“ഇല്ല. എനിക്കു ഭ്രാന്തൊന്നുമില്ല. അച്ഛനെന്നെ കൊല്ലാനാണു ഭാവമെങ്കിൽ ഞാൻ മരിക്കാൻ തയ്യാറാണ്. കൊല്ലാൻ എളുപ്പം. ജീവൻ രക്ഷിക്കാനാണ് പ്രയാസമെന്ന് എനിക്കറിയാം. പക്ഷേ, ഒരു കാര്യം. അച്ഛനാണ് എന്നെ കൊന്നതെന്ന കാര്യം കോടതിയിൽ തെളിയാതെ നോക്കിക്കൊള്ളണം.” ജഗദീശ് അല്പം പുഞ്ചിരിച്ചുകൊണ്ട് പറഞ്ഞു.

“തുലഞ്ഞുപോടാ എന്റെ മുമ്പിൽനിന്ന്.” മാധവഭട്ട് തോക്കിന്റെ പിടി വിട്ടുകൊണ്ടു ഗർജ്ജിച്ചു. അപ്പോഴേക്കും ശംഭു വാതുക്കൽ പ്രത്യക്ഷപ്പെട്ടു. അവന്റെ പിറകിൽ സരസ്വതിയും രണ്ടുമക്കളുമുണ്ടായിരുന്നു.

"എന്താ ഇവിടെയൊരു ബഹളം." ശംഭു ചോദിച്ചു. അയാളുടെ ചോദ്യത്തിന് ആരും മറുപടി നല്കിയില്ല. ജഗദീശ് മുറിയിൽ നിന്നിറങ്ങിപ്പോയി.

"എന്തുണ്ടായി? എന്താസംഗതി? ശംഭു വീണ്ടും തിരക്കിക്കൊണ്ട് മുറുയിലേക്കുകയറി. അപ്പോഴേക്കും എല്ലാവരും മൗനം. ഏതാണ്ട് ഒരു മണിക്കൂർ കഴിഞ്ഞ് ജഗദീശിന്റെ മുറിയിലെത്തി.

"സത്യമാണോ ജഗ്ഗൂ, അമ്മ പറഞ്ഞതു നേരാണോ?"

"എന്തോന്ന്?" ജഗദീശ് ചോദിച്ചു.

"നീ ആരെയോ ഒരുത്തിയെ കല്യാണം കഴിക്കാൻ പോകുന്നെന്നു കേട്ടു. ശരിയാണോ?"

"വിവാഹം കഴിക്കുന്നവരൊക്കെ ഏതെങ്കിലും ഒരുത്തിയെത്തന്നെയാണ് കല്യാണം കഴിക്കാറുള്ളത്."

ജഗദീശിന്റെ വാക്കുകൾ ശംഭുവിനെ അല്പം ചൊടിപ്പിച്ചു. "അതെനിക്കറിയാം, നീ ഏതോ അന്യജാതിയിൽപ്പെട്ടവളെ വിവാഹം കഴിക്കാൻ പോകുന്നെന്നാണ് കേട്ടത്."

"ജാതി എനിക്കു പ്രശ്നമല്ല."

"നിനക്ക് അതൊക്കെ പറയാം. പക്ഷേ, നമ്മുടെ സമുദായം, സ്ഥാനം, അഭിമാനം ഇതൊക്കെ എന്താണെന്നു മനസ്സിലാക്കണം."

"മനസ്സിലാക്കിക്കോ."

"അല്ല, കൃഷ്ണാചാര്യയുടെ മകൾക്കെന്തായിരുന്നു ഒരു കുഴപ്പം. അദ്ദേഹത്തിന് ഇനിയും ഒരു മകളുണ്ട്. അവൾക്കു വല്ല തരക്കേടുമുണ്ടോ? ഇപ്പോൾ ഏതോ ഒരു ദരിദ്ര ശൂദ്രപ്പെണ്ണിനെ വിവാഹം കഴിക്കാൻ പോകുന്നുപോലും! ഇതിനെന്താ പറയാൻ!"

"അപ്പോൾ ദരിദ്ര ശൂദ്ര സ്ത്രീകൾക്കു വിവാഹം വേണ്ടേ?"

"വേണമായിരിക്കാം. പക്ഷേ, അവരെപ്പോലുള്ളവർ ആയിക്കോട്ടെ."

"ഇതൊരു പുതിയ വകതിരിവാണെന്നു തോന്നുന്നു."

"അല്ല പിന്നെ. ബ്രാഹ്മണരെല്ലാം ശൂദ്രരെ വിവാഹം കഴിക്കുന്നു എന്നാണോ നിന്റെ വിചാരം?" ശംഭട്ട് അസ്വസ്ഥനായി

"ബ്രാഹ്മണ ശൂദ്ര വ്യത്യാസം ചത്തുമണ്ണടിഞ്ഞിട്ട് കാലമെത്രയായി. ഇപ്പോഴുള്ളതു മനുഷ്യർമാത്രം."

"അത് നിന്റെ ഏട്ടിലെ ചുണ്ടക്ക."

ഇപ്പോഴാണ് യഥാർത്ഥത്തിൽ ജഗദീശിന് കോപം വന്നത്. എങ്കിലും അതമർത്തിക്കൊണ്ട് പറഞ്ഞു – "നീ ലോകം എങ്ങനെ കാണുന്നുവോ അങ്ങനെ ഞാൻ കാണണമെന്നില്ല. നമ്മുടെ വീക്ഷണങ്ങൾക്ക് വ്യത്യാസമുണ്ട്."

"ഇതൊക്കെ വേദാന്തമാണ്."

"പോട്ടെ. എന്റെ ഏട്ടിലെ ചുണ്ടക്ക എല്ലാവരുടെ കണ്ണിലും കാണുന്നില്ല. നിന്റെ ഉള്ളം കൈയിലെ നെല്ലിക്ക എല്ലാവരും കാണുന്നുണ്ട്. അത്രയേ ഉള്ളു. അതിനെ മറച്ചുവച്ച് ഇതന്വേഷിക്കാനാണ് നിന്റെ

ഭാവം." ജഗദീശ് സഹികെട്ടു.

ശംഭട്ട് അമ്പരപ്പോടെ അനുജനെത്തന്നെ നോക്കിനിന്നു. ജഗദീശ് ഇങ്ങനെ സംസാരിക്കുമെന്ന് അയാൾ കരുതിയില്ല. സാധുസ്വഭാവക്കാരനായി, ആരോടും ഒന്നിനും മറുപടി പറയാതെ, ക്ലാസിലല്ലാതെ മറ്റാരോടും ഒന്നും സംസാരിക്കാത്ത വിദ്യാസമ്പന്നനായ വിഡ്ഢിയായി മാത്രമേ ശംഭട്ട് ജഗദീശിനെ കണ്ടിരുന്നുള്ളൂ. "ഞാൻ സംസാരിക്കാം" എന്ന് അമ്മയോടു പറഞ്ഞുവന്നതും ആ ധാരണയോടെയാണ്. അവനെ എങ്ങനെയെങ്കിലും സമാധാനിപ്പിക്കാം എന്നല്ലാതെ പറഞ്ഞു ശരിയാക്കാം എന്ന ചിന്തയോടെയല്ല വന്നത്.

ഒന്നും മിണ്ടാതെ നില്ക്കുന്ന ജ്യേഷ്ഠനെ കണ്ട് ജഗദീശ് പറഞ്ഞു : "വെറുതെ ആവശ്യമില്ലാത്ത ചർച്ചയും വ്യാഖ്യാനവുമൊന്നും ഇക്കാര്യത്തിൽ വേണ്ട. ഞാൻ വിവാഹം കഴിക്കാൻ പോകുന്നതും ശരിയാണ്. പക്ഷേ, ഞാൻ ഒരു തെറ്റും ചെയ്തിട്ടില്ലെന്നാണ് എന്റെ വിശ്വാസം. നിനക്കു ജാതിമതാദികളിൽ എത്രമാത്രം വിശ്വാസമില്ലയോ അത്രതന്നെ എനിക്കും വിശ്വാസമില്ല. പക്ഷേ, ഞാൻ ചെയ്യുന്നത് ഇത്രമാത്രം. എനിക്കിഷ്ടപ്പെട്ട ഒരു പെണ്ണിനെ വിവാഹം കഴിക്കാൻ പോകുന്നു. ഇക്കാര്യത്തിൽ മറ്റുള്ളവർ ഇത്രയേറെ തലപുണ്ണാക്കേണ്ട ആവശ്യമില്ല."

ശംഭട്ടിന്റെ ശബ്ദം അടഞ്ഞുപോയി. എന്തുപറയണമെന്നറിയാതെ അയാൾ വിഷമിച്ചു. എന്നാലും അവിടന്നു കടക്കുന്നതിനുമുമ്പ് എന്തെങ്കിലും പറയാൻ അയാൾ നന്നേ പണിപ്പെട്ടു. "ഞങ്ങളാരും നിനക്കു വേണ്ടെന്നു തോന്നുന്നു."

"അതു നിങ്ങൾ തീരുമാനിക്കേണ്ട കാര്യം. ഞാൻ അങ്ങനെയൊന്നും ചിന്തിച്ചിട്ടില്ല." ജഗദീശ് നിർവ്വികാരനായി പറഞ്ഞു.

ശംഭട്ട് അവിടന്ന് ഇറങ്ങിപ്പോയി. അരമണിക്കൂർ കഴിഞ്ഞ് അയാളുടെ കാർ മൈതാനത്ത് അങ്ങോട്ടുമിങ്ങോട്ടും ഓടാൻ തുടങ്ങി.

ഇനി ബൊൾമണ്ണിൽ കഴിയുന്നത് പ്രയാസമാണെന്ന് ജഗദീശ് കരുതി. തന്റെ വസ്ത്രവും പുസ്തകങ്ങളുമെല്ലാം സ്യൂട്ട്കെയ്സിലാക്കി ഉഡുപ്പിയിലേക്കു പോകാൻ തയ്യാറായി. ഈ ഒരുക്കമെല്ലാം കണ്ട് അമ്മ മീനാക്ഷി - "എങ്ങോട്ടാണ് പുറപ്പാട്?"എന്നു ചോദിച്ചു.

"ഉഡുപ്പിക്ക്".

"ഇപ്പോഴെന്താ....?"

"വെറുതെ. ഏതായാലും നാളെയോ മറ്റന്നാളോ ബാംഗ്ലൂരിലേക്ക് പോകണം. അവിടന്നുതന്നെ പോകാമല്ലോ."

"അപ്പോൾ നീ പറഞ്ഞതൊക്കെ സത്യമാണോ?"

"ഏത്?"

"ആ വിവാഹക്കാര്യം."

"അതെ."

"എന്തിനാ മോനെ ജഗ്ഗൂ ഇങ്ങനെയൊക്കെ....." മീനാക്ഷി കരയാൻ തുടങ്ങി.

"ഞാൻ നിങ്ങളെയൊന്നും ശല്യപ്പെടുത്തുന്നില്ല. കൊച്ചുകുട്ടിയൊന്നുമല്ലല്ലോ ഞാൻ. എന്റെ മനസ്സ് ശരിയെന്നു തോന്നിയതു ചെയ്യുന്നു. ഞാൻ വിവാഹം കഴിക്കുന്നത് എന്റെ വ്യക്തിപരമായ കാര്യം. ആരെ വിവാഹം കഴിക്കണം ആരെ വേണ്ട എന്നു തീരുമാനിക്കേണ്ടത് ഞാനാണ്. അതിന് നിങ്ങൾ എന്തിനു കരയണം?"

"നിന്റെ തീരുമാനം തെറ്റായിരിക്കാം."

"നിങ്ങളുടെ തീരുമാനവും തെറ്റാം. അതുകൊണ്ട് എന്നെ സംബന്ധിച്ച കാര്യം ഞാൻ തന്നെ തീരുമാനിക്കുന്നതാണ് നല്ലത്. അതിന്റെ തെറ്റും ശരിയും എന്നിൽത്തന്നെ ആവട്ടെ. നിങ്ങൾ വിഷമിക്കണ്ട."

"ഞാൻ നിന്നെപ്പെറ്റ അമ്മയാണെടാ."

"അല്ലെന്നു ഞാൻ പറഞ്ഞില്ലല്ലോ."

"അതു നീ മനസ്സിലാക്കിയിരുന്നെങ്കിൽ ഇങ്ങനെയൊന്നും സംസാരിക്കില്ലായിരുന്നു."

"പെറ്റമ്മ ഏതായാലും അമ്മ തന്നെ."

"അപ്പോ ഞാൻ പറയുന്നതു കേൾക്കണം."

"അമ്മയ്ക്കു മനസ്സിലാകാത്ത കാര്യങ്ങൾ പലതും മക്കൾ സ്വയം ചെയ്യണം."

"വെറുതെ വായിൽ തോന്നിയതു കോതയ്ക്കുപാട്ട് എന്ന മട്ടിൽ പറയാതെ. ആ ശൂദ്രപ്പെണ്ണിന്റെ കാര്യം അങ്ങുവിട്."

"അവൾ ബ്രാഹ്മണയുവതിയെപ്പോലെതന്നെയാണ്." ജഗദീശ് പുഞ്ചിരിച്ചുകൊണ്ടു പറഞ്ഞു.

"നാണംകെട്ട വർത്തമാനം പറയാതെ." ജഗദീശ് പോകാനിറങ്ങി.

"നില്ക്ക്, അങ്ങനെയങ്ങ് പോകണ്ടാ."

"ഇവിടെ നിന്നാൽ ഒരേ കാര്യം തന്നെ പറഞ്ഞുകൊണ്ടു നില്ക്കേണ്ടി വരും."

"നിന്റെ അവസാനതീരുമാനം പറ."

"ഞാൻ പറഞ്ഞില്ലേ, അതു തന്നെ എന്റെ ഉറച്ച തീരുമാനം."

"നീ മനുഷ്യനോ കല്ലോ?" മീനാക്ഷി പൊട്ടിക്കരയാൻ തുടങ്ങി.

"നിങ്ങൾക്ക് എന്തു തോന്നുന്നോ അതുതന്നെ. എന്റെ കണ്ണിൽ എല്ലാപേരെയും പോലെ ഞാനും മനുഷ്യൻ തന്നെ."

"അങ്ങനെ പറയാതെ ജഗ്ഗൂ. ഇതുകൊണ്ട് നിനക്കു നല്ലതു ഭവിക്കില്ല. ഞാൻ നിന്നോടു കെഞ്ചുകയാണ്. നീ എന്റെ വാക്കു മറികടന്നാൽ....... നമ്മുടെ കുലദൈവമായ ഗോപാലകൃഷ്ണനാണെ നീ അങ്ങനെ ചെയ്യരുതേ."

"ഗോപാലകൃഷ്ണൻ പശുക്കളെ പാലിക്കുന്ന ഒരു ബാലനാണ്- ശൂദ്രൻ. അവന്റെ പേരിൽ ബ്രാഹ്മണർ ആണയിടുന്നതു ശരിയല്ല." ജഗദീശ് ചിരിച്ചുകൊണ്ടു പറഞ്ഞു.

"മതി നിന്റെ വേദാന്തം."

"ഇത് വേദാന്തമൊന്നുമല്ല; സത്യമാണ്."

"നിനക്കു അച്ഛനുമമ്മയും ഒന്നും വേണ്ടേ?"

"ഞാൻ അങ്ങനെ പറഞ്ഞില്ല."

"എന്നാ അവർ പറയുന്നത് കേൾക്ക്." ജഗദീശ് അതിനു മറുപടി പറയാതെ - "ഞാൻ വരട്ടെ" എന്ന് യാത്ര പറഞ്ഞിറങ്ങിപ്പോയി.

"നീ എന്റെ മകനല്ല." മീനാക്ഷി കോപം കൊണ്ടു വിറച്ചു. ജഗദീശ് അല്പമൊന്നുനിന്ന് തിരിഞ്ഞുനോക്കി - "ഞാൻ നിങ്ങളുടെ മകനും നിങ്ങൾ എന്റെ അമ്മയും തന്നെ. അതിനെ മാറ്റാൻ ആർക്കും സാദ്ധ്യമല്ല. ഇനി എന്നെ കേവലം മകനായി മാത്രം കരുതിയാൽ മതി. പിന്നെ നിങ്ങളുടെ വാക്കനുസരിച്ചു നടക്കാൻ പ്രിയപ്പെട്ട മകനുണ്ടല്ലോ - ശംഭു. വിശ്വനാഥൻ മരിച്ചുപോയി. അതുപോലെ ജഗദീശും മരിച്ചുപോയി എന്നു കരുതണമെങ്കിൽ ആയിക്കൊള്ളൂ." എന്ന് പറഞ്ഞിട്ട് പടിയിറങ്ങി.

***

ജഗദീശ് ക്വാർട്ടേഴ്സിൽ വന്ന് കുളികഴിഞ്ഞ് വസ്ത്രം മാറ്റി, സ്റ്റൗ കത്തിച്ച് കാപ്പിയിട്ടു കുടിച്ച് റേഡിയോയും കേട്ടുകൊണ്ടിരുന്നു. ചില ക്വാർട്ടേഴ്സുകളിൽ നാട്ടുകാരായ അദ്ധ്യാപകരുണ്ട്. ദൂരസ്ഥലങ്ങളിൽനിന്നു വന്നു താമസിക്കുന്നവർ സ്വന്തം നാട്ടിലേക്കുപോയിരിക്കുകയാണ്. കോളേജും പരിസരവും ക്വാർട്ടേഴ്സും ഒക്കെ വിജനം. കുട്ടികളുടെ ഓട്ടവും ചാട്ടവും കളികളും കൊണ്ട് സജീവമായിരുന്ന വീടുകളെല്ലാം മൂകമായിരിക്കുന്നു. കോളേജ് തുറക്കുന്നതിനു തലേദിവസമേ എത്തുകയുള്ളു എന്ന് ഗോവിന്ദരാജും പറഞ്ഞിട്ടാണ് പോയത്. അയാളെ തന്റെ വിവാഹക്കാര്യം അറിയിക്കാതിരിക്കുന്നതു ശരിയല്ലെന്നു കരുതി ഒരു ക്ഷണക്കത്തെഴുതി. വീട്ടിൽ ഒറ്റയ്ക്കിരുന്ന് ബോറടിച്ചു. എങ്കിലും മനസ്സിനൊരു സമാധാനമുണ്ട്. ബൊൾമണ്ണിലായിരുന്നപ്പോൾ എപ്പോഴും ഒരു അസ്വസ്ഥതയായിരുന്നു. യഥാർത്ഥത്തിൽ അവിടെ പോകുമ്പോഴൊക്കെ അന്യഗൃഹത്തിലെന്നപോലെ എന്തോ വീർപ്പുമുട്ടൽ.

ബൊൾമണ്ണിലുള്ള വീടുമായി താൻ ബന്ധം ഒഴിഞ്ഞപോലെ തോന്നി. വീട്ടുകാരെ സംബന്ധിച്ചിടത്തോളം താനും വിശ്വനാഥന്റെ അവസ്ഥയിലാണ്. തന്റെ ജീവിതത്തിൽ ഒരു കൊടുങ്കാറ്റടിക്കുന്നപോലെ തോന്നി. പക്ഷേ, ആ തോന്നൽ ഒരു നിമിഷത്തേക്കുമാത്രം. അതു കഴിഞ്ഞ്, ഇതിൽ വലിയകാര്യമൊന്നുമില്ലെന്നു മനസ്സിലായി. പലരുടെ ജീവിതത്തിലും ഇത് സംഭവിക്കാറുണ്ട്. ജീവിതത്തെ പുറമെനിന്നു നോക്കുമ്പോൾ അത്ര ഗൗരവമായി തോന്നാറില്ല. കോടിക്കണക്കിനാളുകളുടെ സങ്കീർണ്ണമായ പ്രശ്നങ്ങൾക്കിടയിൽ ഒരു വ്യക്തിയുടെ പ്രശ്നത്തിനു വലിയ വിലയില്ല; പ്രത്യേകിച്ച് അസ്തിത്വവുമില്ല.

ജീവിതം എങ്ങനെ മുന്നോട്ടുപോകുന്നോ അങ്ങനെതന്നെ പോകട്ടെ. തനിക്കു ശരിയെന്നു തോന്നുന്നതു ചെയ്യുക. ഇതിൽ ആവേശം, ജയാപജയം, ഉൽക്കണ്ഠ, മറ്റുള്ളവരുടെ ദൃഷ്ടിയിലെ തെറ്റും ശരിയും ഇവയ്ക്കൊന്നും വലിയ സ്ഥാനമില്ല.

ബാംഗ്ലൂരിലേക്ക് പുറപ്പെടുന്നതിന് തലേദിവസം രാവിലെ കാപ്പികുടി കഴിഞ്ഞ് ജഗദീശ് ഇരിക്കുകയായിരുന്നു. അപ്പോഴാണ്, "പത്തുമണിക്ക് പ്രിൻസിപ്പലിനെ കാണണ"മെന്ന് പ്യൂൺ വന്നുപറഞ്ഞത്.

ജഗദീശ് പ്രിൻസിപ്പലിന്റെ മുറിയിൽ കടക്കുമ്പോൾ അദ്ദേഹം അന്നത്തെ കത്തുകൾ നോക്കിക്കൊണ്ടിരിക്കുന്നു. ജഗദീശ് നമസ്കാരം പറഞ്ഞു. പ്രിൻസിപ്പൽ സ്നേഹപൂർവം, "വരൂ, ഇരിക്കൂ" എന്നു പറഞ്ഞു. പ്രിൻസിപ്പൽ സഹപ്രവർത്തകരോട് ഇരിക്കാൻ പറയുന്നത് വളരെ അപൂർവ്വമാണ്. ഒന്നോ രണ്ടോ പ്രൊഫസർമാരോടും മുതിർന്ന ലക്ചറന്മാരോടും മാത്രമേ അദ്ദേഹം അങ്ങനെ പറയാറുള്ളൂ. മറ്റുള്ളവരോട് നില്ക്കുന്ന നിലയ്ക്ക് സംസാരിക്കുകയാണ് പതിവ്.

ജഗദീശ് ഇരുന്നപ്പോൾ മാധവഭട്ട് രാവിലെ ഫോൺ ചെയ്തിരുന്ന കാര്യം പറഞ്ഞു. ജഗദീശ് ഒന്നും പറഞ്ഞില്ല. അദ്ദേഹം തന്നെ സംഭാഷണം തുടർന്നു -

"നിങ്ങൾ വിവാഹം കഴിക്കാൻ പോകുന്നെന്നുകേട്ടു." ഒരു കത്തു നിവർത്തുകൊണ്ട് പറഞ്ഞു.

"അതെ."

"ഏതോ അന്യജാതിക്കാരിയാണെന്നു അറിഞ്ഞതു ശരിയാണോ?"

ജാതി എന്നാലെന്തെന്ന് ചോദിക്കണമെന്നു തോന്നിയതാണ്. പക്ഷേ, ചോദിച്ചില്ല. അദ്ദേഹത്തിന്റെ സംഭാഷണം എത്രത്തോളമാകുമെന്ന് നോക്കട്ടെ എന്നു വിചാരിച്ച് "ഉവ്വ്" എന്നു മാത്രം പറഞ്ഞു.

"ഏതു ജാതിക്കാരിയാണ് അവൾ?"

"ഹരിജന യുവതിയാണ്."

പ്രിൻസിപ്പലിന്റെ കൈയിലിരുന്ന കത്ത് അറിയാതെ താഴെ വീണു. അദ്ദേഹം അത്ഭുതപ്പെട്ടുപോയി.

"എന്ത്, എന്ത്? ഹരിജന സ്ത്രീയോ?"

"അതെ."

"ശൂദ്രപ്പെണ്ണെന്നാണ് നിങ്ങളുടെ അച്ഛൻ പറഞ്ഞത്."

"ബ്രാഹ്മണൻ, ശൂദ്രൻ, ഹരിജൻ എല്ലാം ജാതി ഒന്നുതന്നെ." ജഗദീശ് ചിരിച്ചുകൊണ്ടു പറഞ്ഞു.

പ്രിൻസിപ്പൽ ഒരു നിമിഷം ഒന്നും മിണ്ടിയതേയില്ല. കുറച്ചുകഴിഞ്ഞ് അദ്ദേഹം തുടർന്നു-

"ഈ വിവാഹം എങ്ങനെ കലാശിക്കുമെന്ന് നിങ്ങൾ ചിന്തിച്ചിട്ടുണ്ടോ?"

"എന്തു സംഭവിക്കാൻ? ഞാൻ ഒരു കുടുംബജീവിതത്തിൽ കടക്കും അത്രതന്നെ.

"അത്ര ലാഘവത്തോടെ ഈ പ്രശ്നം എടുക്കേണ്ട മിസ്റ്റർ ജഗദീശ്. ഇത് നമ്മുടെ സമുദായത്തിൽ ഒച്ചപ്പാടുണ്ടാക്കുന്ന പ്രശ്നമാണ്. ഇത് നിങ്ങളുടെ അച്ഛൻ സമ്മതിക്കുമെന്നു തോന്നുന്നില്ല. നിങ്ങളുടെ സ്ഥാനം, മാനം ഇതൊക്കെ നോക്കണം."

"വിവാഹത്തോടെ എന്റെ സ്ഥാനമാനങ്ങൾ പൊയ്പ്പോകും എന്നു പറയുന്നതിനോട് എനിക്കു യോജിപ്പില്ല."

"അത് നിങ്ങൾ വിചാരിക്കുന്നതുപോലെ അത്ര നിസ്സാരമായ കാര്യമല്ല. കോളേജിൽ നിങ്ങൾക്കുള്ള സ്ഥാനമാനങ്ങളെക്കുറിച്ച് ആലോചിക്കണം." പ്രിൻസിപ്പൽ തറപ്പിച്ചു പറഞ്ഞു.

"കോളേജിൽ എന്റെ സ്ഥാനം, മാനം, ജാതി ഇവയ്ക്ക് പ്രാധാന്യമുണ്ടെന്ന് ഞാൻ കരുതുന്നില്ല. ഞാൻ ചെയ്യുന്ന ജോലിയാണ് അതിനാധാരം എന്നാണ് എന്റെ വിശ്വാസം. അതിൽ എന്തെങ്കിലും അതൃപ്തിയുണ്ടെങ്കിൽ പറയാം."

"നിങ്ങളുടെ ജോലിയെപ്പറ്റി എനിക്കൊന്നും പറയാനില്ല. പക്ഷേ, ഒരദ്ധ്യാപകൻ എന്ന നിലയ്ക്ക് അയാളുടെ സാമുദായികസ്ഥാനം കൂടി നന്നായിരിക്കണം."

"ഇത് അദ്ധ്യാപകനെ സംബന്ധിച്ചിടത്തോളം അയാളുടെ നടപ്പിനെ ആശ്രയിച്ചാണിരിക്കുന്നത്. അയാൾ മദ്യപാനിയാകരുത്, ചൂതുകളിക്കാരനാകരുത്, തെണ്ടിത്തിരിഞ്ഞു നടക്കരുത്, വിഭ്യചാരിയാകരുത് എന്നൊക്കെയാണ് അതിനർത്ഥം. അന്യജാതിയിലുള്ള ഒരു സ്ത്രീയെ വിവാഹം കഴിക്കുന്നത് അനാചാരമാണെന്നാണോ താങ്കളുടെ അഭിപ്രായം?"

"ഞാൻ അങ്ങനെ പറയുന്നില്ലെന്ന് വിചാരിച്ചോളൂ. പക്ഷേ, നമ്മുടെ ട്രസ്റ്റംഗങ്ങളുടെ ചിന്താഗതി നിങ്ങൾക്കറിയാമല്ലോ. അവർക്ക് അതു രസിക്കില്ല."

"അവരുടെ ഇഷ്ടാനിഷ്ടങ്ങൾ എന്റെ ഔദ്യോഗിക കാര്യങ്ങളിൽ മാത്രം മതി. എന്റെ വ്യക്തിപരമായ ജീവിതത്തിൽ അവർ ഇടപെടേണ്ട ആവശ്യമില്ല."

"അതുശരി. എന്നാലും ബ്രാഹ്മണത്വം സംരക്ഷിക്കണമെന്നു വിചാരിക്കുന്ന ബഹുഭൂരിപക്ഷം വിദ്യാർത്ഥികളുള്ള ഈ കോളേജിൽ അവർ നിങ്ങളുടെ പ്രവൃത്തിയോടു എങ്ങനെ പ്രതികരിക്കും എന്നു പറയാൻ വയ്യ. ഒന്നുരണ്ടുപ്രാവശ്യം നിങ്ങളുടെ ക്ലാസിൽ എന്തോ ബഹളം ഉണ്ടായ വിവരവും ട്രസ്റ്റംഗങ്ങൾ അറിഞ്ഞിട്ടുണ്ട്."

"ബഹളം? അങ്ങനെയൊന്നു സംഭവിച്ചില്ലല്ലോ!"

"എനിക്കറിയാം. അതുപോട്ടെ. പക്ഷേ, കൃഷ്ണാചാര്യ അതിന് ഒരന്വേഷണം വേണമെന്ന് പറഞ്ഞിരുന്നതാണ്. അതിന്റെ ആവശ്യമില്ലെന്ന് ഞാൻ തന്നെ തടഞ്ഞു. ആചാരവിരുദ്ധമായ നിങ്ങളുടെ ചില വാക്കുകൾ ചില വിദ്യാർത്ഥികൾക്ക് അസഹ്യമായി തോന്നിയതായിരിക്കാമെന്ന് ഞാൻ ഊഹിക്കുന്നു."

"അങ്ങനെ ഊഹിക്കുന്നതിനേക്കാൾ ഒരന്വേഷണം നടത്തുന്നത് നല്ലതായിരുന്നു. ബഹളമൊന്നും ഉണ്ടായിട്ടില്ല. ഏതായാലും താങ്കൾ കൃഷ്ണാചാര്യയെ തടയണ്ടായിരുന്നു. ഒരന്വേഷണം നടത്തണമായിരുന്നു."

"അതൊക്കെ പോകട്ടെ. ഞാൻ ഇപ്പോൾ പറയുന്ന സംഗതി അതൊന്നുമല്ല. നിങ്ങളുടെ ഈ വിവാഹം നിമിത്തം ആചാരാനിഷ്ഠരായ ട്രസ്റ്റം

ഗങ്ങൾ നിങ്ങളെ എതിർക്കും."

"സാരമില്ല." ജഗദീശ് പറഞ്ഞു. പ്രിൻസിപ്പൽ കുറച്ചുനേരം എന്തോ ആലോചിച്ചുകൊണ്ടിരുന്നു. എന്നിട്ടു പറഞ്ഞു - "നിങ്ങളുടെ അച്ഛൻ പറഞ്ഞതുകൊണ്ടാണ് ഇത്രയും ഉപദേശിച്ചത്. ഈ വിവാഹനിശ്ചയം ഉപേക്ഷിക്കുന്നതാണ് നല്ലതെന്ന് എനിക്കുതോന്നുന്നു."

"ഇത് നിങ്ങളുടെ അഭിപ്രായം."

"അതെ."

ജഗദീശ് മിണ്ടാതിരുന്നു. പ്രിൻസിപ്പൽ വീണ്ടും ചോദിച്ചു-

"എന്തു പറയുന്നു."

"ഒന്നും പറയാനില്ല."

"പിന്നെ നിങ്ങളുടെ ഇഷ്ടം." പ്രിൻസിപ്പൽ വീണ്ടും കത്തുകൾ പരശോധിക്കാൻ തുടങ്ങി. ജഗദീശ് പുറത്തേക്കിറങ്ങി. പ്രിൻസിപ്പലിന് സന്തോഷംകൊണ്ട് അപ്പോൾ തന്നെ പായസം കുടിക്കണമെന്നു തോന്നി. കൃഷ്ണാചാര്യയുടെ മകൾ വിമല തന്റെ മകന് റിസർവ്വ് ചെയ്തപോലെ യായതിലുള്ള സന്തോഷംകൊണ്ട് അയാൾ മതിമറന്നു. സന്തോഷാധി ക്യത്താൽ ഉടനെ അയാൾ വീട്ടിലേക്കുപോയി. കൈയിലിരുന്ന ഒറട്ടി തെന്നി നെയ്യിൽ വീണ മട്ടിലായിരുന്നു അയാളുടെ സന്തോഷം.

പക്ഷേ, ഒരാഴ്ചകഴിഞ്ഞ്, മംഗലാപുരത്ത് ഒരു ഡോക്ടറുമായി വിമ ലയ്ക്ക് വിവാഹാലോചന നടക്കുന്നു എന്നറിഞ്ഞ പ്രിൻസിപ്പലിന്റെ മനസ്സ് ആകെ ചൂളിപ്പോയി

കൃഷ്ണാചാര്യയോടു ഇക്കാര്യം ചോദിച്ചപ്പോൾ - "ഒരു ഡോക്ടർ, ഒരു ഡോക്ടറെത്തന്നെ വിവാഹം കഴിക്കണമെന്നാണ് അവളുടെ ആഗ്രഹം." എന്നു പറഞ്ഞു.

****

റിക്ഷ വന്ന് വീടിന് മുൻവശത്തു നിന്നപ്പോൾ മധുകരജോഷി പുറ ത്തേക്കിറങ്ങി. "ഹലോ മി. ജഗദീശ്. ഗുഡ്മോർണിങ്" എന്നു പറഞ്ഞ് സ്നേഹപൂർവ്വം സ്വീകരിച്ചു. ജോഷിയോടൊപ്പമുണ്ടായിരുന്ന രണ്ടു സുഹൃത്തുക്കളും വന്ന് അദ്ദേഹത്തിന്റെ കൈ പിടിച്ചുകുലുക്കി.

"ഇവർ എന്റെ ക്ലാസ്മേറ്റ്സ്. ഇദ്ദേഹം മി. നാഗരാജ്, ധാർവാട്കാ രൻ. ഇദ്ദേഹം മി. ശശിഭൂഷൺ, മദ്രാസുകാരനാണ്." ജോഷി സുഹൃ ത്തുക്കളെ പരിചയപ്പെടുത്തിയശേഷം ജഗദീശിന് നേരെ തിരിഞ്ഞ് - "ഇദ്ദേഹം മി.ജഗദീശ്, നമ്മുടെ വരൻ!" നാഗരാജും ശശിഭൂഷണും "ഹൈ സി" എന്നുപറഞ്ഞു ജഗദീശിന്റെ കൈപിടിച്ച് അഭിനന്ദിച്ചു.

"കൺഗ്രാജുലേഷൻസ്. ഗ്ലാഡ് ടു മീറ്റ് യൂ."

"താങ്ക് യൂ. ഗ്ലാഡ് ടു മീറ്റ് യൂ." ജഗദീശും പ്രത്യഭിവാദനം ചെയ്തു.

എല്ലാവരും വീടിനുള്ളിൽ കയറി. അപ്പോഴേക്കും മേശപ്പുറത്തു ചൂടു കാപ്പി തയ്യാറായിരുന്നു. ജോഷി കപ്പ് എണ്ണിനോക്കിക്കൊണ്ടു പറഞ്ഞു- "ശങ്കരാ, നീ ആളു മിടുക്കനാണ്. റിക്ഷ വന്നു നിന്നപ്പോൾ തന്നെ ഒരു

കപ്പു വെള്ളം കൂടുതൽ ചേർത്തല്ലോ.”

കാപ്പികുടികഴിഞ്ഞ് ജോഷിയുടെ സുഹൃത്തുക്കൾ അല്പനേരം സംസാരിച്ചുകൊണ്ടിരുന്നു. കുറച്ചുകഴിഞ്ഞ് അവർ യാത്ര പറഞ്ഞിറങ്ങി.

“വിവാഹത്തിനുവരണം, കേട്ടോ.” ജഗദീശ് ഓർമ്മിപ്പിച്ചു.

“തീർച്ചയായും വരും.” ശശിഭൂഷൺ പറഞ്ഞു.

“നിങ്ങൾ ഇവിടെ എത്തുന്നതിനുമുമ്പു തന്നെ വിവാഹത്തിനുള്ള ക്ഷണക്കത്ത് കിട്ടി. തീർച്ചയായും വരും.” നാഗരാജ് കൂട്ടിച്ചേർത്തു.

അവർ പോയികഴിഞ്ഞപ്പോൾ ജോഷി ജഗദീശിനു നേരെ തിരിഞ്ഞ്- “രണ്ടു ദിവസത്തിനുമുമ്പേ വരേണ്ടതായിരുന്നു. ഇനി വെറും അഞ്ചു ദിവസമേയുള്ളൂ.”

“അതിനെന്താ. വലിയ ആർഭാടത്തിലുള്ള തയ്യാറെടുപ്പൊന്നും വേണ്ടല്ലോ. ബന്ധുക്കളും കൂട്ടരുമൊന്നുമില്ല. വധുവും വരനും. രണ്ടാളും അനാഥർ!” ജഗദീശ് പറഞ്ഞു.

“അതൊക്കെ അറിയാം. പോട്ടെ. ഇതിൽ അപ്രതീക്ഷിതമായിട്ടൊന്നുമില്ല.

“അപ്പോൾ അഞ്ചുദിവസം ധാരാളം മതി.”

“നിങ്ങൾ എന്താ വരാത്തതെന്ന് കിശോരി ആലോചിക്കുകയായിരിക്കും. ഇപ്പോൾത്തന്നെ പോയി ഒന്നു കണ്ടിട്ടു വന്നാലോ?” ജോഷി ചോദിച്ചു.

“വേണ്ട. ഈ സമയത്ത് അവളെ കാണാൻ പ്രയാസമാണ്. വൈകുന്നേരംവരെ ഏതായാലും കാത്തിരിക്കാം. ഇപ്പോൾ മറ്റുവല്ല കാര്യവും ആലോചിക്കാം.”

“വേറെ സംഗതികളൊന്നുമില്ലല്ലോ. ഏതാണ്ട് നൂറുപേർക്കുള്ള ഒരുക്കങ്ങൾ നടത്തിയാൽ മതിയല്ലോ.”

“നൂറുപേരോ?”

“അല്ലെങ്കിൽ നൂറ്റമ്പത്.”

“എവിടന്നാ മി. ജോഷി ഇത്രയും ആള്.”

“നോക്കൂ മി. ജഗദീശ്. മിസ്.കിശോരിയുടെ സുഹൃത്തുക്കൾ കുറച്ചുപേരെങ്കിലും ഉണ്ടാവും. പിന്നെ വരന്റെ ഭാഗത്തുനിന്ന് ഒരു അൻപത് പേരെന്നും വയ്ക്കൂ.”

“ആരാ അങ്ങനെയൊക്കെ.”

“നോക്കിക്കോ. അപ്പോഴറിയാം.”

“മിക്കവാറും നിങ്ങളുടെ സുഹൃത്തുക്കൾ മാത്രമേ ഉണ്ടാവൂ. അതിരിക്കട്ടെ. പാർട്ടി എങ്ങനെ ഏർപ്പാടു ചെയ്തു.”

“എന്തെങ്കിലും കഴിക്കാനും കുടിക്കാനും. എന്നുവച്ചാൽ, ഒരു ചെറിയപൊതിയും ഒരു ബോട്ടിൽ ജ്യൂസും. ഇത്രയും മതിയെന്നുതോന്നുന്നു.”

“ശരി.”

“മറ്റെന്തെങ്കിലുമുണ്ടോ?”

"സ്ഥലം എവിടെയെന്ന് ആലോചിക്കണ്ടേ?"

"അതൊക്കെ നേരത്തേ തീരുമാനിച്ചുകഴിഞ്ഞു." ജോഷി മേശയുടെ ഡ്രായർ വലിച്ചുതുറന്ന് അതിൽനിന്ന് ഒരു ക്ഷണക്കത്തെടുത്ത് ജഗദീശിന്റെ കൈയിൽ കൊടുത്തു. ചെറിയൊരു കാർഡിൽ 'വധൂവരൻമാരുടെ പേര്. വിവാഹം നടക്കുന്നസ്ഥലം: കസ്തൂർ ബാ സ്മാരക മന്ദിരം, മല്ലേശ്വരം. സ്നേഹാദരങ്ങളോടെ ജഗദീശ്, മധുകര ജോഷി' ഇത്രയും വിവരങ്ങൾ ഉണ്ടായിരുന്നു. ജഗദീശ് അതുകണ്ട് അത്ഭുതപ്പെട്ടുപോയി. "വളരെയധികം ബുദ്ധിമുട്ടിയിരിക്കുന്നല്ലോ മി. ജോഷി. ഇതൊന്നും വേണ്ടായിരുന്നു."

"ഇതു വളരെ അത്യാവശ്യമെന്ന് അല്പം ആലോചിച്ചാൽ മനസ്സിലാകും. ഈ ക്ഷണക്കത്ത് ഇതുവരെ ആർക്കും കൊടുത്തിട്ടില്ല. എന്തുകൊണ്ടാണെന്നു പറയാമോ?"

ജഗദീശ് അല്പം ആലോചിച്ചിട്ട് – "ഞാൻ വരുമോ ഇല്ലയോ എന്നു സംശയം..."

അയാളുടെ വാക്ക് ഇടയ്ക്കുവച്ചു തടഞ്ഞിട്ട് ജോഷി പറഞ്ഞു. "നിങ്ങൾ വന്നശേഷം ഇതുകൊടുക്കാം എന്നു വിചാരിച്ചു."

"അതും ശരിയാണ്."

"ആദ്യം കുളിയെല്ലാം കഴിഞ്ഞ് ഒരുങ്ങൂ. എന്തെങ്കിലും കഴിച്ചിട്ട് തേര് കയറാം." ജോഷി ചിരിച്ചുകൊണ്ടു പറഞ്ഞു.

വൈകുന്നേരം ജഗദീശ് കിശോരിയെ കാണാൻ പോയി. അവൾ ഇപ്പോൾ ആരോഗ്യവതിയായിരിക്കുന്നു. ശരീരമാകെ ഒന്നുകൊഴുത്തുമിനുത്ത് ഉല്ലാസവതിയായി മാറി. ജഗദീശിനെ കണ്ടമാത്രയിൽ അവളുടെ കണ്ണുകൾ വിടർന്നു. അദമ്യമായ സന്തോഷം അടക്കിപ്പിടിച്ച് ഒന്നു പുഞ്ചിരിച്ചു.

"എങ്ങനെയിരിക്കുന്നു." ജഗദീശിന്റെ കുശലാന്വേഷണം.

"നോക്കൂ ഇങ്ങനെയൊക്കെ ഇരിക്കുന്നു." അവളുടെ കവിളുകൾ ചെമന്നുതുടുത്തു.

പതിവുപോലെ സന്ദർശകമുറിയിൽ ധാരാളം ആൾക്കാരുണ്ടായിരുന്നു. അവർ രണ്ടാളും ഒരുമൂലയ്ക്കിരുന്നു. ജഗദീശ് വിവാഹദിവസവും സ്ഥലവുമൊക്കെ അറിയിച്ചു. കിശോരി അതിനുവേണ്ട തയ്യാറെടുപ്പുനടത്തണം. അവൾ കൺമിഴിച്ച് അയാൾ പറയുന്നതൊക്കെ കേട്ടുകൊണ്ടിരുന്നു. ജഗദീശ് ഒരുകെട്ട് ക്ഷണക്കത്തെടുത്ത് അവളുടെ കൈയിൽ കൊടുത്തു. "നിന്റെ സുഹൃത്തുക്കൾക്കും ബന്ധുക്കൾക്കും വേണ്ടിയാണ് ഇത്."

ക്ഷണക്കത്ത് വായിച്ചുകൊണ്ടിരിക്കുമ്പോൾ അവളുടെ ഹൃദയമിടിപ്പ് വല്ലാതെ വർദ്ധിച്ചു. ഇതുവരെ സ്വപ്നം കണ്ടിരുന്നത് ഇപ്പോൾ യാഥാർത്ഥ്യമായിരിക്കുന്നു. കുറച്ചുകഴിഞ്ഞ് ജഗദീശ് പറഞ്ഞു.

"എനിക്ക് ബന്ധുക്കളാരുമില്ല. സ്ഥാനവും മാനവും സ്ഥിതിയും വലുപ്പവും കൊണ്ട് ബന്ധുക്കളായവരെ എനിക്ക് ആവശ്യവുമില്ല. എനിക്കാ

കെയുണ്ടായിരുന്നത് ഒരേയൊരു ബന്ധുമാത്രം, വിശ്വനാഥ്."

കിശോരിയുടെ കണ്ണുകൾ പെട്ടെന്ന് ഈറനണിഞ്ഞു. ജഗദീശ് ഉടനെ സമാധാനിപ്പിച്ചു.

"ഞാൻ ദുഃഖംകൊണ്ടു പറഞ്ഞതല്ല. ഒരു സത്യം പറഞ്ഞെന്നേയുള്ളൂ. വിശ്വനാഥിന്റെ സ്ഥാനത്ത് ഇപ്പോൾ ജോഷിയുണ്ട്. ലോകം ഒരിക്കലും അനാഥമാവുകയില്ല. ഒന്നല്ലെങ്കിൽ മറ്റൊന്ന്."

അപ്പോഴും കിശോരി മൗനമായി തലകുനിച്ചിരുന്നു. ജഗദീശ് പെട്ടെന്ന് എന്തോ ഓർത്തപോലെ ചോദിച്ചു.

"അപ്പോൾ നിനക്കൊരു അമ്മാവനുണ്ടെന്ന് പറഞ്ഞിട്ടുണ്ടല്ലോ. അദ്ദേഹത്തെ ഇക്കാര്യം അറിയിച്ചോ?"

പെട്ടെന്ന് കിശോരി പറഞ്ഞു: "അയാളെ അറിയിക്കേണ്ട ആവശ്യമൊന്നുമില്ല."

"അതെന്താ?"

"പേരിനുമാത്രം അമ്മാവൻ. എന്റെ ജീവിതത്തിൽ ഒരു തരത്തിലുള്ള ബന്ധവും അയാളുമായിട്ടില്ല."

"അത് എന്തോ ആകട്ടെ. നിന്റെ ഒരു ബന്ധുവായതുകൊണ്ടും മറ്റാരും ഇപ്പോൾ ബന്ധുവായില്ലാത്തതുകൊണ്ടും അദ്ദേഹത്തെ ഈ വിവാഹക്കാര്യം അറിയിക്കണം; ക്ഷണിക്കണം."

"ഇല്ല. നിങ്ങൾക്ക് അതേക്കുറിച്ചൊന്നും അറിയില്ല. അയാളുടെ ഗുണം, വേഷം ഒന്നും നമുക്കു ചേർന്നതല്ല."

"അതിന്റെ അർത്ഥം എനിക്കു മനസ്സിലായില്ലല്ലോ."

"ഗുണത്തിനെന്താ ദോഷം? വിവാഹത്തിനു വരുമ്പോഴെങ്കിലും മുക്കറ്റം കുടിക്കാതെ വന്നാൽ ഭാഗ്യം!"

"അതുപറഞ്ഞു മനസ്സിലാക്കണം. ശരിയായ വേഷമില്ലെങ്കിൽ ഒരു ജോഡി എടുത്തുകൊടുക്ക്. ആവശ്യമുണ്ടെങ്കിൽ കുറച്ചുപണവും കൊടുത്ത് വിവാഹത്തിന് ക്ഷണിക്കൂ."

"എന്നാലും അയാൾ നിങ്ങളുടെ സുഹൃത്തുക്കളുടെ കൂട്ടത്തിൽ പറ്റിയ ആളല്ല."

"അങ്ങനെ കൂട്ടത്തിൽ ചേരണമെന്ന് എന്താ ഇത്ര നിർബ്ബന്ധം. വിവാഹത്തിനുവരുന്നവരൊക്കെ ചേർന്നുപോകണമെന്നൊന്നുമില്ല. ചില അപരിചിതർ രണ്ടപരിചിതരെ ഒന്നാക്കുന്ന നാടകമാണ് അവിടെ നടക്കാൻ പോകുന്നത്. അവിടെ കൂടുന്ന മിക്കപേർക്കും മണ്ഡപത്തിലുള്ള സ്ത്രീപുരുഷന്മാരുടെ സുഖദുഃഖങ്ങളെക്കുറിച്ചോ നന്മതിന്മകളെക്കുറിച്ചോ യാതൊരു താല്പര്യവുമുണ്ടാവില്ല. ഇനി കുറച്ചുകൂടി പറഞ്ഞാൽ അവിടെയെത്തുന്ന സ്ത്രീകൾക്ക് സാരി, ബ്ലൗസ് തുടങ്ങിയവയുടെ വിലയെക്കുറിച്ചു സംസാരിക്കാനായിരിക്കും താല്പര്യം."

"അതു ശരി. പക്ഷേ, നമ്മുടെ വിവാഹത്തിനു വരുന്നവർ വിദ്യാഭ്യാസമുള്ളവരും പരിഷ്കാരമുള്ളവരും മാത്രം. അവരുടെ നടുവിൽ എന്റെ അമ്മാവനെപ്പോലൊരു അപരിഷ്കൃതൻ വരുന്നത് അത്രനന്നാവില്ല

എന്നാണ് എനിക്കുതോന്നുന്നത്."

"നോക്ക്, അയാൾക്ക് ഒരു നല്ല വസ്ത്രവും കൈയിൽ കുറച്ചു പണവും കൊടുത്താൽ മതി. അതു രണ്ടുമുണ്ടെങ്കിൽ അപരിഷ്കാരവും നിരക്ഷരതയും ഒക്കെ മറഞ്ഞുകൊള്ളും. അല്ലാതെ വിവാഹത്തിനുവരുന്നവരൊക്കെ പദവിയും വിദ്യാഭ്യാസവുമുള്ളവരുമായിരിക്കണമെന്നില്ല."

"നിങ്ങൾ എന്തുവേണമെങ്കിലും പറഞ്ഞോളൂ. അയാൾ വിവാഹത്തിനു വരണ്ടാ എന്നാണ് എന്റെ ദൃഢമായ അഭിപ്രായം." കിശോരി വാശിപിടിച്ചു.

"ഈ ലോകമെന്നു പറയുന്നത് ബുദ്ധിമാന്മാർക്കും വിദ്യാസമ്പന്നർക്കും ഉദ്യോഗസ്ഥന്മാർക്കും പണക്കാർക്കും സുന്ദരന്മാർക്കും മാത്രമുള്ളതല്ല. ഇതൊന്നുമില്ലാത്തവർക്കും ലോകമുണ്ട്. അദ്ദേഹവും വരട്ടെ. Let him come." ജഗദീശ് തറപ്പിച്ചു പറഞ്ഞു.

കിശോരി പിന്നെ ഒന്നും മിണ്ടിയില്ല.

"ഞാൻ വലിയ പ്രതീക്ഷയോടെയൊന്നുമല്ല നീയുമായി അടുത്തത്. അതുപോലെ ആയിരിക്കണം നീയും എന്നാണ് എന്റെ ആഗ്രഹം."

കിശോരി മുഖമുയർത്തി അയാളുടെ നേർക്ക് തന്നെ നോക്കി. അയാളുടെ കണ്ണുകളിലെ തിളക്കം കണ്ട് അവൾ ഒരു നിമിഷം മതിമറന്നുപോയി. വീണ്ടും മറുത്തുപറയാൻ അവൾക്ക് കഴിഞ്ഞില്ല. "ശരി." എന്നുമാത്രം പറഞ്ഞ് അവൾ പുഞ്ചിരിച്ചു.

"അങ്ങനെ പറയൂ. നല്ല കുട്ടി. നാളെത്തന്നെ നമുക്ക് അദ്ദേഹത്തിന്റെ വീട്ടിൽ പോകാം."

കിശോരി പെട്ടെന്ന് ഞെട്ടിപ്പോയി.

"ഛേ! ഛേ! നിങ്ങളാരും വരണ്ടാ. ഞാൻ മാത്രം പോയാൽ മതി."

"എനിക്കദ്ദേഹത്തെ ഒന്നുകാണണം. നീയെന്തു പറയുന്നു."

"അതുവേണ്ട. അതത്ര നല്ലതല്ല. അയാളെ കാണാനോ! അയാൾ നിങ്ങളുടെ ബന്ധുവൊന്നുമല്ലല്ലോ. ഞാൻ കണ്ടാൽ മതി."

"അതിരിക്കട്ടെ. സാരമില്ല. നിന്നോടൊപ്പം ഞാനും ജോഷിയും വരുന്നുണ്ട്."

"അയ്യോ, വേണ്ട വേണ്ടാ. ഞാൻ യാചിക്കുകയാണ്. അത് നാട്ടിൻ പുറത്തുള്ള ഒരു വൃത്തികെട്ട സ്ഥലമാണ്. അയാളുടെ വീടാണെങ്കിൽ മറിഞ്ഞുവീഴാറായ ഒരു കുടിൽ. നിങ്ങളൊക്കെ അവിടെ വരുന്നതു ശരിയല്ല." കിശോരി വിനീതമായി പറഞ്ഞു.

"നിന്റെ ഈ വാക്കുമാത്രം ഞാൻ ചെവിക്കൊള്ളുന്നില്ല. പാതിരിമാർക്ക് അവിടെപ്പോയി വീട്ടിനകത്തുകയറി കാപ്പി കുടിക്കാമെങ്കിൽ നമുക്കും പോകാം."

കിശോരി അയാളുടെ മുഖത്തുതന്നെ നോക്കിക്കൊണ്ടിരുന്നു. ജഗദീശ് ചിരിച്ചുകൊണ്ടു പറഞ്ഞു: "നമ്മളെല്ലാം മഹാത്മജി ജനിച്ച നാട്ടിലാണോ ജനിച്ചത് എന്നു സംശയം."

അവൾ സങ്കോചം കൊണ്ട് ഒന്നും മിണ്ടാതെ ഇരുന്നു. കുറച്ചുക

ഴിഞ്ഞ്-"നിങ്ങൾ ഗാന്ധിജി ആയാൽ ഞാൻ നിങ്ങളെ വിവാഹം കഴിക്കുന്നില്ല." എന്നുപറഞ്ഞു.

"അതെന്താ?"

"എനിക്ക് ആ യോഗ്യതയില്ല."

"അതു നീയല്ലല്ലോ തീരുമാനിക്കേണ്ടത്. ഗാന്ധിജി മഹാത്മാവായത് നാല്പതുവർഷം കഴിഞ്ഞിട്ടാണ്. നമുക്ക് മുപ്പതുപോലും ആയിട്ടില്ല. അങ്ങനെയിരിക്കെ ഭാവിയിൽ എന്തുണ്ടാവുമെന്ന് നമുക്ക് പറയാനാവില്ല." ജഗദീശ് ചിരിച്ചുകൊണ്ടുപറഞ്ഞു. കിശോരിയും ചിരിച്ചു.

***

പിറ്റേദിവസം വൈകുന്നേരം ജഗദീശും കിശോരിയും ജോഷിയും രാമനാഥപുരത്തുപോയി. നഗരത്തിൽ നിന്ന് ഏഴുമൈൽ അകലെയാണ് രാമനാഥപുരം ഹരിജൻ കോളനി. അകലെക്കാണുന്ന കുടിലുകൾ കണ്ട് ജോഷി ചോദിച്ചു-

"ഹരിജനങ്ങൾക്ക് പ്രത്യേകം സ്കൂളുകളും കോളനിയും ഉണ്ടാക്കിക്കൊടുത്ത് അവരെ ഉദ്ധരിക്കാൻ സർക്കാർ ശ്രമിക്കുന്നുണ്ട്. അവർ മറ്റുള്ളവരുമായി ഇടകലർന്നു വളർന്നു വരാൻ ആരും ആഗ്രഹിക്കുന്നതായി കാണുന്നില്ല. ബ്രാഹ്മണരും ക്ഷത്രിയരും വൈശ്യരും മറ്റുപലേ ജാതി ശൂദ്രരും അവരവരുടേതായ സംഘടനകൾ, സ്കൂളുകൾ, കോളേജുകൾ, തിയേറ്ററുകൾ ഒക്കെ നിർമ്മിച്ചിട്ടുണ്ട്. ഹരിജനങ്ങൾക്ക് അതിനുള്ള കഴിവില്ല. സർക്കാർ അതിനുവേണ്ടി ഏർപ്പാടുകൾ ചെയ്തിട്ടുണ്ടോ?"

"നിങ്ങളുടെ അഭിപ്രായം ശരിയല്ല. സാമ്പത്തികാടിസ്ഥാനത്തിൽ നോക്കുമ്പോൾ ഈ ചേരിയിൽ ജീവിക്കുന്നതിനർഹതയുള്ള ബ്രാഹ്മണരും കൊങ്കിണികളും ലിംഗായതരും ഒക്കലികരും ഒക്കെ ഈ നാട്ടിലുണ്ട്. നമ്മുടെ ചേരിയിൽത്തന്നെ പ്രതിമാസം നൂറ്റമ്പതുരൂപ കോളേജിൽനിന്ന് സ്റ്റൈപ്പന്റ് വാങ്ങുന്ന ഒരു ഹരിജൻ വിദ്യാർത്ഥിയുണ്ട്. അവന്റെ അച്ഛൻ ഡോക്ടറാണ്. ഞങ്ങളുടെ വീട്ടിൽ മുറുക്കും എള്ളുണ്ടയുമൊക്കെ വില്ക്കാൻ കൊണ്ടുവരുന്ന ഒരു കൊങ്കിണി സ്ത്രീയുണ്ട്. അവളുടെ മകന് ഫീസ്കൊടുക്കാൻ നിവൃത്തിയില്ലാതെ പഠനം ഉപേക്ഷിച്ച് പേപ്പർ വില്പന നടത്തുന്നു." ജഗദീശ് പറഞ്ഞു.

അവർ സഞ്ചരിച്ചിരുന്ന കാർ ഒരു ആൽവൃക്ഷത്തിന്റെ ചുവട്ടിലെത്തിയപ്പോൾ - "ഇനി കാറ് മുമ്പോട്ടുപോവില്ല. ഇവിടെത്തന്നെ നിർത്തണം." എന്ന് കിശോരി പറഞ്ഞു.

കാർ അവിടെ നിർത്തിയിട്ട് മൂന്നാളും കൂടി വളഞ്ഞുപുളഞ്ഞുള്ള ഒരു വഴിയിലൂടെ നടന്നു. ഇരുവശങ്ങളിലുമുള്ള ചാളകളിലെ സ്ത്രീകളും കുട്ടികളും ആ അപരിചിതരെ കൗതുകത്തോടെ നോക്കിനിന്നു. അക്കൂട്ടത്തിൽ സുപരിചിതയായ കിശോരിയെ കണ്ടപ്പോൾ അവർ അതിശയിച്ചുപോയി. അല്പം സങ്കോചത്തോടെയാണെങ്കിലും കിശോരി അവരെ

കുടിലിലേക്ക് കൂട്ടിക്കൊണ്ടുപോയി. അകലെനിന്നുവന്ന കിശോരിയെയും അപരിചിതരേയും കണ്ട് അവളുടെ അമ്മായി പഴയ ഒരു ബഞ്ചുവലിച്ച് മുറ്റത്ത് ഇട്ടുകൊടുത്തു. കീറിപ്പറിഞ്ഞ വസ്ത്രങ്ങളുടുത്ത നാലഞ്ചുകുട്ടികൾ ചുമരുംചാരി അത്ഭുതത്തോടെ അവരെനോക്കിനില്ക്കുന്നു. പെട്ടെന്ന് കിശോരി കുടിലിനുള്ളിലേക്കു കടന്നു. മുറ്റത്തു നിന്നിരുന്ന പത്തുപതിനഞ്ചു വയസ്സുള്ള ഒരു പെൺകുട്ടി അവിടന്ന് ഓടിപ്പോകുന്നതുകണ്ടു. കുറച്ചു കഴിഞ്ഞ് അവളുടെ അച്ഛനെയും കൂട്ടി എത്തി. ചുരുണ്ടതലമുടി ചിന്നിച്ചിതറിക്കിടക്കുന്ന വിഷണ്ണമായ മുഖം. കണ്ണുകൾ കുഴിഞ്ഞ മദ്ധ്യവയസ്കനായ മനുഷ്യൻ. പുഞ്ചിരി വരുത്തിക്കൊണ്ട് അയാൾ മുന്നോട്ടുവന്നു. ജഗദീശിനെയും ജോഷിയെയും കണ്ട് കൈകൂപ്പി.

"നിങ്ങളാണോ കിശോരിയുടെ അമ്മാവൻ?" ജോഷി ചോദിച്ചു.

"ആന്നേയ്." അയാൾ വിറയ്ക്കാൻ തുടങ്ങി.

"ഇരിക്കൂ." ജോഷി പറഞ്ഞു.

ജഗദീശും ജോഷിയും ബഞ്ചിലിരുന്നു; അയാൾ മുറ്റത്തുകിടന്നിരുന്ന ഒരു മരക്കഷണത്തിനു മുകളിലും.

"ഇയാൾ എന്റെ സുഹൃത്ത്, ജഗദീശ്. ഉഡുപ്പി കോളേജിലെ ലക്ചററാണ്. ഇദ്ദേഹവും കിശോരിയും തമ്മിൽ നല്ല സ്നേഹബന്ധത്തിലാണ്. ഇവർ വിവാഹം കഴിക്കാൻ തീരുമാനിച്ചിരിക്കുകയാണ്." ജോഷി പരിചയപ്പെടുത്തി.

അയാൾക്ക് തന്റെ കാതുകളെ വിശ്വസിക്കാനായില്ല. പ്രതിമയെപ്പോലെ ഇരുന്നുപോയി. കുറച്ചുകഴിഞ്ഞ് അല്പം ധൈര്യം സമ്പാദിച്ചു. 'ഇക്കാര്യത്തിൽ അത്ഭുതപ്പെടാനൊന്നുമില്ല. അവൾക്കു നല്ല ഒരുദ്യോഗമുണ്ട്. നല്ല ശമ്പളമുണ്ട്. മേൽജാതിക്കാരിയാണെന്നു തോന്നിക്കുന്ന ചന്തമുണ്ട്. അവൾ നല്ല വെളുത്തിട്ടാണ്.' ഇങ്ങനെയൊക്കെ അയാൾ ചിന്തിച്ചു. മുഖത്തുണ്ടായിരുന്ന അത്ഭുതഭാവം ക്രമേണ അപ്രത്യക്ഷമായി.

"ഇദ്ദേഹം ഏതുജാതിയാ?" ജഗദീശിനെ ചൂണ്ടിക്കൊണ്ട് അയാൾ ചോദിച്ചു.

ജഗദീശും ജോഷിയും ഏതോ ഒരു പൊട്ടിത്തെറി കേട്ടതുപോലെ അങ്ങോട്ടുമിങ്ങോട്ടും നോക്കിനിന്നു.

"ജാതിയെ കെട്ടിപ്പിടിച്ച് നിങ്ങളെന്തു ചെയ്യാൻ പോകുന്നു. ഞങ്ങൾ ജാതിയെക്കുറിച്ചു സംസാരിക്കാനോ പെണ്ണുചോദിക്കാനോ വന്നതല്ല. ജഗദീശും കിശോരിയും തമ്മിലറിഞ്ഞുകൊണ്ടുതന്നെ വിവാഹം കഴിക്കാൻ പോകുന്നു. ഇക്കാര്യം നിങ്ങളെ അറിയിക്കാനാണ് വന്നത്." അല്പം ദേഷ്യത്തോടെ ജോഷി പറഞ്ഞു.

"കോപിക്കണ്ടാ. അയാൾ എന്തുവേണമെങ്കിലും ചോദിച്ചോട്ടെ" ജഗദീശ് ജോഷിയോട് പതുക്കെ പറഞ്ഞിട്ട് അയാളുടെ നേർക്കുതിരിഞ്ഞ്–

"നോക്കൂ. നമ്മളെല്ലാം ഒരു ജാതി എന്നുപറഞ്ഞാൽ നിങ്ങൾക്കു മനസ്സിലാകുമോ എന്നറിയില്ല. പക്ഷേ, കിശോരിയും ഞങ്ങളും ജാതിക്ക്

ഒരു വിലയും കല്പിക്കുന്നില്ല. നിങ്ങൾക്കു വേണമെങ്കിൽ നമ്മളെല്ലാം ഒരേ ജാതിക്കാരെന്ന് വിചാരിച്ചോളൂ."

"മറ്റന്നാൾ ഞായറാഴ്ച ഉച്ചയ്ക്ക് പന്ത്രണ്ടുമണിക്ക് മല്ലേശ്വരത്തു കസ്തൂർബാ സ്മാരകമന്ദിരത്തിൽ വച്ചാണ് വിവാഹം. അപ്പോൾ നിങ്ങളവിടെ ഉണ്ടാവണം." പെട്ടെന്ന് ജോഷി പറഞ്ഞു.

താൻ എന്തോ വലിയ തെറ്റു ചെയ്തപോലെ അയാൾ പകച്ചുനിന്നു പല്ലിളിച്ചുകൊണ്ട് തലയാട്ടി. അപ്പോഴേക്ക് ജോഷി തന്റെ കൈയിലുണ്ടായിരുന്ന പൊതിയഴിച്ച് അവിടെ നിന്ന കുട്ടികൾക്ക് ബിസ്കറ്റു കൊടുത്തു.

കിശോരി കുടിലിനു പുറത്തുവന്നു. അവളുടെ കൈയിലുണ്ടായിരുന്ന പൊതി അമ്മായി താങ്ങിപ്പിടിച്ചിരുന്നു. അവൾ അമ്മാവനെ വിളിച്ച് പതുക്കെ പറഞ്ഞു - "ആ പൊതിയിൽ കുറച്ചു വസ്ത്രവും പണവുമൊക്കെയുണ്ട്. വിവാഹത്തിന് വരണം."

അയാൾ അഭിമാനത്തോടെ അവളെത്തന്നെ നോക്കിനിന്നു. "ശരി നമുക്കു പോകാം." കിശോരി രണ്ടാളെയും കൂട്ടി ഇറങ്ങി.

കാറിനടുത്തു മടങ്ങിയെത്തിയപ്പോൾ അവിടെ കുട്ടികളുടെ പ്രളയം തന്നെ. അവർ കാറിൽ കയറി. കാറ് ഓടിത്തുടങ്ങിയപ്പോൾ കിശോരി തന്റെ രണ്ടുകൈകൊണ്ടും നെറ്റി അമർത്തിപ്പിടിച്ചുകൊണ്ടിരുന്നതുകണ്ട് ജഗദീശ് "എന്തുപറ്റി?" എന്നു ചോദിച്ചു.

"ഒന്നുമില്ല. തലവേദന."

അല്പം കഴിഞ്ഞ് ജഗദീശ് വീണ്ടും പറഞ്ഞു. "ഇത് അത്ര ഗൗരവമായി കണക്കാക്കിയിരിക്കും. അതാണ് ഈ തലവേദന."

"നിങ്ങൾക്ക് ഇതൊന്നും മനസ്സിലാവില്ല. നിങ്ങളെ ഇവിടെ വിളിച്ചുകൊണ്ടുവരുന്ന കാര്യത്തിൽ എന്റെ തല കുറെയേറെ പുകഞ്ഞു." കിശോരി പരിഭവിച്ചു.

"എന്തിന്?" ജോഷി തിരക്കി.

"ഞാൻ എന്തുപറയാൻ? ഇദ്ദേഹത്തിന് ഇങ്ങനെയൊരാലോചന എങ്ങനെ വന്നു എന്നറിയില്ല. ഇത്രടം വരേണ്ട ഒരാവശ്യവുമില്ലായിരുന്നു എന്നാണ് ഇപ്പോഴും എന്റെ തോന്നൽ." കിശോരി പറഞ്ഞു.

"അതുസാരമില്ല. അതുകൊണ്ടിപ്പോൾ എന്തുണ്ടായി? എനിക്ക് കാണാൻ കഴിയാതിരുന്ന ഒരു സ്ഥലം കാണാൻ സാധിച്ചു." ജഗദീശ് സമാധാനിപ്പിച്ചു.

"ഇതെന്തു സ്ഥലമാ? നിങ്ങൾ കണ്ടില്ലേ രാമനാഥപുരം ബാംഗ്ലൂരിന്റെ ഒരു ഭാഗമാണെന്നു നിങ്ങൾക്കു തോന്നിയോ?" കിശോരി ചോദിച്ചു.

ജഗദീശും ജോഷിയും അവളുടെ ചോദ്യത്തിന് ഉത്തരം കിട്ടാതെ വിഷമിച്ചിരിക്കെ അവളുടെ അടുത്തചോദ്യം -

"രാമപുരത്ത് നിങ്ങൾ കണ്ട ആ മനുഷ്യർ നമ്മൾ ജീവിക്കുന്ന ലോകത്തിലുള്ളവരാണെന്ന് നിങ്ങൾക്ക് തോന്നുന്നുണ്ടോ?"

"ഇപ്പോൾത്തന്നെ ജഗദീശിനേക്കാൾ അസ്സലായി ഫിലോസഫിയിൽ

ചോദ്യം ചോദിക്കാൻ തുടങ്ങിയല്ലോ. ഉത്തരം പറയാൻ വിഷമമുണ്ട്. അവരുടെ ജീവിതസ്ഥിതി കണ്ടപ്പോൾ അവരെല്ലാം ഏതോ അന്യലോകത്തുള്ളവരാണെന്നു തോന്നിപ്പോയി. അതുശരിയാണ്. പക്ഷേ, അവരുടെ മനസ്സിലേക്കിറങ്ങിനോക്കിയാൽ ബാംഗ്ലൂരിലുള്ളവരും അവരും എല്ലാം ഒന്നു തന്നെ."

"അതെങ്ങനെ?" കിശോരി അത്ഭുതത്തോടെ ചോദിച്ചു.

"അതു വിശദീകരിക്കാൻ അല്പം പ്രയാസമാണ്. ഒരു കാര്യം ഞാനോർക്കുന്നു. അത് സംസ്കാരമുള്ള നമ്മെ സംബന്ധിച്ചതാണ്. എന്റെ ഒരു സുഹൃത്ത് ആഫ്രിക്കയിലെ നൈറോബിയിൽ അദ്ധ്യാപകനായിട്ടുണ്ട്. അവിടത്തെ മേൽജാതിക്കാരെന്നു വിളിക്കുന്ന ഇന്ത്യക്കാർ അയാൾക്ക് അവരുടെ വീടുകളിൽനിന്ന് ഒരു കപ്പു കാപ്പിപോലും കൊടുക്കാറില്ല. ആഴ്ചയിലൊരിക്കൽ പോലും കുളിക്കാതെ പച്ചമാംസവും തിന്നു നടക്കുന്ന അവിടത്തെ നാട്ടുകാരുടെ വീട്ടിലെ ആഹാരം അവർക്ക് ഇഷ്ടമാണ്. ഇങ്ങനെയുള്ള ശ്രേഷ്ഠജാതിയിൽപ്പെട്ടവരെ മനുഷ്യവർഗ്ഗത്തിന്റെ ഒരു ഭാഗമായി നിങ്ങൾ കാണുന്നുണ്ടോ? ഇത്തരത്തിലുള്ളവർ ന്യൂയോർക്കിലും ലണ്ടനിലും ബാംഗ്ലൂരിലും ഉണ്ട്." ജോഷി പറഞ്ഞു.

"ഇതിനൊരു പരിഹാരം എന്താണ്?" കിശോരി വളരെ ഔത്സുക്യത്തോടെ ചോദിച്ചു.

"ജാതിയുടെ പേരു പറയുന്നവർക്ക് അടികൊടുക്കണം. ജാതിയുടെ അടിസ്ഥാനത്തിലുള്ള സംഘടനകൾ, രാഷ്ട്രീയപ്പാർട്ടികൾ ഇവയ്ക്കെല്ലാം വിലക്കു കല്പിക്കണം. മിശ്രവിവാഹം കഴിക്കുന്നവർക്ക് വീടുകെട്ടിക്കൊടുക്കണം. രാമനാഥപുരത്തെ കുടിലുകളെല്ലാം തകർത്ത് നൂറുകണക്കിന് വീടുകളുണ്ടാക്കി എല്ലാ ജാതിക്കാരെയും ഇടകലർത്തി താമസിപ്പിക്കണം. ഈ വീടുകളിൽ ഹരിജൻ എവിടെ താമസിക്കുന്നു എന്നു ചോദിച്ചാൽ അറിയാൻ കഴിയരുത്." ജോഷി വിശദീകരിച്ചു.

"അപ്പോൾ ഒരുകോടി മഹാത്മാഗാന്ധികൾ ജനിക്കേണ്ടിവരും." ജഗദീശ് കൂട്ടിച്ചേർത്തു.

"നാട്ടിൻ പുറത്തുള്ള മൂപ്പന്മാരെ തിരുത്താൻ മറ്റൊരു കോടികൂടി വേണം." ജോഷി പറഞ്ഞു.

"എന്നാലും അവരെല്ലാം ഒത്തുചേരുന്നത് അപൂർവ്വമായിരിക്കും." ജഗദീശ് പറഞ്ഞു.

"എങ്കിലും അവിടവിടെ ചിലരെങ്കിലും ഒരുമിച്ചു ജീവിച്ചേക്കാം." എന്നു പറഞ്ഞ് ജോഷി ഉറക്കെ ഒന്നു ചിരിച്ചു.

അയാൾ, തന്നെയും കിശോരിയെയും ഉദ്ദേശിച്ചു പറഞ്ഞതാണെന്ന് ജഗദീശിന് മനസ്സിലായി. "വിവാഹത്തിൽ ഒന്നാകുന്നത് രണ്ടു വ്യക്തികളാണ്; രണ്ടു ജാതിയല്ല." ജഗദീശ് വിട്ടില്ല.

"എന്നാലും അതൊരു ചുവടുവയ്പായിരിക്കും." ജോഷി തിരിച്ചടിച്ചു.

"ഞങ്ങളതിന് സാമൂഹികപ്രവർത്തകരൊന്നുമല്ല."

“അല്ലായിരിക്കാം. പക്ഷേ, ജാതിനിർമ്മാജ്ജനത്തിനുള്ള ഒരു ബോംബായിരിക്കും ഇത്.” ജോഷി പറഞ്ഞു.

***

വിവാഹമൊക്കെ ഭംഗിയായിക്കഴിഞ്ഞു. ജോഷിയുടെ സുഹൃത്തുക്കളൊക്കെ ചടങ്ങിൽ സംബന്ധിച്ചിരുന്നു. അവർക്കെല്ലാം അപരിചിതരായിരുന്നു വധൂവരന്മാർ. എങ്കിലും സംഭാവനകൾ നല്കി അവർ സ്നേഹം പ്രകടിപ്പിച്ചു. ആ നവജോഡികളെ എല്ലാവർക്കും ഇഷ്ടമായി. കിശോരിയുടെ സുഹൃത്തുക്കൾ കൂട്ടമായി വന്ന് സംഭാവനകൾ കൊണ്ടു മാരിചൊരിഞ്ഞു. ജോഷിയും നാലു സുഹൃത്തുക്കളും ചേർന്നാണ് വിവാഹച്ചടങ്ങുകൾക്കുവേണ്ട എല്ലാ ഏർപ്പാടുകളും ചെയ്തത്. ജോഷി തന്നെ ഫോട്ടോ എടുത്തു. ജോഷിയുടെ സുഹൃത്ത് ലെഫ്റ്റനന്റ് ജോസഫും പത്നിയും അവരുടെ സുഹൃത്തുക്കളും വന്നിരുന്നു. അതിഥികളെ സ്വാഗതം ചെയ്യാനും അവരുമായി കുശലപ്രശ്നം നടത്താനും അവർ പ്രത്യേകം ശ്രദ്ധിച്ചു.

കിശോരിയുടെ അമ്മാവനെ അവിടെയെങ്ങും കണ്ടില്ല. വിവാഹം കഴിഞ്ഞു വിരുന്നുകാരെല്ലാം പിരിഞ്ഞശേഷം നവദമ്പതികളെ ജോഷി തന്റെ വീട്ടിലേക്കു കൂട്ടിക്കൊണ്ടുപോയി. കാറിന്റെ പിൻസീറ്റിലിരുന്ന സംഭാവനകൾ നോക്കി ജഗദീശ് കിശോരിയോടു പറഞ്ഞു:

“നിന്റെ സുഹൃത്തുക്കളുടെ സമ്മാനങ്ങൾ കണ്ടപ്പോൾ എനിക്ക് അസൂയ തോന്നുന്നു.”

“എന്തിന്?” കുണുങ്ങിക്കൊണ്ട് കിശോരി ചോദിച്ചു.

“എനിക്ക് ഇങ്ങനെയുള്ള സുഹൃദിനികളില്ലല്ലോ എന്നു വിചാരിച്ച്.”

“സുഹൃദിനികളില്ലെങ്കിലെന്താ സുഹൃത്തുക്കളുണ്ടല്ലോ.”

“എന്തോ. അവിടെയും ഇവിടെയും ആരെങ്കിലും ഒന്നോ രണ്ടോ പേരുണ്ടാവും.?”

“ഉഡുപ്പിയിൽ വച്ച് വിവാഹം നടത്തിയിരുന്നെങ്കിൽ നിങ്ങൾക്കും സംഭാവനകൾ കുന്നുകൂടുമായിരുന്നു.”

“അതുപോട്ടെ. അഭിനന്ദനങ്ങൾ എത്ര കിട്ടുന്നുണ്ടെന്നു നോക്കാം.” ജഗദീശ് പറഞ്ഞു.

അപ്പോഴാണ് കിശോരിക്ക് ബോദ്ധ്യമായത്, താൻ പറഞ്ഞത് ശരിയായില്ലെന്ന്. പിന്നെ അവൾ ഒന്നും മിണ്ടിയില്ല. കാറ് ജോഷിയുടെ വീട്ടിലെത്തി. മൂന്നാളും കാറിൽ നിന്നിറങ്ങി. ജോഷി ശങ്കരനെ വിളിച്ച് സാധനങ്ങൾ വീട്ടിനകത്തെടുത്തുവയ്ക്കാൻ ഏർപ്പാട് ചെയ്തു.

വീട്ടിൽ കയറുമ്പോൾ ജോഷി പറഞ്ഞു.: “എത്രകാലം വേണമെങ്കിലും നിങ്ങൾക്ക് ഇവിടെ താമസിക്കാം. ഇത് നിങ്ങളുടെ വീടാണ്.” ജഗദീശിന്റെ ഹൃദയം കൃതജ്ഞതകൊണ്ടു തുളുമ്പി.

“ഇത്രയൊക്കെ ഔദാര്യം ഒരു മനുഷ്യനിൽനിന്നുണ്ടാവുമെന്ന് ഞാൻ സ്വപ്നത്തിൽപോലും വിചാരിച്ചിരുന്നില്ല. നിങ്ങൾക്ക് എങ്ങ

നെയാണ് നന്ദി പറയേണ്ടതെന്ന് എനിക്കറിയില്ല."

"പ്രശംസ അധികമായി" ജോഷി ചിരിച്ചുകൊണ്ടു പറഞ്ഞു:

"ഇതു പ്രശംസയല്ല മി. ജോഷി." ജഗദീശ് തിരിച്ചടിച്ചു.

"എന്നാൽ ഒരുകാര്യം പറയട്ടെ."

"പറയൂ."

"ഇന്നു തൊട്ടു നമുക്ക് ഒരു കരാറിലെത്താമോ?"

"കരാറ്! എന്തുകരാറ്?"

"പറയാം. അതിനുമുമ്പ് മറ്റൊരു ചോദ്യം."

"ചോദിക്കൂ."

"ഈ വ്യക്തി ജോഷിയല്ല; വിശ്വനാഥായിരുന്നെങ്കിൽ ഇങ്ങനെ പുകഴ്ത്തുമായിരുന്നോ?"

ജഗദീശ് ഒരു നിമിഷം ആലോചിച്ചിട്ട് "ഇല്ല." എന്നു മറുപടി പറഞ്ഞു.

"അതെന്താ?"

ജഗദീശ് വീണ്ടും അല്പനേരം കൂടി ആലോചിച്ചു. "അറിയില്ല." എന്നു വിഷണ്ണനായി പറഞ്ഞു.

"എന്നാൽ ഞാൻ പറയാം. അയാൾ നിങ്ങളുടെ സഹോദരൻ. അയാളോടുള്ള സഹോദരസ്നേഹംകൊണ്ട് അങ്ങനെ പ്രശംസിക്കാനാവില്ല. ശരിയാണോ?"

"ശരി."

"അപ്പോൾ എന്നെയും എന്തുകൊണ്ട് അങ്ങനെ കണക്കാക്കിക്കൂടാ?"

"ഞാൻ നിങ്ങളെ ആ രീതിയിൽ ഗണിച്ചിട്ടില്ലെന്ന് നിങ്ങൾക്കെങ്ങനെ പറയാനാവും?"

"നിങ്ങളുടെ പ്രശംസകൊണ്ട്."

"എന്നാൽ എന്നോടു ക്ഷമിക്കൂ."

"ഇതിൽ ക്ഷമിക്കാനെന്തിരിക്കുന്നു? ഇനി കരാർ എന്താണെന്നു പറയാം. നോക്കൂ, നമ്മൾ രണ്ടാളും സമപ്രായക്കാരാണ്. ഞാൻ നിങ്ങളുടെ അനുജൻ വിശ്വനാഥാണെന്ന് കണക്കാക്കിക്കോളൂ. 'ജോഷി' എന്നു മാത്രം വിളിച്ചാൽ മതി. മിസ്റ്റർ, അദ്ദേഹം, ഇദ്ദേഹം എന്നൊന്നും ചേർക്കേണ്ട ആവശ്യമില്ല."

"സമ്മതിച്ചു. അപ്പോൾ, വിശ്വനാഥനും എന്നെ അദ്ദേഹം, ഇദ്ദേഹം എന്നൊന്നും പറയില്ലായിരുന്നു." ജഗദീശ് ചിരിച്ചുകൊണ്ടു പറഞ്ഞു.

"ശരി, കാര്യം എനിക്കു മനസ്സിലായി."

ഇരുവരുടെയും സംഭാഷണം ശ്രദ്ധിച്ചുകൊണ്ടിരുന്ന കിശോരിയുടെ മനസ്സ് സന്തോഷം കൊണ്ട് വീർപ്പുമുട്ടിയപോലെയായി. ജഗദീശ് ഒരു നിമിഷം മൗനമായിരുന്നു. വിശ്വനാഥിന്റെ സ്മരണ അയാളുടെ ഹൃദയത്തിൽ കൊടുങ്കാറ്റുണ്ടാക്കി. അസഹ്യമായ ദുഃഖം, എവിടെയോ കെട്ടിനിർത്തിയിരുന്ന ഒരാവേശം അണപൊട്ടിയൊഴുകുന്നപോലെ, പെട്ടെന്ന്

അടുത്തുനിന്നിരുന്ന ജോഷിയെ കെട്ടിപ്പിടിച്ചു. അയാളുടെ കണ്ണുകളിൽ നിന്ന് കണ്ണീരൊഴുകി. ജോഷിയുടെ കണ്ണുകളും ഈറനണിഞ്ഞു. കിശോരിക്ക് ദുഃഖം സഹിക്കാനാവാതെ തലകുനിച്ച് സാരിത്തുമ്പുകൊണ്ട് കണ്ണീർ തുടച്ചു.

ഒരു നിമിഷം കഴിഞ്ഞ് ജോഷി ജഗദീശിനെ പിടിവിടുവിച്ചുകൊണ്ടു പറഞ്ഞു: "പോയി കുറച്ചു വിശ്രമിക്കൂ. ഇപ്പോൾത്തന്നെ വളരെ ക്ഷീണിച്ചിരിക്കുന്നു."

മണി വൈകുന്നേരം അഞ്ചുകഴിഞ്ഞിരുന്നു. ജഗദീശും കിശോരിയും മുറിയിലേക്ക് കടന്നപ്പോൾ അവിടെ കണ്ട മാറ്റം ജഗദീശിനെ അത്ഭുതപ്പെടുത്തി.

അതുവരെയും ആ മുറിയിൽ ഒരു കട്ടിലേ ഉണ്ടായിരുന്നുള്ളു. ഇപ്പോൾ രണ്ടുകട്ടിലുകൾ ചേർത്തിട്ടിരിക്കുന്നു. കിശോരിയെ അവിടെ ഇരിക്കാൻ പറഞ്ഞിട്ട് ജഗദീശ് നേരെ ജോഷിയുടെ മുറിയിലേക്കുപോയി. അയാളുടെ മുറിയിൽ ഉണ്ടായിരുന്ന കട്ടിൽ അവിടെ കണ്ടില്ല. ജഗദീശ് അല്പം അസ്വസ്ഥതയോടെ പറഞ്ഞു -

"ഇതു ശരിയല്ല."

"ഏത്!" ജോഷി അത്ഭുതത്തോടെ ചോദിച്ചു.

"നിങ്ങളുടെ...., ക്ഷമിക്കൂ, നിന്റെ കട്ടിൽ എന്റെ മുറിയിൽ എന്തിനു കൊണ്ടിട്ടു? നീ എവിടെ കിടക്കാൻ പോകുന്നു?"

"നോക്ക്, അത് എന്റെ മെത്ത. അതിൽ ഞാൻ കിടക്കും." ജോഷി ചിരിച്ചുകൊണ്ടു പറഞ്ഞു.

"ഞങ്ങൾ കട്ടിലിൽ കിടക്കുകയും നീ തറയിൽ കിടക്കുകയും ചെയ്യുന്നത് പന്തിയല്ല."

"ഓ മൈ ഗോഡ്. നീ ഫിലോസഫി പഠിച്ചത് വെറുതെയായി. ഇതിൽ മുകളിലും താഴെയും എന്നു പറയുന്നതിലെന്തർത്ഥം. ഉറങ്ങിക്കഴിഞ്ഞാൽ ആ വ്യത്യാസമെവിടെ?"

"ശരി. എന്നാൽ ആ കട്ടിലിങ്ങ് വെളിയിലെടുക്ക്. ഞങ്ങളും തറയിൽത്തന്നെ കിടക്കാം."

"ഓ ദിസ് ഈസ് വെരി സില്ലി. നിങ്ങൾ നവവധൂവരന്മാരാണ്. നിങ്ങൾക്കുവേണ്ട സാഹചര്യം ഒരുക്കിത്തന്നില്ലെങ്കിൽ ഞാൻ നിന്റെ ബന്ധുവായതുപോലെ തോന്നുന്നില്ല."

"എന്നാലും ഇത് നിന്റെ വീടാണ്."

"കരാറനുസരിച്ച് പ്രയോഗിക്കുന്ന വാക്കുകളുടെ അർത്ഥത്തിന് ഒരു പരിധിയുണ്ട്. ആശയങ്ങൾ ഉൾക്കൊണ്ടിരിക്കണം." ജോഷി, ചിരിച്ചുകൊണ്ടു പറഞ്ഞു.

"എന്നുവച്ചാൽ.....?" ജഗദീശ് ചോദിച്ചു.

"ഞാൻ നേരത്തെ പറഞ്ഞതാണ്, ഇത് നിങ്ങളുടെ വീടാണെന്ന്. കൂടുതൽ സംസാരിച്ചാൽ ഇത് നമ്മുടെ വീടാണ്. വീണ്ടും അധികം പറഞ്ഞാൽ ഇതാരുടെ വീടും അല്ല." ജോഷി പൊട്ടിച്ചിരിച്ചു.

ജഗദീശ് ഒന്നും മിണ്ടാതെ മുറിയിൽ നിന്നിറങ്ങിപ്പോയി.

പിറ്റേദിവസം ജോഷി പത്തിരുപതു ഫോട്ടോ കൊണ്ടുവന്ന് ജഗദീശിന്റെ മുന്നിൽ വച്ചുകൊടുത്തു. വിവാഹഫോട്ടോകളാണ്. എല്ലാം വളരെ നന്നായിരിക്കുന്നു.

"മൂന്നു മണിക്ക് ധൃതിയിൽ ഇറങ്ങിപ്പോയത് ഇതിനായിരുന്നോ?" ജഗദീശ് ചോദിച്ചു. ജോഷി വെറുതെ ചിരിച്ചതേയുള്ളൂ. നവദമ്പതിമാരുടെ നല്ലൊരു ഫോട്ടോ തെരഞ്ഞെടുത്തിട്ട് - "ഇത് പത്രത്തിൽ കൊടുക്കണം." ജോഷി പറഞ്ഞു.

"പത്രത്തിലോ?" ജഗദീശ് അത്ഭുതത്തോടെ ചോദിച്ചു.

"ദയവുചെയ്ത് ഫോട്ടോ പത്രത്തിൽ കൊടുക്കരുതേ." കിശോരി അഭ്യർത്ഥിച്ചു.

ജോഷി ഒരു നിമിഷം ജഗദീശിനെ നോക്കി - "അന്ന് നമ്മൾ പ്ലാൻ ചെയ്തത് ഓർമ്മയുണ്ടോ? അതുപോലെ എല്ലാം നടന്നിട്ടില്ല. നീ ഒരു ഫിലോസഫറായതുകൊണ്ട് അതാവശ്യമില്ല എന്നു പറയാം. പക്ഷേ, നമ്മൾ ആരുടെ മുമ്പിൽ ജീവിക്കണമോ അവരൊക്കെ ഫിലോസഫേഴ്സ് ആകണമെന്നില്ല. നിന്റെ അച്ഛനമ്മമാർ, ബന്ധുക്കൾ, സുഹൃത്തുക്കൾ ആരും വിവാഹത്തിനുണ്ടായിരുന്നില്ല. കുറച്ചാളുകൾ ഇക്കാര്യം അറിഞ്ഞിരിക്കാം. പക്ഷേ, അതുപോരാ. നിന്റെ കോളേജിലുള്ള എല്ലാപേരെയും നീ വിവാഹിതനായ വിവരം അറിയിക്കേണ്ടത് ആവശ്യമാണ്.

"എന്താണാവശ്യം?"

"നീ വെറുമൊരു മഫ്ഫനെപ്പോലെ സംസാരിക്കാതെ. നിനക്ക് പിന്നീട് ബുദ്ധിമുട്ടുണ്ടാവരുതെന്നു കരുതി പറയുകയാണ്.. ഒരു കാര്യവുമില്ലാതെ വഴിയേപോയ ഒരു പെണ്ണിനെയും കൂട്ടിക്കൊണ്ട് ക്വാർട്ടേഴ്സിൽ താമസിക്കാൻ തുടങ്ങിയാൽ അവൾ ഭാര്യയാണെന്ന് മറ്റുള്ളവരെ ബോദ്ധ്യപ്പെടുത്താൻ കുറെ ക്ലേശിക്കേണ്ടിവരും. ഇതൊരു സമുദായമാണ്. അതിന് ഒരു വ്യക്തിയുടെമേൽ ചില ചട്ടങ്ങൾ ചുമത്താനുള്ള അധികാരമുണ്ട്. അതുകൊണ്ടാണ് പത്രത്തിൽ കൊടുക്കണമെന്നു പറഞ്ഞത്. അപ്പോൾ പിന്നീടുള്ള വഴികൾ എളുപ്പമാവും."

"ആളുകളുടെ അപവാദങ്ങൾക്കെല്ലാം മറുപടി പറയാൻ നടന്നാൽ അതിനേ നേരമുണ്ടാവൂ." ജഗദീശ് പറഞ്ഞു.

"നിനക്കത് സഹിക്കാവുന്നതേയുള്ളൂ. പക്ഷേ, നിന്റെ ശ്രീമതിക്ക് അത് ഇഷ്ടപ്പെടുമെന്നു തോന്നുന്നില്ല. അവർക്കു വരാവുന്ന എല്ലാ അപകീർത്തിക്കും ഇത് ഒരു പരിഹാരമായിരിക്കും."

ജോഷിയുടെ അഭിപ്രായം കിശോരിക്കു മനസ്സിലായി. അയാളുടെ വാദം ശരിയാണെന്ന് അവൾക്കു തോന്നി. അവൾക്ക് പിന്നീടൊരു പ്രയാസമുണ്ടാകരുതെന്നു കരുതി ഒടുവിൽ ജഗദീശ് സമ്മതിച്ചു.

***

നാലുദിവസം കഴിഞ്ഞ് ഒരു പത്രത്തിൽ ജഗദീശിന്റെയും കിശോരിയുടെയും വിവാഹഫോട്ടോ പ്രത്യക്ഷപ്പെട്ടു. ഫോട്ടോയ്ക്കു താഴെ 'ശ്രീ. ജഗദീശും ശ്രീമതി കിശോരിയും മെയ് 23-ാം തീയതി മല്ലേശ്വരത്ത് കസ്തൂർബാ സ്മാരക മന്ദിരത്തിൽ വച്ച് വിവാഹിതരായി' എന്നു ചേർത്തിരുന്നു.

ഉഡുപ്പിയിൽ വന്ന ശംഭട്ടിനെ ആരോ ആ പത്രം എടുത്തു കാണിച്ചു. അവൻ ഉടനെ രണ്ടു പത്രം വാങ്ങി. അവിടെവന്ന കാര്യം പെട്ടെന്ന് സാധിച്ചിട്ട് ബൊൾമണ്ണിലേക്ക് കാറിൽ പാഞ്ഞെത്തി.

മാധവഭട്ട് ഫോട്ടോ ഒന്നു നോക്കിയിട്ട് ദൂരത്തു വലിച്ചെറിഞ്ഞു. മീനാക്ഷി "അയ്യോ" എന്നു നിലവിളിച്ചു കരയാൻ തുടങ്ങി. ശംഭട്ട് പേപ്പർ പെറുക്കിയെടുത്തു. ഏതായാലും വരന്റെ മുഖത്ത് പുതുമയൊന്നും കണ്ടില്ലെങ്കിലും വധുവിന്റെ മുഖത്ത് ആകർഷകത്വം തുളുമ്പി നിന്നിരുന്നു. അവൻ പേപ്പർ എടുത്ത് അലമാരയിൽ ഭദ്രമായി സൂക്ഷിച്ചുവച്ചു.

കൃഷ്ണാചാര്യ പത്രം കണ്ട ഉടനെ ബൊൾമണ്ണിലേക്കു ഫോൺ ചെയ്യണമെന്ന് വിചാരിച്ചു. പക്ഷേ, അവിടെ പത്രം എത്തിയിട്ടുണ്ടാവില്ലെന്നു വിചാരിച്ച് പ്രിൻസിപ്പൽ മഹോപാദ്ധ്യായയ്ക്ക് ഫോൺ ചെയ്തു.

"ഇന്നത്തെ പത്രം കണ്ടോ?"

"അതെ. കണ്ടു."

"ഇതേതാ ആ പെണ്ണ്? എന്താ സംഗതി?"

"ഏതോ ഒരു ഹരിജൻ സ്ത്രീയാണുപോലും."

"ഹരിജൻ സ്ത്രീ! ആരു പറഞ്ഞു?" കൃഷ്ണാചാര്യ അത്ഭുതത്തോടെ ചോദിച്ചു.

"ജഗദീശ് തന്നെ പറഞ്ഞതാണ്." ഉപാദ്ധ്യായൻ പറഞ്ഞു.

"അതേയോ!" കൃഷ്ണാചാര്യ സ്തംഭിച്ചിരുന്നുപോയി.

കൃഷ്ണാചാര്യയുടെ മകൾ വിമലയ്ക്ക് മംഗലാപുരത്തുള്ള ഒരു ഡോക്ടറുമായി ഏതാണ്ടു വിവാഹനിശ്ചയമായി എന്നറിഞ്ഞതിനുശേഷം ശിവരാമ മഹോപാദ്ധ്യായയ്ക്ക് ജഗദീശിന്റെ വിവാഹത്തെപ്പറ്റി യാതൊരുൽക്കണ്ഠയുമില്ല. റിസീവർ താഴെവച്ചിട്ട് അടുത്തുതന്നെയുണ്ടായിരുന്ന പത്രമെടുത്ത് വീണ്ടും ആ ചിത്രം നോക്കി. വീട്ടിൽ വച്ചു നോക്കിയിട്ട് കുറെ വിമർശനം നടന്നതാണ്. ഭാര്യ സുഭദ്രാദേവി വരുന്നതുകണ്ടിട്ട് പത്രത്തിന്റെ മുഖം മറിച്ചുകളഞ്ഞു. പത്രം വന്ന് ഒരു മണിക്കൂറായില്ല, അതിനിടയ്ക്ക് കൃഷ്ണാചാര്യ ഒരു പത്രവുമായിട്ട് ബൊൾമണ്ണിലെത്തി. കാറിന്റെ ഒച്ച കേട്ടപ്പോൾ തന്നെ കൃഷ്ണാചാര്യയാണെന്ന് മനസ്സിലായി. മാധവഭട്ട് മുറിക്കകത്തുതന്നെ ഗൗരവത്തിലിരുന്നു.

"എന്താ മാധവഭട്ടേ, നിങ്ങളുടെ മകന്റെ വിവാഹഫോട്ടോ പത്രത്തിൽ വന്നിട്ടുണ്ടല്ലോ." കൃഷ്ണാചാര്യ ചോദിച്ചു.

"ആ കാര്യമൊന്നും എന്നോടു ചോദിക്കണ്ടാ. എനിക്ക് യാതൊന്നും അറിഞ്ഞുകൂടാ." മാധവഭട്ട് അലസഭാവത്തിൽ പറഞ്ഞു.

"ഓഹോ. അങ്ങനെയാണോ കാര്യം? അപ്പോ നിങ്ങളോട് നേരത്തേ

പറഞ്ഞിരുന്നോ?"

"ങ്ഹാ, പറഞ്ഞിട്ടുണ്ട്."

"അപ്പോ പിന്നെ വിവാഹം മുടക്കാത്തതെന്താ?"

"എന്നെക്കൊണ്ടെന്തുചെയ്യാൻ കഴിയും. നീ തന്നെ പറ. ഞങ്ങൾ നെഞ്ചത്തടിച്ചു പറഞ്ഞുനോക്കി."

"പോയി.. എല്ലാം പോയി, കുലംകെട്ടു. അതും ഒരു ഹരിജനം."

"എന്താ! ഹരിജനപ്പെണ്ണോ?" മാധവഭട്ട് ഞെട്ടലോടെ ചോദിച്ചു.

"അപ്പോ നിങ്ങൾക്കതറിയില്ലായിരുന്നോ?"

"ഇല്ല. ഏതോ ശൂദ്രസ്ത്രീയാണെന്നു മാത്രം പറഞ്ഞിരുന്നു. ആരു പറഞ്ഞു ഹരിജനപ്പെണ്ണാണെന്ന്?"

"പ്രിൻസിപ്പൽ പറഞ്ഞു."

"ഛേയ്, നമ്മുടെ ധർമ്മവും നശിച്ചു." എന്നു പറഞ്ഞ് മാധവഭട്ട് തലതല്ലി. എന്നിട്ട് അകത്തേക്കുനോക്കി മീനാക്ഷിയോടു വിളിച്ചുപറഞ്ഞു: "പെണ്ണ് ഹരിജൻ പോലും."

"എന്ത്?" മീനാക്ഷി പരിഭ്രാന്തയായി ചോദിച്ചു.

"ഹരിജനപ്പെണ്ണാണെന്ന് ഉപാദ്ധ്യായർ പറഞ്ഞു. ജഗദീശ് തന്നെ പറഞ്ഞുപോലും" കൃഷ്ണാചാര്യ വെളുപ്പെടുത്തി. മീനാക്ഷി നിലവിളിച്ചു കരഞ്ഞു.

മാധവഭട്ട് ദേഷ്യപ്പെട്ടു. "നീയിവിടെ കരഞ്ഞുകൊണ്ടിരുന്നാൽ അവന്റെ കുലം ശുദ്ധമാകുമോ? ഇതൊക്കെ നമ്മുടെ വിധിയാണ്."

"നാട്ടിൽ തലകാണിക്കാൻ വയ്യാതായി." മീനാക്ഷി കരഞ്ഞു കൊണ്ടു പറഞ്ഞു.

" നാടുപോകട്ടെ, ഈ വീട്ടിനകത്ത് ആ പുലയാടിയെകൊണ്ടുവരാതിരുന്നാൽ മതിയായിരുന്നു." മാധവഭട്ട് ആത്മഗതമെന്നോണം പറഞ്ഞു.

"ഈ വീട്ടിനകത്തോ? എന്റെ ശവം മറികടന്നേ കടക്കൂ." മീനാക്ഷി പറഞ്ഞു.

"കൊണ്ടുവരട്ടെ. രണ്ടിന്റെയും ശവമിവിടെ കിടക്കും."

***

വിവാഹത്തിനുശേഷം മൂന്നുനാലുദിവസം കഴിഞ്ഞ് ഒരു ദിവസം കാപ്പി കുടിച്ചുകൊണ്ടിരിക്കുമ്പോൾ ജോഷി ചോദിച്ചു - "എവിടെയെങ്കിലും പോകാനുള്ള ആലോചനയുണ്ടോ?"

"എന്നുവച്ചാൽ?"

"ഹണിമൂണിന്..." ജോഷി ചിരിച്ചുകൊണ്ടുപറഞ്ഞു.

കിശോരി കാപ്പിയിൽ തന്നെ നോക്കിയിരുന്നു.

"ഇതുവരെ ആലോചിച്ചില്ല."ജഗദീശ് പുഞ്ചിരിച്ചു.

ജോഷിയുടെ വീട്ടിലാണെങ്കിലും അടുക്കളജോലി മിക്കവാറും എല്ലാം കിശോരി തന്നെ വഹിച്ചിരുന്നു. രാത്രി ഊണുകഴിച്ചുകൊണ്ടിരിക്കുമ്പോൾ ജോഷി പറഞ്ഞു: "നിങ്ങൾ എവിടെയെങ്കിലും പോയാൽ

ഇവിടെ ഊണു കഴിക്കുന്നതെങ്ങനെ എന്നാണ് എന്റെ ആലോചന."

"അതെന്താ?" ജഗദീശ് ചോദിച്ചു.

"ശങ്കരൻ പാചകം ചെയ്യുന്നത് വീണ്ടും എങ്ങനെ കഴിക്കുമെന്ന്."

"നിങ്ങൾ പ്രശംസിക്കുന്നത്രയൊന്നും എനിക്ക് പാചകമറിയില്ല." കിശോരി പറഞ്ഞു.

"അറിയാതിരിക്കുമ്പോൾത്തന്നെ പാചകം ഇത്ര നന്നായാൽ അറിഞ്ഞാലത്തെ സ്ഥിതി ആലോചിക്കാനേ വയ്യ."

"ആലോചിക്കാതിരിക്കുന്നതാണ് നല്ലത്. ആലോചിച്ചാൽ ഇപ്പോഴുള്ള രുചിയും ഇല്ലാതാവും." കിശോരി ചിരിച്ചുകൊണ്ട് പറഞ്ഞു.

ജോഷി ജഗദീശിനു നേരെതിരിഞ്ഞ് പറഞ്ഞു: "ഇവിടെയെവിടെയെങ്കിലും ഒരു ജോലി അന്വേഷിക്ക്. ഇവിടെ അതിനു ബുദ്ധിമുട്ടുണ്ടാവില്ല. കിശോരിക്കു ഇവിടെത്തന്നെ തുടരാം. ഈ വീട്ടിൽത്തന്നെ താമസിക്കുകയും ചെയ്യാം. ഞാനേതായാലും കുറച്ചുദിവസം കഴിഞ്ഞ് ഇവിടന്നു പോകുന്നു."

കിശോരിക്ക് ആ അഭിപ്രായം ഇഷ്ടപ്പെട്ടു.

"പിറന്ന മണ്ണിനോടുള്ള സ്നേഹംകൊണ്ട് ഡൽഹി ഉപേക്ഷിച്ചു പോന്നു. ഡൽഹിയായാലും ബാംഗ്ലൂരായാലും എനിക്ക് ഒരുപോലെ തന്നെ." ജഗദീശ് പറഞ്ഞു.

ജോഷി അല്പം ആലോചിച്ചിട്ട് "ശരി, നിന്റെ അഭിപ്രായം അങ്ങനെയാണെങ്കിൽ ആകട്ടെ. പക്ഷേ, കിശോരിയുടെ ഉദ്യോഗത്തെ സംബന്ധിച്ച് എന്തു തീരുമാനിച്ചു?" എന്ന് ചോദിച്ചു.

"ഇപ്പോൾ കുറച്ച് അവധിയെടുക്കാം. പിന്നെ ട്രാൻസ്ഫറിന് ശ്രമിക്കാം. ജോലി വേണ്ടെന്നു തോന്നിയാൽ സാവകാശം രാജി എഴുതിക്കൊടുക്കാം. വേണമെന്നു തോന്നിയാൽ നാട്ടിലെവിടെയെങ്കിലും ജോലി അന്വേഷിക്കുകയും ചെയ്യാം."

രണ്ടുദിവസം കഴിഞ്ഞ് ഇന്ത്യയും ഇംഗ്ലണ്ടുമായുള്ള ക്രിക്കറ്റ് ടെസ്റ്റ് നടക്കുകയാണ്. ഊണ് കഴിഞ്ഞ് എണീക്കുമ്പോൾ ജഗദീശ് പറഞ്ഞു- "ഹണിമൂൺ ആഘോഷിക്കാൻ ക്രിക്കറ്റ് മാച്ച് കാണാൻ പോകാം."

"അതെന്ത് ഹണിമൂണാ?" ജോഷി ചോദിച്ചു.

"ഹണീസൺ" കിശോരി ചിരിച്ചുകൊണ്ടു പറഞ്ഞു.

"ഹണീസണ്ണാണെങ്കിൽ ഹണീസൺ. കിശോരിക്കും ക്രിക്കറ്റ് വലിയ ഭ്രമമാണ്. എവിടെയെങ്കിലും പോയി ഏതെങ്കിലും ഹോട്ടലിലെ ആഹാരവും കഴിച്ച് അവിടത്തെ ബെഡിൽ കിടക്കുന്നതിനേക്കാൾ ഇതാണ് നല്ലത്." ജഗദീശ് പറഞ്ഞു.

പൊരിയുന്ന വെയിലത്ത് തലയിൽ സാരിയുടെ തുമ്പുംമൂടി കിശോരി ഇരുന്നു. ജഗദീശും കിശോരിയും കൂളിങ് ഗ്ലാസ് ധരിച്ചിട്ടുണ്ട്.

"ഇതിനുമുമ്പ് ടെസ്റ്റ്മാച്ച് കണ്ടിട്ടുണ്ടോ?" ജഗദീശ് ചോദിച്ചു.

"ഇല്ല. നിങ്ങൾ...?"

"എത്രയോ പ്രാവശ്യം. ഡൽഹിയിലായിരിക്കുമ്പോൾ ടെസ്റ്റിനുണ്ടോ

ക്ഷാമം?"

"ഉഡുപ്പിയിലോ?"

"ഉഡുപ്പിയിൽ കളിയേയില്ല. ഈശ്വരഭക്തിയാണ് കൂടുതൽ." ചിരിച്ചുകൊണ്ടു പറഞ്ഞു.

"കാരണം....?"

"ഉഡുപ്പി എന്നു പറയുന്നത് കർണ്ണാടകക്കാർക്ക് തിരുപ്പതിയെന്ന പോലെയാണ്."

കളി അല്പം ബോറടിച്ചു തുടങ്ങിയപ്പോൾ ജഗദീശ് ചോദിച്ചു- "ഈ ജനക്കൂട്ടം കാണുമ്പോൾ നിനക്കെന്തു തോന്നുന്നു?"

"എന്തുതോന്നുന്നു എന്നു ചോദിച്ചാൽ....അയ്യോ...പാവം." കിശോരി ചിരിച്ചുകൊണ്ടു പറഞ്ഞു.

"അതല്ല, ഇന്നലെ രാത്രി എന്തോ ജാതിയുടെ കാര്യം നീ സംസാരിച്ചല്ലോ. നോക്ക്, ഈ പതിനായിരക്കണക്കിനാളുകളുടെ കൂട്ടിൽ ആര്, ഏതേതുജാതി എന്നു പറയാൻ സാധിക്കുമോ?"

"ഇല്ല."

"ഇവരെല്ലാം ഒരേജാതി, ഒരേമതം, മനുഷ്യൻ സജീവമായിരിക്കുന്ന അവസരങ്ങളിൽ അവന് ജാതിയുമില്ല, മതവുമില്ല, അവന് ജോലിയും തൊഴിലുമില്ലാതെ വായിൽ തോന്നിയത് ചർച്ചചെയ്തുകൊണ്ടിരിക്കുമ്പോൾ അവന്റെ നാവിൽ ജാതിയും മതവുമൊക്കെ വന്നുചാടും."

"മനുഷ്യൻ സജീവമായിരിക്കുന്നു എന്നു പറഞ്ഞാലെന്താണെന്ന് എനിക്കു മനസ്സിലായില്ല."

"വ്യാപാരി വ്യാപാരം ചെയ്തുകൊണ്ടിരിക്കുമ്പോഴും രാഷ്ട്രീയക്കാരൻ വോട്ടിനുവേണ്ടി പ്രസംഗിക്കുമ്പോഴും ഒരു ക്ലാർക്ക് തന്റെ ഫയലിനോടു മല്ലിടുമ്പോഴും ഡോക്ടർ രോഗിയെ പരിശോധിക്കുമ്പോഴും വേശ്യ വഴിപോക്കനെ വിളിക്കുമ്പോഴും ഒക്കെ അവർ അവരുടെ പ്രവൃത്തിയിൽ മുഴുകിയിരിക്കുകയാണ്. അപ്പോൾ അവർ ജാതിമതാദികളെക്കുറിച്ച് ചിന്തിക്കാറില്ല. അതുപോലെ തന്നെ ദുർമ്മാർഗ്ഗി ദുഷ്കർമ്മം ചെയ്യുമ്പോഴും സന്മാർഗ്ഗി സല്ക്കർമ്മങ്ങളിൽ മുഴുകിയിരിക്കുമ്പോഴും മതത്തെക്കുറിച്ച് ബോധവാനല്ല." ജഗദീശ് വിശദീകരിച്ചു.

"നിങ്ങളുടെ തത്ത്വശാസ്ത്രം കേട്ടപ്പോൾ കോളേജിൽ ക്ലാസ് ആരംഭിച്ചു എന്നാണ് തോന്നിയത്." കിശോരി പുഞ്ചിരിച്ചുകൊണ്ടു പറഞ്ഞു. ജഗദീശ് തുടർന്നു-

"അതുകൊണ്ട് ജാതിയായാലും മതമായാലും മനുഷ്യനിൽ ജനിച്ച് മനുഷ്യനോട് ഒട്ടിനില്ക്കുന്ന ഒരു കാല്പനിക നിറമാണ് അതിനുള്ളതെന്നാണ് എനിക്ക് തോന്നുന്നത്. ഇതിനെ മനുഷ്യൻ സ്വയം തിരിച്ചറിഞ്ഞ് അതിൽ അഭിമാനംകൊള്ളുന്നു അല്ലെങ്കിൽ സങ്കോചിക്കുന്നു. അന്യനെ കാണുമ്പോൾ അവന്റെ ബുദ്ധി അവന്റെ കാഴ്ചപ്പാടിനനുസരിച്ച് നിറങ്ങൾ പകർന്നുകൊടുക്കുന്നു. അതിന്റെ അടിസ്ഥാനത്തിൽ ചിലരെ അടുപ്പിക്കും മറ്റുചിലരെ അകറ്റും. പക്ഷേ, ഈ ഭേദങ്ങളൊന്നും

സ്വന്തംകാര്യത്തിൽ ബാധകമാക്കുന്നുമില്ല. ഒരു ഭ്രമം, ഒരു ഭ്രാന്ത്... ബോറടിക്കുന്നുണ്ടോ?" ജഗദീശ് ഇടയ്ക്കു ചോദിച്ചു.

"ഉം." കിശോരി വെറുതെ ചിരിച്ചു.

"ഹണീമൂണാണെന്നു വിചാരിച്ച് എനിക്ക് എന്റെ തത്ത്വശാസ്ത്രം മറക്കാനൊക്കുമോ?"

"ഹണീമൂണല്ല, ഹണീസൺ. മറക്കരുത്." കിശോരി ഓർമ്മിപ്പിച്ചു.

"അതുകൊണ്ടായിരിക്കും ഈ നിറം നീ തെരഞ്ഞെടുത്തത്." അവൾ ഉടുത്തിരുന്ന പച്ചസാരിയും ബ്ലൗസും ചൂണ്ടിക്കൊണ്ട് ജഗദീശ് പറഞ്ഞു.

"എന്താ?" കിശോരി ഒന്നും മനസ്സിലാകാതെ ചോദിച്ചു.

"കണ്ണിന് തണുപ്പ്. നിന്നെ നോക്കുമ്പോൾ പശ്ചിമഘട്ടത്തിലെ താഴ്‌വര കാണുന്നതു പോലെ തോന്നുന്നു. പക്ഷേ, ഈ തണുപ്പ്, നിനക്കനുഭവപ്പെടില്ല. കാണുന്നവർക്കുമാത്രം."

"ഇല്ല. നിങ്ങൾ ഇങ്ങോട്ടുതിരിഞ്ഞു നോക്കുമ്പോഴെല്ലാം നിങ്ങളുടെ കണ്ണടയിൽ ഞാൻ എന്നെക്കാണുന്നു. ഒന്നല്ല; രണ്ടായി."

"ആശുപത്രി ചുമരുകൾക്കുള്ളിൽ ലോഷൻ ഗന്ധവും വഹിച്ച് തൂവെള്ളവസ്ത്രധാരിയായി നടന്ന നീ ഒരൊറ്റ ദിവസംകൊണ്ടുതന്നെ കറുത്തുപോയല്ലോ. പാവം."

"ഇല്ല. ഞാൻ കറുത്തിട്ടില്ല. സംശയമുണ്ടെങ്കിൽ കണ്ണട എടുത്തു നോക്കൂ."

" I see. കറുത്ത കണ്ണടയാണ് ധരിച്ചിരിക്കുന്നതെന്ന കാര്യം ഞാനങ്ങു മറന്നുപോയി."

"അതുകൊണ്ടായിരിക്കണം നിങ്ങൾ പറഞ്ഞത് ഇവിടിരിക്കുന്നവരൊക്കെ ഒരേജാതിയാണെന്ന്."

"അപ്പോൾ എന്റെ കണ്ണടയുടെ ദോഷമാണെന്നാണോ നിന്റെ അഭിപ്രായം."

"ഉം." അവൾ കുണുങ്ങിച്ചിരിച്ചു.

സന്ധ്യക്ക് കളികഴിഞ്ഞ് മടങ്ങുന്ന ആ ജനപ്രവാഹത്തിൽപ്പെട്ട് അവരും പുറത്തുകടന്നു. ഇടയ്ക്ക് കിശോരിയുടെ മുതുകിലും ഞൊറികളിലും പല കൈകളും സ്പർശിക്കുകയും നുള്ളുകയുമൊക്കെ ചെയ്യുന്നുണ്ടായിരുന്നു. എല്ലാം സഹിച്ച് ജഗദീശിനോടൊപ്പം ചേർന്നു നടന്നു. ഇരുവരും റോഡിലെത്തിയപ്പോൾ കോപംകൊണ്ടു ചെമന്നുതുടുത്ത അവളുടെ മുഖം കണ്ട് ജഗദീശ് ചോദിച്ചു. "എന്തുപറ്റി? ഇന്ത്യക്കാർക്ക് സ്കോർ കുറഞ്ഞുപോയതിലുള്ള പരിഭവമാണോ?"

"അല്ല. എല്ലാം റാസ്കൽസാണ്."

"എന്തു സംഭവിച്ചു?"

"ഈ മനുഷ്യർക്ക് ദൈവം കൈകൊടുത്തത് എന്തിനെന്നു തോന്നിപ്പോയി. കൊച്ചുകുട്ടികളെ നുള്ളുന്നതുപോലെ നുള്ളിമാന്തി ദേഹം മുഴുവൻ നീറുന്നു." കരയുന്നതുപോലെ അവൾ പറഞ്ഞു.

"ഇത് ഇത്തരം സന്ദർഭങ്ങളിൽ ചില മനുഷ്യർ തങ്ങളുടെ

സന്തോഷം പ്രകടിപ്പിക്കുന്ന സമ്പ്രദായമാണ്. ഇവരെല്ലാം തിരുപ്പതി തിമ്മന്റെ മുമ്പിലും ഇങ്ങനെ തന്നെയായിരിക്കും. ബ്രഹ്മചാരിയായ ഹനുമാന്റെ ഉത്സവത്തിനുപോലും ഇതേ ഗോഷ്ഠി ഇവർ കാണിക്കും." ജഗദീശ് ചിരിച്ചുകൊണ്ടു പറഞ്ഞു.

"ഇനി വേണ്ട ഇവരുടെ സഹവാസം."

"ഇപ്പോഴെങ്കിലും മനസ്സിലായല്ലോ?" ജഗദീശ് ചോദിച്ചു.

"എന്താ ഇത്? A crowd has neither religious nor conscience. ഭ്രഷ്ടന്മാർ."

"അതും തത്ത്വശാസ്ത്രത്തിന്റെ ഭാഷതന്നെ. പക്ഷേ, സാമാന്യജനങ്ങളുടെ ശൈലി."

"മതി മതി നിങ്ങളുടെ തമാശ. ഈ ഹണിമൂണും മതിയായി. നാളെ ഏതെങ്കിലും സിനിമയ്ക്കുപോകാം."

"ശരിയാണ്. ഒരു സിനിമയെങ്കിലും കണ്ടില്ലെങ്കിൽ ഹണിമൂണാവില്ല. ശരിയായ ഒരു ഹണിമൂൺ ആവണമെങ്കിൽ പിക്ചറിൽ തുടങ്ങി പിക്ചറിൽത്തന്നെ അവസാനിക്കണം."

"നിങ്ങളുടെ ഉല്പ്രേക്ഷ കുറെയേറെയാകുന്നു."

"ഇതിലെന്താ ഉല്പ്രേക്ഷയുള്ളത്. ഇന്നത്തെ കാലത്തെ പെൺപിള്ളാരോട് ഹണീമൂണിനുപോകാമെന്നു പറഞ്ഞാൽ പിക്ചറിനു പോകാമെന്നാണർത്ഥം."

"ഞാൻ ഹണീമൂണിനുപോകാമെന്നു പറഞ്ഞില്ല."

"അതുശരിയാണ്. പിക്ചറിനു പോകാമെന്നേ പറഞ്ഞുള്ളൂ. ഇതിന്റെയർത്ഥം ഹണീസൺ മതിയായി, ഇനി ഹണീമൂണിനുപോകാമെന്നല്ലേ."

"നിങ്ങളോടു സംസാരിക്കാനെനിക്കു വയ്യ. നിങ്ങൾ പറയുന്നതൊക്കെ അങ്ങനെതന്നെ."

"ശരി, അതാ റിക്ഷ വന്നു. ഇതിൽ കയറാം."

ജോഷി റേഡിയോ കേട്ടുകൊണ്ടിരിക്കുകയായിരുന്നു. "അഭിമുഖ സംഭാഷണം" കഴിഞ്ഞ് "ക്രിക്കറ്റ് കളിയെ സംബന്ധിച്ച അവലോകന" മായിരുന്നു അടുത്ത പരിപാടി.

ജഗദീശും കിശോരിയും ഒരു ദീർഘനിശ്വാസത്തോടെ സോഫയിലിരുന്നു. റേഡിയോയുടെ ശബ്ദം കുറച്ചുകൊണ്ട് ജോഷി ചോദിച്ചു - "എങ്ങനെയുണ്ടായിരുന്നു ഹണീസൺ."

"നല്ല തീ പോലത്തെ വെയിലത്ത് ആകെ മടുത്തുപോയി" കിശോരി പറഞ്ഞു.

"അതാണ് ഞാൻ പറഞ്ഞത് ഇവിടെയിരുന്ന് കമന്ററി കേൾക്കുന്നതാണ് നല്ലതെന്ന്."

"ഞങ്ങൾ ക്രിക്കറ്റ് മാച്ച് കാണണമെന്നുദ്ദേശിച്ചുപോയതല്ല. ആർക്കെല്ലാം എത്രയൊക്കെ സ്കോർ കിട്ടിയെന്നു ഞങ്ങൾക്കും അറിയില്ല. ടോട്ടൽ വേണമെങ്കിൽ പറയാം." ജഗദീശ് പറഞ്ഞു.

"അപ്പോൾ അതു പ്യൂവർ ഹണിമൂൺ ആണല്ലോ." എന്നുപറഞ്ഞ് ജോഷി പൊട്ടിച്ചിരിച്ചു. ജഗദീശും കിശോരിയും ഒപ്പം ചിരിച്ചു.

കാപ്പികൊണ്ടുവരാൻ ശങ്കരനെ വിളിച്ചു പറഞ്ഞിട്ട് ജോഷി ജഗദീശിനോടു ചോദിച്ചു - "നാളത്തെ പ്രോഗ്രാം എന്താണ്?"

"നാളത്തേക്കുള്ള ശ്രീമതിയുടെ പ്ലാൻ തയ്യാറായിട്ടുണ്ട്."

"എന്തുപ്ലാൻ?"

"പിക്ചർ."

"I See, എന്നുവച്ചാൽ വെയിലുമതിയായെന്നർത്ഥം."

"അതെ. മതിയായിക്കാണും." മൂന്നാളും ചിരിച്ചു.

അതിനിടയ്ക്കു ശങ്കരൻ കാപ്പിയും ബിസ്കറ്റും കൊണ്ടുവന്നു. കിശോരി ബിസ്കറ്റു തിന്നുന്നതു കണ്ടിട്ട്, - "രണ്ടുപേർക്കും ശരിക്കും വിശന്നു എന്നു തോന്നുന്നു." ജോഷി പറഞ്ഞു.

"ശരിക്കും വിശപ്പുവരാതായിട്ട് നാളുകളേറെയായി. പക്ഷേ, സൺബാത്ത് കഴിഞ്ഞപ്പോൾ വിശപ്പും വന്നു." ജഗദീശ് പറഞ്ഞു.

"എനിക്കു ബോറടിച്ചുപോയി." കിശോരി അല്പം പരിഭവത്തോടെ പറഞ്ഞു.

"അതെന്താ? ക്രിക്കറ്റ് നിങ്ങൾക്കിഷ്ടമാണെന്നല്ലേ പറഞ്ഞത്?"

"ക്രിക്കറ്റല്ല, ഇദ്ദേഹത്തിന്റെ ഫിലോസഫി പ്രഭാഷണം കേട്ടിട്ടാണ്."

"അതുശരി. ഹണീമൂണിൽ പ്രഭാഷണം നിഷിദ്ധമാണ്." ജോഷി പറഞ്ഞു.

"വളരെ വാചാലനാണിദ്ദേഹം." കിശോരി പറഞ്ഞു.

"ഇപ്പോഴേ തുടങ്ങിയോ മല്ലടിക്കാൻ?" ജോഷി ചിരിച്ചുകൊണ്ടു ചോദിച്ചു.

"ആദർശദാമ്പത്യം പ്രേമത്തിൽ ആരംഭിച്ച് പോരിലാണ് അവസാനിക്കുക." ജഗദീശ് അഭിപ്രായപ്പെട്ടു.

"ചിലപ്പോൾ ഇദ്ദേഹം സംസാരിക്കുന്നതാണോ ഉദ്ധരണികൾ പറയുകയാണോ എന്നൊന്നും തിരിച്ചറിയാനാവില്ല." കിശോരി പറഞ്ഞു.

"പക്ഷേ, ഉദ്ധരണി തെറ്റാണ് ആദർശദാമ്പത്യം പ്രേമത്തിൽ തുടങ്ങി പ്രേമത്തിൽ തുടരണം." ജോഷി പറഞ്ഞു.

"ലേകാസമസ്താഃ സുഖിനോഭവന്തു" എന്നു പറഞ്ഞ് ജഗദീശ് ചിരിച്ചു.

"ശരി. അപ്പോൾ ഞാനൊരു ആശാവാദിയാണെന്നാണോ നീ പറയുന്നത്?" ജോഷി ചോദിച്ചു.

"നിരാശ നിറഞ്ഞ ലോകത്തെ നോക്കി ആശയവാദം വളർത്തിയെടുക്കേണ്ട സമ്പ്രദായം ഞാൻ പഠിക്കാൻ പോകുന്നതേയുള്ളൂ." ജഗദീശ് പറഞ്ഞു.

"നിരാശാമയമായ ഈ പ്രപഞ്ചം, നിരാശാവാദം ഈ രണ്ടിലും ചവിട്ടി നിന്നുകൊണ്ടു നിരർഗ്ഗളമായ ജീവിതത്തെ തന്റെ ഇഷ്ടം പോലെ നയിക്കാനുള്ള ഒരു രീതി എനിക്കു കാണണം." ജോഷി ചിരിച്ചുകൊണ്ടു

പറഞ്ഞു.

"ദയവുചെയ്ത് രണ്ടുപേരും ഇതൊന്നു നിർത്തണം." കിശോരി രണ്ടു കൈയും കൂപ്പിക്കൊണ്ടു പറഞ്ഞു.

"ഏതായാലും നാളത്തെ പരിപാടിയിൽ പ്രഭാഷണത്തിന് സ്ഥാന മില്ലെന്നാണ് എനിക്കു തോന്നുന്നത്." ജോഷി പറഞ്ഞു.

"പ്രഭാഷണങ്ങളെല്ലാം കാലിയായിക്കൊണ്ടിരിക്കുന്നു. ഇനി സംസാ രിക്കാൻ വിഷയവുമില്ല. കോളേജ് തുറന്നാൽ പുസ്തകം പഠിപ്പിക്കലു മായി." ജഗദീശ് പറഞ്ഞു.

"ഏതെങ്കിലും ആക്ഷൻ പാക്ഡ് ഇംഗ്ലീഷ് പിക്ചറിനു പോകുന്ന താണ് നല്ലത്. അതല്ലെങ്കിൽ ഇദ്ദേഹം പ്രഭാഷണം തുടങ്ങും." എന്നു പറഞ്ഞ് കിശോരി ചിരിച്ചു.

"വായാടികൾക്ക് നൂറാളോടു സംസാരിക്കാം. പക്ഷേ, എനിക്കു സംസാരിക്കാൻ എത്ര ആളുണ്ട്! ബാംഗ്ലൂരിൽ നിന്നുപോയാൽ നീ മാത്രം." ജഗദീശ് പറഞ്ഞു.

"പ്ലീസ്, പ്ലീസ്, നോ അണ്ടർ ടോൺസ്." ജോഷി വിലക്കി. അയാൾ പറഞ്ഞതെന്താണെന്ന് കിശോരിക്കു മനസ്സിലായില്ല.

"അപ്പോൾ ഒരുകാര്യം ചെയ്യാം. ഞാൻ പി യു സി വരെ ഒരു വിധം പഠിച്ചിട്ടുണ്ട്. നിങ്ങളുടെ കോളേജിൽ എനിക്കും കൂടി ഒരി സീറ്റ് അനു വദിച്ചാൽ വീട്ടിനുള്ളിൽ കേൾക്കുന്ന പ്രഭാഷണം അവിടെയും കേൾക്കാം." കിശോരി സഹികെട്ടു.

"വീട്ടിനകത്ത് പിന്നെ ഞാനെന്താണ് സംസാരിക്കേണ്ടത്." ജഗദീശ് ചോദിച്ചു.

"കിശോരി പാടട്ടെ. നിങ്ങൾ കേട്ടോളൂ." ജോഷി നിർദ്ദേശിച്ചു.

മൂന്നുപേരും പൊട്ടിച്ചിരിച്ചു. അല്പം കഴിഞ്ഞ് ജോഷി പറഞ്ഞു: "നമ്മുടെ ലഫ്റ്റനന്റ് ജോസഫ് ഫോൺ ചെയ്തിരുന്നു. നാളെ രാത്രി ഒരു പാർട്ടിയുണ്ടുപോലും. നിങ്ങളാണ് ചീഫ് ഗസ്റ്റുകൾ. അയാളോട് എന്തു പറയണം? മറ്റന്നാളാവാമെന്നു പറയട്ടെ?"

കുറച്ചാലോചിച്ചിട്ട് ജഗദീശ് പറഞ്ഞു, "കഴിഞ്ഞപ്രാവശ്യത്തെ പാർട്ടി പോലായാൽ കുറച്ചു ബുദ്ധിമുട്ടുണ്ട്. എനിക്കതു പറ്റില്ല."

"അങ്ങനെയൊന്നുമില്ല. ആ കാര്യം ഞങ്ങൾ നേരത്തെ ചർച്ച ചെയ്തിട്ടുണ്ട്. ഇതുവെറും വെജിറ്റേറിയനാണ്. ശുദ്ധ ഗ്രാമീണമട്ടിൽ. നോ ഡ്രിങ്ക്സ്. നോ റോക്ക് ആൻഡ് റോൾ, നോ മ്യൂസിക്... പക്ഷേ, ഒരേ ഒരു കണ്ടീഷൻ കിശോരി രണ്ടു പാട്ടുപാടണം."

കിശോരി അതിനെ എതിർത്തു.

"അതുമാത്രം പറ്റില്ല. ആദ്യം പാർട്ടിക്ക് സമ്മതിക്കൂ. അതുകഴി ഞ്ഞുള്ള കാര്യം പിന്നീടു തീരുമാനിക്കാം, മറ്റന്നാൾ പാർട്ടി നടത്താൻ പറയട്ടെ?" ജോഷി വീണ്ടും ചോദിച്ചു.

"സാരമില്ല. ഞങ്ങൾ മാറ്റിനിക്കാണ് പോകുന്നത്. നാളെത്തന്നെ ആവട്ടെ." ജഗദീശ് പറഞ്ഞു.

"വെരിഗുഡ്." ജോഷി ഉടൻ തന്നെ ഫോൺചെയ്തു. റിസീവർ താഴെ വച്ചിട്ട് പറഞ്ഞു: "ഇനി അരമണിക്കൂറിനകം ഗോവിന്ദൻ നമ്പൂതിരി എത്തും. അതുവരെ നിങ്ങൾ ഇവിടെ ഇരുന്നോളൂ."

"ഗോവിന്ദൻ നമ്പൂതിരി!" ജഗദീശ് ആശ്ചര്യത്തോടെ ചോദിച്ചു.

"അതെ. നാളത്തെ പാർട്ടിയെ സംബന്ധിച്ചിടത്തോളം ജോസഫും ലില്ലിയും ശുദ്ധബ്രാഹ്മണരാകുന്നു." ജോഷി ചിരിച്ചുകൊണ്ടു പറഞ്ഞു.

"ക്രിസ്ത്യൻ പാട്ടുകൾക്കുപകരം 'ദാസരു'ടെ കീർത്തനങ്ങൾ." ജഗദീശ് ചിരിച്ചു.

"യൂ ആർ റൈറ്റ്. വളരെ ശരിയാണ്. ദ ബസ്റ്റ് ഓഫ് പുരന്ദര ആന്റ് കനക. ഏതായാലും ജോസഫ് വന്നിട്ടു മടങ്ങിയശേഷം നമുക്കു മാർക്കറ്റുവരെ ഒന്നു നടന്നിട്ടുവരാം. ഓക്കെ." ജോഷി പറഞ്ഞു.

"ഞാൻ റെഡിയാണ്. പക്ഷേ, കാറിൽ വാക്കുചെയ്യണമെങ്കിൽ ഞാനില്ല." ജഗദീശ് പറഞ്ഞു.

"നടന്നുതന്നെ വാക്കു ചെയ്യാം." ജോഷി സമ്മതിച്ചു.

"എനിക്ക് അസഹ്യമായ ഉറക്കം വരുന്നു." കിശോരി പറഞ്ഞു.

"എന്നാൽ ഉറങ്ങിക്കൊണ്ടുതന്നെ നടക്കാം." എല്ലാവരും ചിരിച്ചു.

"പോകുമ്പോൾ കാലിൽ, വരുമ്പോൾ കാറിൽ. കുറച്ചു സാധനങ്ങളൊക്കെ വാങ്ങാനുണ്ട്." ജോഷി പറഞ്ഞു.

"എന്നാൽ കുഴപ്പമില്ല കാറിൽത്തന്നെ പോകാം." ജഗദീശ് സമ്മതിച്ചു.

" കാറുവേണമെങ്കിൽ മാർക്കറ്റിൽത്തന്നെയുണ്ട്." ജോഷി പറഞ്ഞു.

"മാർക്കറ്റിലോ?" ആശ്ചര്യത്തോടെ ജഗദീശ് ചോദിച്ചു.

"മാർക്കറ്റിനടുത്ത് ഗാരേജിൽ." ജോഷി പറഞ്ഞു.

കിശോരി കുളിക്കാൻ പോയി.

ഒരാഴ്ചകഴിഞ്ഞു. ജഗദീശും കിശോരിയും നാട്ടിൽപോകാൻ തയ്യാറായി.

പോകുന്നതിനു തലേദിവസം രാത്രി അവർ ഏറെ വൈകുന്നതുവരെ സംസാരിച്ചുകൊണ്ടിരുന്നു.

"ഇനി രണ്ടുമാസം കഴിഞ്ഞ് ഞാൻ ബോംബെയിലായിരിക്കും. ദസ്ര അവധിക്ക് നിങ്ങൾ അങ്ങോട്ടുവരണം."

"ദസ്രയ്ക്കു വന്നില്ലെങ്കിലും നിന്റെ കല്യാണത്തിന് നിശ്ചയമായും വരും."

"അതിനു പ്രത്യേകം ക്ഷണക്കത്തയ്ക്കും, അതിൽനിന്ന് നിങ്ങൾക്ക് ഒഴിഞ്ഞുമാറാനാവില്ല."

"അക്കാര്യം വിട്. ഭൂമിയുടെ അപ്പുറത്താണെങ്കിലും ഞങ്ങൾ വരും." ജഗദീശ് പറഞ്ഞു.

***

പിറ്റേദിവസം രാത്രി ജഗദീശും കിശോരിയും ജോഷിയും ബസ്

സ്റ്റാന്റിലേക്കു പോകാനൊരുങ്ങുമ്പോൾ ലെഫ്റ്റനന്റ് ജോസഫും അദ്ദേഹത്തിന്റെ ഭാര്യയും ജോഷിയുടെ ചില സുഹൃത്തുക്കളും വന്നെത്തി. കിശോരിയുടെ കൂട്ടുകാരും വന്നിരുന്നു.

ഭാരമുള്ള മൂന്ന് സ്യൂട്ട്കെയ്സുമെടുത്ത് ജഗദീശും കിശോരിയും ജോഷിയുടെ കാറിൽ കയറി. സുഹൃത്തുക്കൾ മറ്റു കാറുകളിൽ അവരെ അനുഗമിച്ചു.

ബസ് പുറപ്പെടുന്നസമയം അടുക്കുന്തോറും യാത്രയാക്കാൻ വരുന്നവരുടെ സംഖ്യ വർദ്ധിച്ചുകൊണ്ടിരുന്നു. പത്തുപതിനഞ്ചുപേർ വന്ന് ജഗദീശിന്റെ കൈ പിടിച്ച് അഭിനന്ദിച്ചു. യാത്രാമംഗളങ്ങളും സുഖജീവിതമംഗളങ്ങളും മറ്റും നേർന്നു. ഉഡുപ്പിയിലെ സുപരിചിതലോകത്തേക്കാൾ ഈ അപരിചിത ലോകത്തിലെ സുഹൃത്തുക്കളാണ് കൂടുതൽ നല്ലതെന്ന് ജഗദീശിനു തോന്നി. കിശോരിയുടെ ചില സുഹൃത്തുക്കൾ വന്ന് അപ്പോഴും സമ്മാനങ്ങൾ നല്കി അഭിനന്ദിക്കുന്നതു കണ്ടു.

തന്റെ കൂട്ടുകാരെയും ബാംഗ്ലൂരിനെയും വിട്ടുപോകാൻ കിശോരിക്ക് വിഷമം തോന്നി. അവൾ ഇടയ്ക്കിടയ്ക്ക് നിറകണ്ണുകൾ തുടയ്ക്കുന്നുണ്ടായിരുന്നു. എങ്കിലും തന്റെ അനാഥജീവിതത്തിനു തിരശ്ശീലയിട്ട് പുതിയൊരു ജീവിതം ആരംഭിക്കുന്നതിലുള്ള സന്തോഷം ഉള്ളിന്റെ ഉള്ളിൽ ഉണ്ടായി.

"നാട്ടിലെത്തിയാലുടൻ ടെലഗ്രാം ചെയ്യുമല്ലോ?" ജോഷി തിരക്കി.

"ഇല്ല. ഫോൺ ചെയ്യാം." ജഗദീശ് ചിരിച്ചുകൊണ്ട് പറഞ്ഞു.

"ഓ! അതുശരി. അക്കാര്യം ഞാൻ മറന്നുപോയി. ഫോൺ ചെയ്യൂ. അപ്പോൾ രണ്ടാൾക്കും ഒരുമിച്ച് സംസാരിക്കാമല്ലോ."

ജഗദീശും കിശോരിയും പുഞ്ചിരിച്ചു. ബസ് പുറപ്പെടുമ്പോൾ ജോഷിക്ക് ഒരു വാക്കുപോലും ഉച്ചരിക്കാനായില്ല. ജഗദീശും കിശോരിയും വിഷാദമടക്കി ചിരിക്കാൻ ഭാവിച്ചുകൊണ്ടു കൈവീശി.

അവിടെ കൂടിനിന്ന സുഹൃത്തുക്കളെല്ലാം "ബൈ ബൈ" പറഞ്ഞ് കൈ വീശി.

"പിന്നെ ബോംബെയിൽവച്ചു കാണാം." ഒടുവിൽ ജോഷി ഉറക്കെ വിളിച്ചുപറഞ്ഞത് അവർ കേട്ടു.

ഏതാണ്ട് രണ്ടു മണിക്കൂറോളം ജഗദീശും കിശോരിയും മൗനമായിരുന്നു. വാക്കുകളേക്കാൾ മൗനം നല്ലതെന്ന് അവർക്കുതോന്നി.

കുറേനേരം കഴിഞ്ഞ് തന്റെ വലതുവശത്തിരുന്ന കിശോരിയുടെ ചെവിയിൽ ജഗദീശ് മന്ത്രിച്ചു -

"എന്താ ആലോചിക്കുന്നത്?"

"ഒന്നുമില്ല."

"ഞാൻ പറയട്ടെ."

"പറയൂ."

"ഭാവിയെക്കുറിച്ച് ചിന്തിക്കുന്നു."

"ഉം."

"ഭയമാണോ?"

"ഇല്ല."

"പിന്നെന്തു തോന്നുന്നു?"

"സന്തോഷം."

"പിന്നെ."

"അല്പസ്വല്പം ഉൽക്കണ്ഠ."

"എന്നുവച്ചാൽ....ഭയം."

"ങ് ഹൂ."

"ഉൽക്കണ്ഠ മാത്രം."

"എന്തിന്?"

"ഏതോ ഒരു പുതിയ രാജ്യത്തേക്കുപോകുന്നു എന്ന തോന്നൽ കൊണ്ട്." എന്നു പറഞ്ഞ് കിശോരി സീറ്റിലേക്കു ചാഞ്ഞിരുന്നു.

"വളരെ നന്നായിട്ടുണ്ട്. അല്ലേ?" ജഗദീശും സീറ്റിലേക്കു ചാഞ്ഞു. കൊണ്ടു ചോദിച്ചു.

"ഏത്?"

"ഇത്." പുഷ്ബാക്ക് സീറ്റിലെ സ്പോഞ്ച് പിന്നിലേക്ക് അമർത്തി ക്കൊണ്ട് ജഗദീശ് പറഞ്ഞു.

"ഉം കൊള്ളാം."

" ഈ സൈഡ് ഗ്ലാസ് അല്പമൊന്ന് നീക്കട്ടെ?"

"ശരി. ചൂടുതോന്നുന്നുണ്ടോ?"

"അതെ."

"നിനക്കോ?"

"അത്രയൊന്നുമില്ല."

"ശരി. നീ അരികിലാണല്ലോ ഇരിക്കുന്നത്."

"മഴയുടെ ലക്ഷണമുണ്ട്."

"ഈ മലയിറങ്ങിക്കഴിയുമ്പോഴേക്കും നിന്റെ അഭിപ്രായം മാറ്റേണ്ടി വരും."

"എങ്ങനെ?"

"ഓ! എന്തൊരു മഴയാണിത്! എന്ന്."

"അത്രയ്ക്കു മഴയാണോ?" കിശോരി അത്ഭുതത്തോടെ ചോദിച്ചു.

"അതെ, കടൽ കണ്ടിട്ടുണ്ടോ?"

"കണ്ടിട്ടുണ്ട്."

"എവിടെ?"

"മദ്രാസിൽ എക്സ്കർഷന് പോയപ്പോൾ."

"മരീനാ ട്രിപ്ലേക്കേഷൻ......" ജഗദീശ് പറഞ്ഞു.

"അതെ."

"അത് വെറും ബീച്ചാണ്. ഞങ്ങളുടെ നാട്ടിൽ വെറും കടലുമുണ്ട്."

"എന്നുവച്ചാൽ?"

"എന്നുവച്ചാൽ....ഇത് അറബിക്കടൽ. അലകൾ കൂടുതലാണ്. മഴ

ക്കാലത്ത് തിരമാലകൾ ഉയർന്നലയ്ക്കുന്നത് അത്ഭുതകരമാണ്."

"മഴക്കാലം ആരംഭിക്കാറായല്ലോ."

"ഇതിനുമുമ്പ് ദക്ഷിണ കന്നഡയിൽ വന്നിട്ടുണ്ടോ?"

"ഇല്ല. എങ്ങനെയുണ്ട്?"

"നിനക്കുതന്നെ കാണാമല്ലോ. ഇപ്പോൾ മലയുടെ അടിവാരത്തിലെത്താറായി. മനസ്സിലായോ?"

"ഉം."

"എങ്ങനെ?"

"ബസ് ഒരിക്കൽ അങ്ങോട്ടും പിന്നെ ഇങ്ങോട്ടും ചരിയുന്നുണ്ട്." ജഗദീശിന്റെ തോളിൽ മെല്ലെപ്പിടിച്ചുകൊണ്ട് പറഞ്ഞു.

"പുറത്തേക്ക് നോക്ക്." മലയ്ക്കു മുകളിൽ നേർത്ത പട്ടുവിരിച്ചപോലെ നിലാവു പരന്നിരിക്കുന്നു.

"എന്തുതോന്നുന്നു? മനോഹരമായിരിക്കുന്നു അല്ലേ?" ജഗദീശ് ചോദിച്ചു.

"എനിക്കു ഭയമാകുന്നു. ഈ ബസ് എന്തിനാണിത്ര വേഗത്തിലോടിക്കുന്നത്?"

"ഇത് സാധാരണ വേഗതയാണ്."

കിശോരി ജഗദീശിന്റെ തോളിൽ ബലമായിപിടിച്ച് ചാരിയിരുന്നു.

ജഗദീശ് അവളുടെ അരയ്ക്കു കൈചുറ്റി പിടിച്ചുകൊണ്ടു പറഞ്ഞു: " ഈ ബസ് പറന്നുപോകുന്നതു കാണുമ്പോൾ നിന്നെ പൊക്കിയെടുത്ത് ഞാൻ തന്നെ പറന്നുപോകുന്നതുപോലെ തോന്നുന്നു."

അവൾ അയാളുടെ കൈ ഒന്നുകൂടി ബലപ്പിച്ചു പിടിച്ചു. അയാൾ മെല്ലെ ഒന്നുനുള്ളി. അവൾ അനങ്ങിയതേയില്ല.

"വേദനിച്ചില്ലേ?" അയാൾ അതിശയത്തോടെ ചോദിച്ചു.

"ഇല്ല."

"അതെന്താ?"

"നിങ്ങൾതന്നെ പറയൂ."

"അറുത്താലും മുറിച്ചാലും അറിയാത്തത്ര സന്തോഷം തിങ്ങിനില്ക്കുന്നതുകൊണ്ട്."

"ഇങ്ങനെ നമ്മൾ രണ്ടാളും ഒന്നായി അലിഞ്ഞുചേരണം."

"എങ്ങനെ?"

"വിഷ്ണുവോ ശിവനോ വന്ന് നമ്മുടെ പുറത്തു കൈവച്ചാൽ അതു നടന്നേക്കാം.

"ബ്രഹ്മാവോ?"

"അയാൾ കൈവച്ചാൽ രണ്ടിനും മുകളിൽ ഒന്നുകൂടിയാവും." രണ്ടു പേരും പൊട്ടിച്ചിരിച്ചു. അവൾ അയാളെ ഗാഢമായി പിടിച്ചുകൊണ്ടു പറഞ്ഞു: "ആ ഡ്രൈവർക്ക് ജീവിതത്തിൽ ഒരിക്കലും മടുപ്പുണ്ടായിരിക്കില്ല."

"മലഞ്ചരിവിലൂടെയുള്ള നിന്റെ ആദ്യത്തെ യാത്രയല്ലേ."

"ഉം."

"അതുകൊണ്ടാണ് ഇങ്ങനെ തോന്നിയത്. എനിക്ക് ബസ് എത്ര വേഗതയിലോടുമോ അത്രയും നന്ന്."

"എനിക്ക് അത്രയ്ക്കും ഭയമാവും."

"അതിനൊരു വിദ്യയുണ്ട്."

"അതെന്താ?"

"കണ്ണു മുറുകെ അടച്ച് ഉറങ്ങിക്കോ."

"എങ്ങനെ ഉറക്കം വരാനാണ്?"

"ഡ്രൈവർ ഒരു ചെമന്ന ലൈറ്റ് ആ കൃഷ്ണന്റെ പടത്തിനുമുന്നിൽ വെറുതെവച്ചിരിക്കുന്നു. അതിന്റെ സ്വിച്ച് എന്റെ അടുത്തായിരുന്നെങ്കിൽ ഞാനതുകെടുത്തുമായിരുന്നു."

"ലൈറ്റ് കിടന്നോട്ടെ."

"അല്ലാ, ഈ ബസിന്റെ കുലുക്കത്തിൽ എങ്ങനെ ഉറങ്ങുമെന്നാ ചോദിച്ചത്."

"അതുശരി. നോക്ക്, ഈ കുലുക്കം കുറേശ്ശെ കുറഞ്ഞുവരുന്നുണ്ട്. ഇനിയങ്ങോട്ട് നല്ല റോഡാണ്."

***

ജഗദീശ് എത്തിയതറിഞ്ഞ് ഗോവിന്ദരാജ് അവിടെയെത്തി കൈകുലുക്കി അഭിനന്ദിച്ചു. അയാളോടൊപ്പം മകൾ അരുണനുമുണ്ടായിരുന്നു. അവളുടെ കൈയിൽ ഒരു വലിയ പൊതിയുമുണ്ട്.

"വിവാഹത്തിന് എത്താൻ കഴിഞ്ഞില്ല മി. ജഗദീശ്." അല്പം പരുങ്ങലോടെ ഗോവിന്ദരാജ് പറഞ്ഞു.

അരുണയുടെ കൈയിലിരുന്ന പൊതിക്കുവേണ്ടി ഗോവിന്ദരാജ് കൈ നീട്ടി.

"ഉം ഹും. ഞാൻ തന്നെ കൊടുക്കാം." അവൾ വാശിപിടിച്ചു.

"ഹേയ്, ആർക്കുകൊടുക്കും?" ഗോവിന്ദരാജ് ചിരിച്ചുകൊണ്ട് ചോദിച്ചു.

"അങ്കിളിന്." അരുണ പറഞ്ഞു.

"ആന്റിക്ക്?" കിശോരി അവളുടെ കൈ പിടിച്ചുകൊണ്ട് ചോദിച്ചു.

അരുണയ്ക്ക് ആകെ അങ്കലാപ്പായി, ആർക്കു കൊടുക്കണമെന്ന്. പെട്ടെന്ന് അവൾ ആ പൊതി ജഗദീശിന്റെ കൈയിൽ വച്ചുകൊടുത്തു. എല്ലാവരും പൊട്ടിച്ചിരിച്ചു.

"അപ്പോൾ ഞാൻ നിന്നെത്തന്നെ എടുത്തുകൊള്ളാം." എന്ന് പറഞ്ഞ് കിശോരി അരുണയെ എടുത്ത് മടിയിലിരുത്തി.

"നിങ്ങളുടെ ക്ഷണക്കത്തു വരുമ്പോൾ ഞാൻ നാട്ടിലായിരുന്നു. നാട്ടിലെത്തിയപ്പോൾ വിവാഹം കഴിഞ്ഞ് രണ്ടുദിവസവുമായി. നേരെത്തെ അറിഞ്ഞിരുന്നെങ്കിൽ ഞാൻ തീർച്ചയായും എത്തുമായിരുന്നു."

"അതിനെന്താ? സാരമില്ല. അത്ര ഗൗരവമായി എടുക്കാനില്ല. ഇവിടെ വന്നാലും കാണാമല്ലോ." അല്പം കഴിഞ്ഞ് ജഗദീശ് തുടർന്നു

ചോദിച്ചു – "ശ്രീമതിക്കും അനിലിനും സുഖമാണോ?"

"കുഴപ്പമൊന്നുമില്ല. അവൾക്ക് തലവേദന എന്നോ മറ്റോ പറഞ്ഞു കിടക്കുകയാണ്. ഇന്നലെ മുഴുവൻ യാത്രയായിരുന്നു. എത്തിയപ്പോൾ രാത്രിയിൽ ഏറെ വൈകി." ഗോവിന്ദരാജ് പറഞ്ഞു.

രാജലക്ഷ്മിക്ക് തലവേദന കാര്യമായിട്ടൊന്നുമില്ലായിരുന്നു. അവൾക്കപ്പോൾ ജഗദീശിന്റെ വീട്ടിൽ പോകാൻ ഇഷ്ടമില്ലായിരുന്നു. പിന്നെ എപ്പോഴെങ്കിലും പോകാമെന്നു വിചാരിച്ച് കിടന്നു.

ജഗദീശിന്റെ വിവാഹത്തെപ്പറ്റി അവൾ വളരെയധികം അസന്തുഷ്ടി പ്രകടിപ്പിച്ചിരുന്നു. "അയാൾക്ക് വേറെ ഒരു പെണ്ണിനെയും കിട്ടില്ലായിരുന്നോ? അയാൾ അറിഞ്ഞുകൊണ്ടല്ലേ ആ ഹരിജൻ പെണ്ണിനെ കെട്ടിയത്." അവൾ ഇടയ്ക്കിടയ്ക്ക് അങ്ങനെ പറയും.

"ജഗദീശ് ഇഷ്ടപ്പെട്ട ഒരു പെൺകുട്ടിയെ വിവാഹം കഴിച്ചതല്ലേ. ഏതു പെണ്ണിനെ വിവാഹം കഴിക്കണമെന്നത് അയാളുടെ ഇഷ്ടമാണ്. ഞാൻ മനസ്സിലാക്കിയേടത്തോളം ഇക്കാര്യത്തിൽ അയാളെ ആരും നിർബ്ബന്ധിച്ചിരുന്നില്ല; വഞ്ചിച്ചിട്ടുമില്ല. ഹരിജൻ സ്ത്രീയായാലെന്താ, അവളും നിന്നെപ്പോലെ ഒരു പെണ്ണല്ലേ?" ഗോവിന്ദരാജ് അവളുമായി തർക്കിക്കും.

"നാളെ മി. ജഗദീശിനെയും ഭാര്യയെയും ഡിന്നറിനു ക്ഷണിച്ചാലോ?"

പിറ്റേദിവസം ഗോവിന്ദരാജ് ചോദിച്ചു. അവൾ ഒന്നും മിണ്ടിയില്ല. ഗോവിന്ദരാജ് അത്ഭുതത്തോടെ "എന്ത്!" എന്നു ചോദിച്ചു.

"നിങ്ങളെന്താ ഈ പറയുന്നത്. അവൾ ഹരിജൻ പെണ്ണല്ലേ."

ഇതുകേട്ട് ഗോവിന്ദരാജ് അമ്പരന്ന് ഷോക്കേറ്റപോലെ അവളെത്തന്നെ നോക്കിനിന്നു. അയാൾക്ക് ഒരക്ഷരം ഉരിയാടാൻ കഴിഞ്ഞില്ല. ഒരു നിമിഷം കഴിഞ്ഞ് അയാൾ പരിഭവസ്വരത്തിൽ പറഞ്ഞു:

"രാജലക്ഷ്മീ, നിന്നിൽ നിന്ന് ഇത്തരം വിഡ്ഢിത്തം ഞാൻ പ്രതീക്ഷിച്ചില്ല. നമ്മളെ ആ ബ്രാഹ്മണർ ദൂരെ നിർത്തിയതിൽ എനിക്കു അത്ര അത്ഭുതം തോന്നുന്നില്ല. നമ്മൾ പുലയരാണ്. അതുകൊണ്ടാണ് ജഗദീശിന്റെ അമ്മ ബൊൾമണ്ണിൽ അങ്ങനെ ആദരിച്ചത്." എന്നു പറഞ്ഞ് തലയ്ക്കു കൈയും കുത്തിയിരുന്നു.

രാജലക്ഷ്മി ഒന്നും മിണ്ടാതെ അകത്തെഴുന്നേറ്റുപോയി. കുറച്ചു കഴിഞ്ഞ് ഭർത്താവിന്റെ അടുത്തുവന്ന് – "ഞാൻ പറഞ്ഞത് തെറ്റായിപ്പോയി. എന്റെ അവിവേകംകൊണ്ട് പറഞ്ഞുപോയതാണ്. തീർച്ചയായും ഡിന്നറിന് അവരെ വിളിക്കാം" എന്നു പറഞ്ഞു.

"നീ ബ്രാഹ്മണരെപ്പോലെ പ്രവർത്തിക്കില്ല എന്നുറപ്പുണ്ടെങ്കിൽ വിളിച്ചാൽ മതി. ഇല്ലെങ്കിൽ വേണ്ട." ഗോവിന്ദരാജ് ദേഷ്യം പൂർണ്ണമായിവിടാതെ പറഞ്ഞു.

"തീർച്ചയായും ഇല്ല. അങ്ങനെ പ്രവർത്തിക്കാൻ എനിക്കറിഞ്ഞുകൂടാ."

"പിന്നെ ഇപ്പോൾ പറഞ്ഞതുപോലത്തെ വിവരക്കേടുകൾ എങ്ങനെ വന്നു?"

അവൾ ഒന്നും മിണ്ടിയില്ല.

"ബ്രാഹ്മണരുടെ വീടുകളിൽ ഊണിനു വാപിളർത്തുന്ന ശൂദ്രന്മാർ, അവരുടെ ഉച്ഛിഷ്ടം അമൃതുപോലെ ഭക്ഷിക്കുന്ന തീറ്റിപ്പണ്ടാരങ്ങൾ, തങ്ങളുടെ ശൂദ്രത്വത്തിൽ മോക്ഷം കാണാതിരിക്കുന്ന ദ്രോഹികൾ പറയുന്ന വാക്കുകളാണിത്."

"ഇതൊന്നുമല്ല. ഞാൻ വിനീതമായി അഭ്യർത്ഥിക്കുകയാണ്." രാജലക്ഷ്മി ഇടറിയ സ്വരത്തിൽ പറഞ്ഞു. അവളുടെ കണ്ണുകൾ ഈറനണിഞ്ഞു.

"ശരി, ആദ്യവും അവസാനവുമായിരിക്കണം. ഇനിമേലാൽ ബ്രാഹ്മണൻ, ശൂദ്രൻ, മറ്റേത്, എന്നൊന്നും ആരുടെ ജാതിയെക്കുറിച്ചും മതത്തെക്കുറിച്ചും എന്നോടു സംസാരിക്കരുത്." അയാൾ താക്കീതു ചെയ്തു.

അവൾ കണ്ണുതുടച്ചു.

***

അന്നു വൈകുന്നേരം അഞ്ചുമണി ആയിക്കാണും. ശംഭട്ടിന്റെ കാറു വന്നു നില്ക്കുന്നതുകണ്ട് ജഗദീശ് അതിശയിച്ചുപോയി. അപ്പോൾതന്നെ ജഗദീശിന്റെ വീട്ടിൽ നിന്ന് മടങ്ങിയ രാജലക്ഷ്മി ജനാലയിലൂടെ നോക്കി. അവളും അമ്പരന്നു.

മാധവഭട്ട് കാറിൽ നിന്നിറങ്ങി. ശംഭു സ്റ്റിയറിങ്ങിൽ കൈവച്ച് കാറിൽ ത്തന്നെ ഇരുന്നതേയുള്ളു. അയാളുടെ കണ്ണ് ജനാലയ്ക്കരികിൽ നിന്നിരുന്ന രാജലക്ഷ്മിയുടെ നേർക്കായപ്പോൾ അവൾ മറഞ്ഞു കഴിഞ്ഞു. തൊട്ടുപിന്നിൽ വായിച്ചുകൊണ്ടിരുന്ന ഭർത്താവിനോട് – "ജഗദീശിന്റെ അച്ഛനും ജ്യേഷ്ഠനും വന്നിരിക്കുന്നു." അവൾ പറഞ്ഞു.

"അതേയോ?" ഉൽക്കണ്ഠയോടെ ഗോവിന്ദരാജ് ചോദിച്ചു.

അച്ഛൻ വീട്ടിനകത്തു കയറാൻ തുടങ്ങുമ്പോഴേക്കും ജഗദീശ് പുറത്തു വന്ന് "വരൂ, വരൂ" എന്ന് അകത്തേക്കു ക്ഷണിച്ചു. കിശോരി അകത്തെമുറിയിൽ തന്നെ ഇരുന്നു.

"വായടയ്ക്കെടാ പട്ടി. എന്നെ വരൂ എന്നു വിളിക്കാനുള്ള അവകാശം നിനക്കില്ല. ഞാൻ വന്നത് നിന്റെ സൽക്കാരത്തിനു വേണ്ടിയല്ല."

"എന്നാൽ അങ്ങനെയാകട്ടെ, പിന്നെ ഇരിക്കൂ." ജഗദീശ് ചിരിച്ചു കൊണ്ടു പറഞ്ഞു.

"ഭ്രഷ്ടൻ!നീചൻ! നീ നിമിത്തം എന്റെ വംശം നശിച്ചു. നീ ജനിച്ചപ്പോഴേ തോട്ടിലെറിഞ്ഞു കൊല്ലണമായിരുന്നു."

ജഗദീശിന് എല്ലാം തമാശയായിട്ടാണ് തോന്നിയത്. അയാൾ വെറുതെ പുഞ്ചിരിച്ചതേയുള്ളൂ.

"നിനക്കു ലോകത്തൊരിടത്തും മറ്റൊരു പെണ്ണിനെയും കിട്ടിയില്ലേ? ആ പുലച്ചി, അവളെത്തന്നെ നിനക്കു വേണമായിരുന്നോ? അച്ഛനും

വേണ്ട അമ്മയും വേണ്ട; ദൈവവും വേണ്ട, അമ്പലവും വേണ്ട. നാട്ടിൻപുറത്തെ ചപ്പാണ് നിനക്കു വേണ്ടത്. നീ എന്റെ മകനായി ഇങ്ങനെ പിറന്നല്ലോ!" മാധവഭട്ട് നെഞ്ചത്തടിച്ചുകൊണ്ടു പറഞ്ഞു.

ജഗദീശ് ഭാഗവതപാരായണം കേൾക്കുന്നതുപോലെ വെറുതെ ഇരുന്നു.

"നീ ചണ്ഡാലനാണ്. എനിക്കു നിന്നോടു പറയാൻ ഇത്രയേയുള്ളൂ. എന്റെ സ്വത്തിൽ ഒരു ചില്ലിക്കാശുപോലും നിനക്കു കിട്ടില്ല. എനിക്കും നിനക്കും തമ്മിൽ ഇനിമേലാൽ ഒരു ബന്ധവുമില്ല.. എന്റെ ശവം പോലും നീ തൊടരുത്."

ജഗദീശ് മൗനമായിരുന്നു. മാധവഭട്ട് തുടർന്നു.

"ഇനിമേലാൽ എന്റെ വീട്ടുപടിക്കൽ ചവിട്ടിപ്പോകരുത്. അവിടെ ഞാനും മതിമറന്നു വന്നുകേറിയാൽ വെടിവച്ചു കൊന്നുകളയും."

ജഗദീശ് നിർവ്വികാരനായി അച്ഛന്റെ മുഖത്തു തന്നെ നോക്കിനിന്നു,

"ഇതവസാനം. ഇനിമേലാൽ നിന്റെ കരിഞ്ഞമുഖം കാണാൻ ഞാനില്ല." ഇത്രയും പറഞ്ഞ് അയാൾ ചടപടാ പടിയിറങ്ങിപ്പോയി. പോകുന്നപോക്കിൽ കൈകൊണ്ടു പിന്നിലേക്കു തള്ളിയ വാതിൽ മുന്നോട്ടാഞ്ഞ് വലിയ ഒച്ചയോടെ അടഞ്ഞു.

കാർ തിരിക്കുന്ന ശബ്ദം കേട്ടു. ഒന്നും സംഭവിക്കാത്തമട്ടിൽ ജഗദീശ് മുറിക്കുള്ളിൽ കയറിപ്പോയി. അകത്തെ കട്ടിലിൽ ഇരുന്ന് കിശോരി തേങ്ങിത്തേങ്ങി കരയുന്നുണ്ടായിരുന്നു. ജഗദീശ് ചിരിച്ചുകൊണ്ട് അവളുടെ കൈപ്പത്തികൊണ്ട് പൊതിഞ്ഞിരുന്ന മുഖം മറനീക്കി. എന്നിട്ട് അവളുടെ കവിളിൽ തട്ടിക്കൊണ്ടു പറഞ്ഞു -

"മണ്ടിപ്പെണ്ണേ! മനുഷ്യന്റെ വായിൽനിന്നു എന്തുംവരും. എന്നുവച്ച് വാക്ക് അഗ്നിനാളമോ അണുബോംബോ ആവൂല്ല. വാക്കുപോലും പ്രകൃതിയിലെ പലതരം ശബ്ദങ്ങളിൽ ഒന്നുമാത്രമാണ്. ശബ്ദിച്ച് അവസാനിച്ചതോടെ അതും തീർന്നു."

"നിങ്ങൾ എന്തു വേണമെങ്കിലും പറഞ്ഞോളൂ. ഞാൻ നിമിത്തം നിങ്ങൾക്ക് അരുതാത്തതു പലതും ചെയ്യേണ്ടിവന്നിട്ടുണ്ട്." കിശോരി വേദനയോടെ പറഞ്ഞു.

"എന്തിന്? എനിക്കു സ്വത്തുകിട്ടില്ലെന്നു വിചാരിച്ചാണോ?

"അദ്ദേഹം നിങ്ങളെ എന്തെല്ലാം അസഭ്യം പറഞ്ഞു."

"ആണോ? അച്ഛൻ പറഞ്ഞതുതന്നെ എന്തെന്ന് ഞാൻ ശ്രദ്ധിച്ചതേയില്ല. കുട്ടികൾ തകരപ്പെട്ടിയിൽ കല്ലിട്ടു കിലുക്കിക്കളിക്കുമ്പോഴത്തെപ്പോലെ എന്തൊക്കെയോ ചില ശബ്ദങ്ങൾ കേട്ടു. അത്രയേയുള്ളൂ."

"അതു വെറുതെ പറയുന്നതാണ്. അദ്ദേഹത്തിന്റെ മുഖം പോലും കാണരുതെന്നല്ലേ പറഞ്ഞിട്ടുപോയത്."

"എന്നുവച്ചാൽ, ഒന്നുകിൽ ഞാൻ അല്ലെങ്കിൽ അച്ഛൻ, രണ്ടുപേരിലൊരാൾ മരിച്ചതുപോലെ ആയി. അപ്പോഴാണ് എനിക്കുതോന്നുന്നത് ഞാൻ വിശ്വനാഥനായിപ്പോയി എന്ന്. അതൊക്കെ കളയൂ. പോട്ടെ, ആരു

ടെയും മുഖം കണ്ടതുകൊണ്ട് ആർക്കും ഒന്നുംകിട്ടാൻ പോകുന്നില്ല."

"അതു വെറുതെ എന്നെ സമാധാനിപ്പിക്കാൻ ഇങ്ങനെയൊക്കെപ്പറയുന്നതാണ്."

"അല്ല കിശോരി. എന്നെ നോക്ക്. എനിക്ക് എന്തെങ്കിലും സംഭവിച്ചതായി നിനക്കു തോന്നുന്നുണ്ടോ? എന്തെങ്കിലും മാറ്റമുണ്ടായിട്ടുണ്ടോ? എന്റെ ബ്രാഹ്മണത്വം നശിച്ചു എന്നാണല്ലോ അച്ഛന്റെ അഭിപ്രായം. അതിൽ ഞാൻ ദുഃഖിക്കുന്നു എന്നാണ് നീ ഇപ്പോൾ വിചാരിക്കുന്നത്. എന്നെ വെറും ഒരു മനുഷ്യനായിട്ടാണ് ഞാൻ കരുതുന്നത്. നമ്മുടെ ജീവിതത്തിൽ നമ്മുടെ ചുറ്റുപാടും എന്ത് സംഭവിച്ചുകൊണ്ടിരുന്നോ അതൊക്കെ ഇപ്പോഴും യഥാക്രമം തുടരുന്നു. അതിൽ അത്ഭുതമൊന്നുമില്ല; സ്വാഭാവികം മാത്രം."

"നിങ്ങൾ എനിക്കു മനസ്സിലാകാത്തവിധത്തിൽ എന്തൊക്കെയോ പറഞ്ഞ് എന്റെ വാ മൂടുന്നു. അത്രയേയുള്ളൂ." കിശോരി കണ്ണീരിനിടയിൽ വിടർന്ന പുഞ്ചിരിയോടെ പറഞ്ഞു.

"ഞാൻ ഇത്രയേ പറയുന്നുള്ളൂ. നമ്മൾ എങ്ങനെ ജീവിക്കുന്നോ അങ്ങനെതന്നെ തുടരാം. അതു നമ്മുടേതുമാത്രമായിരിക്കും. അത്രമാത്രമാണ് നമുക്കു സ്വന്തമായിട്ടുള്ളത്. സ്വത്തും മറ്റും ഉണ്ടെങ്കിലുണ്ട് ഇല്ലെങ്കിലില്ല. അച്ഛന്റെ മുഖം ഉണ്ടെങ്കിലും ഇല്ലെങ്കിലും ഒരുപോലെ തന്നെ. നമ്മുടെ ജീവിതത്തിൽ നേടാൻ കഴിയാതെ അതിക്രമിച്ചു നില്ക്കുന്നതാണ് അവയൊക്കെ, പക്ഷേ തൃപ്തി, സന്തോഷം, ശാന്തി, സമാധാനം ഇതൊക്കെ നമ്മുടെ നന്മയ്ക്കുവേണ്ടി നമുക്കുതന്നെ ഉണ്ടാക്കാൻ കഴിയും."

"പക്ഷേ, ഈ സമുദായത്തിന്റെ വീക്ഷണം നമ്മിൽ പ്രേരണ ചെലുത്തില്ലേ?"

"അങ്ങനെയുണ്ടാവില്ലെന്നു വിചാരിച്ചാൽ ഒരു സ്വാധീനവുമുണ്ടാഷില്ല. നോക്ക്, ഈ മനുഷ്യർ തങ്ങളുടെ സാമൂഹികജീവിതത്തിൽ പ്രവർത്തിക്കുന്നതും ചിന്തിക്കുന്നതും ദുഷിക്കുന്നതും എല്ലാം വലിയ കാര്യമായിട്ടാണ് കരുതുന്നത്. പക്ഷേ, അവയൊന്നും നമുക്ക് ഒന്നുമല്ല. ഒരാൾ ഒരു വീടുണ്ടാക്കിയാൽ, അതുമല്ലെങ്കിൽ ഒരു കിണറുകുഴിച്ചാൽ, ട്രെയിനോ കപ്പലോ നിർമ്മിച്ചാൽ അതിനെ വലിയ നേട്ടമായി കൊണ്ടാടും."

കിശോരി അയാളുടെ മുഖത്തുതന്നെ നോക്കിയിരുന്നു.

"എന്നെങ്കിലും വിമാനത്തിൽ കയറിയിട്ടുണ്ടോ?" ജഗദീശ് ചോദിച്ചു.

"ഇല്ല."

"വിമാനത്തിലിരിക്കുമ്പോൾ ഈ വലിയ വലിയ കെട്ടിടങ്ങളൊക്കെ വെറും കളിവീടുകളായിട്ടാണ് കാണപ്പെടുക. വിശാലമായ നഗരം തവളയുടെ പുറം പോലെ തോന്നും. മനുഷ്യന്റെ ഒരു ബഹളവും അവിടെ കേൾക്കില്ല. ഇപ്പോൾ തന്നെ അച്ഛൻ പറഞ്ഞിട്ടുപോയതൊന്നും അവിടെ ഇല്ല. അതേപോലെ ഇവയിൽ നിന്നെല്ലാം അകന്നുനിന്നു നോക്കിയാൽ

ഇതൊന്നും ഒന്നുമല്ലെന്നു മനസ്സിലാകും."

"നിങ്ങൾ പറയുന്ന സ്ഥിതിയിലേക്കെത്താൻ എല്ലാവരെക്കൊണ്ടും സാധിക്കില്ല. എനിക്ക് ഈ ബഹളംകേട്ട് ഭയമാകുന്നു."

"പേടിക്കണ്ടാ. അച്ഛൻ ഒരു പുലിയെക്കൊന്ന ദിവസം മുതൽ വെടി വയ്ക്കും എന്നു പറയുന്നത് ഒരു സ്ഥിരം പല്ലവിയാണ്."

അപ്പോഴേക്കും ഗോവിന്ദരാജ് അവിടെ എത്തി.

"നിങ്ങളുടെ അച്ഛൻ വരുന്നതുകണ്ടല്ലോ. വല്ല ഒത്തുതീർപ്പിനും വന്ന താണോ?"

"ഓ അങ്ങനെയൊന്നുമില്ല. എന്നെ കുറെ ചീത്ത പറഞ്ഞിട്ടുപോയി. വളരെ അസ്വസ്ഥനായ അദ്ദേഹത്തിന് അല്പം ആശ്വാസമാകുമല്ലോ എന്നു കരുതി ഞാനൊന്നും മിണ്ടിയില്ല."

ജഗദീശ് ചിരിച്ചുകൊണ്ടുപറഞ്ഞു.

"ഞാനൊന്നും കേട്ടില്ല എന്നല്ലേ കുറച്ചുമുമ്പ് എന്നോടു പറഞ്ഞത്." കിശോരി ഇടയ്ക്കുകയറി ചോദിച്ചു.

"ഹേ, അങ്ങനെയല്ല പറഞ്ഞത്. തകരപ്പെട്ടിയിൽ കല്ലിട്ടു കുലുക്കുന്ന പോലെ ചില ശബ്ദങ്ങളൊക്കെ കേട്ടു എന്നാണ് പറഞ്ഞത്. അങ്ങനെ ശബ്ദമുണ്ടാക്കുന്നത് കുട്ടികൾക്കു സന്തോഷവും സമാധാനവും നല്കുന്നതാണെന്ന് എല്ലാവർക്കും അറിയാമല്ലോ."

***

കോളേജ് തുറന്നു. ആദ്യത്തെ ഒന്നുരണ്ടുദിവസം സഹപ്രവർത്തകരും വിദ്യാർത്ഥികളും മ്യൂസിയത്തിൽ നിന്നുകൊണ്ടുവന്ന ഏതോ വിചിത്ര വസ്തുവിനെപോലെയാണ് നോക്കിയത്. കാഴ്ചബംഗ്ലാവിലെ വിചിത്രമായ ഒരു മൃഗത്തെയോ പക്ഷിയെയോ നോക്കുന്നതുപോലെ ദൂരെനിന്നു നോക്കും. സഹപ്രവർത്തകരിൽ അധികം പേരും നേരിട്ട് ഒന്നും സംസാരിക്കാതെ ഒഴിഞ്ഞുമാറിപൊയ്ക്കളയും.

സുപ്രസിദ്ധനായ സിനിമാനടനെയോ പാട്ടുകാരനെയോ പണ്ഡിതനെയോ നേതാവിനെയോ ചന്ദ്രനിൽ കാലുകുത്തിയ മനുഷ്യനെയോ ഒക്കെ ഇങ്ങനെ നോക്കുന്നതിൽ എന്തെങ്കിലും അർത്ഥമുണ്ട്. സുന്ദരമായ ഈ ലോകത്തിൽ അതൊരു വിശിഷ്ടമായ സംഗതിയായിരിക്കും. ഒരു സ്ത്രീയെ വിവാഹം കഴിക്കുന്നത്, സ്ത്രീപുരുഷന്മാർ പരസ്പരം ബന്ധപ്പെടുന്നത് ലോകത്തിൽ ഏറക്കുറെ എല്ലാവരും ചെയ്യുന്ന, ദിനം പ്രതി നടക്കുന്ന, സംഗതിയാണ്. ഇതിന് ഇത്രയേറെ മഹത്ത്വം എങ്ങനെയുണ്ടായി എന്നാണ് അയാൾ ചിന്തിച്ചത്.

ഇങ്ങനെയൊക്കെ അവർ സൂക്ഷിച്ചുനോക്കുന്നത് അവർക്ക് ഇഷ്ടമായിട്ടൊന്നുമല്ല. മരിച്ചിട്ടു മൂന്നാമത്തെ ദിവസം കല്ലറയിൽ നിന്നുയർത്തെഴുന്നേറ്റ യേശുക്രിസ്തുവിനെ നോക്കുന്നതുപോലെയാണ് അവർ നോക്കിയത്.

കോളേജ് തുറന്ന് മൂന്നാലുദിവസം കഴിഞ്ഞ് ഒരു ദിവസം ജഗദീശ്

ക്ലാസിൽ കയറിയപ്പോൾ ബോർഡിനുമുകളിൽ അർദ്ധനഗ്നരായ ഒരാണുംപെണ്ണും നില്ക്കുന്ന ചിത്രം കണ്ടു. ആ ചിത്രത്തിൽ "ജെ, കെ, സെക്കുലർ ഏരിയാസ്" എന്ന് എഴുതിയിരുന്നു.

വെറും സാധാരണ സംഗതി. അതിനെ നിസ്സാരമായി കളഞ്ഞാലോ എന്നാലോചിച്ചു. പക്ഷേ, അതു കണ്ടശേഷം അതുകാണാത്തപോലെ ബോർഡിനുമുന്നിൽനിന്നു ക്ലാസ് ആരംഭിച്ചാൽ ഭീരുത്വം കൊണ്ടാണെന്ന് വിദ്യാർത്ഥികൾ കരുതുമെന്ന് ജഗദീശിനറിയാം. താൻ ചെയ്യുന്ന ജോലി വെറും മാസശമ്പളം വാങ്ങാനുള്ളത് മാത്രമല്ല, അതൊരു ഗൗരവമുള്ള സംഗതിയാണ്. അതിനു പവിത്രതയുണ്ട്, ലക്ഷ്യമുണ്ട് എന്നൊക്കെയായിരുന്നു അയാളുടെ വിശ്വാസം. സർവ്വകലാശാല കൊടുക്കുന്ന സിലബസ് പൂർണ്ണമായി പഠിപ്പിച്ചു തീർക്കുക എന്നതു മാത്രമല്ല, അത് താൻ ഏറ്റെടുത്ത ഒരു ജീവിതധർമ്മമാണെന്ന ധാരണയാണ് അയാൾക്കുണ്ടായിരുന്നത്.

ജഗദീശ് ബോർഡിലേക്കു തിരിഞ്ഞ് ചിത്രം ചൂണ്ടിക്കാണിച്ചുകൊണ്ട്-

"ബോർഡിൽ ഇത്തരമൊരു ചിത്രം വരയ്ക്കുക അസാധാരണമാണ്. ക്ലാസിലെ ബോർഡ് ഈ രീതിയിലുള്ള വൈകൃതങ്ങൾ കാണിക്കാനുള്ളതല്ല. ആരുവരച്ചു എന്നത് ഇവിടെ പ്രശ്നമല്ല. അതറിയണമെന്നുമില്ല. പക്ഷേ, ഇതുവരച്ച ആളുടെ വികാരംകൊണ്ട മനസ്സ്, ലോകത്തെക്കുറിച്ച് യാതൊന്നും അറിയാതെ, അന്ധതയിൽ ജീവിക്കുന്നതോർത്ത് ഞാൻ ഖേദിക്കുന്നു."

"സാർ ക്ലാസെടുക്കൂ." പിന്നിലെ ബഞ്ചിലിരുന്ന് ഒരാൾ വിളിച്ചു പറഞ്ഞു. ചിലർ ചിരിച്ചു.

"നിങ്ങളുടെ പ്രവൃത്തികൊണ്ട് ഭയപ്പെടുന്നവനല്ല ഞാൻ. എന്റെ ഈ പീര്യേഡിൽ ഈ ചിത്രം വരച്ചുവച്ചിട്ട് 'ക്ലാസെടുക്കൂ' എന്നു പറയാനുള്ള അവകാശം നിങ്ങൾക്കില്ല. ഇതു വരച്ച ആളാരായാലും ഒരാളായിരിക്കും. പക്ഷേ, മറ്റുള്ള 25 പേരിൽ ആരും ഇതിനെ എതിർക്കാതിരുന്നതുകൊണ്ട് എല്ലാവരുടേയും അനുമതിയോടെയാണ് ഇതു നടന്നത് എന്ന് ഞാൻ വിചാരിക്കുന്നു. ഈ ക്ലാസിലുള്ള എല്ലാവരും ചേർന്നാണ് ഇതു ചെയ്തതെന്നു വേണം കരുതാൻ."

ക്ലാസിൽ അവിടെയുമിവിടെയും നിന്ന് ചില പ്രതിഷേധസ്വരങ്ങൾ ഉയരുന്നതുകേട്ടു.

"അതു മറന്നുകളയൂ സാർ."

"ശരി. ഞാനിതു മറക്കാം."

അങ്ങനെ പറഞ്ഞ വിദ്യാർത്ഥിയെ നോക്കി ജഗദീശ് ചിരിച്ചുകൊണ്ടു പറഞ്ഞു:

"പക്ഷേ, എന്റെ ഒരു വിദ്യാർത്ഥിയുടെ നിർദ്ദേശം വാങ്ങേണ്ടവിധം ഞാൻ അത്ര തരംതാണിട്ടില്ല."

"അപ്പോൾ രാജികൊടുത്തിട്ടുപോകാമല്ലോ?" അരികിലിരുന്ന് മറ്റൊരു

വിദ്യാർത്ഥി പറഞ്ഞു.

"ശരി. രാജി കൊടുക്കേണ്ടിവന്നാൽ ഞാൻ അതും ചെയ്യാം. പക്ഷേ, ഏതോ ഒരുത്തന്റെ അഭിപ്രായത്തെ മാനിച്ച് എന്റെ ജീവിതരീതിമാറ്റുന്ന ഒരു വിഡ്ഢിയല്ല ഞാൻ." അല്പം കഴിഞ്ഞ് തുടർന്നു-

"ഇതു ക്ലാസല്ല. ഒരു സിമ്പോസിയം ആയി. ഞാൻ രാജി കൊടുക്കേണ്ട കാരണം ചോദിച്ചാലോ മി. മോഹൻ."

ക്ലാസിലെങ്ങും നിശ്ശബ്ദത.

"പറയെടാ, പറ." മോഹനന്റെ അടുത്തിരുന്ന ഒരാൾ അയാളെ പ്രേരിപ്പിച്ചു. അയാൾ ഇരുന്നുകൊണ്ട് എന്തോ അവ്യക്തമായി പിറുപിറുത്തു. തെല്ല് പരുങ്ങലോടെ മേശപ്പുറത്തുള്ള കടലാസിന്റെ അറ്റം മടക്കാൻ തുടങ്ങി.

ജഗദീശ് തുടർന്നു-

" ഈ ക്ലാസിൽ ഞാൻ നിങ്ങൾക്ക് ഒരദ്ധ്യാപകനാണ്. എന്റെ ജോലി എന്താണെന്ന് എനിക്കു നല്ല ബോധമുണ്ട്. അതുശരിക്കും നിർവ്വഹിക്കാൻ കഴിയുമെന്നും എനിക്ക് നല്ല വിശ്വാസവുമുണ്ട്. നിങ്ങൾക്ക് ഞാൻ ഒരു ദ്രോഹവും ചെയ്തിട്ടില്ല; ചതിച്ചിട്ടില്ല. എന്റെ കടമയിൽനിന്ന് ഞാൻ പിന്മാറിപ്പോയിട്ടില്ല. എന്റെ ക്ലാസിൽ ഇമ്മാതിരി അശ്ലീലചിത്രം വരച്ചുവച്ചതിനു കാരണമെന്തെന്ന് എനിക്കു മനസ്സിലാവുന്നില്ല. അനീതിയായി ഞാൻ ഒന്നും പ്രവർത്തിച്ചിട്ടില്ല. ഞാൻ വിവാഹം കഴിച്ചത് അനാചാരമോ അപരാധമോ അല്ല. ഞാനൊരു ഹരിജൻ യുവതിയെ വിവാഹം ചെയ്തതുകൊണ്ട് നിങ്ങൾക്ക് യാതൊന്നും സംഭവിക്കാൻ പോകുന്നില്ല. ഇതെന്റെ സ്വകാര്യജീവിതത്തെ സംബന്ധിച്ചതാണ്. അതേപ്പറ്റി നിങ്ങൾ തലപുകയേണ്ട ആവശ്യമില്ല. 'ജെ' എന്നു പറഞ്ഞാൽ ജഗദീശ് എന്നും 'കെ' എന്നു പറഞ്ഞാൽ കിശോരി എന്നും എനിക്കു മനസ്സിലാകും. നിങ്ങളുടെ മാതാപിതാക്കന്മാർ എങ്ങനെ ഭാര്യാഭർത്താക്കന്മാരായിരിക്കുന്നോ അതുപോലെ തന്നെയാണ് ഞങ്ങളും. ഞങ്ങളെ രണ്ടുപേരെ നഗ്നമായി ചിത്രീകരിക്കുന്നതിൽ നിങ്ങൾക്കു സന്തോഷമുണ്ടെങ്കിൽ അതായിക്കൊള്ളൂ. എന്റെ പഠിപ്പിക്കലിനുപകരം

---

* കനകദാസനു ശ്രീകൃഷ്ണദർശനം സാദ്ധ്യമാക്കിയ കിളിവാതിലാണ് 'കനകനകിണ്ടി.' അതിനെക്കുറിച്ച് പ്രസിദ്ധമായ ഒരു കഥയുണ്ട്. കനകദാസൻ ഒരു താണജാതിക്കാരനായിരുന്നു. ഒരിക്കൽ ഉഡുപ്പി ശ്രീകൃഷ്ണദർശനത്തിന് പാട്ടും പാടി അയാൾ ചെന്നപ്പോൾ ബ്രാഹ്മണന്മാർ നടയടച്ചുകളഞ്ഞു. ഭക്തനായ കനകദാസൻ ക്ഷേത്രത്തിനു പിന്നിൽപോയി കൃഷ്ണനെ സ്തുതിച്ചുപാടി. പാട്ടിന്റെ അവസാനത്തിൽ ഒരു വലിയ ശബ്ദമുണ്ടായി. ബ്രാഹ്മണർ വന്ന് കതകുതുറന്നു നോക്കിയപ്പോൾ കനകദാസ് നിന്നഭാഗത്തേക്ക് കൃഷ്ണവിഗ്രഹം തിരിഞ്ഞിരിക്കുന്നതു കണ്ടു. ആ ഭാഗത്ത് ഒരു കിളിവാതിലുണ്ടാക്കി. അതിനു "കനകനകിണ്ടി" എന്നു പേരും കൊടുത്തു. ഇന്നും ഉഡുപ്പി ക്ഷേത്രത്തിലെ വിഗ്രഹം പിൻതിരിഞ്ഞാണിരിക്കുന്നത്. കനകനകിണ്ടിയിലൂടെ നോക്കിയാലേ ശ്രീകൃഷ്ണവിഗ്രഹത്തിലെ മുഖം കാണാൻ കഴിയൂ.

നിങ്ങൾക്ക് അതുതന്നെ തുടരാം."

ജഗദീശ് ക്ലാസിൽ നിന്ന് ഇറങ്ങിപ്പോയി. ക്ലാസ് നിശ്ശബ്ദമായിരുന്നു. ആദ്യം പെൺകുട്ടികളെല്ലാം എണീറ്റ് തലകുനിച്ച് പുറത്തിറങ്ങി. ഒരു പ്രാവശ്യം ആൺകുട്ടികൾ കൂവുന്നതുകേട്ടു. വീണ്ടും നിശ്ശബ്ദത.

ജഗദീശ് പോയ മറ്റു ക്ലാസുകളിൽ അങ്ങുമിങ്ങും നിന്ന് ചില കുശുകുശുവർത്തമാനം ഉണ്ടായി. അയാൾക്ക് അപ്രതീക്ഷിതമായി ദേഷ്യം കൊണ്ട് കലികയറി. എല്ലാ ക്ലാസിലും നടത്തിയ ലക്ചറുകൾക്ക് പ്രത്യേകമായ ഒരു ആവേശവും കാഠിന്യവുമുണ്ടായിരുന്നു. തന്നെത്തന്നെ മറന്നതുപോലെ തോന്നി. അയാളുടെ വാഗ്പ്രവാഹംകണ്ട് വിദ്യാർത്ഥികൾ അത്ഭുതപ്പെട്ടുപോയി. മന്ത്രംകൊണ്ട് വശീകരിക്കപ്പെട്ടവരെപ്പോലെ അവർ അനങ്ങാതെ കേട്ടിരുന്നതേയുള്ളൂ. പെട്ടെന്ന് മഴ ചൊരിഞ്ഞു നിന്നതുപോലെ ഓരോക്ലാസിലും തന്റെ ലക്ചർ തുടങ്ങുകയും നിർത്തുകയും ചെയ്തു. ഓരോ ലക്ചറിനും എന്തോ ഒരു വശ്യശക്തിയുള്ളതുപോലെ.

പിറ്റേദിവസം ജഗദീശ് മൂന്നാം വർഷ ബി എ ക്ലാസിൽ പോകണമോ വേണ്ടയോ എന്ന് ആലോചിച്ചുപോയി. പോകാതിരുന്നാൽ കൃത്യവിലോപമാണെന്നു വിചാരിച്ച് ക്ലാസിൽ പോയി. ആകെ നാലഞ്ചുപേർ മാത്രമേ ഉണ്ടായിരുന്നുള്ളൂ. ക്ലാസിലുള്ള എട്ടുപെൺകുട്ടികളിൽ ഒരാൾപോലും ഉണ്ടായിരുന്നില്ല. ബോർഡ് തുടച്ചു വെടിപ്പാക്കിയിരുന്നു.

ജഗദീശ് ക്ലാസിൽ കയറിനിന്നു. അവിടെ ഉണ്ടായിരുന്ന വിദ്യാർത്ഥികൾ മൗനമായിരുന്നു. "നിങ്ങൾക്ക് പഠിക്കണമെന്ന് താല്പര്യമുണ്ടോ?" ജഗദീശ് ചോദിച്ചു.

"അത് താങ്കളുടെ ഇഷ്ടം" ഒരാൾ അല്പം ഗൗരവത്തിൽ പറഞ്ഞു.

ജഗദീശ് ക്ലാസിൽ നിന്നിറങ്ങിപ്പോയി. ആ വിദ്യാർത്ഥികൾ കൂവി ബഹളം വച്ചു.

ജഗദീശ് തന്റെ ഡിപ്പാർട്ടുമെന്റിൽ പോകുന്നവഴിക്ക് എട്ടുപത്ത് ആൺകുട്ടികളും അഞ്ചാറ് പെൺകുട്ടികളും കൂട്ടംകൂടി നിന്നിരുന്നു. രണ്ടാൺകുട്ടികൾ മുന്നോട്ട് വന്നു പറഞ്ഞു -

"സാർ, ഞങ്ങൾക്കു പഠിക്കാൻ താല്പര്യമുണ്ട്."

"പിന്നെ നിങ്ങൾ ആ ക്ലാസിൽ വരാതിരുന്നത്?"

"സാർ, ഞങ്ങൾ ആ ക്ലാസിൽ പോകില്ല." ഒരു പെൺകുട്ടി പറഞ്ഞു.

"കാരണം" ജഗദീശ് തിരക്കി.

"ഇന്നും ബോർഡിൽ എന്തൊക്കെയൊ എഴുതിയിരുന്നു. അതു മായ്ച്ചു കളയാൻപോയ ഒരാളെ രണ്ടുമൂന്നുപേർ എതിർത്തു. ഇനി അവിടെ വല്ല ബഹളവും ഉണ്ടായേക്കുമെന്നു ഭയന്നു ഞങ്ങൾ പുറത്തിറങ്ങിപ്പോയതാണ്." ഒരു വിദ്യാർത്ഥി പറഞ്ഞു.

"ഏതായാലും ഇന്ന് ഇങ്ങനെ കഴിഞ്ഞല്ലോ. നാളെ നിങ്ങൾ ക്ലാസിൽ വരൂ. ചിത്രം വരയ്ക്കുന്നവർ വരച്ചോട്ടെ. നിങ്ങൾക്ക് ഇത്ര പേർക്ക് പഠിക്കാൻ താല്പര്യമുണ്ടെങ്കിൽ ക്ലാസിൽ ഇരിക്കൂ. പ്രശ്ന

ങ്ങൾ ഞാൻ പരിഹരിച്ചോളാം." ജഗദീശ് പറഞ്ഞു.

വിദ്യാർത്ഥികൾ അതു സമ്മതിച്ചു.

അന്നു സന്ധ്യയ്ക്കു ജഗദീശ് കിശോരിയെ ആദ്യമായി ശ്രീകൃഷ്ണ ക്ഷേത്രത്തിലേക്കു കൂട്ടികൊണ്ടുപോയി. വഴിക്ക് പലരും അത്ഭുതത്തോടെ നോക്കിനിന്നു.

കിശോരിക്ക് "കനകനകിണ്ടി"*(കിളിവാതിൽ)യിലൂടെ ശ്രീകൃഷ്ണനെ കാണിച്ചുകൊടുത്തു.

"ഇത് കനകനകിണ്ടിയാണ്. അവിടെ പുറത്തുകാണുന്നത് കനകദാസന്റെ പ്രതിമയും. അയാളുടെ ഭക്തിക്കു മുമ്പിൽ കൃഷ്ണഭഗവാൻ മുഖം തിരിച്ചു. ആ കഥ നിനക്കറിയാമോ?"

"അറിയാം."

"യഥാർത്ഥത്തിൽ ശ്രീകൃഷ്ണൻ മുഖം തിരിച്ചത് ഒരു വലിയ മായയാണ്. നമ്മുടെ അറിവിനുമപ്പുറത്ത് ഏതോ അലൗകികസംഗതിയാണ്. അതിനാൽ കിഴക്കേനട അടച്ച് പടിഞ്ഞാറേനട തുറക്കണമായിരുന്നു. ദർശനത്തിന് ശ്രീകൃഷ്ണൻ മുഖം തിരിച്ചുകൊടുത്തെങ്കിലും ബ്രാഹ്മണർ വാതിൽ തുറന്നുകൊടുത്തില്ല. അയാൾക്കു കിട്ടിയത് ഒരു കിളിവാതിൽമാത്രം."

"ദൈവം അതിനെ വീണ്ടും ആക്ഷേപിക്കണമായിരുന്നു." കിശോരി പറഞ്ഞു.

"വീണ്ടും വീണ്ടും ആക്ഷേപിക്കുന്ന സ്വഭാവം മനുഷ്യന്റേതാണ്. പക്ഷേ, ശ്രീകൃഷ്ണൻ മൗനമായിരുന്നതേയുള്ളു. ആ ബ്രാഹ്മണരെ തിരുത്തുന്നത് പ്രയാസമാണെന്ന് ഭഗവാൻപോലും മനസ്സിലാക്കിയിരുന്നു. ഭഗവാൻ മുഖം തിരിച്ചിട്ടും അവരുടെ മുഖം തിരിഞ്ഞില്ല. ശ്രീകൃഷ്ണൻ തന്നെ പറന്ന് കനകദാസന്റെ അടുക്കൽ വരണമായിരുന്നു. എന്തുപറയുന്നു.?"

"എന്തോ, എനിക്കറിയില്ല."

"ശ്രീകൃഷ്ണൻ എന്തുകൊണ്ടു ചെയ്തില്ല. കൃഷ്ണഭഗവാൻ ബ്രാഹ്മണനല്ലെങ്കിലും ബ്രാഹ്മണരോട് സഹതാപം ഉണ്ടായിരുന്നു. പാവം ബ്രാഹ്മണർക്ക് മറ്റൊരു ജീവിതമാർഗ്ഗവുമില്ലായിരുന്നു. 'അമ്പലത്തിൽ നിന്നിറങ്ങിപ്പോയിട്ട് അവരുടെ ജീവിതവ്യാപാരത്തിന് തടസ്സമുണ്ടാക്കണ്ട, എന്റെ പേരുപറഞ്ഞ് അവർ ജീവിച്ചോട്ടെ' എന്ന് ശ്രീകൃഷ്ണൻ വിചാരിച്ചിരിക്കണം."

"വ്യാപാരമെന്നുവച്ചാൽ എന്താണ്?"

"വ്യാപാരമെന്നുവച്ചാൽ ഇതു തന്നെ. നോക്ക് അമ്പലമെന്നു പറഞ്ഞാൽ ബ്രാഹ്മണരുടെ അങ്ങാടിയാണ്. ദൈവം അവിടെ നിർജ്ജീവമായ ഒരു ത്രാസാണ്. ആ ത്രാസ് സ്വയം ഒന്നും തൂക്കില്ല. ത്രാസ് എന്നതു ഒരു സാക്ഷിയാണ്. കൊടുക്കുകയും എടുക്കുകയും ചെയ്യുന്നു. വ്യാപാരം ചെയ്യുന്നത് ബ്രാഹ്മണനാണ്. നേർച്ചയായി വരുന്ന പണം തിന്നുന്ന ഒരു ഭഗവാനെയും ഞാനിതുവരെ കണ്ടിട്ടില്ല."

"അപ്പോൾ ഇത്രയും വെറുതേ വന്നതുപോലെയായി അല്ലേ?" കിശോരി ചോദിച്ചു.

"ഇതും കണ്ടിരിക്കേണ്ട ഒരു സ്ഥലം എന്നു കരുതി വന്നു. ദേവനെക്കാണാം എന്നുവച്ചല്ല. തീയേറ്റർ, കോളേജ്, സ്റ്റേഡിയം, റെയിൽവേ സ്റ്റേഷൻ, കടൽത്തീരം ഇവിടെയൊക്കെ എല്ലാവരും പോകാറുണ്ടല്ലോ. ഓരോ സ്ഥലത്തും ഓരോ ഉദ്ദേശ്യത്തോടെയാണ് പോകുന്നത്. അങ്ങനെ ഇവിടെയും ആകാം." ജഗദീശ് പറഞ്ഞു.

"അപ്പോൾ ഇവിടെ വന്ന കാര്യം പറയൂ." കിശോരി ചിരിച്ചുകൊണ്ടു ചോദിച്ചു.

"അധികംപേരും ഒന്നും ചെയ്യാനില്ലാത്തപ്പോൾ പ്രത്യേകിച്ച് ഉദ്ദേശ്യമൊന്നുമില്ലാതെ അമ്പലത്തിൽ പോകുന്നു.

"മതി നിങ്ങളുടെ പ്രസംഗം, ആളുകളെല്ലാം എന്നെത്തന്നെ ശ്രദ്ധിക്കുന്നു." കിശോരി പറഞ്ഞു.

"നിന്നെപ്പോലുള്ളവർക്ക് മറ്റൊരുദ്ദേശ്യമുണ്ട്." മുല്ലപ്പൂ വാങ്ങാൻ കൂടി നില്ക്കുന്ന കൂട്ടത്തെക്കാണിച്ചുകൊണ്ടു ജഗദീശ് പറഞ്ഞു.

"വാങ്ങട്ടെ?" അവൾ ചോദിച്ചു.

"ഇഷ്ടംപോലെ വാങ്ങിക്കോ." അയാൾ സമ്മതിച്ചു.

ക്വാർട്ടേഴ്സിൽ മടങ്ങിയെത്തിയപ്പോൾ സന്ധ്യക്ക് ഏഴുമണിയായിരുന്നു. ബസിലിരുന്ന ചില ചെറുപ്പക്കാർ അവരെനോക്കി ഇംഗ്ലീഷിൽ ചില അശ്ലീലവാക്കുകൾ പറഞ്ഞുകൂകി. കിശോരി കോപംകൊണ്ട് വിറച്ചു. "റാസ്കൽസ്, സംസ്കാരമില്ലാത്തവന്മാർ" അവൾ പൊട്ടിത്തെറിച്ചു.

"അങ്ങനെ പറയാതെ" ജഗദീശ് തടഞ്ഞു.

"വായിൽ തോന്നിയതു പറഞ്ഞതുകൊണ്ട് ഇവർക്കെന്തു കിട്ടാനാണ് എന്നാണ് എനിക്കു മനസ്സിലാകാത്തത്." അവൾ ചോദിച്ചു.

"ഈ സമൂഹത്തിൽ മനസ്സിലാകാത്തതു പലതുമുണ്ട്. ഒരു വ്യഭിചാരിണിയുടെ അടുക്കൽ എത്ര പുരുഷന്മാർ പോയാലും ഈ സമൂഹം ഒന്നും മിണ്ടില്ല. പക്ഷേ, അവൾ ഒരുത്തനെ വിവാഹം കഴിച്ച് കുടുംബജീവിതം തുടങ്ങിയാൽ ആളുകൾ അവളെ പരിഹസിക്കാൻ മടിക്കില്ല. അപ്പോൾ ഈ സമൂഹത്തിന്റെ മനസ്സെങ്ങനെയുള്ളതെന്ന് മനസ്സിലാക്കാൻ കഴിയുമോ?"

"അവൾ നല്ലവളായാൽ ആ പരിഹസിക്കുന്നവർക്ക് ഒരു വലിയ നഷ്ടമായിരിക്കും. പക്ഷേ, നമ്മുടെ കാര്യത്തിൽ അവർക്കെന്തു നഷ്ടപ്പെട്ടു. എന്തിനു പരിഹസിക്കണം." കിശോരി പരിഭവത്തോടെ ചോദിച്ചു.

"അവരെന്തെങ്കിലും പുതുമ കണ്ടിരിക്കണം. മിക്കവാറും അവരുടെ നോട്ടത്തിൽ വെറും കാമവും ലൈംഗികാവയവങ്ങളും മാത്രമേ കാണുന്നുള്ളൂ. പ്രേമവും അതിനുപിന്നിലെ ഹൃദയവും അവരുടെ ദൃഷ്ടിയിൽപ്പെടില്ല. ബാംഗ്ലൂരിൽ സ്റ്റേഡിയത്തിൽ വച്ച് നിന്നെ നുള്ളിമാന്തിയവരും ഇമ്മാതിരിക്കാരാണ്. ഇവരൊക്കെ എല്ലാടത്തും കാണും. സാരമില്ല, പോട്ടെ."

അന്നുരാത്രി പന്ത്രണ്ടുമണി ആയിക്കാണും. വീട്ടിന്റെ മേൽക്കൂരയിൽ എവിടെനിന്നോ കുറേ കല്ലുകൾവന്നുവീഴുന്ന ശബ്ദം കേട്ടു. പരിഭ്രമിച്ചെണീറ്റ കിശോരിയെ ജഗദീശ് സമാധാനിപ്പിച്ചു. "കൂര തുളച്ചു കല്ലു വന്നാലും തട്ടിൻപുറത്തു നില്ക്കും. നമ്മുടെ ശരീരത്തിൽ വീഴില്ല. പേടിക്കാനൊന്നുമില്ല."

"ഇതായിരിക്കും. സ്റ്റുഡൻസ്?" കിശോരി വിഷമത്തോടെ ചോദിച്ചു.

"റോഡിൽക്കൂടി പോകുന്നവരിൽ വിദ്യാർത്ഥികളെന്നോ മറ്റോ ഉള്ള ഭേദമെന്തിന്. എല്ലാം ഒന്നു തന്നെ. ആരോ കുടിയന്മാരായിരിക്കും. ഭാര്യയില്ലാത്തവരോ ഭാര്യയെ ഭയന്നു നടക്കുന്നവരോ വേശ്യയുടെ അടുക്കൽ പോകാൻ മോഹമുണ്ടെങ്കിലും പേടിച്ചു പോകാത്തവരോ ഒക്കെ ആയിരിക്കാം." ജഗദീശ് പറഞ്ഞു.

***

പിറ്റേദിവസം ഞായറാഴ്ചയായിരുന്നു. അരുണ പതിവുപോലെ വന്നു. "കാപ്പികുടിക്കാൻ അമ്മ വിളിക്കുന്നു." എന്നുപറഞ്ഞ് ജഗദീശിനെയും കിശോരിയെയും വിളിച്ചുകൊണ്ടുപോയി. കാപ്പികുടി കഴിഞ്ഞ് അല്പനേരം അവർ സംസാരിച്ചിരുന്നു. "ക്ലാസിനുവേണ്ടി കുറച്ചു തയ്യാറാക്കേണ്ടതുണ്ട്" എന്നുപറഞ്ഞ് ജഗദീശിറങ്ങി. കിശോരിയും രാജലക്ഷ്മിയും സംസാരിച്ചുകൊണ്ടിരുന്നു. ക്ലാസിൽ ചില ശബ്ദകോലാഹലങ്ങളുണ്ടായത് രാജലക്ഷ്മി പറഞ്ഞ് അറിഞ്ഞു. അതുകേട്ട് കിശോരി അത്ഭുതപ്പെട്ടുപോയി. കിശോരി ഇതറിഞ്ഞിരിക്കുമെന്നു വിചാരിച്ചാണ് രാജലക്ഷ്മി ഇക്കാര്യം ചോദിച്ചത്. പക്ഷേ, ജഗദീശ് ഇത്തരം കാര്യങ്ങളൊന്നും കിശോരിയോടു പറയാറില്ല. അവൾ ഇക്കാര്യമൊന്നും അറിഞ്ഞിരുന്നില്ല എന്നു മനസ്സിലാക്കിയപ്പോൾ രാജലക്ഷ്മിക്ക്, താൻ പറഞ്ഞത് ശരിയായില്ലെന്ന് അല്പം വിഷമം തോന്നി. മാത്രമല്ല ഭയവുമുണ്ടായി. ഭർത്താവ് ദേഷ്യപ്പെടുമെന്ന് ഭയന്ന് കിശോരി പോയശേഷം അവൾ ഗോവിന്ദരാജിനോടു പറഞ്ഞു:

"കോളേജിൽ നടന്നതൊന്നും കിശോരി അറിഞ്ഞിരുന്നില്ല. ഞാൻ അതൊന്നുമറിയാതെ അവളോട് അതു സംസാരിച്ചുപോയി."

അല്പം കഴിഞ്ഞ് ശാന്തനായി ഗോവിന്ദരാജ്-

"നിന്റെ സംസാരം കുറച്ചുകുറയ്ക്കണം രാജലക്ഷ്മീ. കിശോരിക്ക് മനസ്സിനു വേദനയുണ്ടാക്കണ്ട എന്നു വിചാരിച്ച് ജഗദീശ് അവളോട് അതൊന്നും പറഞ്ഞിരിക്കില്ല. അയാളുടെ സദുദ്ദേശ്യം നീയായിട്ടു തകർത്തല്ലോ."

രാജലക്ഷ്മി കരയുന്ന മട്ടായി. ഗോവിന്ദരാജ് തുടർന്നു - "പോട്ടെ, സാരമില്ല. ജഗദീശ് അതൊന്നും അത്ര വലിയ കാര്യമായിട്ടെടുക്കില്ല. പക്ഷേ, നീ സംസാരിക്കുമ്പോൾ ഇനിയെങ്കിലും അല്പം ശ്രദ്ധിക്കണമെന്നേ പറയുന്നുള്ളൂ."

കിശോരി വീട്ടിനകത്തുകയറുമ്പോൾ അല്പം ഗൗരവത്തിലായിരുന്നു. ജഗദീശ് അതു ശ്രദ്ധിച്ചു. അയാളുടെ അടുത്തുതന്നെ സോഫ

യിലിരുന്നു എന്തോ വായിക്കുന്ന മട്ടുണ്ടായിരുന്നെങ്കിലും മനസ്സവിടെങ്ങും ഇല്ലായിരുന്നു. ജഗദീശ് അവളെ നോക്കി പുഞ്ചിരിച്ചുകൊണ്ട് പറഞ്ഞു:

"നീ വായിക്കുന്നില്ലല്ലോ."

"ഞാൻ വായിക്കുകയാണ് എന്താ പ്രത്യേകിച്ച്." അവൾ അല്പം ഗൗരവസ്വരത്തിൽ പറഞ്ഞു.

"എന്തോ ആലോചിക്കുന്നതുപോലെയുണ്ടല്ലോ."

"ഒന്നും ഇല്ല" അവളുടെ കണ്ണു പെട്ടെന്നു നിറഞ്ഞു.

"പറയൂ. എന്തുപറ്റി?" ജഗദീശ് ശാന്തമായി ചോദിച്ചു.

"കോളേജിൽ നിങ്ങളുടെ ക്ലാസിലെന്തോ ബഹളമുണ്ടായി എന്നു പറയുന്നകേട്ടു."

"ഓഹോ! അതോ. അത് കോളേജിലെ കാര്യമല്ലേ വീട്ടിനകത്ത് അതിന്റെ കാര്യമില്ലല്ലോ."

"നിങ്ങളെ ബാധിക്കുന്ന കാര്യമായതുകൊണ്ട് ചോദിച്ചെന്നു മാത്രം."

"നോക്ക്, ഒന്നുരണ്ടു തല്ലിപ്പൊളി പയ്യന്മാർ എന്തെങ്കിലും പറഞ്ഞി രിക്കാം. കോളേജിൽ അതൊക്കെ സർവ്വ സാധാരണമാണ്. അതെല്ലാം കോളേജിൽ തന്നെ ഒതുക്കാൻ വേണ്ട സംവിധാനമുണ്ട്. അതൊന്നും വിചാരിച്ച് നീ തലപുണ്ണാക്കണ്ട. അതേക്കുറിച്ച് ഞാൻ ഒന്നും ചിന്തിക്കാ റില്ല. പിന്നെ നീ എന്തിനു വിഷമിക്കണം." ജഗദീശ് വിശദീകരിച്ചു.

"ഇതെല്ലാം ഞാൻ കാരണമാണ്." അവളുടെ കണ്ണുകൾ വീണ്ടും നിറഞ്ഞു കവിഞ്ഞു.

"കിശോരീ, ഞാൻ സന്തോഷിക്കുന്നത് നിനക്കിഷ്ടമല്ലേ,"

"ദയവു ചെയ്ത് അങ്ങനെ പറയരുത്."

"എന്നാപ്പിന്നെ ആ കരച്ചിൽ നിർത്ത്. അതൊക്കെ അങ്ങ് മറക്ക്."

അവൾ പെട്ടെന്ന് സാരിത്തുമ്പുകൊണ്ട് കണ്ണീരു തുടച്ചു.

"എന്താ ഞാൻ പറഞ്ഞത് നീ സമ്മതിച്ചോ?"

"സമ്മതിച്ചു."

"എന്നാ ഇങ്ങോട്ടുവന്നേ."

അവൾ എണീറ്റു.

"എന്റെ മുന്നിൽ വന്നു നില്ക്കൂ."

അവൾ ചെന്ന് അയാളുടെ മേശയ്ക്കുമുന്നിൽ നിന്നു. അയാൾ അവളുടെ കവിളിൽ തട്ടിയിട്ട് "ഒന്നുചിരിക്കൂ" എന്നു പറഞ്ഞു.

അവളുടെ വിടർന്ന കണ്ണുകൾ പലതവണ ഇമചിമ്മി, കവിൾ ചെമ ന്നുതുടുത്തു. വളരെ പണിപ്പെട്ടു ഒന്നു പുഞ്ചിരിച്ചു.

"അതുപോരാ. ഒന്നു ശരിക്ക് ചിരിക്കൂ."

"അതെങ്ങനെ."

"ഇങ്ങനെ, ഹ...ഹ...ഹ..." എന്ന് ചിരിച്ചുകാണിച്ചു. അതുകണ്ട് അവളും ഉറക്കെ ചിരിച്ചുപോയി.

"അങ്ങനെ, ചിരി എന്നുപറഞ്ഞാൽ ഇതാണ്. നല്ല കുട്ടി. പോയി റേഡിയോ ഓൺ ചെയ്തിട്ട് ഇവിടെ വന്നിരിക്കൂ." എന്നു പറഞ്ഞ് പുസ്ത

കവും മടക്കിവച്ച് സോഫയിൽ വന്ന് അയാൾ ഇരുന്നു.

കിശോരി എണീറ്റുപോയി മേശപ്പുറത്തു വച്ചിരുന്ന റേഡിയോയുടെ അരികിൽ നിന്നിട്ട് -

"ഏതു സ്റ്റേഷൻ വേണം" എന്നു ചോദിച്ചു.

"ഏതെങ്കിലും ഒന്ന്. നിനക്കിഷ്ടമുള്ളത്."

അവൾ റേഡിയോ ട്യൂൺ ചെയ്തുകൊണ്ട് ഇടത്തേ കൈകൊണ്ട് കണ്ണുതുടച്ചു. ജഗദീശ് അതു ശ്രദ്ധിച്ചു. അയാൾ അഭിമാനപൂർവ്വം അവളെത്തന്നെ നോക്കിയിരുന്നു.

കുനിഞ്ഞുനിന്ന അവളുടെ നനുത്ത ഭംഗിയാർന്ന അരക്കെട്ട്, തടിച്ച നിതംബം, കൊഴുത്തുരുണ്ട തോൾ, ഞാന്നുകിടക്കുന്ന മാറിടം, അരയോളം നീണ്ടതലമുടി, തുടുത്ത കവിൾത്തടം ഇതെല്ലാം അയാളുടെ മനസ്സിനു ഹരം പകർന്നു. ചലച്ചിത്രഗാനമുള്ള ഒരു സ്റ്റേഷൻ വച്ചിട്ട് - "ഇതുകൊള്ളാമോ?" എന്ന് അവൾ ചോദിച്ചു.

"വേണ്ട മറ്റേതെങ്കിലും വയ്ക്ക്."

അവൾ വീണ്ടും മുമ്പത്തെപ്പോലെ ട്യൂണിങ് തുടർന്നു. ജഗദീശ് പുഞ്ചിരിച്ചുകൊണ്ട്, താനിഷ്ടപ്പെട്ട ആ സൗന്ദര്യം ആസ്വദിച്ചു. വിശ്വനാഥിനെ അവൾ സ്നേഹിച്ചിരുന്നു. അയാൾക്കുവേണ്ടി തന്റെ ശരീരം നല്കാൻ തയ്യാറായിരുന്നു. ഒരു സ്ത്രീ പുരുഷനെ സ്നേഹിക്കുന്നതുപോലെ അവനെ സ്നേഹിക്കാൻ കഴിയില്ലെന്നു അവൾക്കറിയാമായിരുന്നു. വിശ്വനാഥിന്റെ ആത്മാവിനെ തന്റെ ആത്മാവുകൊണ്ട് അവൾ സ്നേഹിച്ചിരിക്കണം. അവൾ അനാഥയായിരുന്നു. ജീവിതത്തിൽ അവൾക്ക് വലിയ ആശകളൊന്നുമുണ്ടായിരുന്നില്ല. 'വരൂ, എന്റെ ഹൃദയത്തിൽ നിന്നെ കുടിയിരുത്താം.' എന്ന് അവളെ നോക്കി വിളിക്കാൻ അവനെ പ്രേരിപ്പിച്ചത് അതാണ്. വിശ്വനാഥിനെ ഈശ്വരതുല്യം സ്നേഹിച്ച അവളെ തനിക്കും പ്രിയം തോന്നി. അയാൾ ചിന്തിച്ചു.

'ഞാനിതുവരെ അവളെ ഇത്ര കൺകുളുർക്കെ കണ്ടിരുന്നില്ല.' അയാൾ വിചാരിച്ചു. ശാസ്ത്രീയ സംഗീതം കേട്ടുകൊണ്ടിരുന്ന ഒരു സ്റ്റേഷൻ വച്ചിട്ട്- " ഇത്.....?" വീണ്ടും അവൾ ചോദിച്ചു.

"നോ ഗുഡ്. വേറെ എന്തെങ്കിലും ഉണ്ടോ എന്ന് നോക്കൂ."

അവൾ അല്പം മടുപ്പോടെ വീണ്ടും ട്യൂണിങ് തുടങ്ങി. അല്പം കഴിഞ്ഞ് -

"മതി, വാ ." ജഗദീശ് വിളിച്ചു.

"എന്തു മതിയെന്ന്? ഒരു സ്റ്റേഷനും കിട്ടിയില്ലല്ലോ." അവൾ പറഞ്ഞു.

"അതുകൊണ്ടുതന്നെ പറഞ്ഞത്, മതിയെന്ന്."

"നില്ക്ക്, എന്തെങ്കിലും ഇൻസ്ട്രമെന്റൽ മ്യൂസിക് കിട്ടുന്നുണ്ടോ എന്നുനോക്കട്ടെ."

"വേണ്ട. റേഡിയോ ഓഫ് ചെയ്തേക്ക്."

അവൾ റേഡിയോ ഓഫ് ചെയ്ത് ജഗദീശിന്റെ അടുക്കൽ വന്നി

രുന്നു. അവളെ കെട്ടിപ്പിടിച്ച് എന്തോ സംസാരിക്കാൻ ചുണ്ടനക്കിയപ്പോൾ–

"എന്താ റേഡിയോ വേണ്ടെന്നു പറഞ്ഞത്?" അവൾ ചോദിച്ചു.

"കണ്ണിന് സ്റ്റേഷൻ കിട്ടി. ചെവിക്ക് വേണ്ടാന്ന് തോന്നി."

"എന്നുവച്ചാൽ" അവൾ അത്ഭുതത്തോടെ ചോദിച്ചു.

"എന്നുവച്ചാൽ......." എന്നുപറയാൻ പോയിട്ട് വീണ്ടും "നേരത്തെ നിന്നതുപോലെ റേഡിയോക്ക് അരികിൽ നില്ക്ക്. അപ്പോൾ ഞാൻ പറയാം."

"ഷരി." അവൾ ചിരിച്ചു. അല്പം കഴിഞ്ഞ് തുടർന്നു - "ഞാൻ അങ്ങനെ സുന്ദരിയൊന്നുമല്ല."

"എന്തുകൊണ്ട്? ഹരിജനസ്ത്രീയായതുകൊണ്ടോ?

"ഏതായാലും ഞാൻ സുന്ദരിയൊന്നുമല്ല."

"സുന്ദരിയെന്നനിലയ്ക്ക് നിന്നെ നോക്കിയതല്ല. നിന്റെ സൗന്ദര്യം ഒന്നാസ്വദിച്ചു എന്നേയുള്ളൂ. ആരോടും നിന്നെ താരതമ്യപ്പെടുത്തിയതുമില്ല. നീ നീയായിത്തന്നെ എങ്ങനെ കാണപ്പെടുന്നു എന്നുമാത്രം നോക്കി. യൂ ആർ റിയലി ബ്യൂട്ടിഫുൾ."

"എല്ലാ ഭർത്താക്കന്മാരും തങ്ങളുടെ ഭാര്യമാരെപ്പറ്റി ഇങ്ങനെയാണ് പറയുന്നതുപോലും." അവൾ ഒന്നു പുഞ്ചിരിച്ചു.

"ആരു പറഞ്ഞു."

"ഏതോ പുസ്തകത്തിൽ വായിച്ചിട്ടുണ്ട്."

"അങ്ങനെ പറഞ്ഞാൽ മതിയോ? അനുഭവത്തിൽ അങ്ങനെയാവണമെന്നുണ്ടോ?"

"മിക്കവാറും അങ്ങനെതന്നെ അനുഭവപ്പെട്ടിരിക്കണം."

"അങ്ങനെ അറിഞ്ഞിട്ടാണ് ഞാൻ പറഞ്ഞത് നീ സുന്ദരിയാണെന്ന്." അവളെ അരയ്ക്കുപ്പിടിച്ച് മാറിൽ ചായ്ച്ചുകൊണ്ട് അയാൾ പറഞ്ഞു. അയാളുടെ തല അവളുടെ മടിയിൽ താണു വിശ്രമിച്ചു. അവളുടെ മനസ്സിൽ എന്തെന്നില്ലാത്ത ഒരാവേശം വന്നപോലെ. അവൾ തലതാഴ്ത്തി കവിൾ അയാളുടെ നെറ്റിയിൽ ചായ്ച്ച് കണ്ണടച്ചു. അവളുടെ വിരലുകൾ അയാളുടെ തലമുടിയിൽ ഇഴഞ്ഞുനീങ്ങി. അവളറിയാതെ കണ്ണീരൊഴുകി അയാളുടെ ശിരസ്സിൽ വീണു.

"എന്റെ തലയിൽ കണ്ണീരൊഴുക്കേണ്ട, തണുക്കുന്നു."

അവൾ ഉറക്കെ ചിരിച്ചുകൊണ്ട് അയാളുടെ ചെവിക്കുപിടിച്ചു.

പിറ്റേദിവസം രാവിലെ ജഗദീശ് മൂന്നാംവർഷ ബി എ ക്ലാസിൽ പോകുമ്പോൾ അവിടെ എന്തോ ബഹളംകേട്ടു. ക്ലാസിനകത്ത് ചിലർ അടിയും ബഹളവും തുടങ്ങിയിരുന്നു. കസേര ഉയർത്തിപ്പിടിച്ച് ചിലർ നില്ക്കുന്നതുകണ്ടു. മറ്റുക്ലാസുകളിൽ നിന്ന് അദ്ധ്യാപകരും വിദ്യാർത്ഥികളും ഓടി വന്നു. അകത്തുനടക്കുന്ന ബഹളത്തിൽ എന്താണ് സംഭവിക്കുന്നതെന്ന് അറിയാൻ കഴിഞ്ഞില്ല.

അല്പം കഴിഞ്ഞപ്പോഴേക്കും ബോധം നഷ്ടപ്പെട്ട ഒരു വിദ്യാർ

ത്ഥിയെ കുട്ടികൾ വെളിയിലെടുത്തു കൊണ്ടുവന്നു. പെൺകുട്ടികൾ പേടിച്ച് ഒരു മൂലയിൽ പതുങ്ങിക്കൂടി നിന്നു. ഒന്നുരണ്ടുപേർ കരയുന്നുണ്ട്. വെളിയിൽ വന്ന നാലഞ്ചുപേരുടെ വസ്ത്രങ്ങൾ കീറിയിരുന്നു. രണ്ടു മൂന്നുപേരുടെ നെറ്റിയിൽ നിന്ന് രക്തം ഒഴുകുന്നുണ്ട്. ഒരാൾ തലക റങ്ങി അവിടെത്തന്നെ വീണു. മുറിവേറ്റവരെയെല്ലാം ആശുപത്രിയിൽ കൊണ്ടുപോയി. തലയ്ക്ക് അടിയേറ്റ് ബോധമറ്റ രാഘവന്റെ നില ഗുരു തരമായിരുന്നു. മറ്റൊരാൾക്ക് അത്ര മുറിവേല്ക്കാത്തതിനാൽ വൈകു ന്നേരമായപ്പോഴേക്കും ബോധം തെളിഞ്ഞു. വാർത്ത കോളേജുമുഴുവൻ കാട്ടുതീപോലെ പരന്നു

ബോധംകെട്ടുവീണ വിദ്യാർത്ഥിയും മുറിവേറ്റവരും ജഗദീശിന്റെ പക്ഷം പിടിച്ച് വാദിച്ചവരായിരുന്നു.

ബഹളം തുടങ്ങിയതിങ്ങനെയാണ്: ജഗദീശിന്റെ പിരീഡായിരുന്നു അത്. ക്ലാസ് തുടങ്ങുന്നതിന് അല്പം മുമ്പ് രണ്ടു വിദ്യാർത്ഥികൾ വന്ന് ധൃതിയിൽ ബോർഡിൽ നഗ്നചിത്രങ്ങളും അശ്ലീലവും എഴുതാൻ തുടങ്ങി. ഇതിൽ പ്രതിഷേധിച്ച് പെൺകുട്ടികളും ചില ആൺകുട്ടികളും ക്ലാസിനു പുറത്തുപോകാൻ എണീറ്റു. പെട്ടെന്ന് രണ്ടുമൂന്നുപേർ ഓടിച്ചെന്ന് ബോർ ഡിൽ എഴുതിക്കൊണ്ടിരുന്ന വിദ്യാർത്ഥികളെ തള്ളിമാറ്റി. വാക്കേറ്റം കൈയേറ്റമായി. എഴുതിക്കൊണ്ടിരുന്ന ഒരുത്തൻ കൈയിലിരുന്ന ഡസ്റ്റർ കൊണ്ട് മറ്റൊരുത്തന്റെ തലയ്ക്കടിച്ചു. വേറൊരാൾ കസേരപൊക്കി യെറിഞ്ഞു. അത് ഒരുവന്റെ തലയിൽ വീണു. പെൺകുട്ടികൾ പേടിച്ച രണ്ട് ഒരു മൂലയിലൊതുങ്ങി നിലവിളിക്കാൻ തുടങ്ങി.

അന്നുച്ചയ്ക്കുശേഷം അധികം പേരും ക്ലാസിൽ ഹാജരായില്ല. മിക്കവരും ആശുപത്രിയിൽ പോയി മുറിവേറ്റവരെ നോക്കി. കോളേ ജിന്റെ പ്രവർത്തനം സ്തംഭിച്ചു.

പിറ്റേ ദിവസം രാവിലെ ഒരടിയന്തരയോഗം കൂടാൻ കോളേജ് ഭര ണസമിതിയെ അറിയിച്ചു.

ഉച്ചവരെ ചർച്ചനടന്നു. ഈ ബഹളത്തിനു കാരണക്കാരൻ ജഗദീ ശാണെന്നും അയാളെ കോളേജിൽനിന്നു പുറത്താക്കണമെന്നും മിക്ക വരും അഭിപ്രായപ്പെട്ടു. ഈ അഭിപ്രായത്തെ കൃഷ്ണാചാര്യ ശക്തമായി അനുകൂലിച്ചു. പുറത്താക്കുന്നതിനുമുമ്പ് കുറ്റപത്രം തയ്യാറാക്കാനുള്ള ബുദ്ധിമുട്ടുള്ളതുകൊണ്ട് അതിനുപകരം ജഗദീശിനെത്തന്നെ വിളിച്ച് രാജിക്കത്തുകൊടുക്കാൻ നിർബ്ബന്ധിക്കണമെന്നാണ് പിന്നീടവർ തീരു മാനിച്ചത്.

കോളേജിൽ നടന്ന സംഭവവും കാരണവുമൊക്കെ അറിഞ്ഞപ്പോൾ കിശോരി വളറെയേറെ ദുഃഖിച്ചു. പക്ഷേ, ജഗദീശ് ഒന്നും സംഭവിക്കാത്ത മട്ടിലായിരുന്നു ഭരണസമിതികൂടിയ വിവരം എല്ലാവരും അറിഞ്ഞിരുന്നു. വീട്ടിൽ മടങ്ങിയെത്തുമ്പോൾ ദുഃഖിച്ചിരിക്കുന്ന കിശോരിയോട്-

"ഇതിൽ വിഷമിക്കാനൊന്നുമില്ല കിശോരി. ഈ ലോകം വിശാല മാണ്. ജീവിക്കുന്നുണ്ടെങ്കിൽ എവിടെയും ജീവിക്കാം. കോളേജ് വിട്ടിറ

ങ്ങേണ്ടിവന്നാൽ ധൈര്യമായിപ്പോകാം. നീ ജോലിക്ക് പോയി ചേരണം. എനിക്ക് എവിടെയെങ്കിലും ജോലി കിട്ടും. ബാംഗ്ലൂരുണ്ട്, ഡൽഹിയുണ്ട്, ബോംബെയുണ്ട്. ഈ രാജ്യത്ത് ഇതുമാത്രമല്ല നാട്. ജന്മനാടിനോടുള്ള സ്നേഹംകൊണ്ടാണ് ഇവിടെ വന്നത്. ആ നാട്ടിന് എന്നെ വേണ്ടെന്നു വന്നാൽ എനിക്കെന്തുചെയ്യാൻ കഴിയും."

"നിങ്ങൾ എന്തുവേണമെങ്കിലും പറഞ്ഞോളൂ. ഇവിടെ എല്ലാം വിചിത്രമായിട്ടാണ് നടക്കുന്നത്. ഇതിനെല്ലാം കാരണം നമ്മുടെ വിവാഹമാണ്."

"ശരി, ഡൈവോഴ്സ് ചെയ്താലോ?" ജഗദീശ് ചോദിച്ചു.

അവൾ അയാളുടെ മുഖത്തുതന്നെ അത്ഭുതത്തോടെ നോക്കിയിരുന്നു.

"നമ്മൾ ചെയ്തത് തെറ്റാണെന്നും അനീതിയാണെന്നും നിനക്കു തോന്നുന്നുണ്ടോ?"

"അല്ല." കണ്ണീർ തുടച്ചുകൊണ്ട് അവൾ പറഞ്ഞു.

"നോക്ക് കിശോരി, നാം ഒന്നായി. അങ്ങനെതന്നെയിരിക്കുന്നു. നീ ദുഃഖിക്കാൻ എന്തെങ്കിലും കാരണം നമ്മൾ തമ്മിൽ ഉണ്ടായിട്ടുണ്ടോ?"

"ഇല്ല." അവൾ തലയാട്ടി.

"എന്നാൽ പിന്നെ നീ കരയുന്നതെന്തിന്? ലോകത്തിന്റെ പോക്ക് ഇതു തന്നെ. ഇപ്പോൾ സംഭവിക്കുന്നതൊക്കെ നമ്മൾ ഡൈവോഴ്സ് ചെയ്താലും തുടർന്നുകൊണ്ടിരിക്കും. പഴത്തിന് വീണ്ടും പൂവാകാൻ സാധിക്കുമോ? അതു നമ്മുടെ ലക്ഷ്യവുമല്ല. ഇതിനെല്ലാം നീ വിഷമിക്കാൻ തുടങ്ങിയാൽ ഒരവസാനമുണ്ടാവില്ല. ജീവിതം എങ്ങനെയോ അങ്ങനെതന്നെ സ്വീകരിക്കണം."

കിശോരി മൗനമായിരുന്നു.

"കിശോരി, ഞാനൊരു സത്യം പറയാം. എന്തു സംഭവിച്ചാലും അതൊക്കെ വളരെ കൗതുകമുള്ളതാണ്. ഇതിനാണ് ജീവിതമെന്നു പറയുന്നത്. നാളെ എന്തു സംഭവിക്കുമെന്നറിയാമോ? എന്നെ വിളിക്കും. രാജിവയ്ക്കാൻ നിർബ്ബന്ധിക്കും. ഞാൻ രാജിക്കത്തു കൊടുക്കും. ഈ ജാതി, സമൂഹം, സങ്കുചിത പ്രവൃത്തികൾ ഇതൊക്കെ ഇവിടന്ന് മാറണമെങ്കിൽ കാലം കുറെ പിടിക്കും. എന്നാൽ ഇതൊന്നും പ്രശ്നമാവാത്ത നാടുകളുണ്ട്. ഇവിടെ ജീവിക്കാൻ പറ്റിയില്ലെങ്കിൽ നമുക്ക് ആ നാടുകളിൽ പോകാം.

"എവിടെ?" കിശോരി തല ഉയർത്തിനോക്കി.

"നീ സമ്മതിച്ചോ?"

കിശോരി പുഞ്ചിരിച്ചുകൊണ്ട് സമ്മതിച്ചു.

"ഇപ്പോൾ ജീവിതത്തിൽ ധൈര്യം വളരെ പ്രധാനപ്പെട്ട സംഗതിയാണ്." ജഗദീശ് പറഞ്ഞു.

ഒന്നുകിൽ ജഗദീശിനെ പിരിച്ചുവിടും. അല്ലെങ്കിൽ രാജിക്കത്ത്

കൊടുക്കാൻ നിർബ്ബന്ധിക്കും. ഈ വാർത്ത നാടൊക്കെ പരന്നു.

ഗോവിന്ദരാജും രാജലക്ഷ്മിയും വീട്ടിലെത്തി. ഈ കേൾക്കുന്നതിൽ വല്ല വാസ്തവവുമുണ്ടോ എന്നു തിരക്കി.

"കുറച്ചൊക്കെ സത്യമുണ്ട്. നാളെ മിക്കവാറും തീരുമാനമെടുക്കും." എന്നാണ് ജഗദീശ് പറഞ്ഞത്.

"മിക്കവാറും ഞാൻ പോകും."

"ഇത് അന്യായമാണ് മിസ്റ്റർ ജഗദീശ്. നിങ്ങൾ രാജിക്കത്തു കൊടുക്കാൻ പാടില്ല. അവർ നിങ്ങളുടെ പേരിലുള്ള കുറ്റം തെളിയിക്കട്ടെ." ഗോവിന്ദരാജ് വിലക്കി.

ജഗദീശ് പിരിയുന്നതിൽ അയാൾക്ക് വല്ലാത്ത വിഷമം തോന്നി.

"ഇതെല്ലാം ആ കൃഷ്ണാചാര്യയുടെ ഏഷണിയായിരിക്കാം. അന്വേഷണം നടത്തട്ടെ. അപ്പോൾ അതെല്ലാം വെളിപ്പെടും. നിങ്ങൾ രാജിക്കത്തു കൊടുക്കരുത്." രാജലക്ഷ്മിയും നിർബ്ബന്ധിച്ചു.

"നാളെയാകട്ടെ. എന്താകുമെന്നു നോക്കാം." അവരോട് സമാധാനമായിരിക്കാൻ ജഗദീശ് പറഞ്ഞു.

***

പ്രതീക്ഷിച്ചതുപോലെ പിറ്റേദിവസം കമ്മിറ്റിമീറ്റിങ്ങിൽ സംബന്ധിക്കാൻ ജഗദീശിനും ക്ഷണമുണ്ടായിരുന്നു. കൃഷ്ണാചാര്യതന്നെ ജഗദീശിന്റെ പേരിലുള്ള ആരോപണങ്ങൾ അവതരിപ്പിച്ചു.

"ശ്രീമാൻ ജഗദീശ് അവർകൾക്ക് വിരോധമായി വിദ്യാർത്ഥികൾ പലപ്പോഴും പരാതി നല്കിയിട്ടുണ്ട്. അദ്ദേഹത്തിന്റെ ക്ലാസിലുണ്ടായ ബഹളവും ഞങ്ങൾ അറിഞ്ഞിരുന്നു. അദ്ദേഹത്തിന്റെ ചിന്താഗതികൾ വിദ്യാർത്ഥികളെ അനുസരണയും അച്ചടക്കവും ഇല്ലാത്തവരാക്കിത്തീർത്തു. രണ്ടു ദിവസത്തിനുമുമ്പ് നടന്ന സംഭവത്തിനുശേഷം ജഗദീശ് ഇവിടെ തുടരുന്നത് കോളേജിന്റെ സമാധാനപരമായ അന്തരീക്ഷം തകർക്കുമെന്ന് കമ്മിറ്റിക്ക് ബോദ്ധ്യമായിരിക്കുന്നു. അതിനാൽ ഈ സ്ഥാപനത്തിന്റെയും വിദ്യാർത്ഥികളുടെ നന്മയ്ക്കുംവേണ്ടി ശ്രീമാൻ ജഗദീശ് രാജിക്കത്തുനല്കണമെന്ന് ഈ കമ്മിറ്റി നിർദ്ദേശിക്കുന്നു." കൃഷ്ണാചാര്യ കുറ്റപത്രം വായിച്ചുനിർത്തി.

"എല്ലാം തീരുമാനിച്ചശേഷമാണ് നിങ്ങളെന്നെ വിളിച്ചിരിക്കുന്നത്. എന്നിൽ തെറ്റൊന്നുമില്ലെന്ന് എനിക്കു ബോദ്ധ്യമുണ്ട്. അച്ചടക്കമില്ലായ്മയും അനുസരണക്കേടും ഞാൻ കാരണം വർദ്ധിക്കുന്നു എന്ന അപവാദം തെറ്റാണ്. പരാതികളുണ്ടായിട്ടുണ്ട് എന്നതും ശരിയല്ല. എന്നാൽ നിങ്ങളെല്ലാവരുടെയും ഇഷ്ടത്തിനു വിരുദ്ധമായി ഈ കോളേജിൽ തുടരാൻ ഞാൻ ആഗ്രഹിക്കുന്നില്ല."

കൃഷ്ണാചാര്യയുടെ നേർക്ക് തിരിഞ്ഞ്-

"എന്റെ ഒപ്പുമാത്രമാണ് നിങ്ങൾക്കാവശ്യം എന്നെനിക്കറിയാം. എവിടെ രാജിക്കത്ത്. ഇങ്ങുതരൂ." എന്നുപറഞ്ഞു.

കൃഷ്ണാചാര്യ നേരത്തെ തയ്യാറാക്കിവച്ചിരുന്ന രാജിക്കത്ത് ജഗദീശിന്റെ കൈയിൽ കൊടുത്തു. ജഗദീശ് ഉടനെ ഒപ്പിട്ടു മടക്കിക്കൊടുത്തു.

പെട്ടെന്ന് പ്രിൻസിപ്പാൾ ശിവരാമ ഉപാദ്ധ്യായർ എണീറ്റുനിന്നു പറഞ്ഞു: "മിസ്റ്റർ ജഗദീശ് അഭിമാനമുള്ള ഒരദ്ധ്യാപകനാണ് എന്നെനിക്കറിയാം. പക്ഷേ, പരിതഃസ്ഥിതി ഇങ്ങനെയൊക്കെ കൊണ്ടെത്തിച്ചു. അതുകൊണ്ട് ആ സാഹചര്യം നിയന്ത്രണാതീതമാകുന്നതിനു മുമ്പ് ഒരു മുൻകരുതൽ ആവശ്യമായിരിക്കുന്നതിനാൽ...." അയാളുടെ സംഭാഷണം പൂർത്തിയാക്കുന്നതിനുമുമ്പുതന്നെ ജനൽ ഗ്ലാസിൽ ഒരു കല്ല് വന്നു വീണു. അതുപൊട്ടിച്ചിതറി. അരനിമിഷത്തിനുള്ളിൽ മറ്റുജനാലകളിലും കല്ലു വീഴാൻ തുടങ്ങി. മുറിക്കകത്തുണ്ടായിരുന്നവർ പ്രാണരക്ഷാർത്ഥം ബഞ്ചിന്റെയും കസേരയുടെയും അടിയിൽ കയറിയിരുന്നു. ജഗദീശ് പെട്ടെന്നെണീറ്റ് അടച്ചിരുന്ന വാതിൽ തുറന്നു. വിദ്യാർത്ഥികളുടെ ഒരു പ്രവാഹം തന്നെ മുറിക്കുള്ളിലേക്കുണ്ടായി.

"എന്താ ഇത്?" ജഗദീശ് ഉച്ചസ്വരത്തിൽ ചോദിച്ചു.

മുന്നിൽ നിന്നിരുന്ന ഒരുവൻ ചോദിച്ചു-

"സാർ, ഈ മീറ്റിങ്ങിൽ എന്തു തീരുമാനമെടുത്തു?"

"നിങ്ങൾ രാജിക്കത്തു കൊടുത്തോ?" പിന്നിൽ നിന്ന മറ്റൊരു വിദ്യാർത്ഥി ചോദിച്ചു.

"അതു പിൻവലിക്കണം." നാലഞ്ചുപേർ ഒരേസ്വരത്തിൽ വിളിച്ചു പറഞ്ഞു. രണ്ടുമൂന്നുപേർ അകത്തുകടക്കാൻ ശ്രമിച്ചു. ജഗദീശ് അവരെ തടഞ്ഞു.

"അകത്തു കയറണ്ട. ദയവുചെയ്ത് ഞാൻ പറയുന്നതു കേൾക്കൂ ഞാൻ എന്റെ സ്വന്തം ഇഷ്ടപ്രകാരമാണ് രാജിക്കത്തു കൊടുത്തത്. നിങ്ങൾ ദയവായി തിരിച്ചുപോകൂ. ബഹളം ഉണ്ടാക്കരുത്. ഇതിൽ നിങ്ങൾക്ക് ഒരു കാര്യവുമില്ല. ഞാനും മാനേജ്മെന്റുമായുള്ള സംഗതിയാണ്.

"ഇതു നിങ്ങളുടെ കാര്യം. പക്ഷേ, ഞങ്ങൾ നിങ്ങൾക്കുവേണ്ടി രക്തം ചിന്തിയിട്ടുണ്ട്; പോരാടിയിട്ടുണ്ട്. നിങ്ങൾക്ക് അങ്ങനെ ഒഴിഞ്ഞു മാറാൻ പറ്റില്ല." ഒരാൾ പറഞ്ഞു.

"ഡൗൺ വിത്ത് ഡേർട്ടി മാനേജ്മെന്റ്."

"ഡൗൺ വിത്ത് കൃഷ്ണാചാര്യ."

"ഡൗൺ വിത്ത് കോൺട്രാക്ടർ ആചാര്യ."

"ഡൗൺ വിത്ത് ശിവരാമ."

"ഡൗൺ വിത്ത് പീരങ്കി ഉപാദ്ധ്യായ."

വിദ്യാർത്ഥികൾ ഓരോരുത്തരായി മുദ്രാവാക്യം മുഴക്കി.

"ക്ഷമിക്കൂ. നിങ്ങൾ തിരികെ പോകൂ. ഇതൊന്നും ശരിയല്ല. എല്ലാം തീരുമാനിച്ചുകഴിഞ്ഞു. ഒരാൾ പോയാൽ മറ്റൊരാൾ വരും. എനിക്കു വേണ്ടി നിങ്ങളാരും വാദിക്കാൻ പാടില്ല. ഞാൻ അഭ്യർത്ഥിക്കുകയാണ്,

ദയവുചെയ്ത് നിങ്ങൾ പോകൂ." ജഗദീശ് അപേക്ഷിച്ചു.

"ഇംപോസിബിൾ!" വിദ്യാർത്ഥികൾ അലറി. രണ്ടുമൂന്നുപേർ ഇതിനിടെ ജഗദീശിനെ തള്ളിമാറ്റി അകത്തുകടന്നു. പിറകെ മറ്റുപലരും കടന്നുകയറി. പത്തഞ്ഞൂറുപേരുണ്ടായിരുന്നു അവർ.

ഫോൺ റിസീവർ എടുത്തുകൊണ്ടുനിന്ന പ്രിൻസിപ്പലിന്റെ കൈയിൽനിന്നു ഒരാൾ പതുക്കെ അതു വാങ്ങി താഴെവച്ചു.

"സാർ, ഇതു ഞങ്ങളുടെ എല്ലാപേരുടെയും അഭ്യർത്ഥനയാണ്. മിസ്റ്റർ ജഗദീശിന്റെ രാജിക്കത്ത് മടക്കിക്കൊടുക്കണം." ഒരാൾ പറഞ്ഞു.

"അതുപറയാനുള്ള അധികാരം നിങ്ങൾക്കില്ല." ഉപാദ്ധ്യായർ ദേഷ്യത്തോടെ പറഞ്ഞു.

പെട്ടെന്ന് ഒരു വിദ്യാർത്ഥി പോക്കറ്റിൽനിന്നു തീപ്പെട്ടി എടുത്തുകാണിച്ചുകൊണ്ട് -

"ഇങ്ങോട്ടുനോക്കൂ, ഞങ്ങൾക്ക് ഇത് ചെയ്യാനുള്ള അധികാരമുണ്ട്. നിങ്ങളുടെ ഫയൽ കമ്മിറ്റി, മേശ, കസേര എല്ലാം ചാമ്പലാക്കും." എന്നു പറഞ്ഞ് ഒരു തീപ്പെട്ടിക്കോലുരച്ചു. കമ്മിറ്റി അംഗങ്ങളെല്ലാം സ്തംഭിച്ചിരുന്നുപോയി. ഒന്നുരണ്ടുപേർ പേടിച്ചുവിറച്ചു. ഒരാൾ-

"മൈ ഡിയർ ഫ്രണ്ട്സ്...." എന്നാരംഭിച്ചു. "ഷട്ട് അപ്പ്" വിദ്യാർത്ഥികൾ അലറിവിളിച്ചു.. അതോടെ അയാളുടെ വായടഞ്ഞുപോയി.

മുൻപിലുണ്ടായിരുന്ന ഒരാൾ കൃഷ്ണാചാര്യയുടെനേർക്കു തിരിഞ്ഞു പറഞ്ഞു:

"നിങ്ങളാണ് ഇതിലെ വില്ലൻ എന്നു ഞങ്ങൾക്കറിയാം. കോളേജ് വിദ്യാർത്ഥികളോടുള്ള നിങ്ങളുടെ കോൺട്രാക്ടർ വിദ്യ അവസാനിപ്പിക്കണം. ആ കത്ത് ഇങ്ങു തരൂ. അല്ലെങ്കിൽ നിങ്ങളുടെ ഫയൽ മുഴുവൻ കത്തിക്കും."

ജഗദീശ് എന്തോ സംസാരിക്കാൻ ശ്രമിക്കുന്നതിനിടയ്ക്ക് ആ വിദ്യാർത്ഥി പറഞ്ഞു:

" ദയവുചെയ്ത് നിങ്ങൾ ഇക്കാര്യത്തിൽ ഇടപെടരുത് സാർ. ഇത് ഞങ്ങളുടെ കാര്യം."

കൃഷ്ണാചാര്യ ആ ഫയലും വെച്ചുകൊണ്ട് അങ്ങോട്ടുംമിങ്ങോട്ടും നോക്കിക്കൊണ്ടിരിക്കെ അതേ വിദ്യാർത്ഥി പറഞ്ഞു:

"നോക്കൂ മി. കൃഷ്ണാചാര്യ, കുഴപ്പമൊന്നും കൂടാതെ നടക്കണമെന്നുണ്ടെങ്കിൽ ഞങ്ങൾ പറയുന്നതു കേൾക്കുക. അല്ലെങ്കിൽ നിങ്ങളുടെ കാറിനു സംഭവിച്ചതുതന്നെ നിങ്ങൾക്കും സംഭവിക്കും."

"മര്യാദയ്ക്കു ഇവിടം വിട്ടുപോകുന്നതാണ് നല്ലത്."

"ഇല്ല, പോയില്ലെങ്കിൽ. ഇവിടത്തെ സർവ്വസാധനങ്ങളും നശിപ്പിക്കാനാണ് ഞങ്ങൾ തീരുമാനിച്ചിട്ടുള്ളത്. ഞങ്ങൾ രണ്ടുമൂന്നുപേർ മാത്രമേയുള്ളൂ എന്നു വിചാരിക്കേണ്ട."

"അഞ്ഞൂറുപേരുണ്ട്." അടുത്ത നിന്ന മറ്റൊരാൾ പറഞ്ഞു.

കൃഷ്ണാചാര്യ തന്റെ കാറിന്റെ കാര്യം കേൾക്കാത്ത താമസം

വിറയ്ക്കുന്ന കൈയോടെ ജഗദീശിന്റെ നേർക്ക് രാജിക്കത്തു നീട്ടിപ്പിടിച്ചു.

"നിങ്ങളുടെ മീറ്റിങ് റിപ്പോർട്ട് മണ്ണാങ്കട്ടി എല്ലാം ഇങ്ങെടുക്ക്." മറ്റൊരുത്തൻ പറഞ്ഞു.

എല്ലാം മേടിച്ച് തീപ്പെട്ടി ഉരച്ച് കത്തിച്ച് നശിപ്പിച്ചു.

"ശരി, ഇനി പ്രിൻസിപ്പാളിനോട് ഞങ്ങൾക്കൊരപേക്ഷയുണ്ട്." മുന്നിൽ നിന്ന ഒരു വിദ്യാർത്ഥി പറഞ്ഞു.

"വിത്ത് ഡ്യു റസ്പെക്ട്" ഒരുത്തൻ കൂട്ടിച്ചേർത്തു. കൂട്ടത്തിൽ പൊട്ടിച്ചിരി ഉയർന്നു. അയാൾ തുടർന്നു -

"നമ്പർ ഒൺ, വീ ഡോൺട് വാൺട് ടു ബി ഐഡന്റിഫൈഡ്. നമ്പർ ടൂ, ഔവർ കോൺഡക്ട് ആർ വെരിഗുഡ്." വീണ്ടും കൂട്ടച്ചിരി. അയാൾ വീണ്ടും തുടർന്നു -

"ജഗദീശ് രാജിക്കത്ത് പിൻവലിക്കണം, പൊലീസ് നടപടികളെക്കുറിച്ച് മിണ്ടുകപോലും ചെയ്യരുത്. ഓക്കെ."

പ്രിൻസിപ്പാൾ കീഴ്മേൽ നോക്കിയിരുന്നു,

"ക്വിക്ക്! സേ, ഓക്കെ. നേരത്തേ പറഞ്ഞു ഞങ്ങൾ രണ്ടുമൂന്നാളല്ല, അഞ്ഞൂറുപേരുണ്ടെന്ന്. ഈ കെട്ടിടം തന്നെ തകിടം മറിക്കും."

"ഓക്കെ" പ്രിൻസിപ്പാൾ ധൃതിയിൽ പറഞ്ഞു. വിദ്യാർത്ഥികൾ ഉടനെ പുറത്തുകടന്നു. ആ കൂട്ടത്തിൽ ജഗദീശും പുറത്തേക്ക് തള്ളപ്പെട്ടു. രണ്ടുപേർ അയാളുടെ അരികത്തു വന്നു. ഒരുത്തൻ വിനയത്തോടെ- "സാർ, വരൂ, നിങ്ങളെ വീട്ടിലെത്തിക്കാം." എന്നു പറഞ്ഞു.

"വേണമെന്നില്ല. ഞാൻ തനിച്ച് പൊയ്ക്കൊള്ളാം." ജഗദീശ് പറഞ്ഞു. എങ്കിലും രണ്ടുമൂന്നുപേർ അയാളോടൊപ്പം നടന്നു. വഴിക്കുവച്ച് ജഗദീശ് ചോദിച്ചു -

"രാഘവന്റെ സ്ഥിതി എങ്ങനെയുണ്ട്?"

"ജീവാപായം ഒന്നും സംഭവിക്കില്ലെന്ന് ഡോക്ടർ പറഞ്ഞിട്ടുണ്ട്." അവർ പറഞ്ഞു.

സംഭവം നടന്ന് പിറ്റേദിവസം ആ വിദ്യാർത്ഥിയെ കാണാൻ ജഗദീശ് പോയിരുന്നു. അപ്പോൾ അർദ്ധബോധാവസ്ഥയിലായിരുന്നു. ഇപ്പോൾ ശരിയായിട്ടുണ്ടെന്ന് വിദ്യാർത്ഥികൾ പറഞ്ഞറിഞ്ഞു. കോളേജിനുമുമ്പിൽ നിന്നിരുന്ന വിദ്യാർത്ഥികൾ "ഹോ, ഹോ" എന്ന് ഒച്ചയുണ്ടാക്കിക്കൊണ്ട് നാലുപാടും പോയി.

അന്നുതന്നെ രാത്രി ഏഴെട്ടു വിദ്യാർത്ഥികൾ കാറിൽ ജഗദീശിന്റെ വീട്ടിലെത്തി. എന്തു സംഭവിക്കുന്നു എന്നറിയാതെ മറ്റു ക്വാർട്ടേഴ്സുകളിലെ ജനാലകളിലൂടെ ആളുകൾ പരിഭ്രമത്തോടെ നോക്കിനിന്നു. ഗോവിന്ദരാജ് വീട്ടിലില്ലാതിരുന്നതിനാൽ രാജലക്ഷ്മി ഭയന്ന് കൈതിരുമ്മി നിന്നുപോയി.

ശബ്ദം കേട്ട് ജഗദീശ് വരാന്തയിലേക്ക് വന്നു. എന്തിനാണ് അവർ വന്നതെന്നറിയാതെ പരിഭ്രമത്തോടെ കിശോരിയും പിന്നാലെ എത്തി.

വന്നവർ തലകുനിച്ച് ഭവ്യതയോടെ നിന്നു.

"സാർ, ഒരു കാര്യം ചോദിക്കാനാണ് ഞങ്ങൾ വന്നത്." ഒരാൾ പറഞ്ഞു.

"എന്താ? പറയൂ." ജഗദീശ് പുഞ്ചിരിച്ചുകൊണ്ട് ചോദിച്ചു.

"സാർ, നിങ്ങൾ നാലഞ്ചുദിവസം ലീവെടുത്ത് വീട്ടിലിരിക്കാമോ?"

"ലീവ്! ഞാൻ രാജിക്കത്തുതന്നെ കൊടുത്തുകഴിഞ്ഞല്ലോ. നാളെയോ മറ്റന്നാളോ വീടും ഒഴിയും."

"അതുമാത്രം പറയരുത് സാർ. അക്കാര്യമൊക്കെ കഴിഞ്ഞു. സാർ പോകാൻ ഞങ്ങൾ സമ്മതിക്കില്ല. നിങ്ങൾ പോകുന്നത് ആർക്കും ഇഷ്ടമുള്ള കാര്യമല്ല. പക്ഷേ, ആരോ നാലഞ്ചുപേർ കൃഷ്ണാചാര്യയുടെ പക്ഷത്തുണ്ട്. അവരോടൊപ്പം ചില വിവരംകെട്ട ആളുകളുമുണ്ട്. അവർക്കൊക്കെ കൃഷ്ണാചാര്യയുടെ പണവും കിട്ടുന്നു."

"അതൊക്കെ ഞങ്ങൾ നോക്കിക്കൊള്ളാം." മറ്റൊരാൾ പറഞ്ഞു.

ആദ്യത്തെ വിദ്യാർത്ഥി തുടർന്നു - "എന്നാലും നാലഞ്ചുദിവസത്തേക്ക് കോളേജിൽ അല്പം ടെൻഷൻ കാണും. അതുകൊണ്ടാണ് ഞങ്ങൾ ഈ റിക്വസ്റ്റുമായി ഇങ്ങോട്ടുവന്നത്."

അല്പം ആലോചിച്ചശേഷം ജഗദീശ് പറഞ്ഞു - "ഞാൻ കോളേജ് വിട്ടുപോകുന്നതാണ് നല്ലതെന്ന് എനിക്കുതോന്നുന്നു. ഞാനിവിടെ തുടർന്നാൽ ഇത്തരം അനിഷ്ടസംഭവങ്ങൾ ഇനിയും ആവർത്തിച്ചേക്കും. ഒരു കോളേജിന് യോജിച്ചതല്ല ഇത്."

"ഇതിനു കാരണക്കാരൻ നിങ്ങളല്ല സാർ. ഇവിടെയുള്ള ചിലരുടെ സങ്കുചിത മനോഭാവമാണ്. അത് ആവർത്തിക്കാതിരിക്കാൻ ഞങ്ങൾ ശ്രമിക്കാം. പോകുന്ന കാര്യംമാത്രം സാർ ഇനി പറയരുത്. അപ്പോൾ, ഞങ്ങൾ ഇറങ്ങട്ടെ സാർ."

അവർ യാത്രപറഞ്ഞിറങ്ങിപ്പോയി. ഉടനെ കിശോരി ഓടിവന്ന് ജഗദീശിനെ കെട്ടിപ്പുണർന്നു -

"ആരോ ഗുണ്ടകളായിരിക്കുമെന്നാണ് ഞാൻ ഭയന്നത്." ഉൽക്കണ്ഠയോടെ അവൾ പറഞ്ഞു.

"ഗുണ്ടാ സമ്പ്രദായത്തെ എതിർക്കുന്ന ഗുണ്ടകളാണിവർ." ജഗദീശ് ചിരിച്ചുകൊണ്ടു പറഞ്ഞു.

***

നാലഞ്ചുദിവസം കഴിഞ്ഞ് ജഗദീശ് വീണ്ടും കോളേജിൽ പോകാൻ തുടങ്ങി. സംഭവിച്ചതെല്ലാം ഏതോ ഒരു സ്വപ്നം പോലെ. ക്ലാസുകളെല്ലാം മുറയ്ക്കുനടന്നു. കോളേജിൽ നടന്നതെല്ലാം നാടുമുഴുവൻ പാട്ടായി.

കൃഷ്ണാചാര്യയുടെ ഏഷണിയാണ് ജഗദീശിന്റെ ക്ലാസിലെ ബഹളത്തിനു കാരണമെന്നും ജഗദീശിനോട് രാജിക്കത്തു നല്കാൻ മാനേജ്മെന്റ് നിർബ്ബന്ധിച്ചപ്പോൾ വിദ്യാർത്ഥികൾ തടഞ്ഞെന്നും ജഗദീശിനോടു പകവീട്ടിയ കൃഷ്ണാചാര്യയുടെ കാർ വിദ്യാർത്ഥികൾ തകർത്തെന്നും ഒടുവിൽ വിദ്യാർത്ഥികൾ തന്നെ വിജയിച്ചെന്നും ഒക്കെയായിരുന്നു

നാട്ടിൽപ്പരന്ന വാർത്ത. പക്ഷേ, ഇതോടൊപ്പം ജനങ്ങളറിയാത്ത പല പുതിയ കഥകളും പുറത്തുവന്നു. ജഗദീശ് കൃഷ്ണാചാര്യയുടെ മകളെ വിവാഹം കഴിക്കാൻ വിസമ്മതിച്ചതും ബാംഗ്ലൂരിലെ ഒരു നഴ്സിനെ വിവാഹം കഴിച്ചതും അവൾ ഹരിജൻ സ്ത്രീയാണെന്നതും മാനേജ്മെന്റും ചില അദ്ധ്യാപകരും വിദ്യാർത്ഥികളും ജഗദീശിനെതിരെ ഗൂഢാലോചന നടത്തിയെന്നും ഒക്കെയായിരുന്നു ആ കഥകൾ. ഏതായാലും മാനേജ്മെന്റിനെ തറപറ്റിക്കാൻ വിദ്യാർത്ഥികൾ കാണിച്ച ധീരതയെ പലരും പ്രശംസിച്ചു. വിദ്യാർത്ഥികൾക്ക് പ്രിയങ്കരനായ ഒരദ്ധ്യാപകനെ അകാരണമായി കോളേജിൽനിന്നു പുറത്താക്കുന്നത് നല്ലകാര്യമാണെന്നഭിപ്രായപ്പെടാൻ പലർക്കും കഴിഞ്ഞില്ല. അദ്ധ്യാപകന്റെ യോഗ്യതയും വ്യക്തിത്വവും നന്നായറിയുന്നത് വിദ്യാർത്ഥികളാണ്; മാനേജ്മെന്റല്ല എന്ന് ചിലർ വാദിച്ചു. അയോഗ്യനായൊരു അദ്ധ്യാപകന് ഇത്ര ശക്തമായൊരു പിന്തുണ വിദ്യാർത്ഥികളിൽനിന്നു ലഭിക്കില്ലെന്നു എല്ലാപേർക്കും മനസ്സിലായി.

ഇതേസമയം തന്നെ കോളേജ് ഭരണസമിതിയിൽ ചില വിദ്യാർത്ഥി നേതാക്കന്മാരും കൂടി പ്രതിനിധികളാവണം എന്നൊരു വാദവും ഉണ്ടായി.

ഒരു ദിവസം രാവിലെ ജഗദീശിന് വിചിത്രമായൊരു വാർത്തകിട്ടി. ബൊൾമണ്ണിൽ മാധവഭട്ടിന്റെ ചില കുടിയാന്മാർ എന്തോ ബഹളം ഉണ്ടാക്കിയെന്നും സർക്കാർഭൂമി മാധവഭട്ട് കൈയടക്കി വച്ചിരിക്കുന്നു എന്ന് ആരോ ബന്ധപ്പെട്ടവരെ അറിയിച്ചെന്നും ഇതേക്കുറിച്ച് അന്വേഷിക്കാൻ തഹസിൽദാർ വന്നപ്പോൾ മാധവഭട്ടിന്റെ അപ്പൂപ്പന്റെ കാലം മുതല്ക്ക് പാട്ടംകൊടുത്തുവന്നിരുന്ന ചിലകുടിയാന്മാർ താമസിച്ചിരുന്ന വീടും പറമ്പും യഥാർത്ഥത്തിൽ സർക്കാർഭൂമിയാണെന്ന് തെളിഞ്ഞെന്നും ആയിരുന്നു വാർത്ത. അതിൽ കുറേയേറെ ഭൂമി ക്ഷേത്രംവകയാണെന്ന് ആളുകളെ തെറ്റിദ്ധരിപ്പിച്ചിരുന്നു. സർക്കാർ ഓരോരുത്തർക്കും കൈവശാവകാശം തിട്ടപ്പെടുത്തി പതിച്ചുകൊടുത്തു. അവരിൽ അധികംപേരും ഹരിജനങ്ങളായിരുന്നു. മാത്രമല്ല, മാധവഭട്ടിന്റെ കൈവശമുണ്ടായിരുന്ന അമ്പതറുപത് ഏക്കർ കാടുംമേടും രേഖയില്ലാതെ അവകാശപ്പെടുത്തിയതായിരുന്നു. സർക്കാർ അവയെല്ലാം കണ്ടുകെട്ടി.

അമ്പലംവക ഭൂമിയോടൊപ്പം തന്റെ സ്വത്തിന്റെ സിംഹഭാഗവും നഷ്ടമായത് മാധവഭട്ടിന് വലിയൊരാഘാതമായിരുന്നു. രണ്ടുമൂന്നു ദിവസം ഊണുപോലുമില്ലാതെ മാധവഭട്ട് അസ്വസ്ഥനായി. ഭ്രാന്തുപിടിച്ചതുപോലെ വീട്ടിനകത്തുതന്നെ അങ്ങോട്ടുമിങ്ങോട്ടും നടന്നു. ഒരാളോടും ഒരു മിണ്ടാട്ടമില്ല. മുറിയുടെ ചുമരിൽ തൂങ്ങിക്കിടന്ന തോക്കിനെ നിസ്സഹായനായി ഇടയ്ക്കിടയ്ക്കു നോക്കും.

പിന്നീടൊരുദിവസം രാവിലെ എണീക്കാൻ പോലും കഴിയാതെ പനിപിടിച്ച് മാധവഭട്ട് കിടന്നു. ശരീരത്തിന്റെ ഒരു ഭാഗം സ്തംഭിച്ചുപോയി.

ഇതറിഞ്ഞയുടനെ, എന്തുംവരട്ടെ എന്നു കരുതി കിശോരിയോടു പോലും പറയാതെ, നഗരത്തിൽ പോകുന്നെന്നു പറഞ്ഞ് ജഗദീശ് ബൊൾ

മണ്ണിലെത്തി. അകലെവച്ചുതന്നെ വീടുകണ്ടപ്പോൾ അയാളുടെ ഹൃദയം തകർന്നു പോയി. ഈ വീടിന് ഞാൻ എന്നും ഒരന്യനാണോ എന്നു തോന്നി. ജഗദീശ് വരുന്നതുകണ്ട് മുറ്റത്തുനിന്നിരുന്ന സരസ്വതി അകത്തേക്കുപോയി. അമ്മ മീനാക്ഷി വരാന്ത വാതില്ക്കൽ വരെ വന്ന് ജഗദീശിനെ നോക്കി, ചേലത്തുമ്പുകൊണ്ട് മുഖം പൊത്തി കരഞ്ഞുകൊണ്ട് ഉള്ളിലേക്കുപോയി. അകത്തുനിന്ന് ശംഭുവന്ന് വാതിലിനരികിൽ നിന്ന്-

"എന്തിനാ വന്നത്?"

"അച്ഛനു സുഖമില്ലെന്നറിഞ്ഞു."

"അച്ഛന്റെ അസുഖത്തിനും നിനക്കും തമ്മിൽ യാതൊരു ബന്ധവുമില്ല." ശംഭു പറഞ്ഞു.

ജഗദീശ് പെട്ടെന്ന് കോപം കൊണ്ടലറി-

"നിനക്കതുപറയാൻ അവകാശമില്ല; അർഹതയുമില്ല. അത് അച്ഛനു മാത്രം പറയാം. നീയും അതേറ്റു പാടണ്ടാ."

"നിന്റെ മുഖം കാണാൻ ഇവിടെ ആർക്കും ഇഷ്ടമല്ല." ശംഭു പറഞ്ഞു.

"അധികമൊന്നും സംസാരിക്കണ്ട. നിനക്കു കാണാനിഷ്ടമില്ലെങ്കിൽ തോട്ടത്തിൽ പൊയ്ക്കോ. നിന്റെ മുഖം കാണാൻ എനിക്കും ഇഷ്ടമില്ല." ജഗദീശും വിട്ടില്ല,

ജഗദീശ് മുമ്പൊരിക്കലും ഇങ്ങനെ സംസാരിച്ചു കേട്ടിട്ടില്ലാത്തതുകൊണ്ട് ശംഭു അമ്പരന്നുപോയി. ജഗദീശ് പോയി അച്ഛന്റെ മുറിയുടെ വാതില്ക്കൽ നിന്നു. അച്ഛന്റെയരികിൽ അമ്മ മീനാക്ഷി കണ്ണീരൊഴുക്കിക്കൊണ്ടിരിക്കുകയായിരുന്നു. മാധവഭട്ടിന് പനി മൂർദ്ധന്യാവസ്ഥയിലായിരുന്നതുകൊണ്ട് നാവിന് സംസാരശേഷി കുറഞ്ഞിരുന്നു. അയാളുടെ കണ്ണുകൾ ജഗദീശിനുനേരെ ഉഗ്രമായി വിടർന്നു. കണ്ണും മുഖവും വികാരഭരിതമായി. ചുണ്ടുകൾ വിറച്ചു. വളരെ പണിപ്പെട്ട് മാധവഭട്ട് "ഫൂ" എന്നൊരു തുപ്പുതുപ്പി. അത് ജഗദീശിന്റെ കവിളത്തുവീണ് ഒലിച്ചുപോയി.

ജഗദീശ് അച്ഛന്റെ തലയ്ക്കരികിലിരുന്ന അമ്മയെ ഒന്നുനോക്കി.

"അമ്മേ, ഞാൻ ഓഹരി ചോദിക്കാൻ വന്നതല്ല. ഒന്നു കാണണമെന്നുതോന്നി, വന്നു അത്രമാത്രം." എന്നുപറഞ്ഞ് ജഗദീശ് ഇറങ്ങിപ്പോയി.

വൈകുന്നേരമായപ്പോൾ പതിവുപോലെയുള്ള പ്രസന്നത ഇല്ലാതെ കണ്ടപ്പോൾ കിശോരി ചോദിച്ചു -

"എന്താ, ഒരു വല്ലായ്മ? അസുഖമോ മറ്റോ ഉണ്ടോ?"

"ഒരു കുഴപ്പവുമില്ല."

പിന്നെന്താ ഒരു മ്ലാനത, പതിവിനു വിപരീതമായി." ഔത്സുക്യത്തോടെ ചോദിച്ചു. കോളേജിൽ വീണ്ടും വല്ല ബഹളവുമുണ്ടോയോ എന്ന് അവൾക്കൊരു ഭയം. ജഗദീശ് ദീർഘശ്വാസം വിട്ടു.

"പറയാം. പക്ഷേ, പിന്നീട് അതേക്കുറിച്ച് ആലോചിച്ച് വിഷമിക്കരുത്."

"എന്താണ്, പറയൂ." കിശോരി ഉൽക്കണ്ഠയോടെ ചോദിച്ചു.

"രാവിലെ നഗരത്തിലേക്ക് എന്നു പറഞ്ഞു പോയിരുന്നല്ലോ. പക്ഷേ, പോയത് അവിടേക്കല്ല. അച്ഛനെ ഒന്നു കാണാമെന്ന് വിചാരിച്ച് ബെൽമണ്ണ് വരെ പോയി."

"അതേയോ?" അവൾ അതിശയത്തോടെ തിരക്കി.

"അതെ. ജ്യേഷ്ഠൻ അധിക്ഷേപിച്ചു. അമ്മ കരഞ്ഞുകൊണ്ടിരിക്കുന്നു. അച്ഛൻ എന്നെ കണ്ടതോടെ കിടന്നകിടപ്പിൽ കണ്ണുരുട്ടിനോക്കി. അവരൊക്കെ അങ്ങനെ പെരുമാറാൻ ഞാനെന്തു ചെയ്തു. ഞാൻ എങ്ങനെയായിരുന്നോ അതേ മട്ടിലായിരുന്നു അവിടെ പോയത്. അവരാരും എന്നെ അറിഞ്ഞില്ല."

കിശോരി മൗനമായിരുന്നു. അവളുടെ കണ്ണുകൾ നിറയാൻ തുടങ്ങി.

"അച്ഛൻ കിടപ്പിലാണ്. ഇനി അധികനാൾ ജീവിച്ചിരിക്കുമെന്നു തോന്നുന്നില്ല." ജഗദീശ് വീണ്ടും പറഞ്ഞു.

"നിങ്ങളോട് ഒന്നും സംസാരിച്ചില്ലേ?" കണ്ണീർ തുടച്ചുകൊണ്ട് കിശോരി ചോദിച്ചു.

"ഇല്ല. ഞാൻ സംസാരിക്കാൻ പോയതല്ല. കാണണമെന്നു തോന്നി, പോയി നോക്കിയിട്ടു വന്നു. ഇനി മരിച്ചതിനു ശേഷമുള്ള കാര്യം. അതിനു മൂത്തമകനുണ്ട്."

"അമ്മ...? അമ്മയും സംസാരിച്ചില്ലേ?"

"ഇല്ല."

കിശോരി വെറുതേ ആലോചിച്ചുകൊണ്ടിരുന്നു.

"എന്നെപ്പറ്റി നീ വിഷമിക്കേണ്ട കിശോരീ. ഞാൻ അന്യായമായി ഒന്നും പ്രവർത്തിച്ചിട്ടില്ല. മരിച്ചതിനുശേഷം മൃതശരീരത്തിനരികിലിരുന്നു ചിന്തിക്കുകയും കരയുകയും അതിനു തീ കൊളുത്തുകയും ചെയ്യേണ്ടത് മകന്റെ കർത്തവ്യമാണെന്ന് ആരും ഒരിടത്തും എഴുതിവച്ചിട്ടില്ല. പിന്നെ ജീവിച്ചിരിക്കുന്ന എന്റെ അച്ഛനും അമ്മയുമായുള്ള ബന്ധം. അതത്രയ്ക്കത്ര തന്നെ. ഏതായാലും അത് ഒരിക്കൽ അവസാനിക്കുമല്ലോ. അതല്പം നേരത്തേ അവസാനിച്ചെന്നു മാത്രം. പിന്നെ സ്വത്തിന്റെ കാര്യം. വിശ്വനാഥിന് ഇല്ലാതായ സ്വത്തിൽ എനിക്കും മോഹമില്ല." ജഗദീശ് പറഞ്ഞു.

കിശോരി വീണ്ടും കണ്ണുതുടച്ചുകൊണ്ട് മൗനമായിരുന്നു. ജഗദീശ് അവളുടെ അരികിൽ പോയിരുന്ന് അവളുടെ തോളിൽ പിടിച്ച് തന്റെ നേർക്കു തിരിച്ചു.

"ഇവിടെ അസാധാരണമായതൊന്നും നടന്നിട്ടില്ല. കിശോരീ, നീ എന്തിനു ദുഃഖിക്കണം. ഞാൻ പോലും ദുഃഖിക്കുന്നില്ല." എന്നുപറഞ്ഞ് ജഗദീശ് പുഞ്ചിരിച്ചു.

"നിങ്ങൾ എന്നെപ്പോലെയല്ല."

"പിന്നെങ്ങനെ."

"വളരെ വിചിത്രമായ സ്വഭാവമാണ്."

"നീ വെറും ശുദ്ധമനസ്കയായതുകൊണ്ടാണ് അങ്ങനെ തോന്നു

ന്നത്. ഞാൻ വളരെ വിചിത്ര സ്വഭാവക്കാരനായതുകൊണ്ടാവാം സംഭവിക്കുന്നതെല്ലാം സ്വാഭാവികമാണെന്ന് ചിന്തിക്കുന്നത്."

കിശോരി മൗനമായിരുന്നു. ജഗദീശ് തുടർന്നു-

"ശരി. അതെല്ലാം സംഭവിച്ചു കഴിഞ്ഞു. ഇനി എന്തു ചെയ്യാം."

"എന്നുവച്ചാൽ.........?" കിശോരി ചോദിച്ചു.

"അതായത് ബൊൾമണ്ണിലേക്കുപോകാൻ പറ്റില്ല. വീണ്ടും എനിക്കു ശിശുവാകാൻ സാധിക്കില്ല. സംഭവിച്ചുകഴിഞ്ഞതിനെ മാറ്റാനും പറ്റില്ല. അതുകൊണ്ട് എങ്ങനെയൊക്കെ വരുന്നോ അങ്ങനെതന്നെ സ്വീകരിക്കുക."

കിശോരി ഒന്നും മിണ്ടിയില്ല. കണ്ണുകൾ നിറഞ്ഞു. ജഗദീശ് ചോദിച്ചു.-

"ശരി. നിനക്ക് ഒന്നും മിണ്ടാൻ ഭാവമില്ല. നിന്റെകൂടെ സഹകരിക്കാം എന്നു വിചാരിച്ചാൽ എനിക്കു കരച്ചിൽ വരുന്നുമില്ല. എന്തു ചെയ്യാം." എന്നു പറഞ്ഞ് അവളുടെ മുഖം മെല്ലെ പിടിച്ചുയർത്തി കണ്ണുകളിൽ സൂക്ഷിച്ചു നോക്കി. അവൾ ചെറുതായൊന്നു പുഞ്ചിരിച്ചു. പെട്ടെന്ന് അയാളുടെ മടിയിൽ തലവച്ച് ഉള്ളിൽ തേങ്ങിക്കരഞ്ഞു. ജഗദീശ് മൗനമായിരുന്നു. അയാളുടെ കൈകൾ അവളുടെ തല, മുതുക് ഇവിടൊക്കെ മൃദുവായി ഇഴഞ്ഞു നീങ്ങി. അയാൾ ആത്മവിസ്മൃതിയിലാണ്ടു. അല്പം കഴിഞ്ഞ് കിശോരി എണീറ്റിരുന്നു. ജഗദീശിന്റെ കൈപിടിച്ച് അവൾ ചുംബിച്ചിട്ട് അകത്തേക്കെണീറ്റുപോയി.

രണ്ടു ദിവസം കഴിഞ്ഞ് മാധവഭട്ട് മൃതിയടഞ്ഞിരുന്നു. ശവസംസ്കാരം നടന്നത് ആരോ പറഞ്ഞറിഞ്ഞു. ജഗദീശ് അച്ഛന്റെ അന്ത്യകർമ്മങ്ങൾക്ക് പോകാത്തതിൽ ആർക്കും അത്ഭുതം തോന്നിയില്ല. അയാളും അച്ഛനും തമ്മിൽ നല്ല ബന്ധമായിരുന്നില്ലെന്ന് എല്ലാപേർക്കും അറിയാമായിരുന്നു. മാത്രമല്ല അയാൾ വിചിത്ര സ്വഭാവക്കാരനായിരുന്നു. അയാളൊരു വിപ്ലവകാരിയാണെന്ന പേരും പതിഞ്ഞിരുന്നു.

***

വീണ്ടും എന്തെങ്കിലും ബഹളമുണ്ടാവും എന്ന് ചിലർ വിചാരിച്ചു. പക്ഷേ, കനകദാസ് കോളേജ് മുൻപത്തെപ്പോലെ പ്രവർത്തിച്ചുതുടങ്ങി. ജഗദീശിനെ വിദ്യാർത്ഥികൾ അഭിമാനപൂർവ്വം ബഹുമാനിച്ചു. വിദ്യാർത്ഥികളുടെ ബഹുമാനമാർജ്ജിക്കാൻ ഉത്തമ അദ്ധ്യാപകനാണെന്ന പേരു മാത്രം മതി. ദുഃസ്വഭാവങ്ങളൊന്നും ജഗദീശിൽ കാണാത്തതിനാൽ അയാളെ വെറുക്കാൻ വിദ്യാർത്ഥികൾക്കു കഴിഞ്ഞില്ല. അന്യജാതിയിൽപ്പെട്ട ഒരു സ്ത്രീയെ വിവാഹം കഴിച്ചതിന്റെ പേരിൽ അദ്ദേഹത്തെ പരിഹസിക്കാൻ അവർ തയ്യാറായില്ല. കാരണം, അത് അവരെ ബാധിക്കുന്ന പ്രശ്നമല്ലല്ലോ.

മാതൃകാപരമായ ദാമ്പത്യജീവിതമായിരുന്നു ജഗദീശ്-കിശോരി ദമ്പതിമാരുടേത്, നേരത്തെ സംശയത്തോടെ വീക്ഷിച്ചവർ ഇപ്പോൾ

അസൂയപ്പെടാതായി. സുഹൃത്തുക്കൾക്ക് അവരുടെ ദാമ്പത്യജീവിതം വളരെ ഇഷ്ടപ്പെട്ടു.

കോളേജിൽ ബഹളം കൂട്ടിയ നാലു വിദ്യാർത്ഥികളിൽ രണ്ടുപേർ നേരത്തെതന്നെ ടി സി വാങ്ങി പോയിരുന്നു. മറ്റുരണ്ടുപേർ മറ്റാരും അറിയാതെ ജഗദീശിന്റെ അടുക്കൽചെന്ന് ക്ഷമചോദിച്ചു. കോളേജിന്റെ പ്രശ്നങ്ങളിൽ അനാവശ്യമായി കൈകടത്തുന്ന സമ്പ്രദായം കൃഷ്ണാചാര്യ കുറച്ചുതുടങ്ങി. ഭരണസമിതിയിലും അയാളുടെ സ്വാധീനത കുറഞ്ഞു. ഈ മാറിയ സാഹചര്യം മനസ്സിലാക്കി പ്രിൻസിപ്പാൾ അതോടൊപ്പം ചേർന്നു. അദ്ധ്യാപകരോടും വിദ്യാർത്ഥികളോടും കൂടുതൽ അനുഭാവം പ്രകടിപ്പിച്ചു. ഇപ്പോൾ ആരെങ്കിലും അദ്ദേഹത്തിന്റെ മുറിയിൽ ചെന്നാൽ "പ്ലീസ് സിറ്റ്ഡൗൺ" എന്നു പുഞ്ചിരിച്ചുകൊണ്ടു പറയാൻ പഠിച്ചിരുന്നു. മുമ്പ് വിദ്യാർത്ഥികൾ മുറിയിൽ ചെന്നാൽ "വാട്ട്" എന്ന് ചോദിച്ച് വിരട്ടി ഓടിക്കും. അതുകൊണ്ട് "പീരങ്കി ഉപാദ്ധ്യായ" എന്നൊരു വട്ടപ്പേരും നേടി. ആ പഴയ സ്വഭാവം ഇന്ന് പാടെ മാറിയിരിക്കുന്നു. ഇപ്പോൾ വിദ്യാർത്ഥികൾ ചെന്നാൽ "പ്ലീസ് കമിൻ" എന്നുപറഞ്ഞ് പുഞ്ചിരിച്ചുകൊണ്ടു നില്ക്കുന്ന മുഖം കാണാം. ഈ മാറിയ പരിതസ്ഥിതിയിൽ പുതിയൊരു പേരിടാൻ വിദ്യാർത്ഥികൾ ആലോചിച്ചുകൊണ്ടിരിക്കുന്നു.

കോളേജിൽ ബഹളത്തിന് പ്രേരണ നല്കിയിരുന്ന ചില അദ്ധ്യാപകന്മാർ പെട്ടെന്ന് തണുത്തുപോയി. തങ്ങളുടെ പ്രതാപമെല്ലാം നശിച്ചു എന്ന് അവർക്കു ബോദ്ധ്യമായി. തങ്ങൾക്കുള്ള പാണ്ഡിത്യമൊക്കെ മതി എന്നവർ തീരുമാനിച്ചു. പുതിയ വിജ്ഞാനമണ്ഡലങ്ങളിലേക്ക് എടുത്തുചാടാൻ അവർ ഭയപ്പെട്ടു. വിദ്യാർത്ഥികളെ ഇളക്കിവിട്ടത് തങ്ങളാണെന്ന കാര്യം വെളിപ്പെടുമോ എന്ന് അവർക്കു പേടിയായി.

ജഗദീശിന്റെ ജീവിതചര്യയിൽ യാതൊരു മാറ്റവുമുണ്ടായിരുന്നില്ല. മറ്റുള്ളവരുടെ ദൃഷ്ടിയിൽ അയാൾ ഏതോ പ്രവാഹത്തിൽപ്പെട്ട് അതിനേക്കാൾ വേഗത്തിൽ ഒഴുകാൻ വെമ്പുന്ന ഭ്രാന്തനായിരുന്നു. പക്ഷേ, ഇപ്പോൾ ആ പ്രവാഹത്തിൽ അല്പം പുതുവെള്ളം കൂടിച്ചേർന്ന് വളരെ വേഗത്തിൽ മുന്നോട്ടൊഴുകുന്നതായി അയാൾക്ക് തോന്നി. എന്തിലും വേഗതയെ സ്നേഹിക്കുന്ന ജഗദീശിന് ഈ പുതിയ സാഹചര്യം കൂടുതൽ ഇഷ്ടമായി.

നാലഞ്ചു ദിവസത്തിനു മുമ്പ് ഒരു ദിവസം ഗോവിന്ദരാജും രാജലക്ഷ്മിയും ജഗദീശിന്റെ വീട്ടിൽ വന്നിരുന്നു. അപ്പോൾ ഗോവിന്ദരാജ് പറഞ്ഞു:

"എനിക്ക് വളരെ സന്തോഷം തോന്നുന്നു മി. ജഗദീശ്. സംഭവങ്ങൾ ഇങ്ങനെയൊക്കെ ആയതുകൊണ്ട് ഇപ്പോൾ നമ്മുടെ കോളേജിൽ ജാതിയുടെ പ്രഭാവം മണ്ണടിഞ്ഞു. മനുഷ്യത്വത്തിന് അല്പം വില കിട്ടിയിട്ടുണ്ട്."

"ഇന്നലെ ഇദ്ദേഹം പ്രിൻസിപ്പാളിനെ കാണാൻ പോയപ്പോൾ അദ്ദേഹം "പ്ലീസ് സിറ്റ്ഡൗൺ" എന്നു പറഞ്ഞുപോലും." രാജലക്ഷ്മി കൂട്ടിച്ചേർത്തു.

ജഗദീശും കിശോരിയും പൊട്ടിച്ചിരിച്ചു.

"അദ്ദേഹത്തിന്റെ മകന്റെ വിവാഹത്തിന്റെ ക്ഷണക്കത്തും കിട്ടി." ഗോവിന്ദരാജ് ഭാര്യയുടെ നേർക്കു തിരിഞ്ഞു പറഞ്ഞു. വീണ്ടും എല്ലാവരും ചിരിച്ചു.

രാജലക്ഷ്മി പെട്ടെന്നു ദേഷ്യത്തിൽ -

"എനിക്ക് അദ്ദേഹത്തിന്റെ വീട്ടിൽ സദ്യ ഉണ്ണാൻ കൊതിയാണെന്നാണ് ഇദ്ദേഹത്തിന്റെ വിചാരം" എന്നു പറഞ്ഞു.

"ഇങ്ങനെ ദേഷ്യം പിടിക്കാതെ സൗഹൃദം ഊണിൽ തുടങ്ങുന്നു എന്നൊരു പഴഞ്ചൊല്ലുണ്ട്." ജഗദീശ് പറഞ്ഞു.

"എവിടെ? ഇങ്ങനെയൊരു ചൊല്ല് ഞാൻ ഇന്നേവരെ കേട്ടിട്ടില്ലല്ലോ. ഇപ്പോൾ സ്വന്തമായി കെട്ടിച്ചമച്ചതാണെന്നു തോന്നുന്നു." രാജലക്ഷ്മി വിട്ടില്ല.

ജഗദീശ് പൊട്ടിച്ചിരിച്ചു. മറ്റുള്ളവരും ഒപ്പം ചേർന്നു. അല്പംകഴിഞ്ഞ് ഗോവിന്ദരാജ് പറഞ്ഞു:

"ആദ്യമായിട്ടാണ് രാജലക്ഷ്മി ഒരു കാര്യം കണ്ടുപിടിച്ചത്."

"എന്താ അത്? എലക്ട്രിക്സിറ്റി, എക്സ്-റേ അങ്ങനെയുള്ള വല്ലതും..." ജഗദീശ് ചോദിക്കാൻ തുടങ്ങുമ്പോഴേക്കും ഗോവിന്ദരാജ് ഇടയ്ക്കുകയറി പറഞ്ഞു:

"അതല്ല. നിങ്ങളുടെ ഒരു കാര്യം ഇത്രകാലം രഹസ്യമായി സൂക്ഷിച്ചുവച്ചിരുന്നു എന്നാണ് ഇവളുടെ ആരോപണം."

"എന്താണത്? അങ്ങനെ രഹസ്യമൊന്നുമില്ലല്ലോ."

പെട്ടെന്ന് രാജലക്ഷ്മി പറഞ്ഞു: "ഇന്നു രാവിലെ ഏതാണ്ട് പത്തുപതിനൊന്നു മണിക്ക് നിങ്ങളുടെ വീട്ടിൽ കന്നട ലളിതഗാനങ്ങൾ പാടുന്നതുകേട്ടു."

"ഞാൻ കോളേജിൽ നിന്നെത്തിയപ്പോൾ, 'നിങ്ങൾക്കറിയാമോ മിസ്സിസ് ജഗദീശ് നന്നായി പാടുമെന്ന്?' എന്ന് ഇവളുടെ ഒരു ചോദ്യം." ഗോവിന്ദരാജ് കൂട്ടിച്ചേർത്തു.

"ഓ! അത് ഞാൻ പാടിയതല്ല. ടേപ്പ് റിക്കാർഡർ...." കിശോരി പെട്ടെന്ന് പറഞ്ഞു.

"ആയിരിക്കാം. പക്ഷേ, അതിലുണ്ടായിരുന്ന ശബ്ദം ആരുടേതാണ്?" രാജലക്ഷ്മി ചോദിച്ചു.

കിശോരി ഒന്നും മിണ്ടിയില്ല. "ഇത്രയും കാലം ഇക്കാര്യം മറച്ചുവച്ചതിന് പരിഹാരമായി ഇപ്പോൾ ഒരു പാട്ടുപാടണം." രാജലക്ഷ്മി നിർബ്ബന്ധിച്ചു.

"ഇവിടെ ഇതുവരെ പാട്ടുപാടുന്നതിനും പാട്ടുകേൾക്കുന്നതിനും ആർക്കു മനസ്സുണ്ടായിരുന്നു. ഇവിടെവന്ന അന്നുമുതൽ മഹായുദ്ധമല്ലേ. ഞങ്ങളറിയാതെ ജോഷി ഒരു ടേപ്പ് റിക്കാർഡർ വിവാഹസമ്മാനമായി സ്യൂട്ട്കെയ്സിൽ വച്ചിരുന്നു. പക്ഷേ, അത് ഈ വീട്ടിൽ പാടിച്ച വിവരം ഇന്നാണ് ആദ്യമായി ഞാൻ കേൾക്കുന്നത്." ജഗദീശ് പറഞ്ഞു.

"അതിരിക്കട്ടെ. ഇപ്പോൾ കിശോരി ഒരു പാട്ടുപാടണം." രാജലക്ഷ്മി വീണ്ടും നിർബ്ബന്ധിച്ചുതുടങ്ങി.

"ഛേ, എനിക്ക് അത്ര നന്നായൊന്നും പാടാനറിയില്ല. മാത്രമല്ല ഇന്നലെ മുതൽ എനിക്കു വല്ലാത്ത തലവേദന" കിശോരി ഒഴിഞ്ഞുമാറാൻ ശ്രമിച്ചു.

"നിങ്ങൾ എന്തുവേണമെങ്കിലും പറഞ്ഞോളൂ. ഞാൻ സമ്മതിക്കില്ല. തലവേദനയ്ക്ക് ചുക്കുകഷായമിട്ടുതരാം. ഇപ്പോ പാടൂ. എന്തെങ്കിലും ഒരു പാട്ട്. നന്നായോ ഇല്ലയോ എന്ന് പിന്നെ പറയാം." രാജലക്ഷ്മി വിടുന്ന ഭാവമില്ല.

"അതുശരിയാണ്." ജഗദീശും മെല്ലെ നിർബ്ബന്ധിച്ചുതുടങ്ങി.

"വരട്ടെ. ആദ്യം കാപ്പി കൊണ്ടുവരാം." എന്നു പറഞ്ഞ് കിശോരി അകത്തേക്കുപോയി. അഞ്ചുമിനിറ്റിനുള്ളിൽ കാപ്പിയും ബിസ്കറ്റുമായി വന്നു. കാപ്പികുടിച്ചിട്ട് - "ശരി, ഇനി പാട്ടു തുടങ്ങൂ." രാജലക്ഷ്മി പറഞ്ഞു.

"നിങ്ങൾ വല്ലാതെ തിടുക്കം കാണിക്കുന്നു." കിശോരി ചിരിച്ചുകൊണ്ടു പറഞ്ഞു.

"സബ്ജക്ട്, വീണ്ടും മാറിപ്പോകുമെന്നാണ് അവളുടെ പേടി." ഗോവിന്ദരാജ് ചിരിച്ചുകൊണ്ടു പറഞ്ഞു.

"എന്തുപാടണം, കീർത്തനമോ, ലളിതഗാനമോ, അതോ സിനിമാപാട്ടോ?" കിശോരി ചോദിച്ചു.

"ആദ്യം ഏതെങ്കിലും ഒരു ലളിതഗാനം പാടൂ. പിന്നീട് കീർത്തനങ്ങൾ. അതുകഴിഞ്ഞ് സിനിമാപാട്ടുകൾ...." രാജലക്ഷ്മി നിർദ്ദേശിച്ചു.

"ഇവിടെ ഒരു വലിയ കച്ചേരി തന്നെ നടത്താനുള്ള ആലോചനയുണ്ടല്ലോ. അത്രയൊന്നും എനിക്കു പാടാനാവില്ല. ഒരു ലളിതഗാനവും ഒരു കീർത്തനവും പാടാം." കിശോരി ചിരിച്ചുകൊണ്ടു പറഞ്ഞു.

"ആവട്ടെ." രാജലക്ഷ്മി സമ്മതിച്ചു. കിശോരി പാടാൻ തുടങ്ങി. രാജലക്ഷ്മിയും ഗോവിന്ദരാജും ചെവികൂർപ്പിച്ചു. രണ്ടാളും കണ്ണുമിഴിച്ച് തലയാട്ടിക്കൊണ്ട് നോക്കി. അവളുടെ മധുരമായ ശബ്ദം അവരെ വല്ലാതെ സ്വാധീനിച്ചു.. അവർ മെയ് മറന്ന് പാട്ടിൽ ലയിച്ചിരുന്നു. രണ്ടു ലളിതഗാനവും ഒരു കീർത്തനവും പാടി നിർത്തി. അവൾ പാടിക്കൊണ്ടിരിക്കെ സംസാരംപോലും മറന്ന് അടുത്തപാട്ട് പ്രതീക്ഷിച്ചിരുന്നു.

കിശോരി പാട്ടുനിർത്തിയപ്പോൾ - "ഹോ! എത്ര മനോഹരമായിട്ടാണ് പാടുന്നത്, വണ്ടർഫുൾ." ഗോവിന്ദരാജ് ഒരു ആത്മഗതം പോലെ പറഞ്ഞു.

"ഇത്രയും കാലം ഇക്കാര്യം മറച്ചുവച്ചതിന് നിങ്ങളെ ശിക്ഷിക്കേണ്ടതാണ്." രാജലക്ഷ്മി പറഞ്ഞു.

"എന്താ ശിക്ഷ?" കിശോരി ചിരിച്ചുകൊണ്ടു ചോദിച്ചു.

"നാളെ ഡിന്നറിനു ക്ഷണിക്കാനാണ് വന്നത്. അനിലിന്റെ പിറന്നാളാണ്. വലിയ ആഘോഷമൊന്നുമില്ല. നിങ്ങൾ രണ്ടുപേർ മാത്രം അതി

ഥികളായിട്ടുണ്ട്. എന്നിട്ട് നിങ്ങൾ ഒരു പത്തുപാട്ടുപാടണം." രാജലക്ഷ്മി പറഞ്ഞു.

"ഹോ! ദൈവമേ. പത്തു പാട്ടുപാടിയാൽ പിന്നെ എനിക്കു സംസാരിക്കാൻ ശബ്ദം കിട്ടില്ലല്ലോ. ഇപ്പോൾതന്നെ തലവേദനയും ജലദോഷവുമൊക്കെയുണ്ട്." കിശോരി പറഞ്ഞു.

"സാരമില്ല. പത്തു പറ്റില്ലെങ്കിൽ അഞ്ച്." രാജലക്ഷ്മി ഒന്നു ചിരിച്ചു. എന്നിട്ടു തുടർന്നു -

"കുറഞ്ഞപക്ഷം ഒരു പാട്ടെങ്കിലും മതി. ഇവിടെത്തന്നെയുണ്ടല്ലോ. ആവശ്യമുള്ളപ്പോഴൊക്കെ പാടിക്കാം."

ഗോവിന്ദരാജ് എണീറ്റ് ജഗദീശിനോടും കിശോരിയോടും, "നാളെ ഡിന്നറിനു വരണേ " എന്നുപറഞ്ഞ് ഇറങ്ങി. അവർ സമ്മതിച്ചു തലകുലുക്കി.

രാജലക്ഷ്മിക്ക് കിശോരിയോടുള്ള സ്നേഹബഹുമാനങ്ങൾ വർദ്ധിച്ചുവന്നു. ആദ്യമൊക്കെ കിശോരിയെ നോക്കിയിരുന്നത് പരമ്പരാഗതമായ അന്ധവിശ്വാസത്തിന്റെ കണ്ണുകളോടെയാണ്. അന്നൊക്കെ സ്വയം ശപിക്കുമായിരുന്നു. കൂടുതൽ അടുത്തപ്പോൾ എല്ലാവരും ഒരുപോലെ മനുഷ്യരാണെന്ന് അവൾക്ക് ബോദ്ധ്യമായി.

"ലോകത്തിൽ ആകെ രണ്ടുജാതിമാത്രം, ആണും പെണ്ണും." ഒരിക്കൽ ജഗദീശ് പറഞ്ഞു. അയാൾ ഇതു പറയുമ്പോൾ മനസ്സിലുണ്ടായിരുന്നത് ശംഭുഭട്ടും അയാളുടെ ജീവിതവുമൊക്കെയായിരുന്നു. പക്ഷേ, ഗോവിന്ദരാജിനും രാജലക്ഷ്മിക്കും അത് അല്പം കടന്ന ചിന്തയാണെന്നു തോന്നി. പ്രകൃതി നിയമാനുസൃതമായ ലൈംഗികബന്ധത്തെപ്പറ്റിമാത്രം ഉദ്ദേശിച്ചു പറഞ്ഞതാണെന്ന് അവർ വിചാരിച്ചു. വാസ്തവത്തിൽ ഈ രണ്ടു ജാതി മാത്രമേ ഈശ്വരൻ സൃഷ്ടിച്ചുള്ളൂ. മറ്റുള്ളവയെല്ലാം മനുഷ്യൻ കല്പിച്ചുണ്ടാക്കിയതാണെന്ന് ഇപ്പോൾ രാജലക്ഷ്മിക്കും ബോദ്ധ്യമായി.

കോളേജുള്ള ദിവസങ്ങളിൽ കിശോരിക്ക് വളരെ നേരം ഒറ്റയ്ക്കിരിക്കേണ്ടിവന്നു. പക്ഷേ, രാജലക്ഷ്മിയുടെ സ്നേഹം സമ്പാദിക്കാൻ കഴിഞ്ഞതോടെ ആ ഏകാന്തതയ്ക്ക് മാറ്റം വന്നു. രാജലക്ഷ്മി ഇടയ്ക്കിടയ്ക്ക് കിശോരിയുടെ അടുക്കൽ ഓടിയെത്തും. കിശോരിയും പലവട്ടം രാജലക്ഷ്മിയുടെ വീട്ടിൽ ഉച്ചതൊട്ടു സന്ധ്യവരെ ഇരിക്കുമായിരുന്നു. അവർ സഹോദരിമാരെപ്പോലെ സ്നേഹത്തിൽ കഴിയുന്നതുകണ്ട് ഗോവിന്ദരാജിനും ജഗദീശിനും സന്തോഷമായി. ഗോവിന്ദരാജിന്റെ മകൾ അരുണയ്ക്ക് രണ്ടുവീട്ടിലും തുല്യസ്ഥാനം. ഊണും ഉറക്കവും അവിടെയും ഇവിടെയും എന്നപോലെ ആയിരുന്നു. അവരുടെ മൈത്രീബന്ധം കിശോരിയുടെ ഏകാന്തതയും രാജലക്ഷ്മിയുടെ വനവാസമാണെന്ന തോന്നലും അകറ്റി.

അയൽപക്കത്തുള്ള ഒന്നുരണ്ടദ്ധ്യാപകരുടെ ഭാര്യമാരും ഇവരെ നോക്കി പുഞ്ചിരിക്കാനും കുറേശ്ശെ സംസാരിക്കാനും തുടങ്ങി. പ്രൊഫ

സർമാരുടെ ഭാര്യമാർ ലക്ചറന്മാരുടെ ഭാര്യമാരോടു സൗഹാർദ്ദമായി സംസാരിക്കുകയോ അവരുടെ വീടുകൾ സന്ദർശിക്കുകയോ ചെയ്യുന്ന പതിവ് അവിടെ ഉണ്ടായിരുന്നില്ല. വഴിക്കുവച്ചു കണ്ടാൽ കഷ്ടിച്ച് ഒന്നു സംസാരിച്ചേക്കും അത്രതന്നെ. ഈ കീഴ്വഴക്കംവച്ച് ലക്ചറന്മാരുടെ ഭാര്യമാരും ട്യൂട്ടർമാരുടെയും ഡമോൺസ്ട്രേറ്റർമാരുടെയും ഭാര്യമാരോട് ഗൗരവഭാവം നടിക്കും. ഇങ്ങനെ വർഗ്ഗീകൃതമായ ഗുരുപത്നിമാരുടെ ലോകമായിരുന്നു കനകദാസ് കോളേജ് ക്വാർട്ടേഴ്സ്.

"എല്ലാവരും ബ്രാഹ്മണർ തന്നെ ആയാലും പ്രൊഫസറുടെ ഭാര്യക്ക് ട്യൂട്ടറുടെ ഭാര്യ ഗുജറാത്തിലെ ഭിൽ സ്ത്രീയേക്കാൾ പുച്ഛമാണ്." ജഗദീശ് ഒരിക്കൽ അങ്ങനെ പറഞ്ഞിരുന്നു.

"ആരാണ് ഈ ഭിൽ സ്ത്രീ എന്നു പറഞ്ഞാൽ?" ഗോവിന്ദരാജ് ചോദിച്ചു.

"ഭിൽ ജനത ഗുജറാത്തിലെ ഒരു വലിയ ജനവിഭാഗമാണ്. ഇവിടത്തെ ഹരിജനങ്ങളുടെ സ്ഥാനം അവരേക്കാൾ നൂറിരട്ടി നല്ലതാണ്. ഭിൽജാതിയിൽപെട്ടവൻ മറ്റെല്ലാജാതിക്കാരിൽനിന്നും നൂറുമാറകലെ നില്ക്കണം. മറ്റുള്ളവരുടെ കിണർ തൊടാൻപാടില്ല. എന്തിനേറെപ്പറയുന്നു, ക്രിസ്ത്യാനികളുടെ വീട്ടുമുറ്റത്തു ചവിട്ടാനുള്ള യോഗ്യതപോലും അനുവദിച്ചിരുന്നില്ല. ഇതാണ് നമ്മുടെ ദേശത്തിന്റെ സ്ഥിതി." ജഗദീശ് വിശദീകരിച്ചു.

ഗുരുപത്നിമാരുടെ ഇടയ്ക്കുണ്ടായിരുന്ന ഈ വിഭാഗീയ ചിന്താഗതി ഗുരുക്കന്മാർക്കുതന്നെ വലിയ അസഹ്യതയുണ്ടാക്കുന്ന മട്ടിലായിരുന്നു. കോളേജിൽ ഗുരുക്കന്മാർ തമ്മിൽ ഈ വർഗ്ഗഭേദമൊന്നും ഉണ്ടായിരുന്നില്ല. എല്ലാവരും പരസ്പരം കൂട്ടുചേർന്നു നടക്കാറുണ്ട്. എങ്കിലും ജഗദീശിനോടും ഗോവിന്ദരാജിനോടും അല്പം ഭേദം കാണിക്കാറുണ്ടായിരുന്നു. പക്ഷേ, ബുദ്ധിജീവികളെന്ന നിലയിൽ എല്ലാവരും ഒറ്റക്കെട്ടായിരുന്നു. പക്ഷേ, ബുദ്ധിജീവികളല്ലാത്ത അവരുടെ ഭാര്യമാരാണ് ഭർത്താക്കന്മാരുടെ ഗ്രേഡ് ഉയർത്തിപ്പിടിച്ചുനടന്നത്.

കിശോരിക്ക് ആ ക്വാർട്ടേഴ്സിൽ അദ്ധ്യാപകപത്നിമാർക്കിടയ്ക്ക് ഒരു പ്രത്യേക ഗ്രേഡാണുണ്ടായിരുന്നത്. അത് പ്രൊഫസറുടെ ഭാര്യ, ഇത് ലക്ചററുടെ ഭാര്യ എന്ന ലേബലല്ല. അവൾക്ക് നല്കിയത് മറ്റൊരു ശാശ്വത ബിരുദമാണ് - അവൾ ഹരിജനപ്പെണ്ണാണെന്നും പുലയിപ്പെണ്ണാണെന്നും.

***

കോളേജ് വാർഷികത്തിൽ ഒരുക്കങ്ങൾ നടക്കുകയായിരുന്നു. കിശോരി നന്നായിപാടുമെന്ന കാര്യം രാജലക്ഷ്മി പറഞ്ഞറിഞ്ഞ ചില വിദ്യാർത്ഥികൾ ജഗദീശിന്റെ വീട്ടിലെത്തി. വാർഷികത്തിനു ഒരു പാട്ടു പാടണമെന്നു അവർ നിർബ്ബന്ധിച്ചു. ഇതുനിമിത്തം വല്ല പ്രശ്നവുമുണ്ടാകുമോ എന്നായിരുന്നു ജഗദീശിന്റെ ഭയം. അങ്ങനെ കിശോരിക്ക്

മനഃക്ലേശം ഉണ്ടായാലോ എന്നു വിചാരിച്ച് ജഗദീശ് വിസമ്മതിച്ചു. പക്ഷേ, വിദ്യാർത്ഥികൾക്കു വാശി. ജഗദീശ് സമ്മതിക്കാത്തതിന്റെ കാരണം ഊഹിച്ച് ഒരു വിദ്യാർത്ഥിനി -

"സാർ, സംഗീതം കേട്ടാൽ ഏതു കഴുതയും കാതോർത്തുനില്ക്കും എന്നാണ് ചൊല്ല്." എന്ന് ചിരിച്ചുകൊണ്ടു പറഞ്ഞു.

"അപ്പോൾ കഴുതകളുടെ ഒരു സമ്മേളനം നിങ്ങൾ വിളിച്ചുകൂട്ടൂ; അതിൽ കിശോരി പാടും." ജഗദീശ് മറുപടി നല്കി. എല്ലാവരും ആർത്തു ചിരിച്ചു.

"ഞങ്ങളുടെ നാട്ടിൽ കഴുതകളില്ല സാർ." മറ്റൊരുത്തി പതുക്കെ പിറുപിറുത്തു.

"അതുകൊണ്ടാണ് ഇവിടെ പാടാൻ പറ്റില്ലെന്നു പറഞ്ഞത്. കഴുതകൾക്ക് ഇഷ്ടമായത് മനുഷ്യർക്ക് ഇഷ്ടമാവണമെന്നില്ല. അവർക്ക് ഇഷ്ടപ്പെട്ടില്ലെങ്കിൽ അവർ കല്ലെറിയും" കിശോരി ചിരിച്ചുകൊണ്ടു പറഞ്ഞു.

അത് വെറുതെ തമാശ പറഞ്ഞതായിരുന്നില്ല.

"അങ്ങനെയൊന്നും ഭയപ്പെടാനില്ല. യാതൊന്നും സംഭവിക്കില്ല. ആരുടെ കൈയിലും കല്ലില്ലാതെ ഞങ്ങൾ നോക്കിക്കൊള്ളാം." ഒരുത്തി പറഞ്ഞു.

"നിങ്ങൾ പാടണമെന്നതു ഞങ്ങൾക്കു നിർബ്ബന്ധമാണ്. നിങ്ങൾ സമ്മതിക്കുന്നതുവരെ ഞങ്ങൾ ഇവിടന്നു പോകില്ല!" മറ്റൊരുത്തിയുടെ അഭിപ്രായമതായിരുന്നു.

ഗത്യന്തരമില്ലാതെ ജഗദീശ് "ശരി" എന്നു പറഞ്ഞു. കിശോരിക്കും സമ്മതിക്കേണ്ടിവന്നു.

കോളേജ് ഡേ പരിപാടികൾക്കിടയിൽ കിശോരിയുടെ പാട്ടും ഉൾപ്പെടുത്തിവച്ചിരുന്നു. വിദ്യാർത്ഥികൾ മനഃപൂർവ്വം ഉൾപ്പെടുത്തിയ പരിപാടിയാണെന്നാണ് തോന്നുന്നത്.

"ഇപ്പോൾ ശ്രീമതി കിശോരി ജഗദീശ് പാടുന്നതാണ്." സെക്രട്ടറി മൈക്കിലൂടെ അനൗൺസ് ചെയ്യുന്നതുകേട്ടു. വേദിയിൽ കിശോരി വന്ന് മൈക്കിനു മുന്നിൽനിന്നു. സദസ്സിന്റെ പിന്നിൽ നിന്നെവിടെയോ "ഹോ....ഹോ..." എന്നൊരു ആരവം. നിറഞ്ഞ സദസ്സിൽ ആളുകൾ ഒരു നിമിഷം പരസ്പരം കുശുകുശുക്കുന്ന ഒച്ച. ഇതെല്ലാം പ്രതീക്ഷിച്ചിരുന്ന കിശോരി മുൻ നിരയിലിരുന്ന ജഗദീശിനെ ഒന്നു നോക്കി. അദ്ദേഹത്തിന്റെ മുഖത്ത് പുഞ്ചിരി വിടർന്നു; അനേകം പ്രതീക്ഷകളും.

കിശോരി പാടാൻ തുടങ്ങി. സദസ്സ് നിശ്ശബ്ദമായി. അവളുടെ നാദമാധുരിയിൽ എല്ലാവരും ലയിച്ചിരിക്കുന്നപോലെ കണ്ടു. ഓരോരുത്തരുടെയും ഹൃദയത്തുടിപ്പുകൾക്കൊത്ത പാട്ടുകളായിരുന്നു അവളുടെ കോമളകണ്ഠത്തിൽ നിന്നും പുറത്തേക്കൊഴുകിയത്. പാട്ടുകൾക്കിടയിൽ അല്പം പോലും സമയംകളാതെ ഇടതടവില്ലാതെ അവൾ പാടി. സദസ്യർ കൈകൊട്ടാൻ കൈ ഉയർത്തുന്നതിനു മുൻപുതന്നെ അടുത്ത

പാട്ടു തുടങ്ങും. തുടർച്ചയായി മൂന്നു പാട്ടുപാടി അവൾ വേദിയിൽ നിന്നിറങ്ങി. സദസ്സിൽ കൈയടിയുടെ ഹർഷാരവം. ഇതിനിടയ്ക്ക് "ഒൺ മോർ" എന്ന് കൂട്ടായ ശബ്ദം. "ഇനിയും കുറച്ചുപാട്ടുകൾ കൂടി പാടണം" എന്ന മുഖ്യാതിഥിയുടെ അഭിപ്രായവും സെക്രട്ടറി മുഖാന്തരം വന്നു തുടങ്ങി. ജഗദീശിന്റെ അടുക്കൽ ഇരുന്നിരുന്ന കിശോരിയോട് സെക്രട്ടറി വന്ന് അഭ്യർത്ഥിച്ചു. സദസ്സിൽ വലിയബഹളം. "ഒരു പാട്ടു പാടൂ" എന്ന് അടുത്തിരുന്നവരും നിർബ്ബന്ധിച്ചു. കിശോരിയുടെ നെഞ്ചിടിപ്പ് അടുത്തിരുന്ന ജഗദീശിനു കേൾക്കാമായിരുന്നു. പക്ഷേ, പാടിയില്ലെങ്കിൽ സദസ്യർ വിടുന്നമട്ടില്ല. അവരെ നിരാശരാക്കണ്ട എന്നു വിചാരിച്ചു-

"ഒരു കുഴപ്പവുമില്ല, ഒരു പാട്ടുകൂടി പാടിയിട്ടു വരൂ." എന്ന് ജഗദീശ് പറഞ്ഞു.

സെക്രട്ടറി വീണ്ടും മൈക്കിനുമുമ്പിൽ പ്രത്യക്ഷപ്പെട്ടു. "ശ്രീമതി കിശോരി ഒരു പാട്ടുകൂടി പാടാൻ സമ്മതിച്ചു." എന്ന് അനൗൺസ് ചെയ്തു.

"വീ വാണ്ട് ടൂ." വിദ്യാർത്ഥികൾ ആർത്തുവിളിച്ചു.

ഇപ്പോൾ കിശോരിക്ക് ആദ്യത്തെ പരിഭ്രമമൊന്നുമില്ല. അവൾ പതുക്കെ നടന്ന് വേദിയിലെത്തി മൈക്കിനുമുന്നിൽ നിന്നു. "വീ വാണ്ട് ടൂ.....വീ വാണ്ട് ടൂ....." എന്ന് വിദ്യാർത്ഥികൾ വീണ്ടും പാട്ടുപോലെ ആവർത്തിച്ചു. സദസ്സിനെ നോക്കി പുഞ്ചിരിച്ചുകൊണ്ട് - "ആൾ റൈറ്റ്, ടൂ സോങ്സ്" എന്ന് അവൾ പറഞ്ഞു. സദസ്സിൽ "നിശീത നിശ്ശബ്ദത." ഒരു നിമിഷത്തെ നിശ്ശബ്ദതയെ ഭേദിച്ചുകൊണ്ട് കിശോരി പാട്ടുതുടങ്ങി.

"യാവ കാലദ ശാസ്ത്രവേനു ഹേളിദരേനു......" (ഏതുകാലത്തുള്ള ശാസ്ത്രം എന്തുപറഞ്ഞാലെന്ത്....) എന്നു തുടങ്ങുന്ന ആ പാട്ടുകേട്ട് സദസ്യർ കോൾമയിർക്കൊണ്ടു. അവളുടെ മധുരഗാനത്തിന്റെ ധ്വന്യാർത്ഥം അവരുടെ മനസ്സിൽ നുഴഞ്ഞു കയറി. അവർ കോരിത്തരിച്ചിരുന്നു.

കിശോരി പുതിയ ആവേശത്തോടെ പാടുന്നതുപോലെ ജഗദീശിനു തോന്നി. അവൾ യഥാർത്ഥത്തിൽ പാടുകയല്ലായിരുന്നു. തന്റെ മനസ്സിനെ അനാവരണം ചെയ്യുന്നതുപോലെ ഗാന മാധുരി പ്രവഹിച്ചു. ദീനഭാവം അവളുടെ മുഖത്തെങ്ങും കാണാനില്ല. സൗമ്യതയാണ് തെളിഞ്ഞുകണ്ടത്. എങ്കിലും ഇടയ്ക്കിടയ്ക്ക് ദ്വേഷം തികട്ടിവരുന്നത് കാണാമായിരുന്നു.

കുറച്ചുനേരം പാട്ടിൽ ലയിച്ചിരുന്ന സദസ്സ് പാട്ടുതീർന്നപ്പോൾ അടുത്ത ഗാനത്തിനുവേണ്ടി ആകാംക്ഷയോടെ കാത്തിരുന്നു. ആദ്യത്തെ പാട്ടിന്റെ വികാരത്തള്ളൽ ഉള്ളിലമർത്തി അടുത്ത് മറ്റൊരു രാഗത്തിനുവേണ്ടി അവളുടെ മനസ്സ് പരതിനടന്നു. അതിനാൽ അടുത്ത പാട്ടിനു അല്പം വൈകി. പൊന്തിവന്ന ആവേശവും അമർഷവും നിയന്ത്രിക്കാൻ അവൾ നന്നേ പണിപ്പെടുന്നതുപോലെ ജഗദീശിനു തോന്നി. കിശോരി ദൃഢമായി സ്വരത്തിൽ അടുത്തഗാനം തുടങ്ങി.

"കുല കുലവെന്ദു ഹൊഡെ ദാഡിദിരി, നിമ്മ...." (ജാതിയെപ്പറ്റി നിങ്ങൾ തമ്മിലടിച്ചു, നിങ്ങളുടെ....) എന്നു പാടിത്തുടങ്ങിയപ്പോൾ സദസ്സ് ഞെട്ടിയുണർന്നു. എല്ലാവരുടെയും മുഖത്തു പുഞ്ചിരി പരന്നു. പാട്ടിൽ ആവേശമുണ്ടായിരുന്നെങ്കിലും സൗമ്യസ്വരത്തിലാണ് പാടിയത്.

പാട്ടു നിർത്തി അവൾ വേദിയിൽ നിന്നിറങ്ങുമ്പോൾ നിശ്ശബ്ദമായിരുന്ന സദസ്സിൽ നീണ്ട കരഘോഷമുയർന്നു.

രാത്രി പന്ത്രണ്ടു മണിയായി വീട്ടിൽ മടങ്ങിയെത്തിയപ്പോൾ.

"നിന്റെ പാട്ടുകേട്ടപ്പോൾ എനിക്കു വല്ലാത്ത വിഷമം തോന്നി." ജഗദീശ് അല്പം വിഷാദസ്വരത്തിൽ പറഞ്ഞു.

"എന്തിന്?"അവൾ ഉൽക്കണ്ഠയോടെ ചോദിച്ചു.

"ഈ കഴിവുമുഴുവൻ ഇതേവരെ നഷ്ടപ്പെടുത്തിക്കളഞ്ഞല്ലോ എന്നു വിചാരിച്ച്. നീ ഇത്ര മനോഹരമായി പാടുമെന്ന് എനിക്കു മനസ്സിലായത് ഇന്നാണ്."

അല്പനേരം കഴിഞ്ഞ് അയാൾ തുടർന്നു.

"നിന്നെ ഒരു നഴ്സാക്കാൻ ആരാപറഞ്ഞത്? നീയൊരു പാട്ടുകാരിയായിരുന്നെങ്കിൽ നാടുമുഴുവൻ നിന്റെ പേരു പ്രസിദ്ധമായേനേ. നിന്റെ പേരു കേട്ട് ആളുകൾ വരുമായിരുന്നു.

"ഉം മതി മതി പുകഴ്ത്തലൊക്കെ."

"വെറുതെ പുകഴ്ത്തിയതല്ല. സത്യമാണ് ഞാൻ പറഞ്ഞത്. ഇത്ര ഭംഗിയായി പാടാൻ നീ എവിടന്നാണ് സംഗീതം പഠിച്ചത്?"

"ഞാൻ എങ്ങും പോയി പഠിച്ചിട്ടില്ല. ഞാൻ സ്കൂളിൽ പഠിക്കുന്ന കാലത്ത് ഞങ്ങളുടെ സ്കൂളിൽ മ്യൂസിക് ടീച്ചർ വീട്ടിൽ വിളിച്ച് അദ്ദേഹത്തിനറിയാവുന്ന പാട്ടൊക്കെ പറഞ്ഞുതന്നു. കൂടുതൽ പഠിപ്പിക്കാൻ അദ്ദേഹം തന്നെ ഒന്നുരണ്ടുപേരോടു ചോദിച്ചു. അവരൊക്കെ ബ്രാഹ്മണരായതുകൊണ്ട് ആരും മുന്നോട്ടുവന്നില്ല. പിന്നെ റേഡിയോ പാട്ടും ഗ്രാമഫോണും നാട്ടിലെവിടെയെങ്കിലും നടക്കുന്ന പാട്ടുകച്ചേരിയും ഒക്കെ കേട്ടിട്ടുണ്ട്. അത്രതന്നെ. അവർ പാടുന്നതുപോലെ ഞാൻ പാടാൻ ശ്രമിച്ചു. ചിലപ്പോൾ ചിലരുടെ നിർബ്ബന്ധം കൊണ്ട്, ഇന്നത്തെപ്പോലെ പല ഉത്സവപരിപാടികൾക്കിടയിലും പാടിയിട്ടുണ്ട്." കിശോരി പറഞ്ഞു.

"നീ എന്തു പറഞ്ഞാലും നിനക്കു പാടാനുള്ള കഴിവുണ്ട്. അതിൽ എനിക്ക് അഭിമാനമുണ്ട്. നീ പാടിക്കൊണ്ടുനിന്നപ്പോൾ ഞാനാണ് പാടുന്നത് എന്ന തോന്നലാണെനിക്കുണ്ടായത്." ജഗദീശ് ചിരിച്ചുകൊണ്ട് പറഞ്ഞു.

"ഇതെല്ലാം പലരിൽനിന്നും കടം വാങ്ങിയതാണ്. പലരും പാടിയതിന്റെ അനുകരണം മാത്രം. എന്റെ സ്വന്തമായി അതിലൊന്നുമില്ലായിരുന്നു." കിശോരി പറഞ്ഞു.

"സംഗീതത്തിൽ സ്വന്തം എന്നു പറയാനുള്ളത് അവരവരുടെ കണ്ഠവും അതിന്റെ പിന്നിലുള്ള ഹൃദയവും ബുദ്ധിയുമാണ്. മറ്റെല്ലാം

എല്ലാവർക്കും ഒന്നുതന്നെ. അതെന്തെങ്കിലുമാകട്ടെ. എനിക്കിന്ന് മനസ്സിൽ സന്തോഷം നിറഞ്ഞു നില്ക്കുന്ന ദിവസമാണ്" എന്നു പറഞ്ഞ് അവളെ കെട്ടിപ്പിടിച്ചു ചുംബിച്ചു. എന്തോപറയാൻ തുടങ്ങിയ അവളുടെ ചുണ്ടുകളെ അയാളുടെ ചുണ്ടുകൾ തടഞ്ഞു. എന്തോ നേടി വിജയിച്ച ആനന്ദമായിരുന്നു കിശോരിക്കും. ജഗദീശിനും അത്യധികമായ സന്തോഷമാണെന്ന് അവൾക്കു തോന്നി. അവൾ കണ്ണടച്ചുകൊണ്ട് തന്റെ അസ്തിത്വത്തെ ശൂന്യമാക്കുന്ന അയാളുടെ ഹൃദയത്തിലേക്കു കടന്നു.

***

ഫെബ്രുവരി മാസത്തിൽ ഉഡുപ്പിയിൽ നടക്കുന്ന ജില്ലാതല സാഹിത്യസമ്മേളനത്തിൽ കിശോരി പാടണമെന്ന് ജഗദീശിനോട് പലരും നിർബ്ബന്ധിച്ചു. ഒരു കൂട്ടം കോളേജ് വിദ്യാർത്ഥിനികൾ വന്ന് കിശോരിയെയും നിർബ്ബന്ധിച്ചു. കിശോരി അവരുടെ നിർബ്ബന്ധത്തിന് വഴങ്ങി.

സാഹിത്യസമ്മേളനത്തിൽ കിശോരിയുടെ പാട്ടുകേട്ട് ബാംഗ്ലൂർ റേഡിയോ നിലയത്തിലെ ഒരു പ്രോഗ്രാം ഓഫീസർ അദ്ദേഹത്തിന്റെ സുഹൃത്തുക്കളോടൊപ്പം ജഗദീശിന്റെ വീട്ടിൽ വന്നു.

ഇത്രയും കഴിവുകളുള്ള ഒരസാധാരണ പാട്ടുകാരി ആരുമറിയാതെ ഒരു മൂലയിൽ ഒതുങ്ങിക്കൂടിയിരിക്കുന്നതു ശരിയല്ല. ആ മഹാപ്രതിഭയ്ക്കു പ്രോത്സാഹനം നല്കേണ്ടത് നമ്മുടെ കടമയാണ്. ഈശ്വരദത്തമായ ഈ കല ഒളിച്ചുവയ്ക്കുന്നതു ശരിയല്ല. നാലാൾ ഇതുകേട്ടു രസിക്കണം. അവർ കിശോരിയെ വാനോളം പുകഴ്ത്തി. പരിശീലനം കിട്ടിയാൽ ശ്രീമതി കിശോരി ഒരു പ്രസിദ്ധ ഗായികയാകും. അടുത്ത മാസം തന്നെ റേഡിയോയിൽ ഒരു പരിപാടി അവതരിപ്പിക്കണം, അവർ പറഞ്ഞു.

അടുത്ത ആഴ്ചയിൽത്തന്നെ നാഗഭൂഷന്റെ ഒരു കത്ത് കിശോരിക്കു കിട്ടി. മാർച്ച് മാസം ആദ്യവാരത്തിൽ ഒരു ദിവസം നിശ്ചയിച്ച് എഗ്രിമെന്റ് അയക്കണമെന്നും പരിപാടി തീർച്ചയായും അവതരിപ്പിക്കണമെന്നും കത്തിൽ പ്രത്യേകം ചൂണ്ടിക്കാണിച്ചിരുന്നു.

പരിപാടി നിശ്ചയിച്ചു. രണ്ടു ദിവസത്തിനു മുൻപുതന്നെ കിശോരിക്ക് ബാംഗ്ലൂരിലേക്കു പോകേണ്ടിവന്നു. ജഗദീശ് അവളെ ബസിൽ യാത്രയാക്കി. കിശോരി അവളുടെ സുഹൃത്തായ നഴ്സിന്റെ വീട്ടിൽ താമസിക്കാൻ തീരുമാനിച്ചിരുന്നു. ജോഷി ആ അവസരത്തിൽ ബോംബെയിലായിരുന്നു. എങ്കിലും കിശോരി ആകാശവാണിയിൽ പാടുന്ന വിവരം കത്തുമുഖേന ജഗദീശ് ജോഷിയെ അറിയിച്ചിരുന്നു.

പ്രക്ഷേപണദിവസം സന്ധ്യക്ക് ജഗദീശ് ഉൽക്കണ്ഠാകുലനായി റോഡിയോയുടെ മുന്നിൽ കാത്തിരുന്നു. പാട്ടു റിക്കാർഡ്ഡു ചെയ്യാൻ ടേപ്പ് റിക്കാർഡറും തയ്യാറാക്കിവച്ചു. ഗോവിന്ദരാജും രാജലക്ഷ്മിയും ജഗദീശിന്റെ വീട്ടിൽ കാത്തിരുന്നു.

ജോഷി ബോംബെയിൽ റേഡിയോയ്ക്കുമുന്നിൽ ആവേശത്തോടെ

കേൾക്കുന്നുണ്ടായിരുന്നു.

ബൊൾമണ്ണിൽ ശംഭുഭട്ട് റേഡിയോ ഓഫ് ചെയ്ത് തോട്ടത്തിലേക്കുപോയിരുന്നു. പക്ഷേ, മുണ്ടപ്പശെട്ടിയുടെ ജൗളിക്കടയിൽനിന്ന് റേഡിയോയിലൂടെ ആ പരിപാടി അയാൾക്കു കേൾക്കാമായിരുന്നു.

ഉദ്യാവരത്തിൽ കൃഷ്ണാചാര്യ റേഡിയോ ഓഫ് ചെയ്ത് അടുത്തുള്ള സർപ്പക്കാവിൽ പൊയ്ക്കളഞ്ഞു. എങ്കിലും അയൽവീടുകളിൽനിന്നും ആ ഗാനം അയാളുടെ ചെവികളിൽ ചെന്നലച്ചു. മുമ്പത്തെ അതേ പാട്ടുതന്നെയായിരുന്നു തുടക്കം.

"യാവ കാലദ ശാസ്തേരവേണു ഗേളിതതേണു?
എതയധനിഗുമികിലു ശാസ്ത്രഹു ദേനൂ?"
(ഏതു കാലത്തെ ശാസ്ത്രം എന്തുപറഞ്ഞാലെന്ത്?
ഹൃദയം പാടുന്നതിന് പ്രത്യേകിച്ചൊരു ശാസ്ത്രമുണ്ടോ?)
രണ്ടാമത്തെ പാട്ട്:
"ഗാളിയജ്ജെജഗെ ബളുകിത ഹൂവു അടിതമാത്തു കേളിദയാ?"
(കാറ്റിന്റെ ചവിട്ടുകൊണ്ടു കുനിഞ്ഞ പൂവിന്റെ വാക്കുകേട്ടുവോ?)
ഒടുവിലായി-
"യാവ മോഹന മുരളി കരയിതു ദൂരതിരകെ നിന്നനു?"
(ഏതു മോഹന മുരളി നിന്നെ ദൂരതീരത്തേക്കു വിളിച്ചു?)

കനകദാസ് കോളേജ് ക്വാർട്ടേഴ്സുകളിൽ ചിലരുടെ റേഡിയോ കേടായിരുന്നു. എന്നാലും മറ്റുവീടുകളിൽനിന്നു പ്രസരിച്ച പാട്ട് അവിടെയെല്ലാം വ്യാപിച്ചിരുന്നു. ശിവരാമ ഉപാദ്ധ്യായനും പാട്ടുകേട്ട് തലയാട്ടി രസിച്ചു.

വെറും പതിനഞ്ചു മിനിറ്റുനേരത്തെ പരിപാടിയായിരുന്നു. മൂന്നു ലളിതഗാനങ്ങൾമാത്രം. എങ്കിലും ശ്രോതാക്കളുടെ ഹൃദയം കവരുന്നവയായിരുന്നു ആ ഗാനങ്ങൾ.

പിറ്റേന്നു രാവിലെ കിശോരി ഒരു റിക്ഷയിൽ വീട്ടിനുമുന്നിൽ വന്നിറങ്ങി. ജഗദീശ് അവളെക്കണ്ട് അത്ഭുതത്തോടെ-

"എന്താ ഒരു ദിവസം മുമ്പുതന്നെ എത്തുമെന്ന് അറിഞ്ഞിരുന്നെങ്കിൽ ഞാൻ ബസ് സ്റ്റാന്റിൽ വരുമായിരുന്നു" എന്നു പറഞ്ഞു.

"ഓ, ബസ് സ്റ്റാന്റിൽ നിന്ന് വീട്ടിൽ വരാൻ അത്രയ്ക്കു പ്രയാസമാണോ? അതിരിക്കട്ടെ. പാട്ടെങ്ങനെയുണ്ടായിരുന്നു?" എന്ന് ചോദിച്ചുകൊണ്ട് കിശോരി സോഫയിൽ വന്നിരുന്നു.

"അത്ഭുതകരമായിരുന്നു" എന്നു പറഞ്ഞ് ജഗദീശ് അവളെ കെട്ടിപ്പിടിച്ചു.

"അത്രയ്ക്കു നന്നായി എന്ന് എനിക്കു തോന്നുന്നില്ല."

"പാടുന്നവർ അതെങ്ങനെ അറിയാനാണ്. ഞങ്ങളെല്ലാവരും കേട്ടു. വളരെ നന്നായിരുന്നു. ഞങ്ങളുടെ കാതിനും മനസ്സിനും..." അയാൾ ചിരിച്ചു.

"ഏതായാലും എനിക്ക് അത്ര തൃപ്തിയായില്ല. ഞാൻ പാടുകമാ

ത്രമല്ല കേൾക്കുകയും ചെയ്തു."

"എന്നുവച്ചാൽ?"

"എന്നു പറഞ്ഞാൽ, അന്നു രാവിലെ തന്നെ അവർ പാട്ടു ടേപ്പു ചെയ്തു. സന്ധ്യക്കു പാടിയതു ഞാനല്ല. ടേപ്പാണ്." കിശോരി ചിരിച്ചു കൊണ്ടു പറഞ്ഞു.

"ഐ സീ. ഞാനെന്തൊരു മണ്ടനാണ്! അതുകൊണ്ടല്ലേ നീ ഇന്നലെ തന്നെ ഇറങ്ങിയത്." ജഗദീശ് പറഞ്ഞു.

"ങ്ഹും. ഏഴുമണിവരെ എന്റെ ഫ്രണ്ടിന്റെ വീട്ടിൽത്തന്നെയുണ്ടായിരുന്നു. അവിടെ എട്ടുപത്തു സുഹൃത്തുക്കൾ വന്നിരുന്നു. അവരെല്ലാം ബസ് സ്റ്റാന്റിൽ വന്ന് എന്നെ യാത്രയാക്കി.

"അവർക്ക് എന്റെ അഭിനന്ദനങ്ങൾ!"

"എന്തിന്?"

"ഇരുപത്തിനാലുമണിക്കൂർ മുമ്പേ നിന്നെ ഇവിടേക്ക് അയച്ചുതന്നതിന്."

"അവർ എന്നെ വരാൻ അനുവദിച്ചില്ല. ഒരു ദിവസം താമസിച്ച് പാർട്ടിയൊക്കെ നടത്തിയിട്ട് പോയാൽ മതിയെന്ന് അവർ നിർബ്ബന്ധിച്ചു."

"അതിരിക്കട്ടെ, പാട്ടിനെപ്പറ്റി അവരെന്തു പറഞ്ഞു."

"അവർ പറഞ്ഞതൊക്കെ അപ്പടി പറഞ്ഞാൽ പൊങ്ങച്ചമാവും. ഞാൻ പറയുന്നില്ല. പാട്ടുതീർന്നതും അവർ സന്തോഷത്തോടെ ഓടി വന്ന് എന്നെ പൊക്കിയെടുത്തു നൃത്തംവച്ചു."

"ഞാനും നിന്നെ പൊക്കിയെടുത്തു നൃത്തം ചെയ്യട്ടെ?"

"ചെയ്തോളൂ. എനിക്കു വളരെ സന്തോഷം തന്നെ." കിശോരി നാണത്തിൽ പൊതിഞ്ഞ പുഞ്ചിരിയോടെ പറഞ്ഞു. പക്ഷേ, അയാൾ അടുത്തെത്തിയപ്പോഴേക്കും അവൾ അകത്തേക്കോടി. ജഗദീശ് കുളിക്കാൻ പോയി. അയാൾ കുളികഴിഞ്ഞെത്തിയപ്പോഴേക്കും കാപ്പിയും ഉപ്പുമാവും തയ്യാറാക്കിക്കഴിഞ്ഞു അവൾ.

"ഇപ്പോ ഇതുമതി. രാത്രി മുഴുവൻ ഉറക്കം തൂങ്ങിയിരുന്നതല്ലേ. നീ പോയികിടക്ക്. "ജഗദീശ് പറഞ്ഞു.

"ഇല്ല, സാരമില്ല. ഞാൻ ബസിലിരുന്ന് നന്നായുറങ്ങി."

"ബസിലിരുന്നുള്ള ഉറക്കമല്ലേ? ഹോ, അതിന്റെ സുഖം എനിക്കറിയാം. ഏതായാലും നല്ല ക്ഷീണം കാണും. പോയി കിടന്നോളൂ."

"ആഹാരം തയ്യാറാക്കിയിട്ട് കിടക്കാം."

"ആഹാരം ഉണ്ടാക്കാൻ രാജലക്ഷ്മി നിന്നെ സമ്മതിച്ചിട്ടുവേണ്ടേ? അവർ ഇപ്പോ ഇവിടെ എത്തും. നേരത്തേ പറഞ്ഞിരുന്നതാണ് ഇന്ന് ഇവിടെ ഒന്നും ഉണ്ടാക്കേണ്ടതില്ലെന്ന്. ഉച്ചയ്ക്ക് അവരുടെ വീട്ടിലാണ് ഊണ്." ജഗദീശ് പറഞ്ഞു.

പലയിടത്തുനിന്നും ധാരാളം അഭിനന്ദനക്കത്തുകൾ കിശോരിക്കു കിട്ടി. പ്രത്യേകിച്ച് അവളുടെ കൂട്ടുകാരുടേത്. കൂട്ടത്തിൽ ബാംഗ്ലൂരിൽ നിന്നും അവരുടെ വിവാഹത്തിനു പങ്കെടുത്തിരുന്ന ജോഷിയുടെ സുഹൃ

ത്തുക്കളുടെ കത്തുകളും ഉണ്ടായിരുന്നു.

പക്ഷേ, ഒരാഴ്ചയായിട്ടും ജോഷിയുടെ കത്തു കാണാത്തതിൽ അവർക്ക് അത്ഭുതം തോന്നി. രണ്ടുദിവസം കഴിഞ്ഞപ്പോൾ അതാ വരുന്നു ജഗദീശിന്റെ പേരിൽ ഒരു തടിച്ച രജിസ്റ്റേർഡ് കവർ. അതിനുള്ളിൽ ഒരു ചെറിയ കത്തുണ്ടായിരുന്നു ശ്രീമതി കിശോരിക്ക്, "നിങ്ങളുടെ പാട്ട് അതിമനോഹരമായിരുന്നു. അഭിനന്ദനങ്ങൾ. ഇനിയും നിങ്ങളുടെ പാട്ട് ആകാശവാണിയിലൂടെ കേൾക്കാൻ കാത്തിരിക്കുന്നു." ഇതായിരുന്നു ആ ചെറിയ കത്തിലെ വാചകങ്ങൾ. ഒപ്പം ഒരു വിവാഹക്ഷണക്കത്തുമുണ്ട്. അതിന്റെ മറുപുറത്ത് മറ്റൊരു കുറിപ്പുകൂടി. "ഞാൻ വിവാഹിതനാവുകയാണ്. നിങ്ങൾ രണ്ടാളും വരണം. ശ്രീമതി കിശോരി പാടാനുള്ള തയ്യാറെടുപ്പോടെ വേണം വരാൻ."

കത്തുകൾക്കിടയിൽ ഒരു കവറിൽ രണ്ടു വിമാനടിക്കറ്റും ഉണ്ടായിരുന്നു.

"നോക്ക് ഇവന്റെ അധികപ്രസംഗം. അവന്റെ കല്യാണത്തിനുപോകാൻ യാത്രാപ്പടിയുംകൂടി അയച്ചിരിക്കുന്നു." അസ്വസ്ഥനായി ജഗദീശ് പറഞ്ഞു.

"ഇനി വിവാഹത്തിനുപോയാൽ ചിലപ്പോൾ സമ്മാനങ്ങളെല്ലാം നമുക്കുതന്നെ അദ്ദേഹം തരുമോ എന്തോ?" കിശോരി ചിരിച്ചുകൊണ്ടുപറഞ്ഞു.

"ഓഹോ, ചിലപ്പോൾ അതും സംഭവിച്ചെന്നുവരാം. അപ്പോ, നമ്മളെന്താ സമ്മാനം കൊടുക്കേണ്ടത്." ജഗദീശ് ചോദിച്ചു.

"അതെന്താ? ഇപ്പോത്തന്നെ തീരുമാനിക്കേണ്ട സംഗതിയൊന്നുമല്ലല്ലോ. എന്നാണ് വിവാഹം?" കിശോരി ചോദിച്ചു.

"ഏപ്രിൽ ഒൻപതിന്, നമുക്കുപോകാൻ സൗകര്യത്തിന് വെക്കേഷൻ നോക്കിതന്നെ വച്ചിട്ടുണ്ട്." ജഗദീശ് പറഞ്ഞു.

"ശരി. അപ്പോ, ഇനിയും ധാരാളം സമയമുണ്ട്. നമുക്ക് സൗകര്യം പോലെ ആലോചിക്കാം."

"നമ്മൾ എന്തുകൊടുത്താലും മതിയാവില്ല കിശോരി. ആലോചിച്ചിട്ട് ഒരെത്തുപിടിയും കിട്ടുന്നില്ല," ജഗദീശ് ആത്മഗതമെന്നോണം പിറുപിറുത്തു.

***

ജഗദീശും കിശോരിയും ബോംബെയ്ക്ക് പുറപ്പെടുന്നദിവസം നിശ്ചയിച്ച് വിവരം ജോഷിയെ അറിയിച്ചിരുന്നു. വിമാനത്താവളത്തിൽ ജോഷി നേരത്തെ എത്തി. അവരെ കണ്ടയുടനെ ഓടിയെത്തി ജഗദീശിന്റെ കൈപിടിച്ചു കുലുക്കി. അഭിവാദനം ചെയ്തു. അവർ പുറത്തുവന്ന് ജോഷിയുടെ കാറിൽ കയറി.

"യാത്ര എങ്ങനെയുണ്ടായിരുന്നു?" ജോഷി തിരക്കി.

“വളരെ സുഖമായിരുന്നു.” ജഗദീശ് പറഞ്ഞു.

കാർ സ്റ്റാർട്ട് ചെയ്തു മുന്നോട്ട് നീങ്ങിത്തുടങ്ങി. അപ്പോഴേക്കും ജോഷി വീണ്ടും ചോദിച്ചു.

“എന്താ മൗനമായിരിക്കുന്നത്? പറയൂ, സുഖമാണോ?”

“നോക്ക്, ഇങ്ങനെ സുഖമായിരിക്കുന്നു.” ജഗദീശ് വീണ്ടും മറുപടി നല്കി.

“നിങ്ങളുടെ കുയിൽ എങ്ങനെയുണ്ട്?”

“മതിയാക്ക് നിന്റെ തമാശ. നീ ടിക്കറ്റ് അയച്ചുതന്നില്ലെങ്കിൽ നിന്റെ വിവാഹത്തിന് വരില്ലെന്നു വിചാരിച്ചോ?”

“അല്ല, നമ്മൾ നടന്നുവരും എന്നു വിചാരിച്ചുകാണും.” കിശോരി ഇടയ്ക്കുകയറി പറഞ്ഞു.

“ഐ സീ. പാടാൻ മാത്രമല്ല, നന്നായി സംസാരിക്കാനും അറിയാം നമ്മുടെ ചേച്ചിക്ക്. പറഞ്ഞിട്ടെന്തുകാര്യം, സംസർഗ്ഗദോഷം കൊണ്ടായിരിക്കും ഇത്.” ജോഷി ചിരിച്ചുകൊണ്ടു പറഞ്ഞു.

കിശോരി നാണംകൊണ്ട് തലകുനിച്ചു.

“നിന്റെ വാചകമടി ഇനിയും മാറിയില്ലേ?” ജഗദീശ് ചോദിച്ചു.

“ശരിക്കു പറഞ്ഞാൽ ഇംഗ്ലീഷ് ലിറ്ററേച്ചറിൽ നിന്ന് ടയർ റിപ്പയറിങ്ങിലേക്കുള്ള മാറ്റം അത്ര വലിയൊരു മാറ്റമാണെന്നൊന്നും എനിക്കു തോന്നുന്നില്ല.” ജോഷി പറഞ്ഞു.

“എടാ നിന്റെ ആ അനാവശ്യം പറച്ചിലുണ്ടല്ലോ, അതു മതിയാക്ക്. അതിരിക്കട്ടെ, നീ ടിക്കറ്റ് അയച്ചതെന്തിനെന്ന് ആദ്യം പറ.”

“ശരി, അത് തെറ്റായിപ്പോയി.” ജോഷി ഒരു സ്വഗതോക്തി നടത്തി.

“അത്ര എളുപ്പം അങ്ങ് സ്ലിപ്പ് ചെയ്യാൻ ശ്രമിക്കണ്ടാ. ഞങ്ങൾക്ക് വിമാനമൊന്നും വേണ്ട ഇവിടെ വരാൻ. ബസുണ്ട്. അതിൽ വരാനറിയാം. വെറുതേ ഇത്രയും തുക നഷ്ടമാക്കണമായിരുന്നോ?” ജഗദീശ് അരിശം കൊണ്ടു.

“വിവാഹം ജീവിതത്തിൽ ഒരു പ്രാവശ്യമേയുള്ളു. അതിൽ ലാഭനഷ്ടങ്ങളുടെ കാര്യമില്ല.” ജോഷി പറഞ്ഞു.

“എന്നാലും നീ ടിക്കറ്റയച്ചുതന്നതു ശരിയായില്ല.”

“ശരി. ഇനി ഒരിക്കലും അയയ്ക്കില്ല.”

“ഇതാണ് ഞാൻ പറഞ്ഞത് നിന്റെ ഈ ഒഴിഞ്ഞുമാറൽ സൂത്രമൊന്നും വേണ്ടെന്ന്.”

“ഏതായാലും ഞാനൊരു ബിസിനസുകാരനല്ലേ. ഞാനൊരുകാര്യം ചോദിക്കട്ടെ?”

“എന്താ?”

“മിസ്സിസ് കിശോരിക്ക് റേഡിയോ നിലയക്കാർ എന്തു തന്നു?”

“എന്തിന്?”

“ശരി. ഞാൻ ടിക്കറ്റയച്ചുതന്നത് എന്റെ വിവാഹത്തിന് കിശോരി പാടാൻ വേണ്ടിയാണെന്ന് വെച്ചോളൂ.”

"നീ വലിയ ബിസിനസുകാരനായിപ്പോയോ? നിന്റെ സംഭാവന യില്ലാതെ അവൾ പാടില്ലെന്ന് നിന്നോടു പറഞ്ഞോ?"

"അതുപോട്ടെ. ക്ഷമിക്ക്. ഇനിമേലാൽ ഞാൻ അങ്ങനെ ചെയ്യില്ല. നമുക്ക് വേറെ എന്തെങ്കിലും കാര്യം സംസാരിക്കാം." ജോഷി പറഞ്ഞു.

"എന്നാ നീ തന്നെ പറയൂ."

"ഞാൻ വിവാഹം കഴിക്കാൻ പോകുന്നു."

"അത് നീ നേരത്തെ പറഞ്ഞല്ലോ. പെണ്ണെങ്ങനെയുണ്ട്?"

"വെറുമൊരു നാടൻ പെണ്ണ്. ഒരു ഗ്രാമക്ഷേത്രത്തിലെ പൂജാരിയുടെ മകൾ." ജോഷി ചിരിച്ചുകൊണ്ടുപറഞ്ഞു.

"ബോംബെയിൽ ഗ്രാമമുണ്ടോ?"

"ഇവിടെ ഗ്രാമമില്ല. പക്ഷേ, ഇവിടെയുള്ളവരെല്ലാം ഗ്രാമങ്ങളിൽ നിന്നും എത്തിയവരാണ്."

"എന്നുവച്ചാൽ?"

"എന്നുവച്ചാൽ, നോക്ക്, ചർച്ച് ഗേറ്റിലുള്ള ബാങ്കിൽ ജോലിചെയ്യുന്ന സ്ത്രീ അന്ധേരിക്കാരിയാണ്. പോർട്ടിനടുത്ത ഹോട്ടലിലെ പാചകക്കാ രൻ ബോരിവിലിയക്കാരൻ ഭട്ടൻ. വീറ്റിയിലെ ചെരുപ്പുകടയിലെ ചെരു പ്പുകുത്തി ധാനാക്കാരനാണ്. ഇങ്ങനെ ഓരോരുത്തരും ഓരോ ഗ്രാമ ത്തിൽ നിന്നെത്തിയവരാണ്. ഈ നഗരം ഒരു വലിയ ഫാക്ടറിയാണ്, വീടല്ല. വീടുകളെല്ലാം നഗരത്തിനു പുറത്തേയുള്ളൂ. നഗരത്തിനുള്ളിൽ വീടുകളുണ്ടെങ്കിലും ഒരർത്ഥത്തിൽ അതൊരു ഫാക്ടറി തന്നെ. അവിടെ ആർക്കും ആരെയും പരിചയമില്ല. അവർക്കെല്ലാം അമ്മ ഒരുത്തിതന്നെ. അവരുടെ പേരാണ് ഫ്രിഡ്ജ്. അച്ഛനും ഒരാൾതന്നെ, ടെലിവിഷൻ." എന്ന് പറഞ്ഞ് ജോഷി പൊട്ടിച്ചിരിച്ചു.

ജഗദീശും കിശോരിയും ഒപ്പം ചിരിച്ചു.

"മതി നിന്റെ പ്രസംഗം. പെണ്ണാരാണെന്നു പറ." ജഗദീശ് തിരക്കി.

"ഏതു പെണ്ണ്?"

"നീ വിവാഹം കഴിക്കാൻ പോകുന്ന പെണ്ണ്. സ്നേഹപ്രഭ."

"ഓ! അതോ? എന്തുപറയാൻ പേരിനെ അന്വർത്ഥമാക്കുന്ന സ്നേഹ പ്രഭയായിരിക്കണമെന്നു തോന്നുന്നു. അല്പം വായാടിത്തമുണ്ടെന്ന് ആരോ പറഞ്ഞുകേട്ടു. ഞാനിതുവരെ സംസാരിച്ചിട്ടില്ല. നിറം നല്ല ലാക്ടോകലാമിൻ പുരട്ടിയതുപോലെയിരിക്കും. മൂക്കും മുഖവും അല്പം നീണ്ടതാണ്. പല്ല് അല്പം മുമ്പോട്ട് ഉന്തിയിട്ടുണ്ട്." ജോഷി വിസ്തരി ച്ചുകൊടുത്തു.

"പല്ല് ഉന്തിയതായാലും സാരമില്ല. ഒന്ന് കെട്ടിച്ചാൽ മതി. ആകെ ക്കൂടി സുന്ദരിയാണെന്നു പറയാം. അല്ലേ?" ജഗദീശ് പറഞ്ഞു.

"ശരി. പല്ലുകെട്ടിക്കുന്ന കാര്യം നേരത്തെ തീരുമാനിച്ചു. കല്യാണം കഴിയട്ടെ. പിന്നെ വേണം ഏതുതരം കമ്പിവേണമെന്നു തീരുമാനിക്കാൻ. മുള്ളൊള്ള കമ്പിയായാൽ നന്നായിരിക്കും." ജോഷി ഉറക്കെ ചിരിച്ചു.

"അതെന്തിന്?" കിശോരി അത്ഭുതത്തോടെ ചോദിച്ചു.

"പെണ്ണിന് അല്പം വായാടിത്തമുണ്ടെന്ന് നേരത്തെ പറഞ്ഞില്ലേ."

"നിന്റെ വാചകമടിക്കിടയിൽ അവൾക്കെവിടുന്നു സമയം കിട്ടാനാണ്? അതിരിക്കട്ടെ ഏതുവരെ പഠിച്ചിട്ടുണ്ട്?"

"കാണാൻ ഒരു വിദ്യാഭ്യാസവുമില്ല. പക്ഷേ, ബി എ വരെ എത്തിയിട്ടുണ്ട്. എക്കണോമിക്സ്" ജോഷി പറഞ്ഞു.

കുർളയിൽ ഒരു വലിയ വീടിനുമുന്നിൽ കാർ നിന്നു. ജോലിക്കാർ ഓടിവന്ന് ജഗദീശിന്റെയും കിശോരിയുടെയും കൈയിൽ നിന്ന് ബാഗുകൾ വാങ്ങിക്കൊണ്ടുപോയി. ഡിക്കിയിൽ നിന്ന് ഭാണ്ഡൻ സ്യൂട്ട്കെയ്സ് വലിച്ചെടുത്തുകൊണ്ട് ജോഷി ചോദിച്ചു. "എന്താ ജഗദീശ് ഇത്രവലിയ ഭാരം?"

"പരീക്ഷാ കടലാസുകളാണിതിൽ. ഇവിടെയിരുന്ന് വാല്യൂചെയ്തു കൊടുക്കാം എന്നാണ് വിചാരം."

"നല്ല ഐഡിയയാണ്." ജോഷി പറഞ്ഞു.

ജഗദീശ് പറഞ്ഞത് നുണയാണെന്ന് അയാൾക്കറിയാമായിരുന്നു.

വീട്ടിലേക്കു കയറുമ്പോൾ ജോഷിയുടെ അച്ഛനും അമ്മയും അവരെ ആദരപൂർവ്വം സ്വാഗതം ചെയ്തു. വിവാഹത്തിനു രണ്ടുദിവസമുണ്ടായിരുന്നെങ്കിലും അടുത്ത ബന്ധുക്കളെല്ലാം അപ്പോഴേ എത്തിയിരുന്നു. ജഗദീശിനും കിശോരിക്കും പ്രത്യേകം മുറി ഏർപ്പാടു ചെയ്തിരുന്നു.

"വിവാഹത്തിനു പിറ്റേന്നാൾ ഇതൊരു സ്റ്റോർറൂമായി മാറും. എവിടെ സ്ഥലമുണ്ടോ അവിടെ നിങ്ങൾ കിടക്കേണ്ടിവരും. ഒരു ദിവസത്തേക്ക് മാത്രം." ജോഷി പറഞ്ഞു.

"അന്നു രാത്രി ഞങ്ങൾ കിടക്കുന്നേ ഇല്ല. മനസ്സിലായോ?" ജഗദീശ് പറഞ്ഞു.

ബോരിവിലിയയിലെ വധൂഗൃഹത്തിൽ വിവാഹം വളരെ ആഘോഷപൂർവ്വം നടന്നു.

അടുത്തദിവസം ബന്ധുക്കളോടൊപ്പം കുർളയിലെ വീട്ടിൽ എത്തി. അന്നുനടന്ന സ്വീകരണച്ചടങ്ങിൽ ജഗദീശും കിശോരിയും രണ്ടരയടി പൊക്കമുള്ള രാധാകൃഷ്ണന്റെ ചന്ദനവിഗ്രഹം സമ്മാനിച്ചു. അവിടെ കൂടിയിരുന്നവർ അത്ഭുതത്തോടെ നോക്കിനിന്നു. അതിന്റെ ഭംഗി എല്ലാവരെയും ആകർഷിച്ചു. അതിന്റെ സുഗന്ധം അവിടെയെങ്ങും പരന്നു. സ്യൂട്ട്കെയ്സിലുണ്ടായിരുന്ന ഭാരം എന്തായിരുന്നെന്ന് ജോഷിക്ക് അപ്പോഴാണ് മനസ്സിലായത്.

***

രണ്ടു ദിവസം കഴിഞ്ഞ് ബന്ധുക്കളെല്ലാം പോയശേഷം ഒരുദിവസം രാവിലെ ജോഷി ജഗദീശിന്റെ മുറിയിലെത്തി.

"വേഷം മാറ്റിക്കൊള്ളൂ. നമുക്ക് ബോംബെ നഗരം ഒന്നു ചുറ്റിക്കറങ്ങി വരാം." ജോഷി പറഞ്ഞു.

"നിങ്ങൾ നവവധൂവരന്മാർ പോയി‌ീ വരൂ." ജഗദീശ് പറഞ്ഞു.

“ഞങ്ങൾക്ക് ബോംബെ പുതിയതാണോ? മാത്രമല്ല, നവവധൂവരന്മാർ മാത്രം നഗരം ചുറ്റിവന്നാൽ പെട്ടെന്ന് പഴകിപ്പോയി എന്നാണർത്ഥം.” ജോഷി പറഞ്ഞു.

“എങ്ങനെ?”

“ഡ്രസ് ചെയ്യ്ഞ്ച് ചെയ്തുവരൂ. പിന്നെ പറയാം.”

ജോഷി ഡ്രൈവറുടെ സീറ്റിലും അടുത്തുതന്നെ ഭാര്യ സ്നേഹപ്രഭയും. പിന്നിൽ ജഗദീശും കിശോരിയും. കാർ പുറപ്പെട്ടു. സ്നേഹപ്രഭയെ ശരിക്കും കണ്ടത് ഇന്നാണ്. അവൾക്ക് അല്പം സങ്കോചമുണ്ട്. രണ്ടുമൂന്നു ദിവസം പകൽമുഴുവൻ സ്ത്രീകളുടെ ഇടയിൽത്തന്നെ കഴിഞ്ഞിരുന്നു. ജോഷി അവളെപ്പറ്റി പറഞ്ഞതുമുഴുവൻ തമാശയായിരുന്നെന്ന് ജഗദീശിനും കിശോരിക്കും മനസ്സിലായി. അവൾ വായാടിയൊന്നുമല്ല. പല്ലുകൾ നീണ്ടിട്ടുമില്ല. അല്പം മെലിഞ്ഞശരീരം. ഇളംചുവപ്പുനിറം, നീണ്ടമുടി, നീണ്ടമൂക്ക്, അതിനൊത്ത കണ്ണുകൾ. ആകെക്കൂടി സുന്ദരിയായിരുന്നു. അവൾ സംസാരിക്കുന്നതുതന്നെ അപൂർവ്വമായിട്ട്.

ബോംബേ നഗരത്തിലെ പ്രധാനസ്ഥലങ്ങളെല്ലാം രണ്ടുദിവസം ചുറ്റിനടന്നുകണ്ടു. സ്നേഹപ്രഭ ഇപ്പോൾ കുറച്ചുകൂടി സൗഹൃദമായി സംസാരിക്കാൻ തുടങ്ങിയിട്ടുണ്ട്. മൃദുവായ അവളുടെ ശബ്ദത്തിന് കുറച്ചുകൂടി ശക്തിവന്നിരിക്കുന്നു.

ഒരു ദിവസം മംഗലദാസ് മാർക്കറ്റിൽനിന്നും വസ്ത്രങ്ങൾ വാങ്ങി പോർട്ടിലും ദാന്ത്രയിലും ചുറ്റിക്കറങ്ങി കുർളയ്ക്കുമടങ്ങുമ്പോൾ ജോഷി പറഞ്ഞു:-

“ബോംബെയെ അതിന്റെ വിശ്വരൂപത്തിൽ കാണണമെങ്കിൽ ഇനിയും രണ്ടുമാസമെങ്കിലും ഇവിടെനിന്ന് ബസും ട്രെയിനും കയറിയിറങ്ങി, വെയിലത്തു നടന്ന് ആൾക്കൂട്ടത്തിൽ നുഴഞ്ഞ് നോക്കണം. അതാണ് അമേരിക്കക്കാർ ബോംബെ കാണുന്ന സമ്പ്രദായം.”

“നമുക്കും അങ്ങനെ കാണാമല്ലോ? കാറിനുള്ളിലിരുന്ന് ചുറ്റുമ്പോൾ സിനിമാപ്പുരയിലിരുന്ന് വെള്ളിത്തിരയിൽ കാണുന്നപോലെ തോന്നുന്നു.”

“രണ്ടുമാസം നിങ്ങൾക്ക് ഇവിടെ താമസിക്കാമോ? നമുക്കും അങ്ങനെതന്നെ കാണാം.” ജോഷി പറഞ്ഞു.

“രണ്ടുമാസമില്ലെങ്കിലും നാലഞ്ചുദിവസമെങ്കിലും” - ജഗദീശ് പറഞ്ഞു.

“നാലഞ്ചുദിവസമാണെങ്കിൽ, കണ്ടാലും കണ്ടില്ലെങ്കിലും കണക്കൊപ്പംതന്നെ. അതിനേക്കാൾ ഈ പോക്കുതന്നെ നല്ലത്. ഒരു ആൾ റൗണ്ട് ഇംപ്രഷൻ കിട്ടും.” ജോഷി വിശദീകരിച്ചു.

“ഇത് വെറുമൊരു ഇൻട്രോഡക്ഷൻ എന്നു വിചാരിച്ചാൽ മതി. ഇനി ഒരു പ്രാവശ്യം വന്ന് എല്ലാം വിശദമായി കാണാം.” സ്നേഹപ്രഭ കൂട്ടിച്ചേർത്തു.

“ഇവൾക്ക് നല്ല പരിചയമുണ്ട്. അഞ്ചുവർഷം കോളേജിലേക്ക് കെട്ടും കെട്ടി നടന്നപ്പോൾ വെറുപ്പുതോന്നി. പലപ്പോഴും ട്രെയിനിൽ

തന്നെയിരുന്ന് ഉറങ്ങി അടുത്ത സ്റ്റേഷനിൽ ഇറങ്ങിയിട്ടുണ്ടുപോലും." ജോഷി ചിരിച്ചുകൊണ്ടു പറഞ്ഞു.

"ആരാ ഇതൊക്കെ നിങ്ങളോടു പറഞ്ഞത്?" അവൾ കപടകോപ ത്തോടെ ചോദിച്ചു.

"ആരും പറഞ്ഞതല്ല. പലർക്കും ഇങ്ങനെ അബദ്ധം പറ്റിയിട്ടുണ്ട്. അത് നിനക്കും സംഭവിച്ചിരിക്കും എന്നു വിചാരിച്ചു അത്രമാത്രം."

പിറ്റേദിവസം ദാദർ, മടുങ്ക, സയൺ തുടങ്ങിയ സ്ഥലങ്ങളിലൂടെ അവർ കാറോടിച്ചുപോകുമ്പോൾ ഫുട്പാത്തിലുണ്ടായിരുന്ന ചെറിയ ചെറിയ കടകൾ ചൂണ്ടിക്കാണിച്ചുകൊണ്ട് ജോഷി പറഞ്ഞു- "ബോംബെ യിൽ പകുതിയിലധികം ആളുകൾ ഈ ഫുട്പാത്തിൽത്തന്നെ ജീവിതം കഴിച്ചുകൂട്ടുന്നു എന്നുപറഞ്ഞാൽ അതിലൊട്ടും അതിശയമില്ല. ഈ ചേരിപ്രദേശം നോക്കൂ, അവിടെക്കാണുന്ന ആ കുട്ടികൾ എന്തുമാത്രം വൃത്തികെട്ടാണ് നടക്കുന്നത്. സന്ധ്യയായാൽ പിന്നെ ചിലതെരുവുക ളിൽ കാലെടുത്തു കുത്താൻ കഴിയില്ല. അവിടം മുഴുവൻ ഈ കുട്ടിക ളുടെ സാമ്രാജ്യമായിരിക്കും. കാരണമറിയാമോ? രാത്രി എട്ടുമണിയായാ ലല്ലാതെ ഇവരുടെ അച്ഛനമ്മമാർ വീട്ടിലെത്താറില്ല. സന്ധ്യയ്ക്കു സ്കൂളിൽ പോകുന്ന കുട്ടികൾക്കും സ്കൂൾ വിട്ടെത്തുന്ന കുട്ടികൾക്കും എല്ലാം ഓടികളിക്കാനുള്ള സ്ഥലമാണിത്. അവരിൽ ചിലരുടെ വയറു കീറിനോക്കിയാൽ ഒരു തുള്ളി വെള്ളംപോലും കാണില്ല. അതേസമയം ഇതേപ്രായത്തിലുള്ള ചിലകുട്ടികൾ നൂറും ഇരുന്നൂറും രൂപ പോക്കറ്റിൽ വച്ചു നടക്കുന്നവരും ഉണ്ട്. അവരൊക്കെ മൈതാനത്തിലാണ്. അവർക്കൊക്കെ മറ്റുപലതരം കളികളുമുണ്ട്. ഈ കുട്ടികൾക്കാണെങ്കിൽ പെരുവഴിതന്നെ ശരണം."

"എന്നു പറഞ്ഞാൽ, ഇവർക്ക് വീടുംകൂടുമൊന്നുമില്ലേ?" കിശോരി ഉൽക്കണ്ഠയോടെ ചോദിച്ചു.

"ഉണ്ട്. ഒരു ചെറിയ മുറിതന്നെ ഡ്രോയിങ്, ഡൈനിങ്, സ്റ്റഡീസ്, കിച്ചൺ എല്ലാം. അച്ഛനമ്മമാരും കുട്ടികളും എല്ലാം കിടക്കുന്നതും അവി ടെതന്നെ, പിന്നെങ്ങനെ കളിക്കാനിടം കിട്ടും." ജോഷി വിശദീകരിച്ചു കൊടുത്തു.

"അപ്പോൾ ഈ പ്രശ്നത്തിനു പരിഹാരമൊന്നുമില്ലേ? നമ്മെപ്പോ ലുള്ളവർ എന്തെങ്കിലും പരിഹാരം കാണണം." കിശോരി പറഞ്ഞു.

"ശരി. ഞാനൊരുത്തൻ എന്റെ വീടുമുഴുവൻ ബോംബെ നഗരത്തിനു വിട്ടുകൊടുത്താൽ പ്രശ്നം തീരുമോ? മനുഷ്യരെക്കൊണ്ട് അതു പരി ഹരിക്കാനാവുമെന്ന് എനിക്ക് തോന്നുന്നില്ല. ആ തെരുവു നോക്കൂ." ഇട യ്ക്കുള്ള ഒരു ഇടുക്കുവഴി ചൂണ്ടിക്കാണിച്ചുകൊണ്ട് ജോഷി തുടർന്നു.

"അവിടെ എത്ര കുട്ടികളുണ്ടെന്ന് നിങ്ങൾക്കെണ്ണാനാവുമോ? ആ തെരുവിൽ കുട്ടികളില്ലാത്ത ഒരിഞ്ചുസ്ഥലം പോലും ഉണ്ടാവില്ല. ഈ തെരുവിനോടൊപ്പം കുട്ടികളുണ്ടായോ, അതോ കുട്ടികൾക്കൊപ്പം തെരു വുണ്ടായോ? അവർക്ക് ജന്മാന്തര സൗഹൃദംതന്നെ ഈ തെരുവുകളുമാ

യിട്ടുണ്ട്. ഒന്നുകിൽ ദൈവം പ്രത്യക്ഷപ്പെട്ട് ഈ രണ്ടുമില്ലാതാക്കണം. അല്ലെങ്കിൽ രണ്ടും അനന്തമാകണം."

ഒരു നിമിഷം കഴിഞ്ഞ് ജഗദീശ് പറഞ്ഞു: "എന്നാൽ അതൊരു സന്തോഷവാർത്തയായിരിക്കും. ഇവിടെ ജാതിയെന്നൊന്ന് ഇല്ലാതാവും."

"ഉണ്ട് മി. ജഗദീശ്. ഇവളുടെ നാടായ ബോരിവിലിയിൽ, മുലുന്തിൽ, താനത്തിൽ, അസോരിയിൽ ഒക്കെ ജാതിയുണ്ട്; അന്ധവിശ്വാസമുണ്ട്; അയിത്തമുണ്ട്. കുർളയിൽ നിന്ന് ഇരുപത്തഞ്ചുമൈൽ അകലെപ്പോയാലും ഇതൊക്കെയുണ്ട്. പക്ഷേ, ബോംബെയുടെ ഹൃദയഭാഗത്ത് ഇതൊന്നുമില്ല. ജാതിയുണ്ടെന്നു പറയുന്ന മനുഷ്യരെല്ലാം ഇവിടെ ഈ ഹൃദയഭാഗത്തുവന്നെത്തുമ്പോൾ അവർക്കു ജാതിയില്ലാതാവും. പ്രധാനമായും ഒരൊറ്റ ജാതിയേ ഉണ്ടാവൂ; വിയർപ്പൊഴുക്കുന്ന ജാതി. മുതലാളിയും വിയർപ്പൊഴുക്കണം, തൊഴിലാളിയും വിയർപ്പൊഴുക്കണം. തൊഴിലാളികൾ ആറേഴുമണിക്കു വീട്ടിലേക്കുമടങ്ങും. മുതലാളി രാത്രി പന്ത്രണ്ടുമണിക്കും."

"നിങ്ങൾ ഉൾപ്പെടെ....?" കിശോരി ചോദിച്ചു.

"അതെ. ഞാനുൾപ്പെടെ. രാത്രി പതിനൊന്നുമണിക്കുമുമ്പ് വീട്ടിലെത്താൻ എനിക്ക് സാധിക്കുന്നില്ല. ആറുമണിക്ക് ഞാൻ വാതിലടച്ച് വീട്ടിലേക്കുപോയാൽ അന്ധേരിക്കപ്പുറം ഒരു വീടുകണ്ടുപിടിച്ച് വേറെ കമ്പനി തുടങ്ങേണ്ടിവരും."

കുറേനേരം കഴിഞ്ഞ് കിശോരി പറഞ്ഞു.

"ഇവിടെ സ്ത്രീകൾ റോഡിൽ അങ്ങോട്ടുമിങ്ങോട്ടും നോക്കാതെ ധൃതിയിൽ നടക്കുന്നതുകാണുമ്പോൾ എനിക്കത്ഭുതം തോന്നുന്നു. ബാംഗ്ലൂരിൽ ഇങ്ങനെയൊരു തിരക്കിട്ട നടത്തം കാണാനാവില്ല."

"അതെ, മിസ്സിസ് കിശോരി. നേരം വെളുക്കുന്നതിനുമുമ്പ് എല്ലാ ജോലിയും തീർത്ത് മക്കളെ സ്കൂളിലുമാക്കി ഓടിക്കിതച്ച് ക്യൂവിൽനിന്ന് ബസിലും ട്രെയിനിലും തിക്കിക്കയറി നഗരത്തിലെത്തി സന്ധ്യവരെ അദ്ധ്വാനിച്ച്, രാവിലെ വന്ന അതേ ധൃതിയിൽ വീട്ടിലേക്കു മടങ്ങി ഭക്ഷണവും തയ്യാറാക്കി, കുട്ടികളെ ഊണുകൊടുത്തുറക്കി ഭർത്താവിനെയോ മാതാപിതാക്കളെയോ ശുശ്രൂഷിച്ച് പിറ്റേന്നാൾ വെളുപ്പിന് വീണ്ടും ചക്കാട്ടുന്ന കാളയെപ്പോലെ വട്ടംകറങ്ങുന്നവരാണ് ഈ സ്ത്രീകൾ. ബോംബെയിലെ സ്ത്രീകളെന്നു പറഞ്ഞാൽ പരസ്യക്കാരികളെപ്പോലെ, സിനിമാനടികളെപ്പോലെ നിത്യസൗന്ദര്യവതികളും വിയർപ്പണിയാത്ത മാലാഖമാരുമാണെന്നാണ് പലരും ധരിച്ചുവച്ചിരിക്കുന്നത്. പക്ഷേ, ബോംബേയിലെ സുന്ദരിമാർ ബസിലും ട്രെയിനിലും നുഴഞ്ഞുകയറി ഉള്ളിൽ നീറിനീറി നിമിഷംപ്രതി ഉരുകിയുരുകി ക്ഷീണിതരാകുന്നവരാണ്. ഇന്നുകാണുന്ന സൗന്ദര്യം രണ്ടുദിവസംകഴിഞ്ഞ് അവരിൽ കാണില്ല. എത്രയോ സുന്ദരിമാർ നിത്യവും പെൻഷൻ പറ്റിയവരെപ്പോലെയാകുന്നു. മറ്റുപലരും ആ സ്ഥാനത്തു കയറിക്കൂടുന്നു. പത്തുവർഷം മുമ്പു കണ്ടവരും ഇന്നുകാണുന്നവരും ഒരേകൂട്ടത്തിൽ പെട്ടവരെപ്പോലെ കാണു

ന്നു. പക്ഷേ, രണ്ടു കൂട്ടരും രണ്ടാണ്." ജോഷി പറഞ്ഞു.

"ജോഷി, ടേക്ക്കെയർ, യൂ ആർ നൗ മാരീഡ്." ജഗദീശ് ഉപദേശിച്ചു.

"സ്ത്രീകളെക്കുറിച്ചുമാത്രം ഞാൻ പറയുന്നില്ല. എല്ലാ ആളുകളും അങ്ങനെതന്നെ; യന്ത്രഭാഗങ്ങളെപ്പോലെ, ബോംബെ മുഴുവൻ ഒരു യന്ത്രമാണ്. ഈ യന്ത്രത്തിന്റെ സ്പെയർ പാർട്ട്സ് കിട്ടുന്ന കടകളാണ് അന്ധേരിയും മുലുന്തും ഗോരഗാവും ഒക്കെ. ഒരു പാർട്ട് തേഞ്ഞുപോയാലും മറ്റൊരുഭാഗം അവിടെ സ്ഥാനംപിടിക്കും. അതുകൊണ്ട് 365 ദിവസവും ഒരേ ഓട്ടം ഒരേ ബഹളം ഒരേ ആളുകൾ - ഒരു നോൺസ്റ്റോപ്പ് ഫാക്ടറിയെപ്പോലെ."

അവർ വീണ്ടും നാലഞ്ചുദിവസം ബോംബെ നഗരം ചുറ്റിക്കണ്ടിട്ട് നാട്ടിലേക്കു മടങ്ങാൻ ഒരുങ്ങി.

"എന്താ ഇത്ര ധൃതി. ഇപ്പോൾ അവധിയല്ലേ? അല്പദിവസം കൂടി നില്ക്ക്." ജോഷിയും സ്നേഹപ്രഭയും നിർബ്ബന്ധിച്ചു.

"ഇല്ല, കിശോരിക്ക് അടുത്ത ആഴ്ച ഒരു പ്രോഗ്രാമുണ്ട്."

"ഏതായാലും മിസ്സിസ് കിശോരി വളരെ വൈകാതെതന്നെ പ്രസിദ്ധയായ ഒരു ഗായികയാവുന്ന കോളുണ്ട്." ജോഷി പറഞ്ഞു.

"അതുകടുത്ത ഉല്പ്രേക്ഷ ആയിപ്പോയി." കിശോരി പറഞ്ഞു.

"ഉല്പ്രേക്ഷയൊന്നുമല്ല. നോക്കിക്കോ ഞാൻ പറഞ്ഞത് സത്യമാണെന്നു ബോദ്ധ്യമാകും."

"നിങ്ങളുടെ ഗാനമേളയുള്ള ദിവസം നേരത്തെ അറിയിക്കണേ." സ്നേഹപ്രഭ അപേക്ഷിച്ചു.

"തീർച്ചയായും."

"എന്റെ വിവാഹത്തിനു പാടിയതിനു അഭിനന്ദനങ്ങൾ." ജോഷി കിശോരിയെ അറിയിച്ചു.

"നിങ്ങളുടെ ടിക്കറ്റിനു നന്ദി." കിശോരി ചിരിച്ചുകൊണ്ടു പറഞ്ഞു.

"കുഞ്ഞിക്കാല് കാണുന്നതിനുമുമ്പ് ഒരിക്കൽ ഉഡുപ്പിയിലേക്ക് വരൂ." ജഗദീശ് അവരെ ക്ഷണിച്ചു.

സ്നേഹപ്രഭ നാണംകൊണ്ടു നിലത്തുനോക്കിനിന്നു.

"വരുന്നുണ്ട്." ജോഷി പറഞ്ഞു.

***

കിശോരിയുടെ മധുരമായ ഗാനങ്ങൾ ഇടയ്ക്കിടയ്ക്ക് ആകാശവാണിയിലൂടെ കേൾക്കാമായിരുന്നു. ഫിലിം ഡയറക്ടറായ ദയാശങ്കറെ ആ പാട്ടുകൾ ഏറെ ആകർഷിച്ചു. അദ്ദേഹം നാഗഭൂഷണിലൂടെ കിശോരിയെ സമീപിച്ചു. അയാളുടെ പുതിയ ചിത്രത്തിനുവേണ്ടി രണ്ടുപാട്ടു പാടണമെന്നഭ്യർത്ഥിച്ചു. അതുകേട്ട് അവൾ അമ്പരന്നുപോയി. എന്തുപറയണമെന്നറിയാതെ കുഴങ്ങി.

ഈ പാട്ടുകാരണം താൻ ജഗദീശിൽ നിന്നകന്നുപോകുന്നോ

എന്നൊരു ഭയം കിശോരിയുടെ ഉള്ളിലുണ്ടായി. അവൾ ബാംഗ്ലൂരിലേക്ക് പാടാൻ പോകുമ്പോഴെല്ലാം സന്തോഷപൂർവ്വം ജഗദീശ് അവളെ യാത്ര യാക്കിയിരുന്നു. ഇടയ്ക്കിടയ്ക്ക് ജഗദീശിനെ വിട്ടുപിരിയേണ്ടിവരുന്നതിൽ അവൾക്കു വിഷമംതോന്നി. ജഗദീശിനു ബാംഗ്ലൂരിൽ തന്നെ ഒരു ജോലി കിട്ടിയിരുന്നെങ്കിൽ എന്നവൾ ആഗ്രഹിച്ചു. പക്ഷേ, അയാൾക്ക് ജനിച്ച നാടിനോടും മണ്ണിനോടും അത്യധികമായ സ്നേഹമായിരുന്നു. നാട്ടുകാരെ കാണുന്നതുതന്നെ സന്തോഷം. പക്ഷേ, ഒരു ദുഃഖം മാത്രം. തന്റെ നാട്ടുകാർ ഒഴുക്കില്ലാത്ത ജലം പോലെ നൂറ്റാണ്ടുകളായി ഒരു മാറ്റവും കൂടാതെ ഇങ്ങനെ കഴിയുന്നതു അയാളെ അലട്ടിയിരുന്നു. ലോകത്തിന്റെ സ്നേഹം മുഴുവൻ ഒരാൾക്ക് നേടാൻ കഴിഞ്ഞെന്നുവരില്ല. അന്യനാട്ടിൽ ജീവിതം കഴിച്ചുകൂട്ടേണ്ടിവരുന്ന ഒരാൾക്ക് അന്യനായിത്തന്നെ ജീവിതം നയിക്കേണ്ടിവരും. മനുഷ്യൻ മനുഷ്യനായി അറിയപ്പെടുന്നത് താൻ ജനിച്ചമണ്ണിൽ മാത്രമാണെന്ന വിശ്വാസക്കാരനായിരുന്നു ജഗദീശ്.

'എന്നെ വിവാഹം കഴിച്ചുതോടുകൂടി ജഗദീശിന്റെ ബന്ധുക്കൾ അയാളെ തങ്ങളുടെ സമൂഹത്തിൽ നിന്നകറ്റി. ഇപ്പോൾ ഞാനും ഇങ്ങനെ ഇടയ്ക്കിടയ്ക്ക് അകന്നുനില്ക്കുന്നതു ശരിയല്ല.' കിശോരി പലപ്പോഴും ഇങ്ങനെ ചിന്തിക്കാറുണ്ടായിരുന്നു.

ദയാശങ്കറിന്റെ അഭ്യർത്ഥനയ്ക്ക് മറ്റൊന്നും പറയാതെ "ഭർത്താവിന്റെ അനുവാദമില്ലാതെ എനിക്കൊന്നും പറയാൻ കഴിയില്ല" എന്നു മാത്രം മറുപടി നല്കി.

ജഗദീശ് വന്നപ്പോൾ ഇക്കാര്യം പറഞ്ഞു. അയാൾ സന്തോഷം കൊണ്ട് അവളെ കെട്ടിപ്പുണർന്നു. "ഞാൻ പറഞ്ഞില്ലേ കിശോരി യൂ ഹാവ് എ ടാലന്റ്, ഒരു ദിവസം നീയൊരു പ്രസിദ്ധ ഗായികയാവുമെന്ന്. കൺഗ്രാജുലേഷൻസ്. സമ്മതിച്ചോളൂ. മാത്രമല്ല, കീപ്പ് ഇറ്റ് അപ്പ്. മേക്കിറ്റ് എക്സലന്റ്." അയാൾ അഭിനന്ദിച്ചു പറഞ്ഞു.

അയാളുടെ സന്തോഷാധിക്യം കണ്ടപ്പോൾ ഒന്നുംപറയാൻ അവൾക്ക് തോന്നിയില്ല. കുറച്ചുകഴിഞ്ഞ് അവൾ പറഞ്ഞു:

"എന്റെ ഈ പ്രോഗ്രാംസ് നിങ്ങൾക്ക് ദോഷകരമാകുമോ എന്നാണെന്റെ ഭയം."

"എന്തുദോഷം?"

"നിങ്ങളെ കൂടെക്കൂടെ ഇവിടെ ഇങ്ങനെ ഇട്ടേച്ചുപോകുന്നത് എനിക്കിഷ്ടമില്ല."

"ഓഹോ, അതാണോ? അതിലെന്താ ദോഷം? വല്ലപ്പോഴും ഒന്നോ രണ്ടോ ദിവസമല്ലേ?"

"ഈയിടെ അതു കൂടിക്കൂടി വരുന്നുണ്ട്."

"അല്പമൊക്കെ സ്വന്തംസുഖം ത്യജിക്കാതെ ഒരു കാര്യവും മനുഷ്യന് നേടാനാവില്ല കിശോരീ."

"ഞാൻ എന്റെ സുഖത്തെപ്പറ്റി പറഞ്ഞതല്ല. നിങ്ങളെ വെറുതെ ബുദ്ധിമുട്ടിക്കുന്നതുപോലെ തോന്നുന്നു. നിങ്ങളെ ബുദ്ധിമുട്ടിച്ച് എനിക്ക്

പണവും പ്രതാപവും ഒന്നും സമ്പാദിക്കണമെന്നില്ല." അവളുടെ കണ്ണുകൾ നിറഞ്ഞു.

"മണ്ടിപ്പെണ്ണേ, എന്തൊക്കെയോ ഭ്രമിച്ച് നീ ആവശ്യമില്ലാത്തത് പറയുന്നു. എനിക്ക് ഒരു പ്രയാസവുമില്ല. മനസ്സിലായോ?" ജഗദീശ് അവളുടെ കവിളിൽ തട്ടി. തന്റെ നേർക്കുപിടിച്ചു തിരിച്ചു.

"ഞാനില്ലാത്തപ്പോൾ നിങ്ങൾ തന്നെ എല്ലാംവച്ചുകഴിക്കേണ്ടിവരും. അതു വിചാരിച്ചപ്പോഴേ എനിക്കു സങ്കടം വരുന്നു." കിശോരി കണ്ണുതുടച്ചുകൊണ്ടു പറഞ്ഞു.

"ഛേ! ഛേ! ഞാനിവിടെ എന്തുണ്ടാക്കാനാണ് ഗ്യാസുണ്ട്. സ്റ്റൗ ഉണ്ട്. ഒന്നുരണ്ടുപ്രാവശ്യം കാപ്പിയിട്ടു കുടിക്കും. പിന്നെ ഊണിന്റെ കാര്യം.... നീ അങ്ങോട്ടിറങ്ങുന്നതും ഗോവിന്ദരാജ് ഇവിടെ എത്തും. എന്നെ കൈക്ക് പിടിച്ചു വലിച്ചുകൊണ്ടുപോകും."

"വെറുതെ അവർക്കുകൂടി ശല്യമായി. ഒരു പാചകക്കാരനെ കിട്ടിയിരുന്നെങ്കിൽ....."

"ഓ മൈ ഗോഡ്! ഞാനിത് ശ്രമിച്ചില്ലെന്ന് നീ വിചാരിക്കുന്നുണ്ടോ? ഈ നാട്ടിൽ ഒരു ബ്രാഹ്മണച്ചെറുക്കൻ പോട്ടെ ഒരു ശൂദ്രപ്പെണ്ണിനെപ്പോലും കിട്ടുമെന്ന വിശ്വാസം എനിക്കില്ല."

"ഇതെല്ലാം ഞാൻ കാരണമാണ്."

"നോക്ക്, നോക്ക് അതുമാത്രം എനിക്കു പിടിക്കുന്നില്ല."

"ഞാൻ പറഞ്ഞത് സത്യമല്ലേ?"

"ഞാനതൊന്നും ചിന്തിക്കുന്നില്ല കിശോരീ. ഈ ലോകത്ത് അടുക്കളയിൽ ആളില്ലാതെ ജീവിക്കുന്ന, ജീവിക്കാൻ കഴിയുന്ന ഭാര്യാഭർത്താക്കന്മാർ ധാരാളമുണ്ട്. നമ്മൾ മാത്രമല്ല. നീ പറഞ്ഞതു സത്യമായിരിക്കാം. എനിക്കു പ്രധാനം പാചകക്കാരനല്ല; നീയാണ്."

അവൾ ഒന്നും മിണ്ടിയില്ല അയാൾ തുടർന്നു -

"നീയൊരു ഗായികയായി അറിയപ്പെടുന്നതിൽ ഞാനെന്തുമാത്രം സന്തോഷിക്കുന്നു എന്ന് നിനക്കറിയില്ല. അതിനുവേണ്ടി എന്തു ത്യാഗം സഹിക്കാനും ഞാൻ തയ്യാറാണ്. കാപ്പികുടിക്കുന്നതിലും ഊണുകഴിക്കുന്നതിലും നിന്നുകിട്ടുന്ന സംതൃപ്തിയേക്കാൾ പത്തിരട്ടി ആനന്ദമാണ് ഇതിൽനിന്ന് എനിക്കു കിട്ടുന്നത്."

കിശോരി മൗനമായിരുന്നു. അല്പം കഴിഞ്ഞ് ആത്മഗതംപോലെ-
"ഏതു ജാതിക്കാരായാലും എങ്ങനെയുള്ള ആളായാലും വേണ്ടില്ല, ഒരാളെ ജോലിക്കുകിട്ടിയിരുന്നെങ്കിൽ നന്നായിരുന്നു."

"ശരി ശ്രമിക്കാം. പക്ഷേ, അങ്ങനെയൊരാളെ കിട്ടണമെങ്കിൽ ജോഷിക്കുതന്നെ എഴുതേണ്ടിവരുമോ എന്തോ?" എന്നുപറഞ്ഞ് അയാൾ ചിരിച്ചു.

***

ഒന്നുരണ്ടു ചിത്രങ്ങൾക്കുവേണ്ടി പാടിയപ്പോഴേക്കും കിശോരിക്ക്

മറ്റു പലയിടങ്ങളിൽനിന്നും ക്ഷണം കിട്ടിത്തുടങ്ങി. അവൾ പ്രശസ്തരായ പിന്നണിഗായകരിൽ ഒരാളായിത്തീർന്നു. ഒരു ദിവസം ബാംഗ്ലൂരിലേക്കു പുറപ്പെടാൻ ഒരുങ്ങിയിറങ്ങി നിന്നുകൊണ്ട് അവൾ പറഞ്ഞു:

"ഇനി കുറച്ചുദിവസത്തേക്ക് ഈ യാത്രയൊക്കെ നിർത്തിവയ്ക്കേണ്ടിവരും."

"എന്തിന്?" ജഗദീശ് ഉൽക്കണ്ഠയോടെ ചോദിച്ചു.

"നിങ്ങൾക്ക് ഊഹിക്കാമല്ലോ?" അവൾ അല്പം ലജ്ജയോടെ പറഞ്ഞു.

ജഗദീശ് അല്പം ആലോചിച്ചിട്ട് "ഉംഹും, മനസ്സിലാകുന്നില്ല." എന്നു പറഞ്ഞു.

"എന്നാൽ നിങ്ങളുടെ ചുമരിലെന്താണുള്ളതെന്നു നോക്കൂ. അപ്പോ മനസ്സിലാകും."

ജഗദീശ് തിരിഞ്ഞുനോക്കി. ചുമരിൽ ഒരു കലണ്ടർ കിടപ്പുണ്ടായിരുന്നു. അതിൽ ഒരു പിഞ്ചുകുഞ്ഞിന്റെ ചിത്രം കണ്ടു.

"ഐ സീ, എത്രമാസം?"

"മൂന്നോളമായി." അവൾ മുഖംകുനിച്ചുകൊണ്ടു പറഞ്ഞു.

ജഗദീശ് അടുത്തുചെന്ന് രണ്ടുകൈകൊണ്ടും അവളുടെ മുഖമുയർത്തി-

"ഒരു നഴ്സിന് ഇത്ര നാണമാണോ? എന്താ ഇത്രയുംകാലം ഇതു പറയാതിരുന്നത്?"

അവൾ അയാളുടെ പിടിവിടുവിച്ചുകൊണ്ട് അകത്തേക്കോടി.

ഇത്തവണ കിശോരി ബാംഗ്ലൂരിലായിരിക്കുമ്പോൾ അപ്രതീക്ഷിതമായ ഒരു സംഭവമുണ്ടായി. ഒരു ദിവസം സന്ധ്യക്ക് ജഗദീശിന്റെ അമ്മ ആകസ്മികമായി അവിടെ വീട്ടിലെത്തി. സോഫയിൽ ചാരിയിരുന്ന് വായനയിൽ മുഴുകിയിരുന്ന ജഗദീശ് അത്ഭുതത്തോടെ ചാടിയെണീറ്റു -"അമ്മ!...." എന്നുപറഞ്ഞു.

പെട്ടെന്ന് സന്തോഷാധിക്യംകൊണ്ട് അമ്മയുടെ കാലുതൊട്ടു നമസ്കരിച്ചു. മീനാക്ഷി കണ്ണീരൊഴുക്കിക്കൊണ്ടു ചോദിച്ചു-

"എഴുന്നേല്ക്കൂ, എന്താ ജഗ്ഗൂ വളരെ ക്ഷീണിച്ചിരിക്കുന്നല്ലോ? സുഖമില്ലേ?"

"ഇല്ല, ഇല്ല. ഒരു കുഴപ്പവുമില്ല."

ഒരു നിമിഷം കഴിഞ്ഞ് കണ്ണീരുതുടച്ചുകൊണ്ട് മീനാക്ഷി പറഞ്ഞു:

"നീ ഞങ്ങളെയൊക്കെ മറന്നു, അല്ലേ ജഗ്ഗൂ." ജഗദീശിന്റെ കണ്ണുകളും നിറഞ്ഞുപോയി.

"ഞാനൊന്നും മറന്നില്ല അമ്മേ." അധികമൊന്നും അവനു പറയാനായില്ല.

"പിന്നെന്താ, ഒരു ദിവസമെങ്കിലും വന്ന് നിന്റെ അമ്മ ജീവിച്ചിരിപ്പുണ്ടോ എന്ന് എത്തിനോക്കിയോ?"

"എന്തുമോഹിച്ചുവരാനാണ്. അച്ഛൻ മരിച്ചതറിഞ്ഞ് വന്നപ്പോഴു

ണ്ടായ അനുഭവം അറിയാമല്ലോ? പിന്നെ ശംഭുവിന്റെ പെരുമാറ്റവും അച്ഛനിൽനിന്നും ഒട്ടും വ്യത്യസ്തമായിരുന്നില്ല."

"പോട്ടെ. അതൊക്കെ മറക്ക്, സംഭവിക്കേണ്ടതെല്ലാം സംഭവിച്ചു. നീ ഇങ്ങനെ ബന്ധമൊക്കെവിട്ട് ഏതോ അന്യനെപ്പോലെ നില്ക്കുന്നത് ശരിയല്ല ജഗ്ഗൂ. വല്ലപ്പോഴെങ്കിലും വന്ന് ഞങ്ങളുടെ കാര്യമൊക്കെ അന്വേഷിക്കണം." മീനാക്ഷി കണ്ണുനീർ തുടച്ചുകൊണ്ട് പറഞ്ഞു.

അതുതന്നെ അമ്മയോടും പറയണമെന്ന് തോന്നിയെങ്കിലും അതിനുപറ്റിയ അവസരമല്ലെന്നു വിചാരിച്ച് ഒന്നും മിണ്ടിയില്ല. അമ്മയ്ക്ക് ഇപ്പോഴെങ്കിലും സന്മനസ്സുണ്ടായതിൽ അയാൾക്കു സന്തോഷം തോന്നി. പക്ഷേ, ബൊൾമണ്ണിലേക്കു തന്നെ മാത്രമാണ് പോകാൻ ക്ഷണിക്കുന്നതെന്നും കിശോരിയെക്കൂടി കൂട്ടിക്കൊണ്ടുചെല്ലാൻ പറയുന്നില്ലെന്നും അയാൾ ഓർത്തു. അവൾക്ക് അവിടെ പ്രവേശനം ലഭിക്കില്ലെന്നതു തീർച്ചയായിരുന്നു. കിശോരി നാട്ടിലില്ലെന്ന് എങ്ങനെയോ മനസ്സിലാക്കിയിട്ടാണ് അവിടെ വന്നത്. അവർ വീട്ടിൽ വന്ന് രണ്ടുവാക്കു സംസാരിച്ചെങ്കിലും അവിടെ നിന്ന് ഒരു തുള്ളി വെള്ളം പോലും കുടിക്കില്ലെന്ന കാര്യം ജഗദീശിനറിയാമായിരുന്നു.

ഒരു നിമിഷം കഴിഞ്ഞ് മീനാക്ഷി പറഞ്ഞു:

"വാ, നമുക്കു വീട്ടിലേക്കുപോകാം. ഇപ്പോത്തന്നെ ശംഭു വരും."

ജഗദീശ് അല്പം സംശയിച്ചുനിന്നപ്പോൾ-

"നാളെ കോളേജ് ഉണ്ടോ എന്നല്ലേ. അതിനെന്താ, രാവിലെ വരാം. ഇറങ്ങ്." മീനാക്ഷി നിർബ്ബന്ധിച്ചു.

ജഗദീശ് വസ്ത്രം മാറി ഇറങ്ങാൻ തുടങ്ങുമ്പോഴേക്കും ശംഭട്ടിന്റെ കാറെത്തിക്കഴിഞ്ഞു. അവൻ കാറിൽ നിന്നിറങ്ങിയില്ല. ഒന്ന് ഹോണടിച്ചു, കാറിൽത്തന്നെയിരുന്നു.

ജഗദീശ് വീടുപൂട്ടി താക്കോൽ ഗോവിന്ദരാജിന്റെ വീട്ടിൽ കൊടുക്കാൻ പോയി. ഗോവിന്ദരാജ് അവിടെ ഉണ്ടായിരുന്നില്ല. രാജലക്ഷ്മി-

"അമ്മയും ചേട്ടനുമൊക്കെ വന്നൊന്നു തോന്നുന്നല്ലോ" എന്നു പറഞ്ഞു.

"ഉം. ബൊൾമണ്ണുവരെ പോയിട്ടുവരാം. കിശോരി ഇന്നോ നാളെയോ വന്നേക്കും. താക്കോൽ ഇവിടെ ഇരുന്നോട്ടെ."

"എന്താ ബൊൾമണ്ണിലേക്ക് പോകുന്നേ? നല്ല സന്തോഷവാർത്തയാണ്." രാജലക്ഷ്മി പറഞ്ഞു.

മീനാക്ഷി അപ്പോഴേക്കും കാറിന്റെ പിൻസീറ്റിൽ കയറി ഇരുന്നുകഴിഞ്ഞിരുന്നു. ജഗദീശും കാറിന്റെ പിൻസീറ്റിൽ അമ്മയുടെ അടുത്തുതന്നെ ഇരുന്നു. ശംഭട്ടിന്റെ വായിൽനിന്നും ഒരു വാക്കും പുറത്തുവന്നില്ല. പിന്നിലിരിക്കുന്ന ജഗദീശിനെ നോക്കുകപോലുമുണ്ടായില്ല. അവന്റെ അപ്പോഴത്തെ ഇരുപ്പും കാറോടിക്കുന്ന വിധവുമെല്ലാം കാണേണ്ടതായിരുന്നു.. അച്ഛന്റെ സ്ഥാനം അവൻ എന്നേ കൈയടക്കിക്കഴിഞ്ഞിരുന്നു. പക്ഷേ, ജഗദീശിനോട് അവൻ കാണിച്ച അവജ്ഞ വെറുപ്പുളവാക്കി.

അമ്മ മീനാക്ഷി ഇതൊന്നും ശ്രദ്ധിച്ചതേയില്ല. മകനെ വീട്ടിലേക്കു കൂട്ടിക്കൊണ്ടുപോകുന്നതിന്റെ സന്തോഷം അവളുടെ മുഖത്തുണ്ടായിരുന്നു.

***

വൈകുന്നേരം ബൊൾമണ്ണിലെത്തി കാപ്പികുടിയും കഴിഞ്ഞു. ചൂടു കാപ്പിയും വാഴയ്ക്ക ഉപ്പേരിയും ജഗദീശിനു നല്ല സ്വാദുപകർന്നു. അയാൾക്ക് അപ്പോൾ കിശോരിയുടെ ഓർമ്മ ഉണ്ടാകാതിരുന്നില്ല. അമ്മയുടെ സ്നേഹത്തിനുമുന്നിൽ പത്തുവർഷം കുറഞ്ഞതുപോലെ തോന്നി.

സൂര്യൻ അസ്തമിച്ചിട്ടില്ല. ജഗദീശ് വീട്ടിൽ നിന്നിറങ്ങി പാടത്തിലും തോട്ടത്തിലും കറങ്ങി അമ്പലഗോപുരത്തിൽ കയറി. ചുറ്റുമുള്ള ഗ്രാമപ്രദേശം, പച്ചപിടിച്ച വയല്, സിന്ദൂരവർണ്ണമാർന്ന പടിഞ്ഞാറൻ ചക്രവാളം, അസ്തമന സൂര്യൻ എല്ലാം നോക്കിക്കൊണ്ട് കുറച്ചുനേരം നിന്നു. അകലെനിന്നു നോക്കുമ്പോൾ എത്ര നൂറ്റാണ്ടുകഴിഞ്ഞാലും ഈ ഗ്രാമം എന്നും ഇങ്ങനെതന്നെ ഇരിക്കും. ഒരിടത്തും ഒരു മാറ്റവും സംഭവിച്ചിട്ടില്ല. അതേകാറ്റ്, അതേ മൂകത. ജഗദീശിന്റെ ഉള്ളിൽ അങ്ങനെ തോന്നി. ഗോപുരത്തിൽ നിന്നിറങ്ങി വരുമ്പോൾ അമ്പലത്തിലെ കാവല്ക്കാരൻ ഗോവിന്ദനായകിനെ കണ്ടു.

"എന്താ സ്വാമീ! എപ്പോ വന്നു?" അയാൾ ചോദിച്ചു.

മാധവഭട്ടിന്റെ വീട്ടിൽ നടക്കുന്ന ഒരുകാര്യവും അയാൾക്ക് അജ്ഞാതമായിരുന്നില്ല. അയാൾ വന്ന് വരാന്തയിലിരുന്ന് സംസാരിക്കാൻ തുടങ്ങിയാൽ അമ്മയുടെ വായിൽനിന്ന് എല്ലാക്കാര്യവും പുറത്തുവരും. താനും വീടുമായുള്ള ബന്ധം എങ്ങനെയെന്നും അയാൾക്കറിയാമെന്ന് ജഗദീശ് ചിന്തിച്ചു.

"ഇതാ ഇപ്പോത്തന്നെ വന്നു. എന്താ ഗോവിന്ദാ സുഖമാണോ?" ജഗദീശ് ചോദിച്ചു.

"ഇങ്ങനെയൊക്കെ കഴിഞ്ഞുകൂടുന്നു സ്വാമി. പ്രായവും ചെന്നു."

"കുട്ടികളൊക്കെ എന്തുചെയ്യുന്നു." ജഗദീശ് തിരക്കി.

"മൂത്തവൻ രഘു ഇപ്പോൾ ബോംബേയിലാണ്. രണ്ടാമത്തവൻ ഗോപാലനും അവന്റെ കൂടെയാ. രണ്ടുപേർക്കും ഹോട്ടലിലാണ് ജോലി. പിന്നെ ഒരു പെണ്ണുണ്ടായിരുന്നല്ലോ. നിങ്ങൾക്കോർമ്മയുണ്ടോ?"

"അതേ. എന്റെ ക്ലാസിൽ പഠിച്ചിരുന്ന ഗിരിജ അല്ലേ?"

***

"ഉം. അവളുടെ വിവാഹം കഴിഞ്ഞു. രണ്ടുമക്കളുമുണ്ട്. അവളുടെ ഭർത്താവിന് അല്പം വട്ടുണ്ട്. ഇപ്പോൾ എവിടെയാണെന്ന് അറിഞ്ഞുകൂടാ." വെറ്റിലപ്പൊതി നിവർത്തുകൊണ്ട് അയാൾ പറഞ്ഞു.

"ഇപ്പോൾ വീട്ടിലാരുണ്ട്?"

"ഗിരിജയുണ്ട്, അവളുടെ രണ്ടുമക്കളും. എന്റെ ഭാര്യ മരിച്ചിട്ട് നാലു

വർഷമായി. ഇനിപിന്നെ എന്റെ കാര്യം. ഇന്നോ നാളയോ? കിടക്കുന്നതിന് ഇവിടെ അമ്പലമുണ്ട്. ഊണും പതിവായി ഇവിടെത്തന്നെ. അല്ലെങ്കിൽ നിങ്ങളുടെ വീട്ടിൽ." ഗോവിന്ദനായക് ഗോപുരത്തിനടുത്തുള്ള ഒരു കല്ലിൽ വെറ്റില വച്ചിട്ട് ഇടിക്കല്ലു വലിച്ചുകൊണ്ടു പറഞ്ഞു.

"നിങ്ങളുടെ സ്വാമിനിക്ക് എങ്ങനെയുണ്ട്?" ഗോവിന്ദനായക് ചോദിച്ചു.

ജഗദീശ് പെട്ടെന്ന് അമ്പരന്നുപോയി. വിവാഹം കഴിഞ്ഞശേഷം ഇങ്ങനെയൊരു ചോദ്യം ആദ്യമായിട്ടാണ് കേൾക്കുന്നത്.

"സുഖമായിരിക്കുന്നു." ജഗദീശ് പറഞ്ഞു.

"കുട്ടികളും മറ്റും..."

"ഇല്ല."

"ദൈവം നല്ലതു വരുത്തട്ടെ സ്വാമി."

ഗോവിന്ദൻ അടയ്ക്ക കല്ലിൽ വച്ച് ഇടിക്കാൻ തുടങ്ങി.

"അമ്പലകാര്യങ്ങളൊക്കെ എങ്ങനെ നടക്കുന്നു ഗോവിന്ദാ. ഗോപുരം പുതുക്കിയെന്നു കേട്ടു. വെള്ളയും പെയിന്റും ഒക്കെ തേച്ചോ?" ജഗദീശ് ചോദിച്ചു.

"കഴിഞ്ഞമാസമാണ് ബ്രഹ്മകലശം നടന്നത്. അപ്പോഴാണ് പണിയൊക്കെ ചെയ്തതും." ഗോവിന്ദനായക് അടയ്ക്ക ഇടിച്ചുകൊണ്ടു പറഞ്ഞു.

"ബ്രഹ്മകലശം നടത്താൻ എന്തുണ്ടായി?" ജഗദീശ് അതിശയത്തോടെ ചോദിച്ചു.

"ദേവർക്ക് അശുദ്ധമുണ്ടായല്ലോ സ്വാമി. അതിനുവേണ്ടിയാണ്."

"അശുദ്ധം...?" ജഗദീശ് ഉൽക്കണ്ഠയോടെ ചോദിച്ചു.

"അതേ സ്വാമി. പട്ടണത്തിൽനിന്നും പാന്റും മറ്റും ഇട്ടുകൊണ്ട് പത്തുപതിനഞ്ചുപേർ വന്നിരുന്നു. മംഗലാപുരക്കാരാണുപോലും. ചിലർ പുലയർ. ചിലർ ചെത്തുകാർ. അവർ അമ്പലത്തിൽ കയറി. വലിയ ബഹളം ഉണ്ടായി. ഉഡുപ്പിയെപ്പോലെ പൊതുഅമ്പലമല്ലല്ലോ ഇത്! അന്നുതന്നെ പൂജാരി പൂജ നിർത്തി. പിന്നീട് ബ്രഹ്മകലശം കഴിഞ്ഞ് ശരിയായി." ഗോവിന്ദനായക് പറഞ്ഞു.

"ആരാണ് പൂജാരി? ഒരു പ്രാവശ്യം കള്ളു കുടിച്ച് ദേവരെ ചുമന്നു നടക്കുമ്പോൾ താഴെ ഇട്ടുവല്ലോ? അയാളാണോ?" ജഗദീശ് ചിരിച്ചുകൊണ്ട് ചോദിച്ചു.

"അദ്ദേഹം മരിച്ചുപോയി സ്വാമി. ഇയാൾ അദ്ദേഹത്തിന്റെ അനുജനാണ്."

"ശരി. ഞാൻ പോകുന്നു ഗോവിന്ദാ." അയാളുടെ കൈയിൽ രണ്ടു രൂപ വച്ചുകൊടുത്തിട്ട് ജഗദീശ് അമ്പലത്തിൽനിന്നു പുറത്തിറങ്ങി. വഴിയിൽവച്ച് വലിയ ചെമ്പുപാത്രവും ചുമന്ന് അമ്പലത്തിലേക്കുവരുന്ന ഗിരിജയെ കണ്ടു.

"എന്താ അണ്ണാ, എപ്പോ വന്നു?" ഗിരിജ നിസ്സങ്കോചം ചോദിച്ചു.

ഒരു കാലത്ത് എലിമെന്ററി സ്കൂളിൽ അയാളോടൊപ്പം പഠിച്ചതാണെന്ന ബോധം അവളുടെ സംഭാഷണത്തിലുണ്ടായിരുന്നു. സാരിയും പാവാടയും അരയിൽ മാടിക്കുത്തിയിരുന്നു. വലത്തുകാലിന്റെ മുഴുപ്പു പുറത്തുകാണാമായിരുന്നു. തുണിതാഴ്ത്തിയിട്ടുനിന്ന് സംസാരിക്കാനുള്ള സന്മനസ്സുണ്ടായില്ലല്ലോ എന്നു ജഗദീശിനു തോന്നി.

"ഇന്നു വൈകുന്നേരം വന്നതേയുള്ളൂ." ജഗദീശ് പറഞ്ഞു.

"കിശോരിയമ്മ എങ്ങനെയുണ്ട്?" അവൾ ഒരു കുസൃതിച്ചിരിയോടെ ചോദിച്ചു.

ജഗദീശിന് വീണ്ടും അത്ഭുതം തോന്നി. ഇവൾക്ക് പേരുപോലും ശരിക്കറിയാമല്ലോ എന്ന്.

"സുഖമായിരിക്കുന്നു." ജഗദീശ് പറഞ്ഞു.

"അവരുടെ പാട്ട് പലപ്രാവശ്യം ഞാൻ റേഡിയോവിൽ കേട്ടിട്ടുണ്ട്. നന്നായി പാടുന്നു." അവൾ പറഞ്ഞു.

***

വീട്ടിലെത്തുമ്പോൾ ഇരുട്ടിയിരുന്നു. വരാന്തയിൽ പ്രകാശമുണ്ടായിരുന്നില്ല. ഒരു റാന്തൽ കട്ടിലിനു മുകളിരുന്നു കത്തുന്നുണ്ടായിരുന്നു. വീട്ടിനുള്ളിൽ കാലുകുത്തുമ്പോൾ പടിക്കപ്പുറത്ത് എന്തോ വൃത്താകൃതിയിൽ മഞ്ഞയും ചുവപ്പും പൊടികൊണ്ട് കളം വരച്ചിരിക്കുന്നതുകണ്ട് ജഗദീശിന് അതിശയം തോന്നി. കളത്തിനുള്ളിൽ എന്തൊക്കെയോ അക്ഷരങ്ങൾ എഴുതിയിരിക്കുന്നു.

അതു ചീത്തയാകാതെ വളരെ സൂക്ഷിച്ചു നടന്നുചെന്ന് സ്വിച്ച് ഓൺ ചെയ്തു. ട്യൂബ് ലൈറ്റ് ഫ്യൂസായിരുന്നു. അടുക്കളയിൽ ലൈറ്റുണ്ട്. അമ്മയെ വിളിച്ചു. "എന്താ അമ്മേ വരാന്തയിൽ കളമെഴുതിയിരിക്കുന്നു."

"എന്തോ ദോഷമുണ്ട് ജഗ്ഗൂ. നമ്മുടെ പശുവും നായും പൂച്ചയുമെല്ലാം ചത്തുപോയി. വീട്ടിൽ കുട്ടികൾക്ക് എന്നും അസുഖം. മിനിഞ്ഞാന്നുരാത്രി ശംഭു പുറത്തിറങ്ങി നടക്കുമ്പോൾ ആരോ തള്ളിയതുപോലെ മുറ്റത്തു വീണുപോലും. നിന്റെ അച്ഛൻ മരിക്കുന്ന അവസരത്തിൽ മനസ്സിനു ശാന്തി ഉണ്ടായിരുന്നില്ല. എന്തു ഗ്രഹപ്പിഴയോ എന്തോ?" മീനാക്ഷി കണ്ണു തുടച്ചുകൊണ്ടു തുടർന്നു -

"നമ്മുടെ ശങ്കരജ്യോത്സ്യരോടു ചോദിച്ചപ്പോൾ എന്തോ ഭൂതബാധയുണ്ടെന്നു പറഞ്ഞു. അതിനു മഹാബലബല്യായനെ വരുത്തി ശാന്തിയുണ്ടാക്കിയതാണ്. നാളെ രാത്രി ശങ്കരജ്യോത്സ്യർ ഒരു ഗണപതിഹോമവും നടത്തും."

താൻ ബൊൾമണ്ണിൽ വന്ന് ഒരുമണിക്കൂർ പുറത്തുപോയതിനിടയിൽ മഹാബലബല്യായ ഈ കളംവരപ്പുനടത്തി മറഞ്ഞതിൽ ജഗദീശിന് അതിശയം തോന്നി. അയാൾ പെട്ടെന്ന് ആലോചിച്ചു. "ചേട്ടത്തിയും മക്കളും എവിടെ?" ജഗദീശ് ചോദിച്ചു.

"ഓ. അതുപറയാൻ വിട്ടുപോയി. അവർ എല്ലാപേരും കൂടി ബ്രാഹ്മാവറയിലേക്കു പോയിരിക്കുകയാണ്. സരസ്വതിയുടെ അപ്പൂപ്പന്റെ ശ്രാദ്ധ

മാണിന്ന്." മീനാക്ഷി പറഞ്ഞു.

രാത്രി ഊണു സമയത്തുപോലും ശംഭുവിനെ അവിടെങ്ങും കണ്ടില്ല. വീടാകെ വീർപ്പുമുട്ടുന്നതുപോലെ. ജഗദീശിനുമാത്രം മീനാക്ഷി ചോറ് വിളമ്പി. വിളമ്പുന്നതിനിടയിൽ അവർ പിറുപിറുത്തു.

"നാളത്തെ ഗണപതിഹോമത്തിനുള്ള എന്തോ സാധനം വാങ്ങാൻ ശംഭു ഉഡുപ്പിയിലേക്ക് പോയതാണ്. അവിടുന്നുതന്നെ ബ്രാഹ്മാവറയിലേക്കു പോയോ എന്തോ. നാലുദിവസത്തേക്ക് അവന്റെ ഭാര്യ വീട്ടിൽ പോയാൽമതി അവനും ഉടനെപോകണം."

ഊണുകഴിഞ്ഞ് അമ്മ കൊണ്ടുവച്ച പാലും കുടിച്ച് മുറിയിലിരുന്നു. പുസ്തകമോ മറ്റോ വായിക്കാമെന്നു വിചാരിച്ച് വായിക്കാൻ തുടങ്ങുമ്പോഴേക്കും ഉറക്കം വന്നു മുട്ടിപ്പോയതിനാൽ കിടന്നു.

ഉറങ്ങാൻ തുടങ്ങുമ്പോഴേക്കും വിചിത്രമായ സ്വപ്നങ്ങൾ. വയറ്റിലും ദേഹത്തും എന്തോ സഞ്ചരിക്കുന്നതുപോലെ. വയറ്റിൽ എന്തോ ഉരുണ്ടുകയറുന്നു. എല്ലാം കൂടി അയാൾ ആകെ തളർന്നു. എന്നാലും ഉറക്കം കൊണ്ട് അയാൾ ഉണർന്നില്ല. കട്ടിലിൽ കെട്ടിയിട്ടതുപോലെ, എഴുന്നേല്ക്കാൻവയ്യാത്ത ഒരു അർദ്ധനിദ്രാവസ്ഥ. ഉണരണമെന്ന ശക്തമായ ആഗ്രഹം. പക്ഷേ, ഉറക്കം അവനെ പിടിച്ചുകിടത്തുന്നു. തലയും വാലുമില്ലാത്ത പലേതരം സ്വപ്നങ്ങൾ അയാളെ അസ്വസ്ഥമാക്കി.

നന്നേ പുലരുംമുമ്പ് അവൻ ഉണർന്നു. തലയ്ക്ക് ആകെ ഒരു ഭാരം. തലചുറ്റുന്നപോലെ. അവൻ എണീറ്റിരുന്നു. വയറ്റിനുള്ളിൽ തികട്ടിവന്നു ചർദ്ദിച്ചു. കുറേനേരത്തേക്ക് കുടൽ പൊട്ടുന്നപോലെ വീണ്ടും വീണ്ടും ചർദ്ദിച്ചു. കഴുത്തിലും തലയിലും ഞരമ്പുകൾ പൊത്തിവന്നു. കൺപോളകൾ പൊട്ടുന്നതുപോലെ തോന്നി. നെറ്റിയിൽ ബലമായി പിടിച്ചുകൊണ്ട് ജഗദീശ് ഇരുന്നു. മുറിക്കുള്ളിൽ ആകെ പരന്നൊഴുകിയ ഛർദ്ദിലിന്റെ ദുർഗ്ഗന്ധം. വാതിൽ അടച്ചിരുന്നില്ല. ഒച്ചകേട്ട് മീനാക്ഷി ഓടിവന്ന് മുറിക്കുള്ളിൽ ലൈറ്റിട്ടു.

"എന്താ ജഗ്ഗൂ. എന്തുപറ്റി." അവർ തിരക്കി.

"ഒന്നുമില്ലമ്മേ. വയറ്റിനുള്ളിൽ ഒരു പിരട്ടലുണ്ടായി, കുറച്ചു ഛർദ്ദിച്ചു."

മീനാക്ഷി അടുക്കളയിൽ ഓടിപ്പോയി ഒരു പാത്രം വെള്ളവും കോളാമ്പിയും എടുത്തുകൊണ്ടുവന്നു. വായിൽ വെള്ളമൊഴിച്ചു കഴുകി കോളാമ്പിയിൽ തുപ്പാൻ പിടിച്ചുകൊടുത്തു. കുറച്ചുവെള്ളമെടുത്ത് മുഖവും കഴുകി.

കിടന്നോളൂ. ചിലപ്പോൾ ആ റവലഡു വയറ്റിനു പിടിക്കാത്തതായിരിക്കും. നെയ്യും അല്പം പഴകിയിരുന്നു."

മുറിയിലെ ദുർഗ്ഗന്ധം കാരണം അവിടെ കിടക്കാൻ കഴിഞ്ഞില്ല. മീനാക്ഷി അതു ശ്രദ്ധിച്ചു.

"ഇവിടെ അത്രയും വൃത്തികേടായിരിക്കുന്നു. വരാന്തയിൽ കട്ടിലും മെത്തയും എല്ലാം ഉണ്ട്. വാ, അവിടെ കിടക്കാം." അമ്മ മീനാക്ഷി

പറഞ്ഞു.

ജഗദീശ് പുറത്തുവന്നുകിടന്നു. എന്തുകൊണ്ടോ ആ മെത്തയിലെ കിടക്ക അവനു സുഖകരമായി തോന്നിയില്ല. അവൻ വീണ്ടും മുറിയിൽപോയി നേരത്തെ മുറിയിൽ കിടന്നിരുന്ന മെത്ത വലിച്ചുകൊണ്ടു വന്നു വിരിച്ചു കിടന്നു.

പിന്നെ നേരം വെളുക്കുന്നതുവരെ സുഖമായി കിടന്നുറങ്ങി. പക്ഷേ, രാവിലെ എഴുന്നേല്ക്കുമ്പോൾ നല്ല ക്ഷീണമുണ്ടായിരുന്നു. ശരീരമാകെ ഒരു വേദന, വയറ്റിൽ വല്ലാത്ത പരവേശം.

കാപ്പികുടിയെല്ലാം കഴിഞ്ഞു. പക്ഷേ, ഉഡുപ്പിവരെ യാത്രചെയ്യാൻ പ്രയാസമാണെന്നു തോന്നി. ഏതായാലും കോളേജിൽ പോകുന്നില്ലെന്നു തീരുമാനിച്ചു. കുറേക്കഴിഞ്ഞ് പ്രിൻസിപ്പാളിനെ ഫോൺ ചെയ്ത് അറിയിക്കാമെന്നു കരുതി. അപ്പോഴേക്കും ജോലിക്കാരിവന്ന് ജഗദീശിന്റെ മുറി വൃത്തിയാക്കി. ജഗദീശ് വരാന്തയിൽനിന്നും തന്റെ മെത്തയും പൊക്കിയെടുത്ത് മുറിയിൽ കൊണ്ടുപോയിട്ടു. ജനൽ മുഴുവൻ തുറന്നുവച്ചുകിടന്നു. ഒന്നും ചെയ്യണമെന്നില്ല. വെറുതെ കിടന്നാൽ മതി എന്നൊരു തോന്നൽ. വയറ്റിനുണ്ടായ അസുഖം കൊണ്ടാണോ എന്നറിയില്ല. പൊക്കിളിനടുത്ത് ഒരു ഞരമ്പ് പടപടാ തുടിക്കുന്നതായി അനുഭവപ്പെട്ടു. ഏതാണ്ട് പത്തുമണിക്ക് പ്രിൻസിപ്പലിനു ഫോൺ ചെയ്തു.

"എങ്ങനെയുണ്ട് ജഗ്ഗൂ വയറുവേദന" മീനാക്ഷി ചോദിച്ചു.

"ഇപ്പോൾ വേദനയൊന്നുമില്ല അല്പം ക്ഷീണമുണ്ട്."

"അപ്പോൾ ദഹനക്കേടു കാണും. കഷായം ഉണ്ടാക്കിത്തരാം."

ഉച്ചയായപ്പോഴേക്കും ജഗദീശ് എണീറ്റു. അപ്പോഴും ഒരാലസ്യം. തലയ്ക്കു മത്തുപിടിച്ചതുപോലെ. അമ്മ ഊണുകഴിക്കാൻ വിളിച്ചു.

"എനിക്കൊന്നും വേണ്ട. അല്പംപോലും വിശപ്പുതോന്നുന്നില്ല." ജഗദീശ് പറഞ്ഞു.

"അങ്ങനെ പറഞ്ഞാലെങ്ങനെ. ഒരുപിടി ചോറെങ്കിലും ഉണ്ണ്. മോരുണ്ട്, ഉപ്പിലിട്ടതുണ്ട്." മീനാക്ഷി നിർബ്ബന്ധിച്ചു.

കുരുമുളകും ചുക്കുംചേർത്തുണ്ടാക്കിയ കഷായം മീനാക്ഷി കൊണ്ടു കൊടുത്തു. അതല്പം കുടിച്ചപ്പോൾ കുറച്ചാശ്വാസം തോന്നി. വയറ്റിനകത്തെ അസ്വസ്ഥതയും മാറി.

പിന്നെ കുറച്ചുനേരം ഈസി ചെയറിൽ ഇരുന്നു. ഏതോ പുസ്തകം കൈയിലെടുത്തെങ്കിലും അതുവായിക്കാനുള്ള മനഃസാന്നിദ്ധ്യം ഇല്ലായിരുന്നു. ഇരുന്നിരുന്ന് മടുത്തപ്പോൾ എണീറ്റ് തോട്ടത്തിലേക്കുപോയി. കുളത്തിനരുകിൽ കുറച്ചുനേരം ഇരുന്നു. അവിടന്ന് എണീക്കാൻ തുടങ്ങുമ്പോഴേക്കും കൈകാലുകൾക്ക് തളർച്ചതോന്നി. പതുക്കെപ്പതുക്കെ നടന്നുവന്നു കിടന്നു. നേരം സന്ധ്യയായിത്തുടങ്ങി. ശംഭു ബ്രാഹ്മാവറയിൽ നിന്നും എത്തിയിരുന്നു. ഗണപതിഹോമത്തിനുള്ള ഏർപ്പാടുകളൊക്കെ ചെയ്ത് എല്ലാവരും ശങ്കരജ്യോത്സ്യരേയും പ്രതീക്ഷിച്ചിരിപ്പാണ്.

ജഗദീശിന്റെ ശരീരമാകെ തളർന്നിരുന്നു. "എനിക്കെന്തുപറ്റി?" എന്ന് ജഗദീശിന് അത്ഭുതം തോന്നി. അങ്ങനെ ആലോചിച്ചുകൊണ്ടിരിക്കുമ്പോൾ മനസ്സിലൊരു സംശയം. കഴിഞ്ഞരാത്രി ഊണുകഴിഞ്ഞതിനുശേഷമുണ്ടായ അസുഖവും അന്നു സന്ധ്യയ്ക്ക് ഉമ്മറത്തുണ്ടായിരുന്ന കളമെഴുത്തും ഇന്നത്തെ ഗണപതിഹോമവും എല്ലാം തമ്മിൽ ബന്ധമുള്ളതുപോലെ അവനുതോന്നി.

വരാന്തയിൽ എന്താണ് നടക്കുന്നത്? ഈ ഗണപതിഹോമത്തിന്റെ രീതി എങ്ങനെയാണ്? ഇതൊന്നും അന്വേഷിക്കാനുള്ള താല്പര്യം അവനില്ലായിരുന്നു. വല്ലാത്തൊരു മാന്ദ്യം. വയറ്റിനകത്ത് ആകെ ശൂന്യത. കുടലെല്ലാം ഉരുണ്ടുകൂടി തൊണ്ടയിൽ വരുന്നതുപോലെ. ഇതൊക്കെ സംഭവിക്കാൻ ഇപ്പോൾ എന്തുണ്ടായി എന്ന ചിന്ത അവനെ അലട്ടിക്കൊണ്ടിരുന്നു.

ഹോമം കഴിഞ്ഞ് മീനാക്ഷി പ്രസാദം കൊണ്ടുവന്ന് ജഗദീശിന്റെ നെറ്റിയിൽ തൊടുവിച്ചു. അർദ്ധനിദ്രയിലായിരുന്ന അവൻ ഞെട്ടിയുണർന്നു.

"ഒന്നുമില്ല, പ്രസാദമാണ്." മീനാക്ഷി പറഞ്ഞു. വീട്ടിനുള്ളിൽ വിശിഷ്ടമായ ധൂമഗന്ധം നിറഞ്ഞിരുന്നു. അവന് ആകെയൊരു വീർപ്പുമുട്ടൽ. അതുകൊണ്ട് എണീറ്റ് ജനാലയ്ക്കരികിൽ ചെന്നുനിന്നു.

രാത്രി മുഴുവൻ വയറ്റിനകത്ത് എന്തെന്നില്ലാത്ത പരവേശമായിരുന്നു. അസ്വസ്ഥതയിൽ ദുഃസ്വപ്നങ്ങൾ.

എന്തുംവരട്ടെ എന്നു വിചാരിച്ച് രാവിലെ എണീറ്റു കുളിച്ചു വസ്ത്രം മാറി. മീനാക്ഷി പെട്ടെന്ന് മുറിയിൽ കടന്നുവന്ന് -

"എന്താ ജഗ്ഗു ഇത്രവേഗം എങ്ങോട്ടാണ് പുറപ്പാട്. കാപ്പികുടിച്ചിട്ട് പോകാം." എന്നു പറഞ്ഞു.

മനസ്സില്ലാമനസ്സോടെ കാപ്പി കുടിക്കാനിരുന്നു. ഒരു ഇഡ്ഡലി കഴിക്കുന്നതിനുമുമ്പുതന്നെ ഓക്കാനിച്ചു. ഒരു ഗ്ലാസ് കാപ്പി മാത്രം എടുത്തു കുടിച്ച് എണീറ്റു.

"ശരീരത്തിനു നല്ല സുഖമില്ല. പിന്നെന്താ ഇത്ര ധൃതി. അല്പം കഴിയട്ടെ. ശംഭുവിനോടു പറയാം. കാറുണ്ടല്ലോ. അവൻ കൊണ്ടുവിടും." മീനാക്ഷി പറഞ്ഞു.

"കാറൊന്നും വേണ്ട. ബസിൽ പൊയ്ക്കൊള്ളാം." എന്നുപറഞ്ഞ് ജഗദീശിറങ്ങി.

മീനാക്ഷി മോനെ കണ്ട സംതൃപ്തിയോടെ ദീർഘമായൊന്നു നിശ്വസിച്ചു. അവൾ പ്രതീക്ഷിച്ചതുപോലെ മകനിൽ ഉണ്ടായ വ്യത്യാസം അവൾ തന്നെ നേരിൽ കണ്ടു.

"ആദ്യം അല്പം അസുഖമുണ്ടാകും. ചർദ്ദിലും വയറിളക്കവും പരവേശവും ഒക്കെ കാണും. അതുകൊണ്ട് ദോഷമൊന്നുമില്ല. പിന്നെ കുറച്ചു ദിവസത്തേക്ക് വായ്ക്ക് രുചി തോന്നില്ല. സംസാരം കുറയും. പക്ഷേ, ഈ ഔഷധം അത്ഭുതശക്തിയുള്ളതാണ്. ആ പെണ്ണ് ബാംഗ്ലൂരിൽനിന്നു

വരട്ടെ. അവന്റെ മുഖത്തുനേരെ നോക്കില്ല. മാത്രമല്ല അവളെ ക്രമേണ അവൻ വെറുക്കാനും തുടങ്ങും. പിന്നെ ഒരു കാര്യം. നാല്പത്തിയെട്ടു ദിവസത്തിനുള്ളിൽ അവൻ അവളെ പുറത്താക്കും. ഇത്രയും സംഭവി ച്ചില്ലെങ്കിൽ എന്റെ പേര് മഹാബലബല്യായ അല്ല" ബല്യായ പറഞ്ഞ വാക്കുകൾ മീനാക്ഷി ഓർത്തു.

അയാളുടെ നിർദ്ദേശമനുസരിച്ച് രാത്രി ഊണിൽ ബല്യായ നല്കിയ ഔഷധം കലർത്തിയിരുന്നു. ഇനിയിപ്പോ എന്താ. ആ പുലയിപ്പെണ്ണ് മക നിൽ നിന്നകന്നുപോകുന്നത് നിശ്ചയമായും സംഭവിക്കും എന്ന വിശ്വാസം മീനാക്ഷിക്കുണ്ടായിരുന്നു.

***

ജഗദീശ് ക്വാർട്ടേഴ്സിൽ എത്തുമ്പോൾ രാവിലെ ഒൻപതുമണി യായി. അയാളെ കണ്ടപ്പോൾ ഗോവിന്ദരാജും രാജലക്ഷ്മിയും അത്ഭു തത്തോടെ–

"എന്താ സുഖമില്ലേ?" എന്നു ചോദിച്ചു.

ജഗദീശ് രാജലക്ഷ്മിയുടെ കൈയിൽനിന്നു താക്കോൽ വാങ്ങി ക്കൊണ്ട്–

"ഉം. എന്തോ അല്പം ദഹനക്കേട്. വയറുവേദന" എന്നു പറഞ്ഞു.

"ദേഹം നന്നേ ക്ഷീണിച്ചിട്ടുണ്ട്." രാജലക്ഷ്മി അമ്പരപ്പോടെ പറഞ്ഞു.

ജഗദീശിന്റെ പുഞ്ചിരിയിൽ വിഷാദം നിറഞ്ഞിരുന്നു.

"മിനിഞ്ഞാന്ന് രാത്രി ഒന്നുരണ്ടു പ്രാവശ്യം ഛർദ്ദിച്ചു. അതിനു ശേഷം വയറ്റിനു നല്ല സുഖം തോന്നുന്നില്ല."

"അമ്മ ഇത്രയുംകാലം തരാത്തതൊക്കെ ഒരുമിച്ചു വിളമ്പിക്കാ ണും." രാജലക്ഷ്മി ചിരിച്ചുകൊണ്ടു പറഞ്ഞു.

ജഗദീശ് താക്കോൽ വാങ്ങിക്കൊണ്ടുപോയി വാതിൽ തുറന്ന് സോഫയിൽ അങ്ങോട്ടു വീണുകിടന്നു. അല്പനേരം കഴിഞ്ഞ് അരുണ വന്ന്–

"കാപ്പി കുടിക്കാൻ വിളിക്കുന്നു" എന്നു പറഞ്ഞു.

"കാപ്പിയും പലഹാരവും ഒക്കെ കഴിച്ചിട്ടാണ് വന്നതെന്നു പറ മോളെ." ജഗദീശ് അവളുടെ കവിളിൽ തലോടിക്കൊണ്ടു പറഞ്ഞു.

അരുണ പോയി കുറച്ചുകഴിഞ്ഞ് ഗോവിന്ദരാജ് വന്നു.

"വരൂ. ഒരു കപ്പ് കാപ്പിയെങ്കിലും കുടിക്കാം." അയാൾ നിർബ്ബ ന്ധിച്ചു.

"ഇല്ല. മി.രാജ്. എനിക്ക് ശരീരത്തിനൊട്ടും സുഖമില്ല. മേലാകെ ഒരു വേദന, വിശപ്പ് ഇല്ലേ ഇല്ല. ഇന്നും എനിക്കു കോളേജിൽ വരാൻ സാധിക്കുമെന്നു തോന്നുന്നില്ല. ലീവ് ലറ്റർ തന്നയയ്ക്കാം. പ്രിൻസിപ്പ ലിന്റെ കൈയിൽ കൊടുത്തേക്കൂ."

ഗോവിന്ദരാജ് അതിശയത്തോടെ–

"അത്ര സീരിയസാണോ? ആഹാരത്തിൽ വ്യത്യാസമുണ്ടായതു കൊണ്ട് വയറ്റിനുണ്ടായ അസുഖമാണെന്നാണ് ഞാൻ വിചാരിച്ചത്." അയാൾ നെറ്റിയിൽ തൊട്ടുനോക്കി. തണുത്തിരിക്കുന്നു.

"പനിയൊന്നുമില്ല. ശരീരം മുഴുവൻ തണുത്തിരിക്കുന്നു. ഇരിക്കൂ ഞാനും ലീവ് എഴുതട്ടെ. നമുക്കു ഡോക്ടറെ പോയിക്കണ്ടുവരാം."

"ഛേ,ഛേ. അതൊന്നും വേണ്ട. കുഴപ്പമൊന്നുമില്ല. അല്പം വിശ്രമം വേണം. ഞാൻ ഇവിടെ കിടന്നോളാം. നിങ്ങൾ കോളേജിൽ പോകൂ. ലീവ് ലറ്റർ എഴുതിത്തരാം." എന്നുപറഞ്ഞ് പേപ്പറും പേനയും എടുത്തു.

അധികസമയവും ജഗദീശ് കിടക്കുകയായിരുന്നു. കുറേക്കഴിഞ്ഞപ്പോൾ അല്പം ആശ്വാസം തോന്നി. എങ്കിലും ചറിയ തലവേദനയുണ്ടായിരുന്നു. ഡോക്ടറെ കണ്ടാലോ എന്നാലോചിച്ചു. കഴിയുമെങ്കിൽ അന്നെത്തുമെന്നാണ് കിശോരി പറഞ്ഞിരുന്നത്. പക്ഷേ, പിറ്റേദിവസം വരുമെന്നുറപ്പായിരുന്നു. ചിലപ്പോൾ അന്നും അവൾ വന്നില്ലെങ്കിലോ എന്നൊരു ചിന്ത അവനുണ്ടായി.

ഉച്ചയ്ക്ക് പന്ത്രണ്ടുമണിക്ക് ഗോവിന്ദരാജ് വന്നു.

"എങ്ങനെയിരിക്കുന്നു. സുഖം തോന്നുന്നുണ്ടോ?" അയാൾ ചോദിച്ചു.

"സാരമില്ല. ഇപ്പോൾ അല്പം സുഖം തോന്നുന്നുണ്ട്."

"എന്നാൽ വരൂ. ഊണുകഴിക്കാം."

വയറ് ഒഴിഞ്ഞമട്ടായിരുന്നു. വിശപ്പാണോ അല്ലയോ എന്നൊരു വല്ലാത്ത അവസ്ഥ. അല്പം ഊണുകഴിച്ചാൽ ചിലപ്പോൾ ശരിയാകും എന്ന് വിചാരിച്ച് ഗോവിന്ദരാജിനോടൊപ്പം എണീറ്റുപോയി.

വെള്ളരിക്കാ പുളിശ്ശേരിയും ബീൻസ് തോരനും മാങ്ങാ അച്ചാറും ഉണ്ടായിരുന്നതിനാൽ വായ്ക്ക് കുറച്ചു രുചി തോന്നി. നന്നായി ഊണു കഴിച്ചു.

ഊണുകഴിഞ്ഞ് വീട്ടിൽവന്ന് റേഡിയോ കേട്ടുകൊണ്ടിരുന്നു. വയറ്റിനകത്ത് എന്തോ വല്ലായ്മ. വായിൽ ഉമിനീര് ഇടയ്ക്കിടയ്ക്ക് നിറഞ്ഞുവന്ന് ഛർദ്ദിക്കാൻ തോന്നി. പെട്ടെന്നെണീറ്റ് കുളിമുറിയിലേക്കോടി. ഉണ്ടതെല്ലാം ഛർദ്ദിച്ചു. വയറ്റിൽ ഒന്നും തങ്ങിയില്ല. വീണ്ടും വീണ്ടും ഛർദ്ദിച്ചു. വയറ്റിലും നെഞ്ചിലും കഴുത്തിലെ ഞരമ്പുകളിലും വിങ്ങലും വേദനയുമുണ്ടായി. കുറച്ചുനേരം വെറുതെയിരുന്നു. ഛർദ്ദിൽ ഒരു വിധം തീർന്നു. വായും മുഖവും കഴുകി എണീറ്റുനിന്നു. തലചുറ്റൽ തുടങ്ങി. ചുമരുപിടിച്ച് നടക്കാൻ ശ്രമിച്ചെങ്കിലും സാധിച്ചില്ല അവിടെത്തന്നെ ഇരുന്നുപോയി. കുറെസമയം കഴിഞ്ഞാണ് ശരിക്ക് ബോധം വീണ്ടുകിട്ടിയത്. വീണ്ടും എണീറ്റ് ചുമരിൽ പിടിച്ചെണീറ്റ് സോഫയിൽ ചെന്നുകിടന്നു. സഹിക്കാനാവാത്ത വയറുവേദന അപ്പോഴുണ്ടായിരുന്നു. ഗോവിന്ദരാജ് കോളേജിൽ പോയാൽ ബുദ്ധിമുട്ടാകുമെന്നുകരുതി കൈവരിയിൽ നിന്നുകൊണ്ട് ഗോവിന്ദരാജിനെ വിളിച്ചു. കോളേജിൽ പോകാൻ ഇറങ്ങിയ ഗോവിന്ദരാജ് പെട്ടെന്ന് ഓടിവന്നു.

"മി.രാജ്, നല്ല വയറുവേദനയുണ്ട്. ഉണ്ടതെല്ലാം ഛർദ്ദിച്ചു. ഡോക്ടറെ കാണാതിരിക്കാൻ വയ്യ."

ഗോവിന്ദരാജ് പെട്ടെന്നു പോയി ടാക്സി കൊണ്ടുവന്നു. എവിടെപ്പോകണമെന്ന് ഒരു നിമിഷം രണ്ടാൾക്കും തോന്നിയില്ല. ഏതെങ്കിലും ഒരു ഡോക്ടറെ അന്വേഷിച്ചുപോകുന്നതിനേക്കാൾ ആശുപത്രിയിൽ പോകുന്നതുതന്നെ നല്ലതെന്നു വിചാരിച്ച് രാജലക്ഷ്മിയോട് പറഞ്ഞിട്ട് മണിപ്പാലയിലേക്കുപോയി.

ജഗദീശിനെ പരിശോധിച്ച ഡോക്ടർ അയാളുടെ സ്ഥിതി മനസ്സിലാക്കി പെട്ടെന്ന് അഡ്മിറ്റ് ചെയ്തു.

അഡ്മിറ്റ് ചെയ്ത ഉടനെ ഗോവിന്ദരാജ് വീട്ടിലേക്കുപോയി. വിവരമറിഞ്ഞ് രാജലക്ഷ്മി അമ്പരന്നുപോയി. ഈ സമയത്ത് കിശോരി നാട്ടിലില്ലാത്തതിൽ രണ്ടുപേർക്കും വിഷമം തോന്നി.

സന്ധ്യക്ക് ഗോവിന്ദരാജും രാജലക്ഷ്മിയും ആശുപത്രിയിൽ ചെന്നു. ഡോക്ടർ വന്ന് ഇഞ്ചക്ഷനും ടാബ്ലറ്റും നല്കിയിരുന്നു. ജഗദീശിന്റെ സ്ഥിതി അല്പം ഭേദപ്പെട്ടു. ഗോവിന്ദരാജിനും ജഗദീശിനും നല്ല പരിചയമുള്ള ആളായിരുന്നു ഡോ. ഗുരുപാദറാവു. അദ്ദേഹം വന്ന് രണ്ടാളോടും സംസാരിച്ചിട്ടുപോയി.

"കിശോരി എപ്പോൾ എത്തും?" രാജലക്ഷ്മി ചോദിച്ചു.

"നാളെ രാവിലെ തീർച്ചയായും എത്തും." ജഗദീശ് പറഞ്ഞു.

ഗോവിന്ദരാജും രാജലക്ഷ്മിയും ഫ്ളാസ്കിൽ കുറച്ചുപാലും കുറെ മുസുമ്പിയും കൊണ്ടുവന്നുവച്ചു.

"ഊണു കഴിക്കാൻ പറ്റുമോ?" രാജലക്ഷ്മി ചോദിച്ചു.

"ഡോക്ടർ ഒന്നും പറഞ്ഞില്ല. ഊണുകഴിക്കണമെന്നു തോന്നുന്നുമില്ല. നിങ്ങൾ ഇപ്പോൾ കൊണ്ടുവന്നതുതന്നെ ധാരാളമായി. കുറച്ചു ബിസ്കറ്റും ഇവിടെയുണ്ട് അതുമതി." ജഗദീശ് പറഞ്ഞു.

പിറ്റേ ദിവസം രാവിലെ ഏഴുമണിക്ക് ഒരു റിക്ഷയിൽ കിശോരി വന്നിറങ്ങിയപ്പോൾ വാതിലടച്ചിരിക്കുന്നതു കണ്ട് അമ്പരന്നുപോയി. രാജലക്ഷ്മി പെട്ടെന്നുവന്ന് "വരൂ, വരൂ" എന്നു വിളിച്ചു.

കിശോരി ചോദ്യഭാവത്തിൽ പൂട്ടിലേക്കും രാജലക്ഷ്മിയുടെ മുഖത്തേക്കും നോക്കി.

"ഉം. വരൂ. ജഗദീശദ്ദേഹത്തിനു നല്ല സുഖമില്ല." രാജലക്ഷ്മി പറഞ്ഞു. ഗോവിന്ദരാജ് അപ്പോഴേക്കും പുറത്തുവന്നു.

"ഭയപ്പെടാനൊന്നുമില്ല. ജഗദീശിനു നല്ലസുഖമില്ല. ഇപ്പോൾ കുറവുണ്ട്." ഗോവിന്ദരാജ് പറഞ്ഞു.

"എന്താ ഉണ്ടായത്?" എന്നു ചോദിച്ചുകൊണ്ട് കിശോരി ഗോവിന്ദരാജിന്റെ വീട്ടിലേക്കു കയറി. ജഗദീശ് അവിടെ ഉണ്ടായിരിക്കുമെന്നാണ് അവൾ വിചാരിച്ചത്. വരാന്തയിൽ കയറിയപ്പോൾ ജഗദീശ് അവിടെ ഉള്ള ലക്ഷണമൊന്നും കണ്ടില്ല.

"എവിടെ? അദ്ദേഹം ഇപ്പോ എവിടെയാണ്." എന്ന് ഉൽക്കണ്ഠാ

കുലയായി ചോദിച്ചു.

"വിഷമിക്കേണ്ട മിസ്സിസ് കിശോരി. ജഗദീശ് ആശുപത്രിയിലാണ്. ഇന്നലെ ഉച്ചയ്ക്ക് ഒന്നുരണ്ടുപ്രാവശ്യം ഛർദ്ദിച്ചു. വയറുവേദനയുമുണ്ടായിരുന്നു. ഡോക്ടറെ കണ്ട് പരിശോധിപ്പിക്കുന്നത് നല്ലതാണെന്നുകരുതി മണിപ്പാലത്തേക്കു പോയി. അത്ര സീരിയസായി ഒന്നും ഉണ്ടായിരുന്നില്ല. എന്താണെന്നറിയില്ല, അഡ്മിറ്റ് ചെയ്യണമെന്ന് ഡോക്ടർ പറഞ്ഞു." ഗോവിന്ദരാജ് സമാധാനിപ്പിച്ചു. ഉടനെ രാജലക്ഷ്മി പറഞ്ഞു:

"ഇന്നലെ സന്ധ്യക്കു ഞങ്ങൾ പോയിനോക്കി. സുഖമായിരുന്നു. ഇന്ന് നിങ്ങൾ വരുമെന്ന് കാത്തിരിക്കുകയായിരുന്നു. അല്ലെങ്കിൽ ഇതിനു മുമ്പു തന്നെ ഞങ്ങൾ പോകുമായിരുന്നു."

കിശോരി കരയാൻ തുടങ്ങി.

"ഛേ, ഛേ, ഇത്രയ്ക്കു ഭയപ്പെട്ടാലോ. ജഗദീശ് സുഖമായിരിക്കുന്നു. സമാധാനമായിരിക്കൂ. യാത്ര ചെയ്ത് ക്ഷീണിച്ചു വന്നിരിക്കുകയല്ലേ. ഒരു കപ്പ് കാപ്പികുടിച്ചിട്ട് ആശുപത്രിയിലേക്ക് പോകാം." ഗോവിന്ദരാജ് സമാധാനിപ്പിച്ചു.

"ഇല്ല. ഞാൻ ഇപ്പോത്തന്നെ ആശുപത്രിയിലേക്കു പോകുന്നുണ്ട്.

"നില്ക്കൂ, ഞാനും വരുന്നുണ്ട്."എന്നു പറഞ്ഞ് ഗോവിന്ദരാജ് വസ്ത്രം മാറ്റാൻ പോയി.

കിശോരി തലയിൽ കൈതാങ്ങി അവിടെത്തന്നെയിരുന്നു. രാജലക്ഷ്മി അപ്പോഴേക്കും ഫ്ളാസ്കിൽ തയ്യാറാക്കിവച്ചിരുന്ന കാപ്പി ഒഴിച്ചുകൊണ്ടുവന്നുകൊടുത്തു.

"യാത്രാക്ഷീണം മാറട്ടെ. ഇതു കുടിക്കൂ. അദ്ദേഹം ഇപ്പോൾ വരും." രാജലക്ഷ്മി നിർബ്ബന്ധിച്ചു.

അവരുടെ നിർബ്ബന്ധം സഹിക്കാനാവാതെ കണ്ണീർ തുടച്ചുകൊണ്ട് കാപ്പി എടുത്തുകുടിച്ചു.

കിശോരിയും ഗോവിന്ദരാജും ആശുപത്രിയിലെത്തി മുറിയിലേക്കു കയറിയപ്പോൾ അർദ്ധനിദ്രയിലായിരുന്ന ജഗദീശ് കണ്ണുതുറന്നു. കിശോരി കൺമിഴിച്ചുനോക്കി. അയാളുടെ അടുക്കൽതന്നെ ഇരുന്ന് നെറ്റിതലോടി. ഗോവിന്ദരാജ് മുറിക്ക് വെളിയിൽ പോയിനിന്നു. കിശോരി തലകുനിച്ചിരുന്ന് കണ്ണീരൊഴുക്കി. ജഗദീശിന്റെ തോള് നനഞ്ഞു.

"ഛേ മറയി. ഇത്ര ചെറിയകാര്യത്തിന് ആരെങ്കിലും ഇങ്ങനെ കരയുമോ? എനിക്കെന്തുപറ്റിയെന്നാണ് നീ വിചാരിച്ചത്. ഐ ആം ആൾ റൈറ്റ്." എന്നുപറഞ്ഞ് ജഗദീശ് പുഞ്ചിരിച്ചു.

"ഇനി നിങ്ങളെ വിട്ടുപിരിഞ്ഞ് ഞാനെങ്ങും പോകുന്നില്ല. എനിക്ക് പാട്ടും വേണ്ട, പണവും വേണ്ട." കിശോരി കരഞ്ഞുകൊണ്ടു പറഞ്ഞു.

"കൊച്ചുകുട്ടികളെപ്പോലെ ഇരുന്നു സംസാരിക്കാതെ. എനിക്കൊന്നും സംഭവിച്ചിട്ടില്ല. എന്തോ അല്പം ദഹനക്കേടുപറ്റി. കുറച്ചു കഴിയുമ്പോഴേക്കും ഡോക്ടർ ഇവിടെ വരും. ഡിസ്ചാർജ് ചെയ്ത് വീട്ടിലേക്കു പോകാം."

ജഗദീശ് നന്നേ ക്ഷീണിച്ചിരുന്നു. അയാളുടെ വാടിയ മുഖവും കുഴിഞ്ഞ കണ്ണുകളും നോക്കിക്കൊണ്ട് -

"നിങ്ങൾക്കെന്തുപറ്റി? എന്താ ഇത്ര ക്ഷീണിച്ചുപോയത്?" കണ്ണുമിഴിച്ചിരുന്ന് കിശോരി ചോദിച്ചു. താങ്ങാനാവാത്ത ദുഃഖംകൊണ്ട് അവളുടെ ചുണ്ടുകൾ വിറയ്ക്കുന്നുണ്ടായിരുന്നു.

"നീ വളരെ സെൻസിറ്റീവ് ആണ് കിശോരി. നീയൊരു നഴ്സാണെന്നു പറഞ്ഞാൽ ആരും വിശ്വസിക്കുകയില്ല."

"നിങ്ങൾക്ക് ഞാൻ നഴ്സല്ല."

"ശരി. പോട്ടെ. ഗോവിന്ദരാജ് എവിടെ?"

ജഗദീശ് തിരക്കുന്നതുകണ്ട് ഗോവിന്ദരാജ് അകത്തുവന്നു.

"എങ്ങനെയുണ്ട് മി.ജഗദീശ്?"

"സുഖമുണ്ടെന്നു തോന്നുന്നു."

"വിശപ്പുതോന്നുന്നുണ്ടോ ഇപ്പോൾ?"

"ഒരു വിധം ഉണ്ട്. ഇപ്പോൾത്തന്നെ ഒരു കപ്പ് കാപ്പി കുടിച്ചു."

അപ്പോഴേക്കും ഡോ. രമേശ് വന്നു. അദ്ദേഹത്തിന്റെ കൂടെ ഗോവിന്ദരാജിന്റെ സുഹൃത്ത് ഗുരുപാദറാവുവും ഉണ്ടായിരുന്നു. ഡോ.രമേശ് ജഗദീശിന്റെ നാഡി, വയറ്, കണ്ഠം എല്ലാം പരിശോധിച്ചു.

"ഇപ്പോൾ എങ്ങനെ തോന്നുന്നു?" രമേശ് ചോദിച്ചു.

"ഐ ആം ഫൈൻ."

"രാത്രി നന്നായി ഉറങ്ങിയോ?"

"ഒരു വിധം നന്നായുറങ്ങി." അല്പംകഴിഞ്ഞ് തുടർന്നു - "ഇന്നു ഡിസ്ചാർജ് ചെയ്യുമോ?"

"നോ, നോ. രണ്ടുദിവസം കഴിയണം. ഇന്ന് എക്സ്-റേ എടുത്തു നോക്കുന്നുണ്ട്." ഡോ.രമേശ് പറഞ്ഞു.

"എക്സ്-റേ!" ജഗദീശ് അത്ഭുതത്തോടെ ചോദിച്ചു.

"നോക്കൂ മി. ജഗദീശ്, എല്ലാകാര്യങ്ങളും ഞങ്ങൾ പേഷ്യന്റിനോടു സംസാരിക്കാറില്ല. ഏതായാലും എന്തോ ലിവർ സംബന്ധമായ തകരാറു നിമിത്തം ഇങ്ങനെ സംഭവിച്ചതായിരിക്കണം എന്ന് ഊഹിക്കുന്നു. നിങ്ങൾ ഇപ്പോൾ ഡിസ്ചാർജ് ചെയ്തുപോയാൽ അസുഖം മാറിയെന്നു വരില്ല. വീണ്ടും വല്ല തകരാറുമുണ്ടെങ്കിൽ ഞങ്ങൾ മരുന്നുകൊണ്ട് അതു സുഖമാക്കും. അത് അത്ര വലിയ സംഗതിയൊന്നുമല്ല. എന്നാൽ പേഷ്യന്റിന് പ്രധാനമായി വേണ്ടത് പേഷ്യൻസാണ്." ഡോ.രമേശ് പുഞ്ചിരിച്ചുകൊണ്ടു പറഞ്ഞു.

സന്ധ്യക്കുവരാമെന്നു പറഞ്ഞ് ഗോവിന്ദരാജ് ഇറങ്ങി. പ്രിൻസിപ്പലിനെ വിവരം അറിയിക്കാമെന്ന് അയാൾ ഏറ്റു. അവരെല്ലാം പോയശേഷം ജഗദീശ് കിശോരിയോടു പറഞ്ഞു.

"നീ വീട്ടിൽപോയി അല്പം വിശ്രമിക്കൂ. വൈകുന്നേരം വന്നാൽ മതി. എന്നെപ്പറ്റി വിഷമിക്കാനൊന്നുമില്ല."

"എനിക്കു റെസ്റ്റൊന്നും വേണ്ട."

"പിന്നെ ഇവിടെ വെറുതേ ഇരുന്ന് എന്തു ചെയ്യാൻ പോകുന്നു."

"ഒന്നും ചെയ്യാനില്ല. വെറുതേ ഇരുന്നോളാം."

ജഗദീശ് പുഞ്ചിരിച്ചുകൊണ്ടു പറഞ്ഞു:

"ഞാനൊന്നു പറയട്ടെ. വീട്ടിൽ പോയി അല്പം വിശ്രമിച്ച് കുറച്ചു മോരും മാങ്ങ ഉപ്പിലിട്ടതും എടുത്തുകൊണ്ടുവരൂ. ധൃതിപിടിച്ചു വരേണ്ട ആവശ്യമൊന്നുമില്ല. ഉച്ചയ്ക്കു രണ്ടുമണിക്ക് വന്നെത്തിയാൽ മതി."

അതവൾക്കു സമ്മതമായി. ജഗദീശിന്റെ ലക്ഷ്യവും അതായിരുന്നു. അവൾ ബുദ്ധിഭ്രമം പിടിച്ചവളെപ്പോലെ വെറുതേ ഇരിക്കുന്നത് അയാൾക്കിഷ്ടമായില്ല.

"രാത്രി ഊണിന് എന്താ വേണ്ടത്? ഉച്ചയ്ക്ക് ഇത്ര താമസിച്ചു വന്നാൽ വീണ്ടും പോയിട്ട് രാത്രിയിൽ വരുന്നതെങ്ങനെ?" കിശോരി ചോദിച്ചു.

"രാത്രി ഊണൊന്നും വേണ്ട കിശോരി. അത്ര വലിയ വിശപ്പൊന്നും ഇല്ല. പിന്നെ ഊണും അതിനുമീതെ വീണ്ടും ഊണും കഴിച്ച് വയറ്റിന് അസുഖം വരുത്തുന്നതു ശരിയല്ല. രാത്രിയിലേക്ക് എന്തെങ്കിലും പാലോ പഴമോ മറ്റോമതി."

കിശോരി പിന്നെയും കുറേനേരം ജഗദീശിന്റെ അടുക്കൽതന്നെ ഇരുന്നു. പെട്ടെന്ന് എന്തോ ഓർത്തതുപോലെ -

"എപ്പോഴാണ് അസുഖം തുടങ്ങിയത്? എന്താ കാരണം? അതൊന്നും നിങ്ങൾ പറഞ്ഞില്ലല്ലോ." കിശോരി ചോദിച്ചു.

"ഗോവിന്ദരാജും രാജലക്ഷ്മിയും ഒന്നും പറഞ്ഞില്ലേ?" ജഗദീശ് അത്ഭുതത്തോടെ ചോദിച്ചു.

"ഇല്ലല്ലോ." കിശോരി ആ ചോദ്യം കേട്ട് അമ്പരന്നുപോയി.

"ഒന്നും പറഞ്ഞില്ലേ. ഞാൻ ബൊൾമണ്ണിലേക്കുപോയകാര്യം."

"എന്തിനാണ് നിങ്ങൾ ബൊൾമണ്ണിൽ പോയത്?" കിശോരി ഉൽക്കണ്ഠയോടെ ചോദിച്ചു.

ഗോവിന്ദരാജും രാജലക്ഷ്മിയും മനഃപൂർവ്വം ഇക്കാര്യം കിശോരിയോടു പറഞ്ഞില്ല എന്ന് ജഗദീശിന് ഉറപ്പായി. ബൊൾമണ്ണിലേക്കു പോയതാണ് അസുഖമുണ്ടാവാൻ കാരണം എന്നൊരു തോന്നൽ അവൾക്കുണ്ടാവരുത് എന്നു വിചാരിച്ച് പറയാതിരുന്നതാവാം.

"അതേ. മിനിഞ്ഞാന്ന് സന്ധ്യയ്ക്ക് അമ്മയും ചേട്ടനും വന്നിരുന്നു. 'നീ ഞങ്ങളെ മറന്നുകളഞ്ഞല്ലോ' എന്നുപറഞ്ഞ് അമ്മ കരയാൻ തുടങ്ങി. പിന്നീട് അമ്മ എന്നെ വീട്ടിലേക്കു ക്ഷണിച്ചു. അവിടെനിന്ന് പിറ്റേദിവസം കോളേജിൽ പോകാം എന്നു നിർബ്ബന്ധിച്ചു പറഞ്ഞു. അതുകൊണ്ട് ഞാൻ ബൊൾമണ്ണിൽ പോയി. അന്നുരാത്രി മൂന്നുനാലുതരത്തിലുള്ള തോരനും ബോളിയും ലഡുവും എല്ലാം തിന്നു. തിന്നതു കൂടിപ്പോയോ എന്തോ. അതല്ല. തിന്നതു വല്ലതും വയറ്റിനുപിടിക്കാത്തതാവാനും മതി. രാത്രി വയറ്റിൽ ഒരു വല്ലായ്മ. അർദ്ധരാത്രിക്കുശേഷം എല്ലാം ഛർദ്ദിച്ചു. പിറ്റേദിവസം ശരീരത്തിനു നല്ല ക്ഷീണമുള്ളതുകൊണ്ട് അവിടെ

ത്തന്നെ നിന്നു. ഇന്നലെ രാവിലെയാണ് ഉഡുപ്പിയിൽ വന്നത്. ശരിക്കും വിശപ്പില്ലായിരുന്നു. വയറ്റിനകത്ത് വല്ലാത്തൊരു പരവേശം. ഉച്ചയ്ക്ക് ഗോവിന്ദരാജിന്റെ വീട്ടിൽ നിന്ന് ഊണുകഴിച്ചു. അല്പം കഴിഞ്ഞ് എല്ലാം ഛർദ്ദിച്ചു. വല്ലാത്ത വയറുവേദനയുണ്ടായി. ഉടനെ ഞാനും ഗോവിന്ദ രാജും ഇവിടെ വന്നു. പരിശോധിച്ച് എന്തെങ്കിലും മരുന്നുതരും എന്നാണ് ഞാൻ വിചാരിച്ചത്. പക്ഷേ, ഡോ. രമേശ് അഡ്മിറ്റു ചെയ്യണമെന്നു നിർബ്ബന്ധിച്ചു."

കിശോരി ഉൽക്കണ്ഠയോടെ കാര്യങ്ങൾ കേട്ടിരുന്നു. പക്ഷേ, അയാ ളുടെ വാക്കുകൾ അവസാനിക്കുമ്പോഴേക്കും അവളിൽ എന്തോ ഒരാ വേശം വന്നതുപോലെ ജഗദീശിനു തോന്നി. അവൾ ഒന്നും മിണ്ടിയില്ല. അവളുടെ മനസ്സ് എവിടെയോ സഞ്ചരിച്ചതുപോലെ അല്പം കഴിഞ്ഞ്- "ശരി ഞാൻ പോയി വരാം. നിങ്ങൾക്ക് ഇപ്പോൾ പാലോ കാപ്പിയോ എന്തെങ്കിലും വേണ്ടേ." അവൾ ചോദിച്ചു.

"ഒന്നും വേണ്ട. നീ പോയി വരൂ. നിന്റെ തൈരിനും ചോറിനും മാങ്ങാ അച്ചാറിനും വേണ്ടി അല്പം വിശപ്പ് ഉണ്ടായിരുന്നോട്ടെ." ജഗ ദീശ് പുഞ്ചിരിച്ചുകൊണ്ടു പറഞ്ഞു.

കിശോരി ഗൗരവത്തോടെ ഇരുന്നു. പിന്നീട് ഇറങ്ങിപ്പോയി. ജഗ ദീശ്, തനിക്ക് അസുഖം ഉണ്ടായകാര്യം പറഞ്ഞപ്പോഴും ബൊൾമണ്ണിൽ പോയെന്നു അറിഞ്ഞപ്പോഴും കിശോരി ഔത്സുക്യമൊന്നും പ്രകടിപ്പി ക്കാത്തതുകണ്ടപ്പോൾ ജഗദീശിനു അത്ഭുതം തോന്നി.

***

രണ്ടുദിവസം കഴിഞ്ഞ് ജഗദീശ് വീട്ടിലേക്കു മടങ്ങി. സാരമായ അസു ഖമൊന്നുമില്ലെങ്കിലും ശരീരം നന്നേ ക്ഷീണിച്ചിരുന്നു. വിശപ്പ് തീരെ കുറഞ്ഞു. ശരീരത്തിനു മുമ്പത്തെ ശക്തിയുമില്ല. ഡോക്ടർ ടോണി ക്കിനും ഗുളികയ്ക്കും എഴുതിക്കൊടുത്തിരുന്നു. മരുന്ന് ഫലപ്രദമായി തോന്നി. 'ലിവർ ശരിയായിട്ടുണ്ട്. അല്പം ഗ്യാസ്ട്രയ്റ്റീസിന്റെ കുഴപ്പ മുണ്ടെന്നു തോന്നുന്നു. ഈ മരുന്നിൽ അതുമൊക്കെ കുറയും' എന്ന് ഡോക്ടർ പറഞ്ഞത് ഓർത്തു.

പാടാനുള്ള ക്ഷണമെല്ലാം കിശോരി നിരസിച്ചു. ജഗദീശ് ഒന്നുരണ്ടു പ്രാവശ്യം പറഞ്ഞു: "എനിക്ക് അസുഖമൊന്നുമില്ല. നീ പോയിട്ട് വരൂ." എന്ന്.

"നിങ്ങൾ വെറുതെയിരിക്കൂ. എനിക്ക് പാട്ടുകൊണ്ട് പേരും പെരു മയും പണവുമൊന്നും സമ്പാദിക്കണ്ടാ. എല്ലാറ്റിനേക്കാളും വലുത് നിങ്ങ ളാണ്."

"നീ ഒന്നുരണ്ടുദിവസം ഇല്ലാതെ വന്നാലും എനിക്കു പ്രയാസമൊ ന്നുമില്ല."

"വേണ്ടെന്നുവച്ചാൽ വേണ്ടാ, വേണ്ട." കിശോരി വാശി പിടിച്ചു.

ജഗദീശ് പിന്നെ അവളെ നിർബ്ബന്ധിച്ചില്ല. കോളേജിലെ അദ്ധ്യാപ

നത്തിൽ അയാൾ പഴയ ഉത്സാഹം പ്രകടിപ്പിച്ചെങ്കിലും ശരീരത്തിന് നല്ല ക്ഷീണമുണ്ടായിരുന്നു. വീട്ടിലായിരിക്കുമ്പോൾ അധികസമയവും കിടപ്പുതന്നെ. ഈസിചെയറിൽ നിർവ്വീര്യമായി കിടന്നു. കിടന്നുകൊണ്ടു വായിക്കുമ്പോൾ പോലും ഒരു ഉദാസീനഭാവം. വിശപ്പുണ്ടെങ്കിലും വായ്ക്ക് നല്ല രുചിയില്ല. വയറ്റിന് ഒന്നും പിടിക്കുന്നില്ല. ഒരു പിടി ചോറ് അധികം കഴിച്ചുപോയാൽ അപ്പോൾ തന്നെ ഛർദ്ദിക്കും.

ഭർത്താവിന്റെ തല്ക്കാല സ്ഥിതിയോർത്ത് കിശോരി വ്യസനിച്ചു. അവളുടെ മനസ്സ് ദുഃഖംകൊണ്ട് ഉരുകുന്നുണ്ടായിരുന്നു. ദിവസം കഴിയുന്തോറും അയാളുടെ ശരീരം ക്ഷീണിക്കുന്നതുകണ്ട് - കൊഴുത്ത്മിനുത്ത ശരീരം അസ്ഥികൂടമായി മാറുന്നത് കണ്ട് - അവൾ പരിഭ്രാന്തയായി. രാത്രി എത്ര ശ്രമിച്ചിട്ടും ഒരു പിടിച്ചോറുപോലും തിന്നാൻ അയാൾക്കു കഴിഞ്ഞില്ല. ഒരു ഗ്ലാസ് പാലുമാത്രം കുടിച്ചുകൊണ്ട് പോയി കിടക്കും. കുടൽ മുഴുവൻ പുണ്ണു പിടിച്ചപോലെ തോന്നി. കിശോരിക്കും ഊണുകഴിക്കാൻ കഴിഞ്ഞില്ല. എങ്കിലും തന്റെ വയറ്റിൽ വളരുന്ന ജഗദീശിന്റെ കുഞ്ഞിനെയോർത്ത് അവൾ അല്പം ആഹാരം കഴിച്ചുകൊണ്ട് അയാളുടെ അടുക്കൽ പോയി കിടന്നു. വയറുതിരുമ്മികൊണ്ടുള്ള അയാളുടെ കിടപ്പ് അവളെ വല്ലാതെ ദുഃഖിപ്പിച്ചു. അടുത്തുതന്നെ ഇരുന്ന് അവൾ അയാളുടെ വയറുതിരുമ്മിക്കൊടുത്തു. അവളുടെ കണ്ണുകൾ നിറഞ്ഞൊഴുകി വയറ്റിൽ വീണു. അവൾ സാരിത്തുമ്പുകൊണ്ട് മെല്ലെ തുടച്ചു. പക്ഷേ, അയാൾ അതൊന്നും അറിഞ്ഞില്ല. അയാൾ കണ്ണടച്ചു കിടന്നിരുന്നു. അസ്സഹനീയമായ വേദനകൊണ്ട് ഇടയ്ക്കിടയ്ക്ക് പുളഞ്ഞു. ചിലപ്പോൾ ആ വേദന നെഞ്ചിലേക്കും തലയിലേക്കും വ്യാപിക്കും. അയാളുടെ തുടുത്ത കവിളുകൾ ഒട്ടിക്കുഴിഞ്ഞിരിക്കുന്നു. കണ്ണുകളുടെ സൗന്ദര്യവും പ്രകാശവും മങ്ങി. മുഖമാകെ ഒരു അസ്വസ്ഥത പടർന്നു. കൂടെക്കൂടെ ചുണ്ടുകൾ കടിച്ചുപിടിക്കും. അയാളെ നോക്കി കിശോരി വിതുമ്പിക്കരയാൻ തുടങ്ങി.

"നിങ്ങൾക്കെന്തുപറ്റി ദൈവമേ!" കിശോരി നിലവിളിച്ചു കരഞ്ഞു. ജഗദീശ് അർദ്ധനിമീലിതമായ കണ്ണുകളോടെ നോക്കി. മൗനമായി അവളുടെ തലമുടിയിൽ വിരലോടിച്ചുകൊണ്ട് പറഞ്ഞു.

"നീ കരയരുത് കിശോരി. നിന്റെ ദുഃഖം എനിക്കു സഹിക്കാനാവില്ല." അല്പംകഴിഞ്ഞു. തുടർന്നു - "വയറിന് അസഹ്യമായ വേദനയുണ്ട് അല്പം വെള്ളം തരൂ." അയാൾ കെഞ്ചുകയായിരുന്നു.

കിശോരി പെട്ടെന്നു വെള്ളമെടുത്തു കുടിപ്പിച്ചു. അയാൾക്കല്പം ആശ്വാസം തോന്നി. അവൾ കണ്ണുതുടച്ചുകൊണ്ടു പറഞ്ഞു: "ഞാൻ നിങ്ങളെ വിട്ടുപോകാൻ പാടില്ലായിരുന്നു."

"എന്താ കിശോരി. നീ പോയതിനും എനിക്ക് അസുഖമുണ്ടായതിനും തമ്മിൽ എന്തു ബന്ധം. അസുഖം ആർക്കും, ഏതുസമയത്തും വരാം."

"നിങ്ങളുടെ മനസ്സ് ശുദ്ധമായതുകൊണ്ട് നിങ്ങൾക്കെല്ലാവരും നല്ല

വരായിതോന്നുന്നു."

"നീ പറയുന്നതൊന്നും എനിക്കു മനസ്സിലാകുന്നില്ല."

"ഞാനിവിടെ ഉണ്ടായിരുന്നെങ്കിൽ നിങ്ങളെ കൂട്ടിക്കൊണ്ടുപോകാൻ അമ്മ വരുമായിരുന്നില്ല. അവർ വന്നതിന് എന്തോ ദുരുദ്ദേശ്യമുണ്ട്. നിങ്ങൾ ബൊൾമണ്ണിൽ പോകരുതായിരുന്നു. അവിടെവച്ച് നിങ്ങൾക്കെന്തോ സംഭവിച്ചിട്ടുണ്ട്. അവർ എന്തെങ്കിലും ചെയ്തിരിക്കും. ഇതു തീർച്ചയാണ്." കിശോരി അയാളുടെ തോളിൽ മുഖം അമർത്തിക്കൊണ്ടു പറഞ്ഞു.

ജഗദീശും പലപ്പോഴും ചിന്തിച്ചിരുന്ന കാര്യമായിരുന്നു ഇത്. ബൊൾമണ്ണിൽ പോയദിവസം രാത്രി ആഹാരം കഴിച്ചശേഷമാണ് അസുഖമുണ്ടായത്. പെട്ടെന്നുണ്ടായ ഛർദ്ദിലും മനസ്സിനുണ്ടായ അസ്വസ്ഥതയും ശരീരവേദനയും എല്ലാം ഓർത്തപ്പോൾ ജഗദീശിന് അത്ഭുതം തോന്നി. അമ്മ എന്തോ ചെയ്തിരിക്കണം. എന്തെങ്കിലും മരുന്ന് എന്റെ വയറ്റിൽ ആഹാരത്തിലൂടെ കടത്തിയിരിക്കും. എങ്കിലും അതുശരിയല്ല. ഇത് വെറും ഭ്രമമാകാം എന്നയാൾ ചിന്തിച്ചു. ആർക്കെല്ലാം, എന്തെല്ലാം അസുഖം ആകസ്മികമായി ഉണ്ടാവാറുണ്ട്. അമ്മയെപ്പറ്റി അങ്ങനെ വിചാരിക്കുന്നതു ശരിയല്ലെന്നു കരുതി സംശയങ്ങൾ ദൂരീകരിക്കുവാൻ അയാൾ ശ്രമിച്ചിരുന്നു.

പക്ഷേ, കിശോരിയും അതേകാര്യം ആവർത്തിച്ചപ്പോൾ അയാളുടെ മനസ്സിൽ വീണ്ടും സംശയം തലപൊക്കി. അയാൾ അത്ഭുതത്തോടെ അവളുടെ മുഖത്തുനോക്കി.

"ഇതു നിശ്ചയമാണ്, നിശ്ചയമാണ്." അവൾ കരഞ്ഞുകൊണ്ട് വീണ്ടും ആവർത്തിച്ചു പറഞ്ഞു.

"എനിക്കങ്ങനെയൊരു വിശ്വാസവുമില്ല കിശോരി."

"നിങ്ങൾ എന്തുവേണമെങ്കിലും പറഞ്ഞോളൂ. എനിക്ക് നിങ്ങളുടെ അത്ര പഠിപ്പൊന്നുമില്ല. അതുകൊണ്ട് ഞാനിതു വിശ്വസിക്കുന്നു. നിങ്ങളുടെ അമ്മ നമ്മളെ വേർപെടുത്താൻ എന്തോ മറിമായം കാണിച്ചിരിക്കണം."

ജഗദീശ് തന്റെ ക്ഷീണിച്ച ബുദ്ധികൊണ്ട് ആലോചിച്ചു. അന്ന് അമ്മ സംസാരിച്ച കൂട്ടത്തിൽ മഹാബലബല്യായയുടെ പേരുമുണ്ടായിരുന്നു. അയാൾ പ്രസിദ്ധനായ ഒരു നാട്ടുവൈദ്യനും മന്ത്രവാദിയും കൂടിയാണ്. വരാന്തയിലുണ്ടായിരുന്ന വിവിധ വർണ്ണങ്ങളിലുള്ള കളമെഴുത്ത് അയാൾ ഓർത്തു. ചേട്ടത്തിയേയും മക്കളേയും ബ്രാഹ്മാവറയിലേക്കു അയച്ചത് ഇതിനുള്ള കളമൊരുക്കലായിരിക്കണം എന്നയാൾക്കു തോന്നി. അല്പം കഴിഞ്ഞ് അയാൾ പറഞ്ഞു:

"എന്തും സംഭവിക്കട്ടെ. ഈശ്വരേച്ഛപോലെ നടക്കും. ഏതായാലും നാളെ ആശുപത്രിയിൽ പോകാം. പതിനഞ്ചുദിവസത്തെ അവധിയെടുത്തു."

ജഗദീശിന്റെ ശാരീരികമാറ്റം കണ്ട് ഡോ. രമേശ് അത്ഭുതപ്പെട്ടു

പോയി. അയാളെ ഉടനെ അഡ്മിറ്റ് ചെയ്തു. അന്നുതന്നെ അവശ്യം വേണ്ട എല്ലാ പരിശോധനകളും നടത്തി. എക്സ്-റേ എടുപ്പിച്ചു.

പിറ്റേദിവസം ഡോക്ടർ പറഞ്ഞു:

“ഒരു ചെറിയ ഓപ്പറേഷൻ വേണ്ടിവരും മി. ജഗദീശ്. ഭയപ്പെടേണ്ടാ. ഇറ്റ് ഈസ് വെരി സിംപിൾ.”

ഡോക്ടർ ഇറങ്ങിയപ്പോൾ കിശോരിയും പിന്നാലെ പോയി

“അദ്ദേഹത്തിന് എങ്ങനെയുണ്ട്. എനിക്ക് ആകെ ഭയമാകുന്നു. ഈ ഓപ്പറേഷൻ അത്ര അത്യാവശ്യമാണോ?” അവൾ ഇടറിയ സ്വരത്തിൽ ചോദിച്ചു.

ഡോക്ടർ അവളെ അടുത്തുവിളിച്ച് -

“നിങ്ങൾക്കെല്ലാം അറിയാവുന്ന കാര്യമായതുകൊണ്ട് വ്യക്തമായി പറയാം. അദ്ദേഹത്തിന്റെ കുടലിൽ അൾസർ ഉണ്ടായിട്ടുണ്ട്. അതുമാറ്റിയില്ലെങ്കിൽ കുഴപ്പമാണ്. മരുന്നുകൊണ്ടു മാറ്റാനും പ്രയാസം. ഭയപ്പെടാനൊന്നുമില്ല. ഇത് അപകടകരമായ ഓപ്പറേഷനൊന്നുമല്ല. അതുകഴിഞ്ഞാൽ നല്ല സുഖം കിട്ടും.” എന്നു പറഞ്ഞു.

ഏതായാലും ഓപ്പറേഷൻ കഴിഞ്ഞാലെങ്കിലും അയാൾക്ക് നല്ല സൗഖ്യം കിട്ടുമല്ലോ എന്നവൾ സമാധാനിച്ചു.

***

ഓപ്പറേഷനുശേഷം ഒരാഴ്ചകഴിഞ്ഞ് ജഗദീശ് സാധാരണ നിലയിലെത്തി. പക്ഷേ, അയാളുടെ ശരീരത്തിനുമാത്രമല്ല, വാക്കിലും നടത്തയിലും ഒക്കെ ഒരു ശക്തിക്കുറവുണ്ടായിരുന്നു. പൂർവ്വസ്ഥിതിയിലെത്താൻ വീണ്ടും ഒരുമാസം വേണ്ടി വന്നു.

ജഗദീശിന് അസുഖമായിട്ടു നാലഞ്ചുമാസമായെങ്കിലും വളരെ സ്നേഹപൂർവ്വം കൂട്ടികൊണ്ടുപോയ അമ്മ ഒന്നുവന്ന് തിരിഞ്ഞുനോക്കുകപോലും ചെയ്തില്ല. മാത്രമല്ല അന്ന് അമ്മ വന്നത് ദുരുദ്ദേശ്യത്തോടുകൂടിയായിരുന്നു എന്നത് കൂടുതൽ ബോദ്ധ്യമാവുകയും ചെയ്തു. കിശോരി അങ്ങനെയൊന്നു പറഞ്ഞില്ലെങ്കിലും ജഗദീശിനേക്കാൾ കൂടുതൽ അവൾക്ക് സംശയം ബലപ്പെട്ടു. അവളുടെ മനസ്സിൽ ദുഃഖവും നിസ്സഹായതയും തമ്മിൽ ഒരു പോരാട്ടം നടന്നു. തന്റെ ഉദരത്തിൽ പിറക്കാനിരിക്കുന്ന കുഞ്ഞിന് ആപത്തു വരുത്തിവച്ച അമ്മയോട് വെറുപ്പും വിദ്വേഷവും തോന്നി. പക്ഷേ, അവൾക്ക് ഒന്നും ചെയ്യാൻ സാധിക്കുമായിരുന്നില്ല. തന്റെ നിസ്സഹായാവസ്ഥയോർത്ത് അവൾ കരഞ്ഞു. അനീതി ചെയ്തവരെ ചുട്ടെരിക്കാനുള്ള ശക്തിയുണ്ടായിരുന്നെങ്കിൽ എന്നവൾ ആശിച്ചുപോയി. “അദ്ദേഹത്തെ രക്ഷിക്കണേ ദൈവമേ” എന്നൊരു പ്രാർത്ഥനയേ അവൾക്ക് എപ്പോഴുമുണ്ടായിരുന്നുള്ളൂ.

ജഗദീശ് എണീറ്റു നടക്കാനും ആഹാരം കഴിക്കാനും തുടങ്ങിയതു കണ്ടപ്പോൾ അവൾക്ക് അല്പം ആശ്വാസം തോന്നി. പലയിടത്തുനിന്നും പാട്ടിനു ക്ഷണം വന്നുകൊണ്ടിരുന്നു. അവൾ അതെല്ലാം നിരസിച്ചതേയുള്ളു. ജഗദീശിന്റെ നിഴലായി അയാളുടെ ശുശ്രൂഷയിൽ മുഴുകി ജീവി

ക്കാൻ അവൾ ആഗ്രഹിച്ചു. സ്വന്തം സുഖം ത്യജിച്ച് അയാളെ പൂർവ്വ സ്ഥിതിയിലെത്തിക്കാൻ അവൾ ദൃഢപ്രതിജ്ഞ ചെയ്തു. പക്ഷേ, ഏഴെട്ടുമാസം ഗർഭിണിയായ അവൾക്ക് അതൊക്കെ താങ്ങാനാവുമായിരുന്നില്ല. വീട്ടുജോലിക്ക് ആരെയും കിട്ടിയില്ല. മറ്റുവീടുകളിൽ ജോലിക്കാരുണ്ടായിരുന്നു. പക്ഷേ, എന്തുകൊണ്ടോ ജഗദീശിന്റെ വീട്ടിൽ മാത്രം ആരെയും ലഭിച്ചില്ല. ഈ അവസ്ഥയിൽ അവളെക്കൊണ്ട് കൂടുതൽ പണിയെടുപ്പിക്കുന്നത് ശരിയല്ലെന്ന് ജഗദീശ് ചിന്തിച്ചു. പക്ഷേ, വിചാരിച്ചതുപോലൊന്നും നടന്നില്ല.

ചിന്താഭാരവും കായികാദ്ധ്വാനവും അവളെ നന്നേ ക്ഷീണിപ്പിച്ചു.

ഗോവിന്ദരാജും രാജലക്ഷ്മിയും ഇടയ്ക്കിടയ്ക്ക് വന്നുനോക്കും. ആവശ്യമുള്ള എല്ലാ സഹായവും എത്തിക്കാൻ അവർ തയ്യാറായിരുന്നു.

ജഗദീശ് വീണ്ടും കോളേജിൽ പോകാൻ തുടങ്ങി. എങ്കിലും അയാളുടെ ശക്തി ക്ഷയിച്ചിരുന്നു. മുമ്പത്തെ ശബ്ദവും ചുറുചുറുക്കും എങ്ങോപോയ് മറഞ്ഞു. തന്റെ ജോലി സമർത്ഥമായി ചെയ്യാൻ കഴിയുന്നില്ലെന്ന് അയാൾക്കു ബോദ്ധ്യമായി. ദിവസം നാലഞ്ചുമണിക്കൂറെങ്കിലും ക്ലാസെടുക്കേണ്ടതുണ്ട്. പക്ഷേ, രണ്ടുമൂന്നു മണിക്കൂർ ലക്ചർ കഴിയുമ്പോൾ തന്നെ അയാൾ തീരെ അവശനായിപ്പോകുമായിരുന്നു. നെഞ്ചും പേശികളും വേദനിക്കാൻ തുടങ്ങും. വല്ലാത്തചുമയും വന്നു പിടിക്കും. തലപൊട്ടിപ്പോകുമെന്നുതോന്നും. ചുമയ്ക്കാനുള്ള ശക്തിപോലും ക്ഷയിച്ചിരുന്നു.

"അവളെ വിവാഹം കഴിച്ചതിനുശേഷം ഇയാൾക്ക് എന്തുപറ്റിയോ! അവൾക്കു വല്ല അസുഖവുമുണ്ടായിരിക്കും. അത് ഇയാൾക്കും പിടിപെട്ടുകാണും. ഏതായാലും ഇത്തരം പ്രേമവിവാഹങ്ങളുടെയെല്ലാം ഗതി ഇതുതന്നെ." പലരും അങ്ങോട്ടുമിങ്ങോട്ടും പറയാൻ തുടങ്ങി.

"ബ്രാഹ്മണനും പുലയിയും എന്തുബന്ധം. ചെളിതൊട്ട ഇവനും ചെളിയായിപ്പോയി. അവൾക്കാണെങ്കിൽ ഒരു കുഴപ്പവുമില്ല." മറ്റുചിലരുടെ അഭിപ്രായം അതായിരുന്നു.

"എത്ര പട്ടികൾ ഞരങ്ങിയ ചട്ടിയോ എന്തോ! ഇവനൊരുമരമണ്ടൻ. അമൃതകലശമെന്നു വിചാരിച്ച് എടുത്തുകൊണ്ടുവന്നു. അവൾ ഇവന്റെ ജീവൻ ഊറ്റിയെടുത്ത് വയറും വീർപ്പിച്ച് നടക്കുന്നു. ഇവനിപ്പോൾ പ്രേതം പോലെയായി." ചിലർ പരിഹസിച്ചു.

"നിങ്ങൾക്കെന്താ അസുഖം" ഒരു കൂട്ടർ ആരാഞ്ഞു. മറ്റുചിലർക്ക് വെയിലും മേഘവും പോലെ സ്വാഭാവികമാണിതൊക്കെ എന്നാണ് തോന്നിയത്.

സംസ്കാര സമ്പന്നരും വിദ്യാധനന്മാരുമായവർ മറ്റുള്ളവരോടു കാണിക്കുന്ന സഹതാപം ഇത്രമോശമായിട്ടാണെന്നു കണ്ടപ്പോൾ ദുഃഖം തോന്നി.

ഒരു ദിവസം രാത്രി പന്ത്രണ്ടുമണിയായിട്ടും ജഗദീശിന് ഉറക്കം വന്നില്ല. അടുത്തുതന്നെ കിശോരിയും ക്ഷീണിച്ച് ഉറങ്ങുന്നുണ്ടായി

രുന്നു. അന്നു വൈകുന്നേരം മുതല്ക്കേ നല്ലവയറുവേദനയുണ്ടായിരുന്നു അയാൾക്ക്. എങ്കിലും മനഃപൂർവ്വം അല്പം ചോറുകഴിച്ചു. ഊണുകഴിഞ്ഞ് പാത്രമെടുത്തുകൊണ്ടുപോകുമ്പോൾ കിശോരിയുടെ കണ്ണുകൾ ഈറനണിയുന്നത് അയാൾ കണ്ടു. അവളുടെ സന്തോഷത്തിനുവേണ്ടിയെങ്കിലും അല്പം കൂടി ഊണുകഴിക്കണമായിരുന്നു എന്ന് അയാൾക്കു തോന്നി. അതിനാൽ അവൾ കൊണ്ടുവന്ന ഒരുഗ്ലാസ് പാൽ അല്പം പോലും ബാക്കിവയ്ക്കാതെ അയാൾ കുടിച്ചു.

ക്ഷീണം ഏറെയുണ്ടായിരുന്നെങ്കിലും അവൾ അയാളുടെ അടുത്തു തന്നെ കിടന്ന് കുറേനേരം വയറുമെല്ലെ തടവിക്കൊടുത്തു. ഒടുവിൽ അവിടെക്കിടന്നുതന്നെ ഉറങ്ങി.

ജഗദീശിന്റെ വയറ്റിനും നെഞ്ചിനും നല്ല വേദനയുണ്ടായിരുന്നു. കുടൽ ഉരുണ്ടു തൊണ്ടയിൽ വരുന്നതുപോലെ ഒരു തോന്നൽ. പെട്ടെന്നെണീറ്റ് കുളിമുറിയിലേക്കോടി. അതിനിടയ്ക്ക് കിശോരി ഉണർന്ന് ഓടിപ്പോയി ലൈറ്റിട്ടു. വയറ് പൂർണ്ണമായി ഒഴിയുന്നതുവരെ അയാൾ ഛർദ്ദിച്ചു. അവൾ തലതാങ്ങിപ്പിടിച്ചിരുന്നു. ഛർദ്ദിലിനു മുകളിൽ രക്തവുമുണ്ടായിരുന്നതു കണ്ട് ജഗദീശിനു തല കറങ്ങുന്നതുപോലെ തോന്നി. കിശോരിയും അതു ശ്രദ്ധിച്ചു.

അവൾ ഒന്നും മിണ്ടിയില്ല. അവളുടെ ഹൃദയം കണ്ണീർക്കയമായി മാറി. അയാൾക്ക് വായ് കഴുകാൻ വെള്ളമെടുത്തുകൊടുത്തു. വായ് കഴുകിയ ശേഷം താങ്ങിപ്പിടിച്ച് അകത്തുകൊണ്ടുപോയി കിടത്തി.

ജഗദീശ് ദീർഘമായി നിശ്വസിച്ചു. ഒരു നിമിഷം കണ്ണടച്ചുകിടന്നു. പിന്നെ കണ്ണുതുറന്ന് വിഷാദത്തിൽ മുങ്ങിയ ഒരു പുഞ്ചിരി പൊഴിച്ചു. ആ ചിരികണ്ടപ്പോൾ താൻ ആളിക്കത്തുന്ന ചിതയ്ക്കുമുകളിലാണെന്ന് അവൾക്കുതോന്നി. അയാൾ വീണ്ടും പുഞ്ചിരിച്ചു. അയാളുടെ കണ്ണുകൾ അവളുടെ നേർക്കായിരുന്നില്ല. എവിടെയോ അലഞ്ഞുതിരിയുകയായിരുന്നു. കിശോരി പരിഭ്രാന്തയായി. അവൾ ദുഃഖം സഹിക്കാനാവാതെ അയാളുടെ മുഖത്ത് തന്റെ മുഖമമർത്തി തേങ്ങിക്കരഞ്ഞു.

"പറയൂ, നിങ്ങൾക്കെന്തുപറ്റി. ഞാൻ എന്തുചെയ്യട്ട് ദൈവമേ! എന്തു ചെയ്യട്ടെ." അവളുടെ ദുഃഖം അണപൊട്ടിയൊഴുകാൻ തുടങ്ങി. അയാളുടെ കൺപോളകളുടെ ശക്തികുറഞ്ഞുകുറഞ്ഞുവന്ന് അടയുന്നതുകണ്ട് കിശോരി പരിഭ്രമിച്ച് ഭ്രാന്തിയെപ്പോലെ അയാളെ പിടിച്ചുകുലുക്കി-

"നോക്കൂ, ഇങ്ങോട്ടുനോക്കൂ. കണ്ണുതുറക്കൂ, എന്നെ ഒന്നുനോക്കൂ. എന്റെ ദൈവമേ എന്നെ ഒന്നുനോക്കൂ നോക്കൂ" അവൾ ആർത്തുവിളിച്ചു കൊണ്ട് അയാളുടെ നെഞ്ചിലും കവിളിലും തലയിട്ടുരുട്ടി.

ജഗദീശ് ആകെ അവശനായി-

"പരിഭ്രമിക്കേണ്ട കിശോരി. എനിക്ക് അങ്ങനെയൊന്നും സംഭവിച്ചിട്ടില്ല. എവിടെ? ഇങ്ങ് അടുത്തുവരൂ. എന്റെ കണ്ണുകളെ ഒന്നു ചുംബിക്കൂ" എന്നു പറഞ്ഞു.

കിശോരി തുരുതുരെ ആ കണ്ണുകളിൽ ചുംബിച്ചു. അയാൾ ഉന്മേഷം

കൊണ്ട് സജീവമായതുപോലെ -

"ഒരു കപ്പ് ഗ്ലൂക്കോസ് വെള്ളം തരൂ. സഹിക്കാൻ വയ്യാത്തദാഹം." കിശോരി പെട്ടെന്നെണീറ്റ് കൂജയിൽ നിന്ന് ഒരു ഗ്ലാസ് വെള്ളമെടുത്ത് ഗ്ലൂക്കോസ് കലക്കി ജഗദീശിനെ മെല്ലെ കുടിപ്പിച്ചു.

കുറച്ചുനേരം കഴിഞ്ഞപ്പോൾ ജഗദീശിന്റെ മുഖം പ്രസന്നമായി. അയാൾ കിശോരിയെ നോക്കി പുഞ്ചിരിച്ചു. അവൾക്ക് നിധികിട്ടിയതു പോലെ സന്തോഷമായി. അയാൾ അവളുടെ മുഖത്തെ തന്റെ രണ്ടു കൈകളിലും താങ്ങിക്കൊണ്ട്-

"ധൈര്യമായിരിക്കൂ എന്റെ തങ്കം. ഞാൻ ഒരു കാര്യം പറയട്ടെ."

കിശോരി അത്ഭുതത്തോടെ അയാളുടെ മുഖത്തുതന്നെ നോക്കി നിന്നു.

"ഞാൻ ഇനി അധികദിവസം ജീവിച്ചിരിക്കുമെന്നു തോന്നുന്നില്ല."

അയാളതു പറഞ്ഞു മുഴുപ്പിക്കുന്നതിനുമുൻപുതന്നെ കിശോരി അയാളുടെ വായ് പൊത്തിക്കൊണ്ട് -

"അങ്ങനെ പറയല്ലേ" എന്നു പറഞ്ഞ് വിതുമ്പിക്കരഞ്ഞു.

"എങ്ങനെയോ നമ്മൾ രണ്ടും ഒന്നായി കിശോരി. നാം ഒന്നായത് എത്രമാത്രം സത്യമാണോ അത്രയും സത്യമാണ് നമ്മിൽ ആരെങ്കിലും മരിക്കുമെന്നതും. ഞാൻ മരിക്കുന്നത് ഒരു അപകടം പിടിച്ചാണെന്നെനിക്കറിയാം. നീ പറഞ്ഞത് വളരെ ശരിയാണെന്ന് ഞാൻ പലപ്രാവശ്യം ഓർത്തിട്ടുണ്ട്. അതെ, അന്ന് ഞാൻ ബൊൾമണ്ണിലേക്ക് പോകാൻ പാടില്ലായിരുന്നു. പെറ്റമ്മ വന്നു വിളിച്ചപ്പോൾ ഞാൻ അവരോട് എങ്ങനെ വഞ്ചന കാണിക്കും. നീ തന്നെ പറ കിശോരി" ജഗദീശ് പറഞ്ഞു.

കിശോരി ഒന്നും മിണ്ടിയില്ല. അവളുടെ ദുഃഖത്തിനിടയിൽ കോപം ആളിക്കത്തി. തന്റെ ജീവിതസൗഭാഗ്യം എത്രപെട്ടെന്ന് പൊലിഞ്ഞു പോയി! അന്ന്, ആ ദിവസം താനവിടെ ഉണ്ടായിരുന്നെങ്കിൽ അദ്ദേഹത്തിന്റെ അമ്മ ഇവിടെ വരില്ലായിരുന്നു. അവൾ നൂറുവട്ടം വിചാരിച്ചത് വീണ്ടും ഇപ്പോൾ ഓർത്തു. അത്ര ആരോഗ്യവാനും സുമുഖനുമായ ജഗദീശിനെ ശാശ്വതമായി നശിപ്പിച്ച ആ ശപിക്കപ്പെട്ട നിമിഷം ഞാനിവിടെ ഉണ്ടായിരുന്നെങ്കിൽ എന്ന് അവൾ വ്യഥാലാപം നടത്തി. ജഗദീശ് വീണ്ടും പറഞ്ഞു:

"എന്തുപറ്റി എന്ന് എനിക്കറിയില്ല. ഇതിൽനിന്ന് എനിക്കു മോചനമില്ലെന്നു തീർച്ചയാണ്. പക്ഷേ, നീ എന്റെ ആഗ്രഹം നിറവേറ്റണം. നീ നന്നായി ജീവിക്കണം. നമ്മുടെ കുഞ്ഞ് നന്നായി വളരണം. അതിന്റെ മുഖം കാണാനുള്ള ഭാഗ്യം എനിക്കുണ്ടാവുമെന്ന് ഒരു പ്രതീക്ഷയുമില്ല." ജഗദീശിന്റെ കണ്ണുകൾ നിറഞ്ഞു.

അയാളുടെ വാക്കുകേട്ട് അവൾക്ക് വല്ലാത്ത ഭയമുണ്ടായി. താൻ അനാഥയായി എന്നുതോന്നി. താനും അയാളോടൊപ്പം മരിച്ചാലോ എന്നു ചിന്തിച്ചു. തനിക്കുവേണ്ടി ഇത്രയും ത്യാഗം സഹിച്ച അദ്ദേഹത്തെ വിടില്ല. താനും അയാളോടൊപ്പം പോകണമെന്നാണ് അവൾ ചിന്തിച്ചത്.

അയാളുടെ മുഖത്തുനോക്കി ഒരു വാക്കുപോലും ഉരിയാടാതെ അയാളെ കെട്ടിപ്പിടിച്ചുകൊണ്ട് അവൾ കരഞ്ഞു.

പിറ്റേദിവസം രാവിലെ ജഗദീശിനോടു പറയാതെ ഗോവിന്ദരാജിന്റെ വീട്ടിലേക്കുപോയി. മധുകരജോഷിയുടെ മേൽവിലാസം കൊടുത്തു. ഉടൻ ഇവിടെ എത്താൻ ടെലിഗ്രാം കൊടുക്കണമെന്നും ജഗദീശിനെ ഇക്കാര്യം അറിയിക്കരുതെന്നും ഇവിടെ വരുമ്പോൾ അറിഞ്ഞാൽ മതിയെന്നും അവൾ പറഞ്ഞു.

അന്നുരാവിലെ മുതൽ ജഗദീശ് അല്പം പ്രസന്നവദനനായി കാണപ്പെട്ടു. അവന്റെ മുഖത്തെ സമാധാനവും ഉത്സാഹവും കണ്ട് കിശോരിക്ക് അത്ഭുതം തോന്നി. അന്നു ശനിയാഴ്ചയായതിനാൽ കോളേജ് അവധിയായിരുന്നു. ജഗദീശ് എത്രയുംവേഗം രോഗവിമുക്തനാവും, അയാൾക്ക് ദീർഘായുസ്സുണ്ടാകും എന്നൊക്കെ അവൾ വിശ്വസിച്ചിരുന്നു. ആ വിശ്വാസമാണ് അവൾക്ക് കൂടുതൽ സമാധാനം നല്കിയത്. തന്റെ വിശ്വാസം ഫലിക്കണേ ദൈവമേ എന്നവൾ ആത്മാർത്ഥമായി പ്രാർത്ഥിച്ചു. മാത്രമല്ല, ജോഷി എത്തിയാൽ ജഗദീശിനെ ബോംബെയിൽ കൊണ്ടുപോയി ചികിത്സിക്കും. അവിടെ നല്ല ഡോക്ടർമാർ ആരെങ്കിലും ഉണ്ടാവും. അവർ രോഗം നിർണ്ണയിച്ച് ഫലപ്രദമായ വല്ല ചികിത്സയും നടത്തും. അങ്ങനെ ജഗദീശിന് പൂർണ്ണസൗഖ്യം ലഭിക്കും എന്നൊക്കെ അവൾ ആശ്വസിച്ചിരുന്നു. ജോഷി ജഗദീശിന്റെ ഈ അവസ്ഥ കണ്ടാൽ "നമുക്ക് ബോംബെയിൽ പോകാം. ഞാൻ നിന്റെ രോഗമൊക്കെ മാറ്റിത്തരാം" എന്ന് പറയുമെന്ന് അവൾ ഊഹിച്ചു.

ജഗദീശ് രാവിലെ കാപ്പികുടി കഴിഞ്ഞ് സന്തോഷവാനായി കിശോരിയെ വിളിച്ചു.

"കിശോരീ, ഇങ്ങോട്ടുവന്നേ." അവൾ ഓടിയെത്തി അയാളുടെ മുന്നിലിരുന്നു.

ജഗദീശ് കുറച്ചുനേരം ചിന്തയിലാണ്ടിരുന്നിട്ട് ഇങ്ങനെ പറഞ്ഞു:

"ഞാൻ പറയുന്നതൊന്നും കേട്ട് നീ പരിഭ്രമിക്കരുത്. ഞാൻ ഒന്നുകിൽ മരിക്കും അല്ലെങ്കിൽ ജീവിക്കും. അതല്ലാ ഇപ്പോൾ പറയാൻ പോകുന്നത്. പക്ഷേ, ഞാൻ മരിച്ചാലെങ്ങനെ, എന്തു ചെയ്യണം? എന്നു തീരുമാനിക്കാനാണ് വിളിച്ചത്.

കിശോരി ഉടനെ പറഞ്ഞു: "ദയവായി മരണത്തിന്റെ കാര്യം മാത്രം മിണ്ടരുത്" ദുഃഖംകൊണ്ട് അവളുടെ ചങ്കുവീർത്തു.

"പറയാതെ നിവൃത്തിയില്ല കിശോരി. ഒരു നിമിഷത്തേക്ക് മരണത്തെ വസ്തുനിഷ്ഠമായി കാണാൻ ഞാനാഗ്രഹിക്കുന്നു. ജനനത്തെയും വിവാഹത്തെയും ഞാൻ "മാറ്റർ ഓഫ് ഫാക്ട്" ആയിട്ട് ധരിച്ചുവോ അതേപോലെ മരണത്തെയും കാണാനുദ്ദേശിക്കുന്നു."

കിശോരി മൗനമായിരുന്നു. ജഗദീശ് തുടർന്നു -

"നോക്ക്. ഞാൻ ഒരു വിൽപ്പത്രം എഴുതിവയ്ക്കുന്നുണ്ട്. ഞാൻ മരിച്ചാൽ എന്റെ ശവസംസ്കാരം ആരും നടത്തരുത്. അതായത് എന്റെ

അമ്മ, ജ്യേഷ്ഠൻ ആരും എന്റെ മൃതദേഹം കൊണ്ടുപോകാൻ പാടില്ല. എന്റെ കണ്ണുകൾ പോലും ദാനം ചെയ്യുന്നു. ഞാൻ മരിച്ച ഉടനെ വിവരം നേത്രബാങ്കിലെ ഡോക്ടറെ അറിയിക്കണം. എന്റെ ശരീരം ആശുപത്രിക്കുകൊടുക്കണം. ആരോഗ്യമുണ്ടായിരുന്ന എന്റെ ശരീരത്തെ നശിപ്പിച്ച ആ അത്ഭുതമരുന്നിന്റെ ശക്തിയെന്താണെന്ന് അവർ കണ്ടുപിടിക്കട്ടെ."

അയാളുടെ വാക്കുകൾ വിസ്മയത്തോടെ കേട്ടിരുന്ന കിശോരി-

"നിങ്ങളുടെ വാക്കുകൾ അസഹ്യമായി തോന്നുന്നു. നിങ്ങൾക്കിപ്പോൾ സുഖമുണ്ട്. രോഗം പെട്ടെന്നു മാറിക്കിട്ടും. ദയവായി ഇങ്ങനെ ക്രൂരമായ വാക്കുകൾ മാത്രം പറയരുത്." ഗദ്ഗദസ്വരത്തിൽ അവൾ പറഞ്ഞു.

ജഗദീശ് പുഞ്ചിരിച്ചുകൊണ്ട്-

"ശരിയായിക്കിട്ടിയാൽ എല്ലാംനേരെ ആയല്ലോ. അങ്ങനെയായില്ലെങ്കിൽ പിന്നെ എന്തു ചെയ്യണമെന്നാണ് ചിന്തിക്കേണ്ടത്. ഇപ്പോൾ തന്നെ വിൽപ്പത്രം എഴുതിവയ്ക്കാം. എന്തുവേണമെങ്കിലും സംഭവിച്ചോട്ടെ. ഇന്നുതന്നെ ഹോസ്പിറ്റലിൽ പോകാതെ നിവൃത്തിയില്ല. ഒന്നുകിൽ ജീവിക്കും അല്ലെങ്കിൽ മരിക്കും..." നിമിഷം കഴിഞ്ഞ് തുടർന്നു -

"എന്റെ ശരീരത്തിലുണ്ടാവുന്ന വേദന പറഞ്ഞറിയിക്കാൻ വയ്യ. ഏതു തരത്തിലുള്ള വിഷമാണ് എന്റെ ശരീരത്തിൽ കടന്നിരിക്കുന്നതെന്നു എനിക്കറിഞ്ഞുകൂടാ."

അയാളുടെ വാക്കുകേട്ട് കിശോരി പരിഭ്രാന്തയായി അതുവരെയുണ്ടായിരുന്ന പ്രസന്നത കപടമായിരുന്നെന്ന് അവൾക്ക് തോന്നിയിരുന്നില്ല. അല്പം കഴിഞ്ഞ് അവൻ എണീറ്റിരുന്നു. പേപ്പറും പേനയും കൊണ്ടുവരാൻ കിശോരിയോടു പറഞ്ഞു. പത്തുമിനിറ്റുകൊണ്ട് വിൽപ്പത്രം എഴുതിത്തീർത്ത് ഒരു കവറിലാക്കി ഗോവിന്ദരാജിനെ വിളിക്കാൻ അവളോടു പറഞ്ഞു.

കിശോരി എണീറ്റുപോയി ഗോവിന്ദരാജിനെ കൂട്ടിക്കൊണ്ടുവന്നു അയാളെ കണ്ടപ്പോൾ ജഗദീശ് പറഞ്ഞു -

"നോക്കൂ മി. ഗോവിന്ദരാജ് എന്റെ ആരോഗ്യസ്ഥിതി വളരെ മോശമാണ്. ദയവായി ഒരു ടാക്സി പിടിച്ചുകൊണ്ടു വരൂ. ഈ കവർ ഡോ. രമേശിന്റെ കൈയിൽ കൊടുക്കണം."

ഗോവിന്ദരാജ് കവർ കൈയിലെടുത്തു. കവറിനുമുകളിൽ "ഞാൻ മരണമടഞ്ഞശേഷം ഈ കവർ പൊട്ടിക്കാം" എന്ന് എഴുതിയിരുന്നു.

ഗോവിന്ദരാജ് ഷോക്കേറ്റതുപോലെ ജഗദീശിനെ ഒന്നു നോക്കി. അയാൾ കണ്ണടച്ച് ചാരി ഇരിക്കുകയായിരുന്നു. ഗോവിന്ദരാജ് ടാക്സി പിടിക്കാൻ ഓടി.

കിശോരി ജഗദീശിന്റെ അരികിൽത്തന്നെ ഇരുന്ന് അയാളുടെ മുഖം കൈകളിൽ താങ്ങി. അവൾ കരയാൻ തുടങ്ങി. ജഗദീശിന്റെ കണ്ണിൽ നിന്നും കണ്ണുനീർ ധാരധാരയായി ഒഴുകി. അവൾ അയാളുടെ മുഖത്ത്

തന്റെ മുഖം ചേർത്തുപിടിച്ച് കണ്ണീർ വറ്റുന്നതുവരെ കരഞ്ഞു.

ആശുപത്രിയിൽ എത്തുമ്പോൾ എണീറ്റു നില്ക്കാനുള്ള ശക്തിപോലുമുണ്ടായിരുന്നില്ല. കൈകാലുകൾ വിറയ്ക്കുന്നുണ്ടായിരുന്നു. ഗോവിന്ദരാജിന്റെയും കിശോരിയുടെയും ചുമലിൽ താങ്ങിപ്പിടിച്ച് അയാൾ മൂന്നാലു ചുവടു നടന്നു.

ജഗദീശിനെ ആശുപത്രിയിൽ അഡ്മിറ്റു ചെയ്തു. ഡോ. രമേശ് വന്ന് ഇഞ്ചക്ഷൻ കൊടുത്തു. അദ്ദേഹം മടങ്ങുമ്പോൾ ഗോവിന്ദരാജ് അയാളുടെ പിന്നാലെപോയി കവർ കൈയിൽ കൊടുത്തു.

ഗോവിന്ദരാജ് ഇറങ്ങിപ്പോയശേഷം രമേശ് ഒരു നിമിഷം ചിന്തിച്ചു. പെട്ടെന്ന് കവർ പൊട്ടിച്ചു. ജഗദീശിന്റെ രോഗം മാറ്റാനുള്ള എന്തെങ്കിലും സൂചനയുണ്ടാവും എന്ന ഉൽക്കണ്ഠയോടെ പത്രം വായിച്ചു. തന്റെ രോഗത്തിന്റെ മൂലകാരണമെന്താണെന്ന് വ്യക്തമായി അതിൽ എഴുതിയിരുന്നു; മരണശേഷം എന്തുചെയ്യണമെന്നും. രോഗകാരണം എഴുതിയിരുന്നെങ്കിലും അത് ഡോക്ടർ രമേശിന്റെ അറിവിനുമപ്പുറത്തായിരുന്നു. അത്തരം സംഗതികൾ അദ്ദേഹം അതിനുമുമ്പും കേട്ടിട്ടുണ്ട്. മാരകമായ ചില അംശങ്ങൾ ജഗദീശിന്റെ ശരീരത്തിൽ കണ്ടിരുന്നു. പക്ഷേ, അത്തരം ദുഷ്പരിണാമം സൃഷ്ടിക്കുന്ന അംശമെന്താണെന്ന് കണ്ടുപിടിക്കാൻ കഴിഞ്ഞിരുന്നില്ല. ഒന്നുരണ്ടു സന്ദർഭങ്ങളിൽ രസം പ്രയോഗിച്ചത് ശരീരസന്ധികളിൽ ഊറിക്കൂടി നിന്നിരുന്നത് കണ്ടിട്ടുണ്ട്. പക്ഷേ, ഇത് തന്നെ കൊല്ലാൻ നടത്തിയ പ്രയോഗമല്ല; മനസ്സുമാറ്റാൻ ചെയ്തതാണെന്ന് ജഗദീശ് പറഞ്ഞിരുന്നു. ഡോ. രമേശ് ഒരു മാർഗ്ഗവും കാണാതെ വിഷമിച്ചിരുന്നു. രാത്രിയായപ്പോൾ ജഗദീശ് വീണ്ടും ഉണർന്നു. അടുത്തുതന്നെ ഉണ്ടായിരുന്ന ഗോവിന്ദരാജിനെയും രാജലക്ഷ്മിയെയും നോക്കി പുഞ്ചിരിച്ചു. കിശോരി അയാളെ തലോടി. അവളുടെ കണ്ണീർ അയാളുടെ കൈകളിൽ വീണു.

കുറച്ചുനേരം കഴിഞ്ഞ് ഗോവിന്ദരാജും രാജലക്ഷ്മിയും ഇല്ലാത്ത സമയം നോക്കി കിശോരിയെ വിളിച്ചു - "എനിക്കു വിഷം തന്ന ആളായാലും വേണ്ടില്ല, എന്റെ അമ്മയുടെ മുഖം എനിക്കൊന്നു കാണണം. ബൊൾമണ്ണിൽ ഫോണുണ്ട്. ഉടനെ വരണമെന്ന് ഫോൺ ചെയ്യൂ. അല്ലെങ്കിൽ ഡോ. ഗുരുപാദരായരോടു പറയൂ. അദ്ദേഹം ഫോൺ ചെയ്യും." എന്നിട്ട് ഫോൺ നമ്പർ പറഞ്ഞുകൊടുത്തു.

***

അടുത്ത ദിവസം രാവിലെ മീനാക്ഷിയും ശംഭുവും വന്നു. മീനാക്ഷി ജഗദീശിനെ പിടിച്ചുകൊണ്ട് നിലവിളിച്ചു കരഞ്ഞു. ജഗദീശിന്റെ തേജസ്സുറ്റ കണ്ണുകൾ അമ്മയെത്തന്നെ നോക്കിക്കൊണ്ടിരുന്നു. ഒരു ഭാവവ്യത്യാസവും അവന്റെ മുഖത്ത് ഉണ്ടായിരുന്നില്ല. ശരീരം നിശ്ചലമായിരുന്നു. ശംഭുവിന്റെ കണ്ണുകൾ അങ്ങോട്ടുമിങ്ങോട്ടും അലഞ്ഞു, പലവട്ടം കിശോരിയെ ഒളിഞ്ഞു നോക്കി.

തലകുനിച്ച് കരഞ്ഞുകൊണ്ടിരുന്ന കിശോരി ആരെയും ശ്രദ്ധിച്ചില്ല.

ഒരു നഴ്സ് വന്ന് - "എല്ലാവരും പുറത്തുപോകണ"മെന്നു പറഞ്ഞു. കിശോരി ഒഴികെ മറ്റെല്ലാവരും പുറത്തുപോയി.

ഉച്ചയ്ക്ക് മീനാക്ഷിയും ശംഭുവും വീണ്ടുംവന്നു. ജഗദീശ് അല്പം ഉത്സാഹത്തിലായിരുന്നു.

"ഇപ്പോൾ വേദനയെങ്ങനെയുണ്ട്? കാപ്പി കുടിച്ചോ? ഊണുകഴിച്ചോ? പാലോ പഴമോ കൊണ്ടു വരട്ടെ?" എന്നൊക്കെ മീനാക്ഷി ചോദിച്ചു.

ജഗദീശ് പതിഞ്ഞസ്വരത്തിൽ "ഒന്നുംവേണ്ട" എന്നു പറഞ്ഞു.

അന്നുച്ചയ്ക്ക് ഒരു ഗ്ലാസ് പാലു കുടിച്ചതല്ലാതെ മറ്റൊന്നും കഴിച്ചിരുന്നില്ല. ഡോക്ടർമാർ ഒന്നും വ്യക്തമായി പറയാതെ പതിവനുസരിച്ചുള്ള ഇഞ്ചക്ഷനും മരുന്നും കൊടുത്ത് പോയി. ഉച്ചയ്ക്കുതന്നെ എക്സ്റേ എടുത്തിരുന്നു.

സന്ധ്യയ്ക്ക് ഡോ. രമേശ് ഗോവിന്ദരാജിനെ മുറിയിൽ വിളിച്ചു പറഞ്ഞു-

"ഈ കാര്യം പറയാൻ എനിക്കു വളരെ വിഷമമുണ്ട്. ജഗദീശിന്റെ കുടലിൽ ഉദ്ദേശം അഞ്ചാറ് ഇഞ്ചുവരെ വല്ലാത്ത വ്രണം വ്യാപിച്ചിരിക്കുന്നു. രക്തക്കുറവുമുണ്ട്. വ്രണത്തിൽ നിന്നുള്ള കൃമികൾ ശരീരമാകെ പരക്കുന്നുണ്ട്. ഓപ്പറേഷൻ കൂടാതെ കഴിയില്ല. പക്ഷേ, ഈ സ്ഥിതിയിൽ ഓപ്പറേഷൻ നടത്തുന്നതും ആപത്താണ്. നല്ല ടെമ്പറേച്ചറുമുണ്ട്. അതുകുറയണം. വ്രണത്തിന്റെ കാഠിന്യവും കുറഞ്ഞുകിട്ടണം. ഞങ്ങൾക്കു ചെയ്യാവുന്നതിന്റെ പരമാവധി ശ്രമിക്കുന്നുണ്ട്. ഇന്നൊരു ദിവസം കഴിഞ്ഞുകിട്ടിയാൽ മതിയായിരുന്നു. നാളെയോ മറ്റന്നാളോ ഓപ്പറേഷൻ നടത്താം.

സന്ധ്യക്ക് ഏഴുമണിയായപ്പോൾ ജഗദീശിന്റെ മുറിയിൽ കയറി വന്ന ആളെക്കണ്ട് ആ മുറിയിലുണ്ടായിരുന്നവരെല്ലാം അത്ഭുതത്തോടെ നോക്കിയിരുന്നു. മധുകരജോഷി മെല്ലെ നടന്ന് ജഗദീശിന്റെ കട്ടിലിനരികിൽ വന്നു നിന്നു. ജഗദീശ് പതുക്കെ കണ്ണുതുറന്നു നോക്കി. പെട്ടെന്ന് ആ കണ്ണുകൾ വിടരാൻ തുടങ്ങി. മുഖത്തു പുഞ്ചിരി പരന്നു.

"ജോഷി!" എന്ന് ഗദ്ഗദസ്വരത്തിൽ പറഞ്ഞു.

ഉടനെ നഴ്സ് വന്ന് "എല്ലാവരും പുറത്തുപോകണ"മെന്നപേക്ഷിച്ചു. പിറ്റേന്നു വെളുക്കുന്നതുവരെ ആരും അവിടെ വരരുത് എന്നും അവർ പറഞ്ഞു.

മീനാക്ഷിയും ശംഭുവും രാജലക്ഷ്മിയും എല്ലാം പുറത്തുപോയി. അവർ കണ്ണുതുടച്ചുകൊണ്ട് പുറത്തുവന്നു. ശംഭുവിനുമാത്രം ഒരു ഭാവവ്യത്യാസവും കണ്ടില്ല. നഴ്സ് ജോഷിയോട് പുറത്തുപോകാൻ പറഞ്ഞപ്പോൾ -

"ഡോൺട് ആസ്ക് ഹിം ടു ഗോ" എന്നു ജഗദീശ് പറഞ്ഞു. നഴ്സ് അവിടെനിന്നു പോയി. കുറച്ചു കഴിഞ്ഞ് ഡോ. രമേശും ഡോ. ഗുരുപാദറാവും വന്നു.

"മിസ്സിസ് ജഗദീശ് അല്ലാതെ മറ്റാരും പേഷ്യന്റിനടുത്ത് ഇരിക്കാൻ പാടില്ല. എന്നുപറഞ്ഞപ്പോൾ ജഗദീശ് പറഞ്ഞു.-

"ഇയാൾ എന്റെ സുഹൃത്താണ്. എനിക്ക് ഇയാളോട് സംസാരിക്കണം."

"അദ്ദേഹം ഇപ്പോൾ വന്നതേയുള്ളൂ." കിശോരി പതുക്കെ പറഞ്ഞു.

"നാളെ രാവിലെ വരൂ." ഡോ. രമേശ് ജോഷിയോടു പറഞ്ഞു.

ജഗദീശ് ദേഷ്യപ്പെട്ടു. "നാളെ ഞാൻ ജീവനോടിരിക്കില്ല. എനിക്കറിയാം ഞാൻ മരിച്ചുകൊണ്ടിരിക്കുന്നു. നിങ്ങൾക്കാർക്കും എന്നെ രക്ഷിക്കാനാവില്ല. എനിക്ക് അയാളോടു സംസാരിക്കാനുണ്ട്. നിങ്ങൾ വെറുതെ ഇരിക്കൂ."

ഡോക്ടർമാർ രണ്ടുപേരും അയാളുടെ വാക്കുകേട്ട് സ്തംഭിച്ചു നിന്നു. അല്പനേരം കഴിഞ്ഞ് ഡോ. രമേശ് ജോഷിയുടെ കാതിൽ പറഞ്ഞു-

"ദയവായി അയാളുടെ വാക്കുകേൾക്കണ്ട. അയാളുടെ സ്ഥിതി വളരെ മോശമാണ്. കൂടുതൽ പ്രയാസപ്പെടുത്തേണ്ട" എന്നു പറഞ്ഞിറങ്ങിപ്പോയി.

ജഗദീശ് അത്രയും സംസാരിച്ചപ്പോൾത്തന്നെ അയാളുടെ നെഞ്ചിടിപ്പു വർദ്ധിച്ചു. അയാൾ ജോഷിയെ കണ്ണുതുറന്നുനോക്കി, വളരെ സന്തോഷത്തോടെ, കടക്കണ്ണിൽനിന്നും കണ്ണീരൊഴുകി.

"അമ്മയ്ക്കും അച്ഛനും സ്നേഹപ്രഭയ്ക്കും സുഖമാണോ?" ജഗദീശ് മെല്ലെ ചോദിച്ചു,

"എല്ലാവർക്കും സുഖം തന്നെ. ഇപ്പോൾ അധികം സംസാരിക്കണ്ടാ. പിന്നീടു നമുക്കു സംസാരിക്കാം." എന്നു പറഞ്ഞ് സമാധാനിപ്പിച്ച് എണീറ്റുനിന്നു.

ജഗദീശിന്റെ മുഖത്ത് പുഞ്ചിരി വിടർന്നു.

"ഡോക്ടറോട് സംസാരിച്ചിട്ടുവരാം" എന്ന് കിശോരിയോട് പറഞ്ഞിട്ട് ജോഷി പുറത്തിറങ്ങി.

അയാൾ ഇറങ്ങിപ്പോയപ്പോൾ ജഗദീശ് കിശോരിയോടു പറഞ്ഞു-

"എന്റെ സുഖക്കേടിന്റെ കാരണമൊന്നും ജോഷിയോടു പറയണ്ടാ."

കിശോരി സമ്മതിച്ചു തലയാട്ടി. അയാൾ തുടർന്നു-

"നീ ടെലിഗ്രാം കൊടുത്തിരുന്നു, അല്ലേ. എനിക്ക് അയാളെ കാണാൻ കഴിഞ്ഞതിൽ വളരെ സന്തോഷമുണ്ട്. പക്ഷേ, നീ അയാളോട് ഒന്നും പറയരുത്. എന്റെ ശരീരം മാത്രം എരിഞ്ഞാൽ മതി, അവന്റെ ഹൃദയം കൂടി എരിയാൻ പാടില്ല. എന്താ, എന്റെ കൈയിൽ തൊട്ടു സത്യം ചെയ്യൂ, അയാളോട് ഒന്നും പറയില്ലെന്ന്."

അവൾ കരഞ്ഞുകൊണ്ട് അയാളുടെ കൈയിൽ പിടിച്ചു - "എന്നെ വിശ്വസിക്കൂ" എന്നു പറഞ്ഞു.

ജഗദീശ് അവളുടെ കൈയിൽ പിടിച്ചു ചുംബിച്ചു. കണ്ണുകളിൽ അമർത്തി അല്പസമയം കഴിഞ്ഞ് അയാൾക്ക് ഗാഢമായ ഉറക്കം വന്നു.

അഞ്ചുനിമിഷം കഴിഞ്ഞ് ജോഷി വന്നപ്പോൾ അയാളുടെ കണ്ണുകളിൽ ചൈതന്യമുണ്ടായിരുന്നില്ല. മുഖത്തെ പ്രസന്നതയും മാഞ്ഞിരുന്നു. അയാൾ ഒന്നും മിണ്ടിയില്ല. കുറേനേരം കട്ടിലിൽതന്നെ മൗനമായിരുന്നു. ഏതാണ്ട് പത്തുമണി ആയിക്കാണും.

"ശരി, കിശോരി, ഞാൻ ഇപ്പോൾ പോകുന്നു രാവിലെ വരാം."

"എവിടെ താമസിക്കുന്നു." കിശോരി ചോദിച്ചു. അവളുടെ വേദന ജോഷിക്കു കാണാൻ കഴിഞ്ഞില്ല.

"ഗോവിന്ദരാജ് കാത്തിരിക്കും" എന്നു പറഞ്ഞു.

ജോഷി പോയതിനുശേഷം രാത്രി പന്ത്രണ്ടുമണിവരെ കിശോരി ഇമ പൂട്ടാതെ ഇരുന്നു. അപ്പോഴേക്കും ജഗദീശ് ഉണർന്നു. അവളെ മെല്ലെ വിളിച്ചു. അവൾ എണീറ്റു വന്നപ്പോൾ വായിലുള്ള തുപ്പലും കഫവും കാണിച്ച് പാത്രം ചോദിച്ചു. കിശോരി അടുത്തുണ്ടായിരുന്ന പാത്രമെടുത്ത് വായ്ക്കുനേരെ പിടിച്ചു. അയാൾ അതിൽ തുപ്പി. ഒപ്പം ഛർദ്ദിക്കാൻ ഓക്കാനിച്ചതുപോലെ രണ്ടുമൂന്നുപ്രാവശ്യം മരുന്നും രക്തവും കലർന്ന എന്തോ ഛർദ്ദിച്ചു. അയാളുടെ ശരീരം തണുപ്പുകൊണ്ടെന്നപ്പോലെ കിടുകിടെ വിറച്ചു. അയാൾ പിന്നിലേക്കു ചാരിയിരുന്ന് "വെള്ളം" എന്നു ചോദിച്ചു.

കിശോരി വിറയ്ക്കുന്ന കൈകളോടെ കുപ്പിയിലിരുന്ന വെള്ളമൊഴിച്ച് അയാളുടെ ചുണ്ടുകളോടടുപ്പിച്ചു. അയാൾ വായ് തുറന്ന് അല്പം വെള്ളം കുടിച്ചു. അടുത്ത കവിൾ വെള്ളം പകുതി കുടിച്ച് ബാക്കി പുറത്തേക്കൊഴുകി. കണ്ണുമിഴിക്കാൻ ശ്രമിക്കുന്നതുപോലെ കണ്ടു. പക്ഷേ, കണ്ണുകൾ അമർന്നടഞ്ഞു. ഒന്നു ദീർഘമായി നിശ്വസിച്ചു. അയാൾ പരിഭ്രമിക്കുന്നതുപോലെ തോന്നി. അപ്പോഴേക്കും അയാളുടെ പ്രാണൻ പോയിക്കഴിഞ്ഞിരുന്നു.

കിശോരിയുടെ ദീനരോദനം കേട്ട് രണ്ടു നഴ്സുമാർ ഓടിവന്നു.

***

ശുഭം

www.ingramcontent.com/pod-product-compliance
Lightning Source LLC
LaVergne TN
LVHW100244051026
849517LV00006B/1990
* 9 7 8 9 3 9 0 3 0 1 8 1 2 *